அவன்

(ஆண் கதைகள்)

அவன்

(ஆண் கதைகள்)

லா.ச. ராமாமிருதம்

தொகுப்பு: சப்தரிஷி லா.ச.ரா

எழுத்து பிரசுரம்

Title: Avan
Author's Name: La Sa. Ramamirudham
Published by Ezutthu Prachuram

Ezutthu Prachuram
(An imprint of Zero Degree Publishing)
No.75 & 76, I Floor, Kuppusamy Street,
Balaji Nagar, Padi,
Chennai - 60005

Website: www.zerodegreepublishing.com
E Mail id: zerodegreepublishing@gmail.com
Phone: 89250 61999

Ezutthu Prachuram First Edition: November 2025

ISBN:978-93-90884-18-6

TITLE NO EP:595

Cover Design & Layout: Vijayan, Creative Studio
Printed at Rathna Offset, Chennai, India

பொருளடக்கம்

அணிந்துரை

லா.ச.ராவின் 'பெண்கள்' முக்கியத்துவம் பெற்ற கதைகளின் தொகுப்பு வெளிவந்தபோது அந்தத் தொகுப்புகள் அடங்கிய புத்தகத்தின் பெயர், 'அவள்'. இதைவிடப் பொருத்தமான பெயர் இருக்கமுடியாது. ஒரு கதையில் நாயகிக்குப் பெயரே கிடையாது. 'அவள்' என்றே குறிப்பிடுகிறார் லா.ச.ரா.

எப்பவுமே எல்லாருமே பெரும்பாலும் அம்மாவைப்பற்றியே சிலாகிக்கிறார்கள். அப்பாவோ எப்போதும் அநாதி. ஆனால் எனக்கு அப்பாதான் ஆதர்ஸம்.

லா.ச.ராவின் கதைகளில் ஆண் முக்கியத்துவக் கதைகளைத் தொகுத்தால் என்ன என்ற என் எண்ணத்தின் செயல் வடிவம் தான் இந்தத் தொகுப்பு, ஸீரோ டிகிரி நிறுவனத்தாருக்கு நன்றி.

சில கதைகளைப் பற்றிய சில வரிகள்...

குருக்ஷேத்திரம்: லா.ச.ராவுக்கும் சுஜாதாவுக்கும் பிடித்த கதை. நாயகன் அவன் ஊருக்கு வந்த ஒரு சாமியார் பின்னாடியே போய்விடுகிறான், மனைவி குழந்தைகளை மறந்து பிரிந்து...

அந்தச் சாமியாரோ ஒருகாலத்தில் ஜேப்படியாக இருந்தவர். ஒருநாள் நாயகனை அழைத்து அவன் காதில் '...... றவாதே' என்று சொல்லிக்கொண்டிருக்கும்போதே கண்கள் மூடிவிட்டன. அவர் சொன்ன வார்த்தையின் முதல் எழுத்தைக் காற்று அடித்துக்கொண்டு போய்விட்டது. அந்த எழுத்து என்ன?

மறவாதேவா? பிறவாதேவா. அந்த முதல் எழுத்து பிடிபடும்போது அவன் வாழ்க்கை புரிபடுகிறது.

தீக்குளி: *தீபாவளி அன்று முகத்தில் வெடிவெடித்துவிட்ட புது மாப்பிள்ளையின் அடுத்த காலங்களில், 'அவனுடைய' மனவேதனை.*

ஐயா: *லா.ச.ராவின் மூதாதையர்களில் வாழ்ந்த நிஜ ஒருவர். அவரின் விளையாட்டுத்தனமான வாழ்க்கையின் அலட்சிய குணங்கள் - எதற்குமே அசராத don't care Master தனம் இவை, அவர் தம்பியிடமும் (சித்தப்பா) என்னிடமும் இருப்பதாக அப்பா சொல்லுவார்.*

விடைபெற நில் *: காஞ்சிபுரத்தில் நடக்கும் கதை. இதில் வரும் குருக்கள், முதலியார் போன்றவர்களை அறுபது வருடங்களுக்கு முன் நேரில் சந்தித்திருக்கிறேன். ஐயம் பேட்டை அரசினர் பள்ளி வராந்தாவில் லா.ச.ராவின் தந்தையார் 'சப்தரிஷி' தாத்தா அந்தப் பள்ளியின் தலைமை ஆசிரியராக இருந்த நூற்றி இருபத்தி நாலு வருடங்களுக்கு முந்தைய புகைப்படம் பார்த்திருக்கிறேன்.*

கறந்த பால்: *தன்னை எப்போதுமே திறந்துகாட்டாத பாஸ்கர் தனக்கு எதேச்சையாகக் கிடைத்த (ஊசிமேல் தவம் செய்யும் அம்பாளின்) விக்ரஹத்திற்கு ஒருமுறையாவது தூய்மையான கலப்படமற்ற கறந்த பாலில் அபிஷேகம் செய்ய ஏங்குகிறார்.*

போகிறபோக்கில் பால்காரர் கறந்த பாலின் அர்த்தத்தை அலட்சிய வார்த்தைகளில் சொல்லும்போது பாஸ்கர் மட்டுமல்ல, நாமும் அதிர்ச்சியில் திகைக்கிறோம்.

சோமசன்மா: *சோமசன்மாவின் 'அவன்' ரொம்ப சுவாரஸ்யம்.*

தூலம்: *மென் மன அப்பா. அவருக்கு பூவைப் பறிப்பது கூட வன்முறை. பாம்பை அடிப்பது அராஜகம். இந்த 'அவன்' அப்பாதான் ஒருமுறை நான் செம்பருத்தியை 'வெடுக்' என்று பறித்தபோது, 'சட்'டென மார்பைப் பிடித்தபடி ஈஸிசேரில் மல்லாக்க விழுந்து விட்டார். அதைப் பறிக்காதே மார் வலிக்கிறது.*

"பறிச்சால் என்ன?"

"பறிக்காட்டா என்ன?"

பறிச்சா சாமி போட்டோக்கு வைப்பேன்.

அந்த மரம்தான் நேரே பூவை சாமிக்கே நீட்டிண்டு நிக்கறதே அதைப் பறிச்சுப் படத்துக்கு வைக்கப்போறயா?

இந்தக் கதை, 'அவனின்' கடைசி கதி பற்றிய கதை.

ராம பிரசாதம்: குறிப்பிட்ட வயதில் மகனுக்கு அப்பா எவ்வளவு நல்லது சொன்னாலும் செய்தாலும் அவற்றைத் தன் விருப்பங்களுக்குத் தடையாக நினைக்கும் மகன், அப்பா செத்துத் தொலைஞ்சாத் தேவலை என்று நினைப்பது சகஜமே. ராம் பிரசாதின் மகனுக்கோ அவன் அப்பா எப்படி எப்படியெல்லாம் சீரழிந்து சாகவேண்டும் என்றுகூடத் தோன்றுகிறது. இப்படிப்பட்ட மகனுக்கும் அப்பாவுக்கும் இடையே ஆன கதை. இதில், 'அவன்' அப்பா ராம் பிரசாத்.

காசி: கதையா இது. வார்த்தைக் காவியம் வார்த்தையோடு வார்த்தை கோர்த்து தங்கச்சங்கிலி ஆகிவிட்டதே. ஒரு நல்ல சினிமா பார்த்த திருப்தி கிடைக்கும்.

உத்திராயணம்: வீட்டில் உள்ள ஆறு பிள்ளைகளும் மனைவியும் அவரவர் வேலையாக மாலையில் வெளியே போய்விட ஏணிப்படியில் மாடி ஏற முயலும்போது படி உடைந்து கீழே உள்ள முள் படுக்கையில் விழுந்துவிடுகிறார். எழ முடியாமல் - வயோதிகத்தில் முதுகு பூரா முள் குதறலில் வெளியே சென்றவர்கள் வரும்வரை அம்புப் படுக்கையில் பீஷ்மர் உத்திராயணத்திற்குக் காத்திருப்பதுபோல படுத்திருக்கிறார். இந்தக் கதையின் 'அவன்' ஆன அவர்.

இத்தாலியிலிருந்து வந்திருந்த தமிழாராய்ச்சி செய்யும் காப்ரில்லா (தஞ்சை உலகத் தமிழ் மாநாட்டில் லா.ச.ரா பற்றி கட்டுரை வாசித்தவர்) எங்கள் வீட்டு காம்பவுண்டில் நுழைந்ததுமே கேட்ட கேள்வி, "இந்த ஏணியிலிருந்துதானே விழுந்தீங்க. இந்த முள்ளுலதானே படுத்துக்கிடந்தீங்க."

அவர் எவ்வளவு தூரம் இந்தக் கதையில் தோய்ந்திருந்தார் என்பதன் நிரூபணம்தான் இந்த வார்த்தைகள். அவ்வளவு அருமையானது 'உத்திராயணம்.'

ராசாத்தி கிணறு: இந்தக் கதை ஒரு ஜனரஞ்சக வார இதழில் மாருதியின் ஓவியத்தில் நாலு வாரத் தொடராக வந்து நல்ல வரவேற்பைப் பெற்றது. (எழுபது வருடங்களாகச் சென்னை நகர வாசத்தில் இருந்துகொண்டு) கிராமத்தில் இருபக்கம் கூரான கடப்பாரையால் கிணறு தோண்டும் கதை.

புற்று: லா.ச.ராவிடமிருந்து இப்படி ஒரு கதையா? எதிர்பார்க்கவே இல்லை. அவ்வளவு குரூர மனம் படைத்த நாயகனை எங்கிருந்து படைத்தார்? எப்படி படைத்தார்? மஹா ஆச்சர்யம். சொல்லப்போவதில்லை படித்து அதிர்ச்சி அடையுங்கள்.

பச்சைக்கனவு: ரொம்ப சின்ன வயதில் விளையாட்டாய் தினம் தினம் சூரிய ஒளியின் 'பச்சை'யைப் பார்த்துவிட்டு ஒருநாள் கண்ணை முழுசாய் இழந்தவனின் கதை. அவன் கடைசியாகப் பார்த்த நிறம் பச்சை. பச்சைக்கனவு பற்றி சுஜாதாவின் அபிப்பிராயம் "உலகத்தின் சிறந்த பத்து சிறுகதைகளுள் ஒன்று பச்சைக்கனவு."

எல்லாக் கதைகளிலுமுள்ள எல்லா விஷயங்களையும் சொல்லிவிட முடியாது. நீங்கள் படித்து உணரவும் விட்டு வைக்க வேண்டுமே.

லா.ச.ராவுக்குச் சொல்லும் சொல்லைத் தட்டிப் பார்த்து உணர்ந்து உணரும் ஒலியும் சொல்லின் அர்த்தமும் - அர்த்தம் காட்டும் ஜாலமும் மிக முக்கியம்.

அப்பட்டமான அர்த்த வெளியீடுகளைக் காட்டிலும் ஒரு புருவத்தின் உயர்த்தலும் ஒரு புன்னகை, ஒரு கடைக்கண் பார்வையில் ***Communication*** ஆகிவிட வேண்டும் என்று ஆசைப்படுவார். இதுதான் சொல்லின் உண்மையான பாஷை என்பது அவர் கருத்து. இதற்குரிய மொழி நடையைத் தேடுவதாலேயே அவர் புரியாத எழுத்தாளர் ஆகிவிட்டார்.

தன் கலையைத் தீவிரமாகப் பேணும் கலைஞனிடம் ஓர் இரக்கமற்ற தன்மை வேண்டும். எத்தனை அழகான வார்த்தையாக இருந்தாலும் இடத்திற்குப் பொருந்தாவிடின் அதை வெட்டி எறியும் நிர்தாட்ஷண்யம் வேண்டும். *(Ruthless Artistry)* வார்த்தை மோகத்தில் எழுத்தாளன் சரிந்துவிடக் கூடாது. சொல் சிக்கனம் ஒரு நல்ல படைப்பின் வீர்யத்துக்கு அடிப்படை.

சொல்லைக் குறுக்க குறுக்க அதற்கு அழுத்தம் *Pressure out of Compression* ஏற்படும். அது அதன் இடத்தில் ப்ரயோகம் ஆகுகையில் - முகத்தில் பட்டாசு வெடித்ததைப் போன்று மனதில் அதிர்வுவேண்டும் என்பது லா.ச.ராவின் எண்ணம்.

‘எழுத்து’ இதழில் பல வருடங்களுக்கு முன்னர் ‘நான்’ என்ற தலைப்பில் ஒரு கட்டுரை எழுதினார். சொல்லுக்கும் பொருளுக்கும் இடைக்கோட்டை அழிக்க அவர் ஆசையைத் தெரிவிக்கும் முறையில், ‘நெருப்பு என்றால் வாய் வேக வேண்டும்’ என்று எழுதி இருந்தார். இந்த வாக்கியம் அவரைக் கேலியாகவோ பாராட்டாகவோ சுட்டிக்காட்ட இன்னும் பயன்படுத்தப்படுகிறது. சொல்மூலம் எண்ணத்தின் தீவிரத்தைக் குறிக்கிறார். இந்த இடத்தில்தான் சொல்லேதான் எண்ணம் (அல்லது பொருள்) எண்ணமேதான் சொல் என்கிறார்.

எழுத்தாளன் அவன் எழுதும் எல்லாவற்றுக்கும் பொறுப்பாக முடியாது. அவன் வழியே வெளிப்படுவதற்காகச் சில சமயங்களில் சில தாதுக்கள் காத்துக் கொண்டிருக்கின்றன. சமயம் வந்தவுடன் அது வெளிப்படுகிறது என்பதில் நம்பிக்கை உள்ளவர் லா.ச.ரா.

வெளிப்படையாக யாரும் காணும்படி எழுத்துக்குத் தனிப்பட்டறை கிடையாது. ஆனால் மண்டையில் சக்கரங்கள் சுழல்வதை - இதயத்தில் தாமரை மலர்வதை அவராலும் பார்க்க முடியாதே.

அதுமட்டுமல்ல. அவருக்கென்று தனி கோஷ்டி கிடையாது. எந்தக் கோஷ்டியிலும் அவர் கிடையாது. அவர் எழுத்துகள் இலக்கியம் மிக்கவை. எந்தச் சிறு பத்திரிகையிலும் (தீபம் தவிர) அதிகம் எழுதியதில்லை. அவருக்கு வியாபாரத்தனமாய் எழுதத் தெரியாது. ஆனால், அவர் படைப்புகள் வெளிவராத வியாபார பத்திரிகைகளே கிடையாது.

அவருடைய தாய் தனிப்பட்ட முறையிலும் அவரது கதைகளில் நிறைய வந்திருக்கிறார். தோரணையாக வரும் அவருடைய பெண் பாத்திரங்கள் அவர்களின் வெவ்வேறு பருவங்களில் அவரது தாயின் குணச்சித்திரங்களே.

அவரை மிகவும் பாதிப்புக்குள்ளாக்கி எழுத்து வடிவமானவை அவரது பெற்றோர்களும் மூதாதையர்களின் வாழ்வு முறையுமே.

எதையுமே நான் எழுதவில்லை. எனது மூதாதையர்கள் என் கைவழியாக எழுதுகிறார்கள் என்று அவர் நம்பியதைச் சொல்கிறார்.

தன் எழுத்துகள் வாசகனை சரியான இடத்தில் தொடவேண்டும் என்கிற அக்கறை லாசராவுக்கு எப்போதும் உண்டு. தன் எழுத்தில் வாசகன் தன்னை அடையாளம் கண்டுகொள்வதே தமது வெற்றி என்று கருதுகிறார்.

நீங்களும் உங்களை இந்தப் புத்தகத்தில் அடையாளம் கண்டுகொள்வீர்கள்.

என்றென்றும் அன்புடன்
சப்தரிஷி லா.ச.ரா
9150156369

அவன்

நேற்று –

இரவு மோருக்கு சாதம் கொண்டு வந்தவள், திடீரென சிப்பல் தட்டைக் கீழே வைத்துவிட்டு, கொல்லைப்புறம் ஓடின 'திடுதிடு' கேட்டு அம்மாவும் பின்னாலேயே போனாள். இலையில் கை காயும் இம்சை முதன்முதலாய் நேற்றுத்தான் தெரிந்தது. கிணற்றடியில் மறுக்கி மறுக்கி அவள் கமறுகையில், இங்கு எனக்கு அடிவயிற்றில் பந்து பந்தாய் சுருட்டுகிறது. இலையில் ஆறிப்போன சாதம் வேல் வேலாய் சிலிர்த்துக்கொண்டது. இது என்ன பயம்?

'மருமகள் ராஜாத்தி, மாமியார் தோழிப்பெண்' – என இவள் முன்வர, அம்மா அவள் தோளைப் பிடித்து நடத்தி வர. இருவரும் ஒழுங்கையறைக்குச் சென்று, சற்று நேரம் கழித்து அம்மா மாத்திரம் திரும்பி வருகிறாள். என் கண்ணில் எழுந்த வினா அம்மா உதடுகளில் கொக்கியாய் மாட்டிக்கொண்டு புன்னகையில் இழுக்கிறது.

"எல்லாம் நல்லதுதான். நேர வேண்டியதுதான் கிரமப்படி நேர்ந்திருக்கு. மோருக்கு சாதம் வேறே போடட்டுமா?"

கையை உதறிக்கொண்டு எழுகிறேன்.

வேண்டியில்லை. மாடியறைதான் என் வளை, என் கூடு, என் அரண். எத்தனை வெளிச்சமானாலும் அங்கு மாத்திரம் தொங்கும் இருள்தான் என் தஞ்சம்.

கட்டிலில் விழுகிறேன்.

திடீரென என்னை மல்லாக்கப் புரட்டி இரு கைகள் இறுக அணைத்தன. நெஞ்சடியில் கல்லிட்ட ஸ்தனங்கள் அமுங்கி விம்முகின்றன – திமிறத் திமிற வாயில் ஒரு முத்தம். உதட்டில் தணல் தீய்ந்தது.

அந்த ஆலிங்கனத்தினின்று விடுவித்துக்கொண்டு அறையினின்று வெளியேறி, மொட்டை மாடியில் குட்டித் திண்ணையில் குந்தி,

நெற்றிப் பொட்டை இரு கைகளாலும் பிடித்துக்கொண்டேன். மண்டை திகுதிகுவென எரிந்தது.

“எல்லாம் நல்லதுதான்.”

மூடுசூளையில்லாவிட்டால் அம்மா அம்மாயில்லை.

ஆனால் இப்படித்தான் சொல்லணும் போலும்.

“நேர வேண்டியதுதான் நேர்ந்திருக்கு.”

ஆனால், எதுவுமே தான் நேர்ந்ததுடன் நில்லாது. அதே சமயத்தில் எல்லோருக்கும் தனித்தனியாய் வேறு நேரும். இத் தனித்தனி மயத்தின் தன்மை யாது? ஒரே சம்பவத்தில் யாரும் எப்படிப் பாதிக்கப்பட்டவர் களாகிறோம்?

ஆனால், இதுவும் தெரியாமல் இல்லை. உயிருக்கு உயிர் இரண்டும் ஒருப்பட்டு கருவுற்று உருப்பெற்று முழுப்பட்டதும் வெளிப்பட்டு, யுகம் யுகமாய் நேர்ந்து நேர்ந்து வரப்பட்ட உண்மைதானே இப்பவும் நேர்ந்துவிட்டது! ஆயினும் எனக்கென்று ஏற்பட்டது எனக்கேன் பழகிப்போகவில்லை? என் பத்திரம் எப்படி திடீரென்று என்னின்று கழன்றுவிட்டது? அது போனால்தான் போகட்டுமே என்று ஏன் மனம் சமாதானமடைய முடியவில்லை?

ஆனால் ஸ்திரீகள் எப்படியோ, இப்படித் தங்களுக்கு நேர்வதை சடுதியில் ஏற்றுக்கொண்டு விடுகிறார்கள். இதை வரவேற்கிறார்கள். இல்லாவிட்டால், “எல்லாம் நேர வேண்டியதுதான் நேர்ந்திருக்கு – என்று தன் இனத்தின் வெற்றியை அம்மா இப்படி என் முகத்திலேயே வீசுவாளா? இப்படிச் சொல்லிவிட்டு உடனே உதட்டைப் பிதுக்கிய அவள் கோணச் சிரிப்புக்கு வேறென்ன பொருள்? இனி நீ தப்ப முடியாது” எனும் கொக்கரிப்புத்தானே அது?

நம்மை விட உண்மையைக் கண்டவர்கள் இவர்கள்தானோ?

உண்மையும் இதுதானோ?

அன்று நேர்ந்தபோது, அதன் விளைவு இப்படி என்று அப்போது எனக்கு எப்படித் தெரியும்? நானே இவளை இவளாகவே நினைக்க வில்லை. நானும் நானாயில்லை. இருளில் திடீரென மூக்குத்தி சுடர்விட்டதும் அரைத் தூக்கத்தின் அரைமயக்கத்தில் ஏற்பட்டது. ஏதோ தியானத்தின் தரிசனம் என்ற நினைவின் போதையினின்று இன்னும் முற்றிலும் என்னால் மீள முடியவில்லை.

நான் ஏமாந்து போனேன்.

ஆம் இதுவே என் வேதனை.

ஏமாந்து போக என்றுமே பழக முடியாது

ஒருத்தி ஏமாற்றி ஒருவன் ஏமாந்து, அல்ல

ஒருவள் ஏமாற்றி

ஒருத்தி ஏமாந்து, நிச்சயமாய் இருவரும் ஏமாந்து

ஏமாந்து –

உலகம் இயங்குவதே இப்படித்தான் என்பதை நினைத்துப் பார்க்கையில் உலகம் சமாதானம் அடைந்துவிடுகிறது. ஆனால் மனம் அமைதியடைய மறுக்கின்றது

உலகம் ஒரு உண்மை. ஆயினும் அதன் தனித்தனி

நியாயம் வெவ்வேறு.

இதோ கூரையுச்சியில் பூனை தன் வாயை நக்கிக்கொண்டு செல்கின்றது. உலகம் தெரிந்து ரகஸ்யமாய் எதையோ திருடித் தின்றுவிட்டு, திருப்தியாய். ஆனால் இதேபோல் காட்டிலோ கூட்டிலோ புலி தன் வாயை நக்கிக்கொண்டு நடந்தால் இப்படிச் சொல்வோமா? புலிப்பசி ஓயாப்பசி என்று புழுங்குவோம். என் திகைப்பு, என் பசி என்னவென்று புரியாமலே தவிக்கிறேன். எனக்கு என் நியாயம் கிடைக்கவில்லை.

ஆனால்

“நேர வேண்டியதுதான் நேர்ந்திருக்கு.”

நேற்று –

நேற்றைய போலிருக்கு.

ஆனால் நேற்றைக்கின்னிக்குத் தழைஞ்சுட்டாள்.

ஆனால் சளைக்கல்லே.

தான் சுமப்பது தன்னோடு இன்னொரு உயிரினும் காட்டிக்காமல், தூக்குவது தண்ணீர்க் குடம் போல் தன்னால் முடிந்தவரை, முடியாத போதும் சுறுசுறுப்பாய் வளைய வராள். இதில் எம்மட்டும் வீறாப்பு, எந்த அளவுக்கு சஹிப்புன்னு தெரியாதபடி என்னையும் ஏமாத்தப் பாக்கறாள்.

ஆனால் கிணத்தடியில் அவள் விட்டுச் செல்லும் அடிச்சுவடில் நாளுக்கு நாள் ஏறும் கன அழுத்தம் எனக்குச் சொல்றதே! மாதம் அஞ்சுக்கு வயிறு பெரிசு. பிறக்கப் போறது பெண்தானோ என்னவோ? குனிஞ்சால் ஒரு இரைப்பு. நிமிர்ந்தால் ஒரு மேல் மூச்சு.

“உட்காரு, மூச்சுவாங்கிக்கோ. மிச்சத்தை நான் செய்யறேனா” கேக்கமாட்டேன்கறா. “அதெல்லாம் ஒண்ணுமில்லே அத்தே. சித்தே நேரத்தில் சரியாய்ப் போயிடும்”னு எனக்கு சவால் விடறாள். தன்னை விட்டுக் கொடுத்துக்கக்கூடாதாம்! அதென்ன ரோசமோ? அப்படியேதான் இவளை உக்காத்தி வெச்சு செய்ய எனக்குத்தான் உடம்பு லகுவா இருக்கா? மனமிருந்தாலாச்சா? உடம்பு ஒத்துழைக்க வேண்டாமா நாளுக்கு நாள் உடம்பு ஊதற வேகம் பதினெட்டு முழம் போதல்லே. முறையா, பிராணன் மூக்காலோ, காதாலோ, கண்ணாலோ, வாயாலோ பிரியாமல் ஒரு நாள் ‘டொப்’புனு வெடிச்சுடுவேனோன்னு எனக்கே பயமாய் இருக்கு.

பொம்மனாட்டி கஷ்டம் புருஷாளுக்குத் தெரியறதா? அவாளுக்கும் அஞ்சும் மூணும் அடுக்க வேண்டியிருக்கு. வேளைக்கு ஒண்ணு குறையப்படாது. அப்படியே குறைச்சுப் போட்டாலும் நமக்கும்தான் மனசு கேக்கறதா?

இதோ ஆச்சு. நாள் கிட்டக்கிட்ட நெருங்கிடுத்து. வளைகாப்பும், சீமந்தமும் ஆச்சுன்னா, பிறந்த வீட்டுக்குப் போயிடுவாள். அப்புறம் என்ன பண்ணுவேன்! வேலைக்கு நான் பயப்படல்லே. போட்டதைச் சாப்பிடுவான் பிள்ளை. கவலையில்லை. அவருக்கும் இனி ராத்திரி மோருஞ்சாதமோ புழுங்கலரிசிக் கஞ்சியோதான். மத்தவைதான் உடம்புக்கு ஒத்துக்கல்லியே!

பிறந்த வீடு. இதோ இதே தெருக்கோடிதான். ஆனாலும், பிரிவு கஷ்டமாயிருக்கு.

நேற்று மாதிரியிருக்கு –

பாவாடையும் சட்டையுமாய் வந்தாள். இப்போ வயிறும் பிள்ளையுமாய் போய் தையல் நாயகி புண்ணியத்தில் தாயும் குழந்தையுமா திரும்பி வரப்போறாள் என்கிறதை நினைச்சுப் பாக்கறபோது நெஞ்சு, உடம்பு கொள்ளல்லே.

மனமறிஞ்சு, இதம் தெரிஞ்சு நடக்கறதுங்கறது வரப்ரசாதம்தான். வந்த புதுசில், பழகறதுங்கறது பாசாங்கில் ஆரம்பிச்சாலும் பாசத்தில் முடியறப்போ அதில் சம்பந்தப்பட்டவாளின் பாக்கியமும் கலக்காமல் மந்திரத்தில் விழற மாங்காய் ஆயிடுமா அது?

நேற்று நான் என்னவோ எனக்கு நினைப்புக்கு வர வேளையெல்லாம் நேற்று நேற்று என்கிறேன். அது நேற்றோ இன்னிக்கோ? எனக்கு சிரிப்புகூட வரது.

நேற்று –

பாதிராத்திரி. மாடியிலிருந்து இறங்கி வந்து, நான் தூங்கிப் போயிட்டேன்னு நினைச்சுண்டு, என் கால்மாட்டில் கிடந்த போர்வையை விரிச்சு என் மேல் போர்த்திவிட்டுப் போனாளே, அது பாசத்தினால் இல்லை, வேஷக் காரியம்னு மலையாட்டம் மாரிலே கையை வெச்சிண்டு நான் மனமாரச் சொல்ல முடியும்மோ? அப்படியே சொன்னாலும், அப்படிச் சொல்ற நாக்குக்கு நரம்பில்லையானாலும் உடலுக்கு முன்னால் மார் பட்டுனு வெடிச்சுடாதா! எதற்காகக் கீழிறங்கி வந்தாளோ அந்நேரம், குட்டி எனக்காகத்தானே வந்தாள் என்று நினைக்க நினைக்க மார் சுரக்கும் போல் தவிக்கிறது.

"அத்தை நீங்கள் ஏன் இப்படி சபலத்தில் அவஸ்தைப்படறேள்? மசக்கைன்னு எனக்குத் தனியா இதைத் தின்கணும் அதைத் தின்கணும்னு ஆசை தோணல்லே. நம் ஆத்துலே ஒண்ணேனும் குறை வாயிருந்தால்தானே! ஆனால் நீங்கள் கேக்கறதுனாலே தோணறது, ஒரே ஒரு ஆசை. சின்ன ஆசைதான். கொஞ்ச நாளாவே நேர்ந்துக் கிறதில்லே. உங்களுக்கு சிரமமில்லாட்டா, எனக்கு ராவேளை நீங்களே சாதம் போடுவேளா? நானே போட்டுண்டு நானே தின்கறப்போ தவிட்டைத் தின்கறாப்போல் தொண்டையை அடைக்கிறது. எனக்கு அடைக்கிறது. எனக்கு எதுவுமே உங்கள் கைபட்டடால் தனி ருசி. எனக்கு இப்பவே அமிர்தத்தின் ருசியை விட அன்பின் மணம்தான் தேவையாயிருக்கு –"

அப்படியே நான் அவளைக் கட்டிண்டுட்டேன். எனக்கு அழுகை வந்துடுத்து. இதுகூடத் தெரியாமல் நான் எப்படி இவ்வளவு மௌட்டீகமாயிருந்துட்டேன்?

சின்னச் சின்ன விஷயங்கள்தான். நினைவில் சேகரிக்கவும் சௌகரியமான விஷயங்கள். ஆனால் உன்னிப் பார்க்கப் பார்க்க, அலுக்காமல் விரியும் சக்தி அதுகளுக்குத்தான்.

நேற்று சாயந்திரம் விளக்கேற்றினதும் வழக்கம் போல் என்னை நமஸ்கரித்தாள்.

"நன்னாயிரு மகராஜியா! நமஸ்காரம் பண்ண வரவாளைத் தடுக்கப் படாது. ஆனால் இந்த சிரமத்தை இனிமேல் நீ தினமும் படணுமா?"

நெருப்பிலே விழுந்துட்ட மாதிரி அவள் புருவம் நிலை கொள்ளாமல் தத்தளிச்சது பார்க்க சங்கடமாயிருக்கு. இந்த மாதிரி சமயங்களில் அவளை நேர்முகம் பார்க்கக் கொஞ்சம் அச்சமாத்தானிருக்கு. அம்பாள் முகத்தை அர்த்தஜாம கற்பூர ஹாரத்தியில் பார்க்கறாப்போல்.

"என்ன அத்தை விளையாட்டுக்குச் சொல்றேளா, நிஜமாவேவா?"

எனக்கு ஏண்டாப்பா சொன்னோம்னு ஆயிடுத்து.

“இத்தனை நாள் சொன்னேனா?” என்றேன்

இந்த மழுப்பல் சமாதானம் ஆகுமா, அதுவும் அவளுக்கு!

“அப்போ, ஏன் இப்போ சொன்னேள்?”

“எல்லாம் நல்லதுக்குத்தான்னு வெச்சுக்கக்கூடாதா? உன்னுள்ளேயே இப்போ ஒரு உலகம் வளந்துண்டிருக்கு.”

புன்முறுவல் பூத்தாள்.

“தவிர ஒவ்வொரு நமஸ்காரத்திலும் வணங்கறவாளுக்கு வணங்கப்பட்டவாளுடைய பலத்தில் ஒரு பங்கு போய்ச் சேர்ந்துடறது. தெரியுமோன்னோ?”

அவள் முறுவல் மாறவில்லை.

“உங்களுக்கு இன்னும் தனியாய்ப் பலம் வேணுமா? தாங்கறத்துக்கு நாங்கள் இருக்கோமே போதல்லையா?”

“மலை மாதிரி, இந்தச் சரீரத்தையா? நீங்களா? தனியாவா???”

“அத்தை நீங்கள் மலையில்லை. எங்கள் குடை.”

“டேயப்பா! உன்னை ஜெயிக்கவே முடியாது!”

“அப்படியானால், அதுவே உங்கள் ஆசீர்வாதமாயிருக் கட்டும்”னு உடனே விழுந்து நமஸ்கரித்தாள். ஒண்ணு – ரெண்டு – மூணு நாலு அஞ்சு, அவள் மூர்க்கம் எனக்கு நிஜமாவே உடம்பு ஓஞ்சுவர மாதிரி ஆயிடுத்து.

சின்னச் சின்ன விஷயம்.

உண்மையில் சின்னதுதானா?

வேடன் சுட்ட வெடியில் கலைஞ்சுபோன பணிக் கூட்டம் மாதிரி ஏதேதோ அர்த்தங்கள், அற்புதங்கள், வார்த்தையில் மாட்டிண்டு, கேட்டவாளுக்கும் சொன்னவாளுக்கும் கூட, முழுக்கப் புரியாத தினுசில் இறக்கையடிச்சுண்டு தவிக்கறதுகள். முழுக்க அடையாளம் கண்டுகொள்றதுக்குள்ளே நாக்கில் கரைஞ்சு போயிட்ட தித்திப்பு மாதிரி இந்த நிலை, அனுபவிக்கிறதுக்கு ஆகாசத்தில் மிதக்கிற மாதிரியிருக்கு.

‘டேயப்பா!’

சுமங்கல்யன்

"ஏவ் – ஏவ்!"

இடி குமுறுவது போன்று ஓர் ஏப்பத்தை விட்டு, தொப்பையைத் தடவி, சற்று எட்டவிருந்த செல்லத்தைக் கிட்ட நகர்த்தி....

இன்றைய சமையலே வெகு ஜோர் பரவாயில்லை. குட்டி கை வாயிக்கிறது. மைசூர் ரஸமும், டாங்கர் பச்சடியும், அந்தக் கத்தரிக்காய் எண்ணெய்க் கறியும் நன்னா அமைஞ்சு போச்சு.

இந்தக் கத்திரிக்காயிருக்கே, இவள் திருத்திய மாதிரியே அலாதி. கதம்ப சாம்பாருடன் சேர்த்தாலோ? மொச்சைப் பருப்பு, முருங்கைக் காய், கத்திரிக்காய், முள்ளங்கி, வெங்காயம் எல்லாம் ஒன்றாய்ப் போட்டு, பருப்பைக் கொட்டி, தேங்காயும் அரைத்துவிட்டு, அப்பளத்தையும் பொரித்துவிட்டால், ஆஹா! ஹாஹா! நாக்கில் ஜலம் சொட்டறது. ஆனால் இந்த வெங்காயத்தை தள்ள வேண்டியிருக்கே? ஒரொரு சமயமும் ஏண்டா காசிக்குப் போனோம் என்றிருக்கு – என்ன பண்ணுகிறது. போகிற வழிக்கும் புண்ணியம் தேட வேண்டியிருக்கே. வயது அப்படியே உட்காந்துகொண்டேயிருக்கிறதா? சரி, வெற்றிலை யைப் போடலாமா? ஒரொரு காரியத்துக்கும் ஒரு ஒரு தர்மம் இருக்கிறது. வெற்றிலை போடுவதையும் சேர்த்துத்தான். பாக்கை ஊதி வாயுள் எறிந்து, மெல்ல அதுக்கிக்கொண்டே வெற்றிலையைத் தொடையில் துடைத்து, காம்போடு நடு நரம்பை உரித்தெறிந்துவிட்டு சுண்ணாம்பைத் தடவி மடித்துக் கடைவாயில் கொடுத்து மெல்ல உள்ளே செலுத்தி இந்த சுகம் போடறவனுக்குத்தானே தெரியும்!

இந்த நாளில் யார் இப்படி அநுபவித்து வெற்றிலை போடறா? பெரிசிலேருந்து சிறிசு வரை பொம்மனாட்டிகள் உள்பட இப்ப

எல்லாம் 'பீடா, கிள்ளி' என்று அலையறதுகள். பழைய நாள் போல் எதுதான் இருக்கிறது? அந்த ஆரோக்கியமென்ன, ஆசாரமென்ன, பழைய காலமே காலந்தான். வெற்றிலைப் பாக்கிலிருந்தே பேசுவோம். அந்த நாளைய வாசமும் காரமுமாயிப்போ இருக்கிறதோ? உதடும் நாக்கும் எப்படிப் பற்றும்! இப்பொத்தான் சிவப்புக்கு என்னவோ ஒரு பென்சிலையெடுத்து கண்ணாடிக்கெதிரில் ஒரு மணியா தீட்டிண்டு நிற்கிறதுகளே பிறக்கிறபோதே பீடி பிடிச்ச மாதிரி கறுப்பு உதடோடு பிறக்கிறதுகள் ! பண்ணுவதெல்லாம் அக்கிரமம்! அல்பாயுசுக்கள், ஈர், பேன், நசுக்கிற மாதிரி மடித்து விடுகிறதுகள்! உயிரோடு வளைய வரக்கூடத் துப்பில்லை கர்மம் கர்மம்! சரி, இருக்கிற வரைக்கு மாவது சரியாயிருக்கிறதுக்களா? உயிரை வாங்கிவிடுகிறதுகள்.

பாரேன், இந்தக் குட்டிக்கு முன் அந்த வத்சலையிருந்ததே அதன் கிட்டவிருந்து தப்பிச்சாலோ போதுமென்று ஆய்விட்டது. மூணு வருஷத்துக்குள் மூச்சுதிணறிப் போச்சு. ஏரே படித்த பெண்ணா யிருக்கே, நீக்குப் போக்குத் தெரிந்து நுட்பமான மனஸறிஞ்சு நடக்கும் என்று கட்டிக்கொண்டது போக, அது பணத்தைத் தண்ணிக் கணக்கில் வாரிவிட்ட தினுசைப் பார்த்தால் பத்துக் குழந்தை பெற்ற சம்சாரி கெட்டான் போ ஏதேது, மனசு நோகடிப்பில் அவளை நானே முந்திக்கொண்டு விடுவேனோ போல் அல்லவா ஆயிடுத்து. எத்தனை தினுசு புடவை, வாசனைத் தைலம், ஸ்நோ, கொண்டை ஊசி, பவுடர்! கண்றாவி! இத்தனை சிங்காரத்துக்கும் தக்கபடி லக்ஷணமாவது உண்டா? புருவத்திலிருந்து நெற்றிக்கு முன் மயிர் ஆரம்பித்து விட்டது! மூக்கு, மேட்டைப் பார்த்துக் கொண்டு பல்லில் கல்யாணத்துக்கு தேங்காய் துருவலாம். அந்தக் கோணவகிடும் அதற்கு ஒவ்வாமல் கொசுவக்கட்டும், கர்நாடகமும் நாகரிகமும் கலந்த ஒரு புது நாடகமாய் –

வேறே வேலையோ கிடையாது. பொழுது எப்படித்தான் போகிறது? எந்த இடத்தில் என்ன சினிமா, என்ன பாட்டுக் கச்சேரி, கூத்து, சர்க்கஸ் என்று அலைந்து கொண்டேயிருக்கும். எத்தனை நாளைக்கு, ஆய்ந்து ஓய்ந்து வீட்டில் ஆறுதலையடைய நினைத்து வந்தால் – படியேறுமுன் பக்கத்து வீட்டிலிருந்து பையன் வந்துவிடுவான் – "எங்காத்துப் பாட்டியோடு உங்காத்து மாமி சினிமாவுக்குப் போயி ருக்கா. உங்களை நேரமாச்சுன்னா சாதத்தை எடுத்துப் போட்டுண்டு, எலி தள்ளாமல் அழுந்த மூடிவைக்கச் சொன்னா?" அட ராமா, இப்படியும் என் பிழைப்பு ஆகணுமா? 'அழுத்த மூடிவைக்கச் சொன்னா.' என்ன வக்கணை! கோர்த்து அறையலாமா என்று ஆத்திரம் வரது. வந்து என்ன பண்ணுகிறது?

வருவாள். குறட்டை விட்டுத் தூங்கும் பிரம்மானந்தத்தைக் கலைக்க, வாசற்கதவின் வெளித் தாழ்ப்பாளைத் தடதடவென்று ஆட்டிக்கொண்டு

'லலல' சினிமாவில் கேட்ட புது மெட்டை இழுத்தபடி, "என்ன தூக்கம் அதுக்குள்ளே, படம் பத்தாயிரம் அடிதானே? சுருக்க விட்டுட்டான். சுமாராய்த்தானிருந்தது ஐயா நன்னாவேயில்லை."

ஓரொரு தடவையும் இப்படித்தான் போவதில் என்னவோ குறைச்சலில்லை "பூ – என்னத்தைப் பாடிப்பிட்டேன். என்னவோ – தேவலை – த்ஸு – சுமாராயிருக்கும் நன்றாயில்லை" என்று சொன்னால் தான் நாகரிகத்தின் சிகரத்தைப் பிடித்துவிட்டதாய் நினைப்பு.

என்ன ஆச்சரியம் பொறுப்பில்லாமல் சின்னக் குழந்தை மாதிரி. அப்படியே அவளும் காலத்தைத் தள்ளிவிட்டாளே! சரியா மூணு வருஷங்கூட வாழவில்லை. இதேமாதிரி ஒருநாள் ராத்திரி கொட்டு மழையில் எங்கேயோ காட்சி பார்த்துவிட்டுத் தெப்பமாய் நனைந்து வந்து உடம்பு வெடவெடவென உதறிக்கொண்டு வந்து படுத்தவள் தான்.

மூணாம் நாள் காலி.

உடம்பு என்னவோ பூஞ்சை. அவள் வேலை வெட்டிக்கு லாயக் கில்லை. ஆனால், அதை நம்பியா பண்ணிண்டோம். என்னவோ நமக்கு வயது ஆகிண்டே வரதே, இந்த 'புத்' என்னும் நரகத்தைத் தாண்டமாட்டோமா என்கிற சபலம்தான். ஆனால் பிராப்தி வேண்டாமா? நாம் என்ன செய்வது?

ஏதோ நாமும் சாப்பிடுகிற நேரம். ஆமாம்! தன் வயிற்றுக்கே தின்னாத கருமிகள் எத்தனை பேர் இல்லை? தனக்குப் போடுவதே தருமம், பெண்டாட்டிக்குப் போடுவது தானமாயிருக்கும் இந்நாளில் நம் வீட்டிலும் நாலு பேர் சாப்பிடுகிறார்கள். வெள்ளிக்கிழமை தவறினாலும் கோவில் அர்ச்சனை தவறுவதில்லை. பிரதி தினமும் சாளக்ராம பூஜை பண்ணுகிறேன். ஏதோ சாப்பிட உட்காரும்வரை என்னால் முடிந்தவரை நாலு பேர் மாதிரி பூணூலை முதுகு சொறியவும், சோப்பு அறுக்கவும் மாத்திரம் உபயோகிக்கிறேனா? ஞாயிற்றுக்கிழமை தோறும் திண்ணையில் உட்கார்ந்து என் கையாலேயே ஒருபிடி அரிசி பிச்சைக்காரர்களுக்கு அள்ளிப் போடவில்லையா? அதுவும் என் கையென்ன, சின்னக்கையா? மடி ஆசாரம், ஜபம் வெச்சிட்டிருக் கேன். காசியிலிருந்து கன்யாகுமரி வரைக்கும் தீர்த்த யாத்திரை போ யிருக்கிறேன். கோவில் குளம் என்று எவ்வளவு பணத்தை வாரி இறைத்திருக்கிறேன்! பண்ணிக்கொண்ட அத்தனை கலியாணங்களும் என் செலவில்தானே! வரதக்ஷிணைக்கும் ஆசைப்பட்டு பல்லையிளித் தேனோ? இதைவிடப் பெருந்தன்மையாய் யாராலிருக்கமுடியும்? இதையறிஞ்சவர் யார்?

ஆனால் ஒருத்தி அறிந்திருந்தாள். மாமியார் என்றால் எந்த மாமியார் என்று எனக்கே சந்தேகம் வந்துவிடப் போகிறது. துளசியின் தாயார். அன்றைக்கு மாப்பிள்ளையழைத்த பின், முகூர்த்தத்திற்கு முதல் நாளிரவு பெண்ணோடு பேசிக்கொண்டிருந்தாளே!

“ஏண்டி துளசி” – பக்கத்தறையில் பேசினது தலையிலிடிக்கிற மாதிரி யிருந்தது. அந்த அம்மாவுக்கே குரல் கட்டை. ரகஸ்யமாய்ப் பேசறாளாம், சிரிப்பு வராது!

“ஏண்டி துளசி – உம்முணாமூஞ்சியாருக்கயே! நாமிருக்கும் நிலையென்ன நிலவரமென்ன? உனக்கு அப்புறம் இன்னும் நாலு பெண் குதிராகக் காத்திண்டிருக்குதுகள்! மாங்கல்யத்துக்கு மஞ்சள் கயிறுகூட நமக்குச் செலவு வைக்காமல் பண்ணிக்கறப்போ, இந்த மட்டுக்கும் அகப்பட்டதேன்னு இல்லாமே...!”

அதற்கு ஏதோ பதில் கிளம்பிற்று. ஆனால் காது கேட்கவில்லை. என்றைக்காவது கேட்டிருந்தால்தானே அன்றைக்குக் கேட்கப் போகிறது! கையைப் பிடித்து வீட்டுக்குக் கூட்டி வந்ததிலிருந்து சாகறவரைக்கும் அப்படியேதானே!

மறுபடியும் மாமியார் – “என்ன உத்தியோகம் பண்ணறான்னு தெரியுமோ? இப்போதான் புதுசா சம்பளம் ஒசந்திருக்காம், உனக் கென்னடி குறைச்சல்? நகையும் நட்டும், பட்டும் பனாரிசுமா வாங்கி வாங்கி உன்மேல் அடுக்கப்போறான் பாரு! கூறைப் புடவையைப் பார்த்தையா துளசி? கண்ணைப் பறிச்சுண்டு போறதுடி! ஜரிகை உடம்பை அறுத்தூடுமேன்னுதான் கவலை உம்? என்ன சொல்றே? ஊம்? சொல்வதை உரக்கச் சொல்லித்தான் அழேன்! ஒருவழியா ஊமையாயிருந்துட்டால் என் பெண் ஊமைன்னு சொல்லிவிடுவேன். அப்பவும் அவன் பண்ணிக்கத் தயார், அவ்வளவு நல்லவனாயிருக்கான்.” – திடீரென்று – “அடி போடி அசடே! என்னமோன்னு பார்த்தேன், அவனுக்கென்னடி குறைச்சல்? கூனா, குருடா, ஊமையா? வியாதியா? ஆண் பிள்ளைக்கு ஏதுக்கடி அழகு? – ஆமா, நீ சிவப்பாயிருக்கையே – அந்தப் பெருமை தாங்க முடியல்லையாக்கும்! ஆனை கறுத்தாலும் ஆயிரம் பொன்னுடி! ஆள் கல்லாட்டம் இருக்கான் கடோத்கஜன் மாதிரி! அந்தக் கூட்டமே ஆயுசு கெட்டிடீ ! அத்தோட அவனுக்குத் தான் செவ்வாய் தோஷம் இருக்கேயொழிய உன் ஜாதகத்தில் இல்லே. அதனாலே தாலி கட்டிக்கறபோதே அடிச்சு விழாதே! (நான் கொஞ்சம் பூசினாப்போல்தான் இருக்கேன். அதற்காக கடோத்கஜன் என்கனுமா?) சரி அழுதூண்டேயிரு. அம்மா செத்துப் போயிட்டால் இப்படித்தான் அழுவேன் என்று அழுது காண்பிக்கிறையே அதுவரைக்கும் ரொம்ப சந்தோஷண்டீ.”

ஆமாம், எரிச்சலாய்த்தான் வரும். வராதா கல்யாண வீட்டில் இப்படி மூக்கைச் சிந்திப் போட்டுக்கொண்டிருந்தால்? இதுகளையெல்லாம் கட்டிக்கலையென்று யார் அழறா? எல்லாம் அம்மா சொல்லைத் தட்டப்படாதுன்னுதானே?

"அப்பா, நான் செத்தால் சவுண்டிக்கு உன் தோல் மேல் ஒருத்தி தர்ப்பை பிடிச்சால்தான் நான் கரையேறுவேன்" என்று தீர்த்துச் சொல்லிவிட்டாளே தவிர, இதில் அம்மா சொல்லி ஆகவேண்டியதே என்ன இருக்கிறது? நமக்கும் சந்ததி வேண்டாமா? சந்ததிக்கென்று எத்தனை பேர் என்னென்ன பண்ணவில்லை? வியாசன்கூட, தாய் சொல் தட்டாது தம்பி மனைவிகளைக் கறுவுறுத்தவில்லையா? அந்த உயர்ந்த தத்துவம் யாருக்கு இருக்கு? யாருக்குப் புரியப்போகிறது? இவள் அழகைப் பார்த்தா நான் இவளைக் கலியாணம் பண்ணிக் கொண்டேன்?

ஆனால் துளசி அழகி. அதுவும் எப்படிப்பட்ட அழகு! முன்னையே பெண்பார்க்கப் போயிருந்தபோது, அவளைப் பார்த்திருந்த போதிலும், அன்று பொல பொலவென விடிவேளையில் பரதேசிக் கோலத்திலிருந்து திரும்பினதும், அவள் உள்ளிருந்து மணக்கோலத்தில் வெளிப்படுகை யில், உஷத்காலத்து தேவதையே, ப்ரஸன்னமானாற்போல் அல்லவா இருந்தாள்! பளிங்கிலிடித்த சிலை போன்றிருந்தாள். கடியாரத்துக்குள் அமுக்கி வைத்த எஃகுச் சுருள் போல், இரு காதண்டையும் மயிர் சுயமாகவே சுருண்டு, காற்று மூச்சில் என் மார்போல் படபடத்தது. அவள் மேல் போட்டிருந்த அணிகள் அழகுக்கு அழகு செய்வது போல் அர்த்தமில்லாமல் போய்விட்டன. தாழ்ந்த கண்களின் மேல் கவிந்த இமையும், படர்ந்த ரப்பையும் தூக்கவேயில்லை. எப்படித்தான் கலியாணம் முழுவதும், நம் கண்ணில் பட்டவரை அப்படியே தந்தப் பொம்மை மாதிரியிருந்தாளோ?

அன்னிக்கி மாத்திரமா, என்னிக்குமே, அவளோடு வாழ்ந்த பத்து வருஷங்களுமே, அப்படித்தானேயிருந்தாள். நாளுக்கு நாள், பிறைச்சந்திரன் மாதிரி, கொஞ்சங் கொஞ்சமாய், ஏதோ கணக்கில், கண்பட எப்படியோ தேய்ந்து வந்தாள். வாயைத் திறக்கமாட்டாளா, மஹராஜி! ஏதோ கேட்ட கேள்விக்குத் தலையை ஆட்டியே எப்படி காலத்தைக் கழித்தாள்? ஏன் பேசாமடந்தையாயிருக்கிறாய் என்று கடிந்தாலும், குபுகுபுவென்று முகத்தில் குங்குமம் குழம்புமே ஒழிய சண்டையாவோ சமாதானமாவோ வாயிலிருந்து ஒரு முத்து உதிராதா? இவளிடமிருந்து ஒரு வார்த்தைக்குக்கூட லாயக்கற்ற மஹாபாவியா நான்? ஊஹும்! அவளாலேயே வீட்டில், நம் குரலே நமக்கு இரைச்சலாப் போச்சு.

ஆனால் வீட்டு வேலை செய்யாதவளா, கையாலாகாதவளா, பின்னால் வந்தவளைப் போல் கப்பியா? ஒருநாளுமில்லை. அப்படிச் சொன்னால் சொன்ன வாய் புழுத்துப் போகும். நன்றாய்த்தான். உழைத்தாள். மாமியாருக்கும் கொண்டவனுக்கும் செய்யும் பணிவிடையில் ஒரு குறைவில்லை. ஆனால், ஒன்றிலும் ஒட்டாது உணர்ச்சியின் சூடு இல்லாத உழைப்பிலோ பணிவிடையிலோ, அதை அடைபவருக்கு என்ன ருசியிருக்கிறது? சந்தோஷமாய்க் கைகொட்டி, கலகலவென்று வாய் திறந்து பல் தெரியச் சிரித்து ஒருநாள்... ஊஹூம்.

அவள் விபரீதம்தான். அவள் தாயார் செத்ததுக்கு அவள் போகவே இல்லை. அன்னிக்கு அழுது காண்பித்ததுக்கே அந்த அம்மாள் அவ்வளவு சந்தோஷப்பட்டாளே! அதற்காவது போக வேண்டாமோ? தீட்டு உண்டே என்றுகூடப் பார்க்காமல் அன்றைக்குத்தான் வடாம் பிழியற வேலையை இழுத்துப் போட்டுக்கொண்டு மாவைக் கிண்ட ஆரம்பித்துவிட்டாள். "என்னடி துளசி இப்படிப் பண்றே? செத்துப் போனது உங்க அம்மாதாண்டி! நீ போகாவிட்டாலும் உங்காத்து மனுஷா எங்களை என்ன சொல்லுவா?" ஊஹூம்! அசைந்து கொடுத்தால்தானே?

"அப்பா என்னதான் இருந்தாலும் உன் ஆம்படையாள் கடப்பாரை கஷாயம் போட்டுக் குடிச்சவள்தான்" என்று அம்மா சொன்னது சரியாப் போச்சு.

எல்லாத்துக்குமே அப்படித்தான். ஓட்டிற்குள் நத்தை போல் தனக்குள் ஒரு பத்ரம், ஒரு உணர்ச்சியும் காண்பிக்காத இந்த பொம்மையுடன் குடித்தனம் நடத்தி என்ன சுகத்தைக் கண்டேன்!

ஆனால் ஒரொரு சமயம், யாரும் இல்லாத சமயத்தில் அவள் ஓட்டிலிருந்து அவள் வெளிவரும் வேளைகளில், சில மாலைகளில் அவள் தோட்டத்தில் செடிகளண்டை தயங்கி நிற்கையில், மாடியிலி ருந்து நான் அவளைக் கவனிக்கையில், அவள் அழகு அமானுஷ்யத் தன்மையைப் பெற்று, பிரமிக்கத்தக்கதாயிருக்கும். உள்ளத்தில் இம்சை கிளறும், இன்னும் சற்று கண்ணைக் கசக்கிக்கொண்டு பார்த்தால் கரைந்துவிடும் கானலோ என்றுகூட மனம் திகைக்கும். கதையில், நந்தவனத்தில் ராஜகுமாரி போல், அவள் எதற்காக, எதை எதிர்பார்த்து அப்படி நின்றாள்?

இன்னொரு சமயம், ஒரு நாளிரவு நடு நிலவு. அன்று பௌர்ணமி. இறுக்கம் தாங்க முடியவில்லை. தூக்கம் வரவில்லை. மாடியில் திறந்தவெளியில் சற்று உலாவலாம் என்று வந்தால், அங்கு உட்காந்து முகத்தைக் கையில் புதைத்து, அழுதுகொண்டிருக்கிறாள். தலைமயிர் அவிழ்ந்து தரையில் புரள்கிறது. அன்னிக்குத்தான் அடிவயிற்றில்

'பகீர்' என்றது. இதென்னடா கிரஹசாரம்! ஏதாவது யக்ஷிணியைக் கட்டிக்கொண்டுவிட்டேனா? இதுமாதிரிதான் நடுராத்திரியில், நடு நிலவில், பாட்டையில், அதுகள் அழகான ரூபம் எடுத்து அழுது கொண்டிருக்குமாம். அனுதாபப்பட்டு பக்கத்தில் போகிறவர்களை அடித்துவிடுமாம் – ஓசைப்படாமல் பின்வாங்குவது தவிர நான் வேறு என்ன செய்யமுடியும்?

அடுத்த நாள் அதைப்பற்றி – இதைப் பற்றி அவளைக் கேட்கவே அச்சமாயிருக்கிறது. வெறும் பேச்சுக்கே பூனையைப் பார்த்த எலி போல உடம்பெல்லாம் வெடவெடவென்று உதறுமே, இதற்கான பதில் சொல்லப்போறாள்?

எல்லாம் போகட்டும், நான் என்ன சிங்கமா, புலியா, கரடியா. மனுஷ்யன்தானே! எதிலே குறைச்சலாயிருக்கிறேன்? புத்தியில் குறைச்சலா? ஆபீசில் என் வார்த்தைக்கு எவ்வளவு மதிப்பிருக்கிறது! நான் காண்பித்த இடத்தில் கண்ணை மூடிண்டு துரை கையெழுத்துப் போடவில்லையா? காரிய சாதனையில் குறைச்சலா? அல்லது பணத் தில் குறைச்சலா? இன்னிக்குத் தேதியில் நான் கண்ணை மூடினால் மரண பண்டு பத்தாயிரம் அவளைச் சேராதா? இதைவிட ஒரு புருஷன் ஒரு பெண்டாட்டிக்கு என்ன செய்யமுடியும்? நான் சாகிறதுக்கு முன்னால் அவள் செத்தால், அது என் தப்பா? அல்பாயுசுக் கட்டை. அல்பாயுஸ்!

ஒரு தினுசில் அவள் கொடும்பாவிதான். அவள் கர்ப்பமா இருக்கையில் அவள் எண்ணத்தை யார் கண்டார்கள்? அத்தனை நாள் கழித்து, என்னவோ எதிர்க்க வலுவற்றதால் அல்ல, முற்றுகையின் நீடிப்புக்கு அலுத்துப்போய் கோட்டை சரண் அடைந்தது போலன்றி, உள் வேகமில்லை.

மூன்று மாதமாய் அவள் ஸ்நானம் பண்ணவில்லை என்று நிச்சயமானதும் பாவம், அம்மாவுக்குத்தான் சந்தோஷம் தாங்க முடியவில்லை. ஆனால் எனக்குத்தான் சுவாரஸ்யப்படவில்லை. சப்பென்றிருந்தது. அவள் மாறினால்தானே! "எல்லாம் ஒரு குழந்தை யைப் பெற்றெடுத்தால் சரியாய்ப் போயிடும். பொம்மனாட்டிகளே அப்படித்தாண்டா" என்று அம்மா தைரியம் சொன்னாள் என்றாலும் அவள் என்னவோ உலகத்தையே தன் உதரத்தில் அடக்கினதைப்போல் என்ற மாதிரி தனக்குள் தானே பத்திரமாயிருந்தாள்.

பிரசவம் கூடியவரையில் செவ்வையாத்தானே நடந்தது. குறை மாசத்தில் ஆகியும், பிரசவம் சுகப் பிரசவம்தான். குழந்தைதான் என்னவோ மாவுப் பொம்மை மாதிரி... முதல் எட்டு நாள் வரை ஒரு தொந்தரவுமில்லை. எட்டாம் நாள் ராத்திரி லேசாய் உடம்பு

சுட்டது. ஏதோ பால்கட்டு ஜுரம் என்று நினைத்தது. விடியற்காலை வேளையில் துளசி எவ்வளவு அழகாய் இருந்தாள்!

காலை எட்டு, எட்டரையிருக்கும். "அத்தை, தாகம் தொண்டையை வரட்டறது" என்றாளாம். "இரு, பார்லித் தண்ணி போட்டிருக்கேன். சுட வெச்சுக் கொண்டு வரேன்" என்று அம்மா சமையலுள் உள்ளே போனாள்.

அதற்குள் அவசர அவசரமாய் எழுந்து வெளியே வந்து குழாயண்டை போய் சொம்பு பச்சை ஜலத்தை மடக்மடக்கென்று குடித்துவிட்டாள். குடித்துவிட்டு அவள் சொம்பைக் கீழே வைக்கறதுக்கும் இப்பொ மாதிரியிருக்கிறது அம்மா சமையலறையிலிருந்து வெளியே வந்து இந்தக் கோலத்தைப் பார்த்துவிட்டு கன்னத்தில் அறைந்துகொண்டு நிக்கறதுக்கும், நான் பத்தியத்துக்கென்று பிஞ்சு கத்திரிக்காயா பார்த்து வங்கி உத்தரியத்தில் முடிச்சுப் போட்டுக்கொண்டு உள்ளே நுழையறதுக்கும்...

"துளசி! என்ன காரியண்ட் பண்ணினே?"

"இல்லே அத்தை, தாகம் தாங்க முடியல்லே சொம்பைக் கவிழ்த்து வெச்சிருக்கேன். தண்ணியைத் தெளிச்சு எடுத்துக்கோங்க. அமைதியாய் நடந்து போய் படுக்கையில் படுத்தவள் தான். அப்புறம் எழுந்திருக்கவே யில்லை. அன்று பகலும், இரவும் அந்த உடம்பில் காய்ந்தது ஜுரமா, நெருப்பா? அனல் வீச்சு பக்கத்தில் அண்டவிடல்லியே! என்னென்னவோ வைத்தியம் பண்ணினேன். புலிப்பாலையே கொண்டு வந்தேன். என்னத்தைப் பண்ணி என்ன? சாகவே தீர்மானம் பண்ணி விட்டவளுக்கு சஞ்சீவி மருந்தைக் கொண்டு வந்துதானென்ன? அதுவேதான் அவளுக்கு விஷம். அப்படித்தான் நான் அவளுக்கு என்ன தீங்கு இழைத்துவிட்டேன்? விடிந்ததும் கூப்பிட்றா பிராம் மணாளை, கொண்டு வாடா மூங்கிலைத்தான்!

முகமாற்றமாய்க் குழந்தையாவது தங்கிற்றா? எப்படித் தங்கும்? பிறக்கும்போதே பூனைக்குட்டி மாதிரி கத்திற்று; தாய்ப்பாலுமில்லை. கொடுக்கவே மறுத்துவிட்டாள். எட்டாம் மாதம் தொட்டில் ஏறாது என்று சும்மாவா சொன்னார்கள்?

போதுமடா போதும், அழகைக் கட்டிக்கொண்டு அவஸ்தைப்பட்டது போதும் போதும். அழகின் திக்குக்கே ஆயிரம் சலாம்!

தருமி இருந்தாளே, கன்னிகாதானமாய்ப் பெற்ற மூத்தாள், தர்ம பத்தினி உண்மையான சகதர்மிணி, அவளிடம் இந்தச் சங்கடமெல்லாம் கிடையாது. ஆள் என்னவோ மத்தளம் மாதிரிதான் இருப்பாள். மூக்குமுழி கிடையாது. சூதுவாதும் கிடையாது. மனசில் எதையும்

பொத்தி வைக்கவே தெரியாது. மெதுவாய் பேசினாலே கூடம் அதிரும். கருவேப்பிலைக்காரிக்கு ஒரு கையரிசி போட்டு விட்டு இன்று முழுக்க கொசுறிக்கொண்டிருப்பாள். "விட்டுடேன்!" என்று ஒரு வார்த்தை சொல்லிவிட்டால் போதும். "காசின் அருமை உங்களுக்கென்ன தெரியும்?" என்று கையை நீட்டிக்கொண்டு நம்மோடு சண்டைக்கு வந்துவிடுவாள். இருந்தால் என்ன? அதிர்ஷ்டசாலி அவள் வந்துதான் வீடே விளங்க ஆரம்பித்தது, நமக்கும் உத்தியோகம் வளர்ந்தது. அவளுக்கு வேணுமானால் அதிர்ஷ்டமில்லை. பிறந்தும் ஒன்றும் தங்கவில்லை. குழந்தைகளைக் கண்டாலே எவ்வளவு ஆசை! என்ன அருமையாய் சமைப்பாள்! அந்த எலுமிச்சம்பழ ரஸம் ஒண்ணே போதுமே, சின்ன விஷயங்களிலே சிறு மனசாயிருந்தாலும்!

கடைசியில் அதுதான் அவள் உயிருக்கு உலை வைத்தது. ஆனால் விதி என்று ஒன்று இருக்கிறது என்று வெச்சுக்கோ. ஊசிப்போன பண்டங்களிலேயே அவளுக்குத் தனி ருசி. "சாஸ்திரி பெண்ணே, இங்கே நன்னா சாப்பிடலாண்டி" என்றாலும் கேட்கமாட்டாள். "உங்களுக்கென்ன தெரியும், இளம் ஊசலுக்கே ஒரு ருசி. எனக்கு இப்போ ஆசாரமா, ஜபம் கிபம் தட்டுக் கெட்டுப் போறாதா? சாமானை வீணாக்க எனக்கும் மனசாகாது" என்று ஒரே அடி அடித்துவிடுவாள்.

"ஏன் மிஞ்ச வைக்கணும்? கொஞ்சமாய்ப் பண்றது" என்றால் வந்தது ஆபத்து.

"ஏன், நான் நிறையத் தின்கறேனே என்று வயிறெரியறதா?" என்று ஏதாவது ஆரம்பிப்பாள். இந்த ஏடாகோடத்துடன் என்ன செய்வது?

வீட்டில் ஏதாவது விசேஷ தினம் வந்தால் அவளுக்குக் கொண்டாட்டம். மூணு நாளைக்கு மிச்சங்களை எரியப் போட்டுத் தின்று கொண்டிருப்பாள்.

கடைசியில் அப்பா திவசக் காய்கறிகள் அவளைக் கொண்டுபோய் விட்டன. வேளையும் வந்துவிட்டது வெச்சுக்கோ. சுண்டாங்கியைத் தின்றுவிட்டு இரண்டு தடவை பேதியாகி அப்புறம் அதிஸாரத்தில் கொண்டுவிட்டது.

பாவம், இருந்த வரைக்கும் அவளுக்கு மிஞ்சித்தான் மற்றதுகள். காசின் அருமை நன்றாய்க் கண்டவள். கணக்காய் போகவர ஜேபியில் பஸ்ஸுக்கும் வெற்றிலைக்கும் தான் சில்லறை போட்டு வைப்பாள். கையில்தான் பொட்டலமும், ப்ளாஸ்க்கும் கட்டிக்கறோமே!

நம் ஆம்படையான் பெரிய உத்தியோகம் பண்றான் என்ற எண்ணம், பெருமை அவள் ஒருத்திக்குத்தானிருந்தது. ஆசையாய்க் கோட்டை மாட்டிவிட்டு வெற்றிலை மடித்துக் கையில் விரலுக்கிடுக்கில் கொடுத்து,

சந்து முனை திரும்பும் வரை, கதவுக் கம்பியைப் பிடித்துக்கொண்டு வாசலிலேயே நின்றுகொண்டிருப்பாள். நெற்றியில் மஞ்சள் பற்றி அதில் அரையணா அகலத்துக்கு குங்குமம் ஜ்வலிக்கும். எனக்குத் தலைவலியென்றாலும் தாங்கமாட்டாள்.

உம்–ம்– எல்லாம் போச்சு, நானும் அந்தக் காலத்தில் இன்னமும் கொஞ்சம் வயசு குறைஞ்சு இதைவிட முடுக்காய்த்தானிருந்திருப்பேன். இப்பவோ, நமக்கு வயசாயிடுத்து. உடம்பு தளர்ந்துவிட்டது. அம்மாவும் போயிட்டாள். நம்மைக் கவனிக்கிறதுக்கு ஆளில்லை. இப்போ குட்டியைக் கட்டிண்டதே அதுக்காகத்தானே! இல்லாட்டா இனிமேல் குழந்தை பெறப்போறோம் என்றா?

குட்டி மனுஷாளுக்கெல்லாம், தத்துபித்து எண்ணங்கள் கிடையாது. அவாளுக்கு நன்னா தெரியும். நான் செத்தபிறகு சொத்தெல்லாம் குட்டிக்குத்தான் என்று. பாவம், ஊசக்குழம்பெல்லாம் சாப்பிட்டு தருமி சேர்த்து உசிரையே கொடுத்த சொத்து! நமக்கும் இன்னும் எத்தனை நாள்! ஆச்சு போச்சு. கைகாட்டி சாய்ந்தாச்சு. இன்னும் கொஞ்சம்தான் பாக்கி.

குட்டியும் நன்னா சமைக்கிறாள் – ஏதோ இருக்கும்வரை பிரிய மாயிருக்கிறாள். இந்த வயசில் எனக்கு இதைவிட என்ன வேணும்? இன்னும் கொஞ்சம்தான் பாக்கி.

உஸ்...ஸ்... தூக்கம் கண்ணை அயட்டறது.... உண்ட களைப்போன்னோ, இப்படியே திண்ணையில் சாய்வோமோ...?

குட்டி... வத்சலை ... துளசி. த.ரு...மி. உளர்..ர்ர்..ர்... கொர் ர்ர்...

ப்ரளயம்

நான் என்னை வெறுக்கும் வெறுப்பில், என்னை மறந்த வெறியில், வானை நோக்கிக் கைகளைக் காட்டிப் பழித்து இழைத்த சாபங்களே உருவாயின போலும். இதுவரை தூயதாய்த் துலங்கிய வானில் கருமேகங்கள் திரளத் துவங்கின. அவை எங்கிருந்து, எப்படி, எப்பொழுது, அப்படி வந்தன? எதிரில் ஒருவரும் இல்லையென்று நான் என்னுடனேயே என்னைப் பற்றிப் பேசிக்கொள்ள ஆரம்பித்ததுமே எண்ணங்கள் பெருக்கெடுத்துவிட்டன. அவை போன வழி என்னை இழுத்துச் சென்றதில், நான் செல் வழியும் என்னைச் சுற்றி இருந்தனவும் நேர்ந்தனவும் மறந்தன. நானே என் எண்ணங்களை அடைத்துக்கொண் டிருந்ததில் மற்றவை மறைந்தும் போயின.

அச்சமயம் என்னை என்னிலிருந்து பிரித்து என்னெதிரில் நிறுத்தி வைத்துக் கேள்விகள் கேட்டு என் மேல் என்னை நான் துப்பிக் கொண்டிருந்தேன். தன் மீது வைத்திருக்கும் பாசத்திற்கு மிஞ்சியது இல்லை. அதேபோல் தன்னைத்தான் வெறுக்கும் பயங்கரம் போல் எதுவும் இல்லை. தன்னை வெறுக்கையில் தான் வெறுக்காதது எதுவும் இல்லை.

அவளை அவள் ஊருக்கு அழைத்துச் சென்ற ரயிலை வெறுத்தேன். அவளை அழைத்துச் செல்ல வந்திருந்த அவள் வீட்டாரை வெறுத்தேன். பச்சைக் கொடி காட்டி மணியடித்து, வண்டியைத் துரிதப்படுத்திய ரயில் சிப்பந்திகளை வெறுத்தேன். என்னை ஏளனம் செய்த புகை வண்டி ஊதலை வெறுத்தேன். அவள் புன்னகையின் மயக்குக்கே முழுப் பங்கென நான் நினைக்கும் அவள் தத்திப்பால், இப்போது பிரியும் சமயம் அவள் சிரித்த சிரிப்பில் தோன்றியதும் அதையும் வெறுத்தேன். பிரிவு தாங்காது என் முகத்தில் குறுகுறுத்துக் குழம்பிய

ரத்தச் சிவப்பை வெறுத்தேன். இப்பிரிவுக்குக் காரணமாயிருந்த என் வித்தை வெறுத்தேன். இது போலவே நான் உண்டான போதும் என் தகப்பன் என்னை வெறுத்திருப்பான் என்று நினைக்கையில், என் தகப்பனை வெறுத்தேன். அவனைப் பார்த்துச் சிரித்திருந்திருக்கும் தாயை வெறுத்தேன். பிறகு, உலகில் நான் வெறுக்காதது எதுவும் இல்லை.

இம்மாதிரி நேரும் என நான் நினைக்கவில்லை. இம்மாதிரித் தான் எல்லோருக்கும் நேருகிறது என்பதையும் நினைக்கவில்லை. இம்மாதிரி நேராவிடில் நானே நேர்ந்திருக்கமாட்டேன் என்பதையும் நினைக்கவில்லை. என்னைப் பற்றி மாத்திரம்தான் நினைத்தேன். இந்த 'என் என்' என்று என்னுள்ளிருந்து என்னை ஆட்டுவித்த என்னை நான் வெறுத்தேன்? மண்டையெரிச்சலில் எண்ணங்களின் உருக்களும் உருகிச் சவுங்கிக் குழம்பின.

திடீரென ஒன்றும் இரண்டுமாய்த் தூறல்கள். உடனே மடமடவெனக் கொட்டவும் ஆரம்பித்துவிட்டது. கோடை மழை. ஒவ்வொரு துளியும் ஒரு வெள்ளத்தின் அம்சம். திக்குமுக்காடி ஒதுங்க இடந்தேடு வதற்குள், கணுக்கால் ஆழத்திற்கு வெள்ளம் காலடியில் மண்ணைப் பறித்துக்கொண்டு ஓடிற்று. வேரோடு பிடுங்கிக்கொண்டு, ஜலத்தில் அடித்துக்கொண்டு வந்த ஒரு கொடி காலைச் சுற்றிப் பின்னிற்று. ஜலம் கோபக்கண்ணின் அடிச் சிவப்புடன் வண்டல் மண்ணைக் கரைத்துக் காலடியில் சுழிந்து ப்ரளயமாய் ஓடிற்று. வானம் எதிர்த்துச் சீறிற்று. என் கண்கள் இடந்தேடி அலைந்தன. எதிரில் ஏரிக்கரை. இரு மருங்கிலும் காற்றில் அலைந்து பிசாசு ஆடும் பனைகள். அப்பால் வயல்களும் கட்டான் கட்டானாய் வயற்பரப்புகளும். அந்தண்டை ஊருக்கு மதில் மேல் நிற்கும் சவுக்குத் தோப்பு. அதன் மேல் அடிபாரம் போட்டுக்கொண்டு கொட்டத் தயாராகும் இன்னொரு மேகத்திரள்.

இத்தனையும் வட்டமிட்டு மீள் கையில்தான் பார்வை எதிரேயே, கிட்டவே நின்ற பாழ் மண்டபம் மேல் விழுந்தது. இடுப்பின் கீழ் கல்லாய்க் கனத்த கால்களை என்னோடு எதிர் வெள்ளத்தில் இழுத்துக் கொண்டு மண்டபத்தை அடைந்தேன். உடலோடு ஒட்டிப்போன சட்டையை உரித்துப் பிழிந்தேன். சாரல் சாட்டை நுனி மாதிரி கொட்டிற்று. பழுக்கக் காய்ச்சிய ஊசி போல் குளிர் சுபீலென உடலை ஊடுருவிற்று.

"நல்ல மழை."

உருத்தெரியாது. குரல் மாத்திரம் மண்டபத்தில் தேங்கிய இருளின் உள்ளினின்று வெளிப்பட்டதும் தூக்கி வாரிப்போட்டது. கண்கள் இருளைத் துருவ முயன்றன. உதவியாய் குரலுக்குடையோனும்

இருளினின்று வெளிப்பட்டான். அவனும் இடுப்பு வரை வெறும் உடம்பு.

“சமயமும் இதுதான் சரி, இத்தனை காய்ச்சலுக்கப்புறம் இப்படிப் பூமி குளிர்ந்து, ஆடி விதைப்புக்கு, மாசியறுப்பு சுமாராய் இருக்கும். போன வருஷமே பயிர் பதராய்ப் போச்சு. இப்போது அரை வயிற்றுக்காவது ஆகுமா?”

அவன் தொடுத்த பேச்சு என் செவி பட்டதேயன்றிக் கவனம், அவன் வலக்கரத்தில் பாய்ந்து அங்கேயே விறைத்தது. அவன் கை, தோள் பூட்டினின்று முழங்கை வரை இரு சுண்டுவிரல் பருமனுக்குச் சூம்பிப் போயிருந்தது. அவ்விடத்துத் தோல் சுட்ட பழம் போல் சுருங்கி அருவருப்பையும் சிறு பயத்தையுங்கூடத் தந்தது. கொஞ்சம் சுரண்டினால் அல்ல இசைக்கேடாய் எங்கேயாவது பட்டுவிட்டாலும் எலும்பின் முகடு வெளிப்பட்டுவிடுமோ என்னவோ?

அவன் புரிந்துகொண்டுவிட்டான். “சட்டையைப் பிழிந்து உலர்த்தி யிருக்கிறேன்.”

நான் வெட்கி வார்த்தைக்குத் தட்டுத் தடுமாறினேன். அவன் புன்னகையுடன் கையமர்த்தினான். “ஒரு விஷயம். என்னைப் போன்ற வர்கள் ஒரு தினுசில் உங்களைப் போன்றவர்களைவிட உயர்ந்தவர்கள் தான். நாங்கள் போனவிடமெல்லாம். கவனம் கவர்ந்துவிடுவோம். எப்போதுமே அழகைவிட அங்கஹீனத்துக்குத்தான் ஆச்ரயிப்பு.”

பதில் சொல்ல முடியாமல் தவித்தேன். “ஒரு தினுசில் நாங்கள் துறவிகள் கூட. நாங்கள் ஒட்ட விரும்பினாலும் எவரும் எங்களோடு ஒட்டப் பயப்படுவார்கள். சிதைவு கண்ட அருவருப்பு. அப்புறம் என்னதான் இழைந்தாலும், இடையில் சுவர் விழுந்துவிடுகிறது. இந்தச் சுவர் எங்களுக்குத் தெரியவில்லை என்று நினைக்கிறீர்களா? பழகப் பழக அருவருப்பு மறைந்துவிடுகிறது என்றே சாதிப்பீர்கள். அதையும் உண்மையென்றே வைத்துக்கொள்வோம். சரி, அருவருப்புத் தாண்டி. அல்ல, மாறி உங்களுக்குத் தோன்றுவதென்ன? இரக்கம், அனுதாபம்! படியேறிக் கைநீட்டும் பிச்சைக்காரனுக்கும். நாக்கைத் தொங்கப் போட்டுக்கொண்டு வாலைக் குழைக்கும் நாய்க்கும் காட்டும் மனக்கசிவு! வேண்டாமையா, உங்கள் இரக்கம்!”

“பின் என்ன வேண்டும் உங்களுக்கு?”

அவன் விரலைச் சொடுக்கினான். “அன்பு.”

“முதலில் இரக்கம் கண்டுதான் அன்பாய் மாறும்” என்றேன்.

“நீங்கள் சொல்வது கருணை. நான் குறிப்பது அதுவல்ல. அன்பு.

அன்புகூட இல்லை. உள்ளத்தின் நேர் எழுச்சி. இரு தன்மைகள் திடீரென ஒன்றுடன் ஒன்று இழைந்தோ, மோதியோ விளையும் ரஸாயனம். அது வேண்டுகிறேன். இப்படி வாருங்கள் உட்கார்ந்து பேசுவோம். மழையோ விட்டபாடில்லையே!"

"இந்த அன்புக்கு நாங்கள் எவ்வளவு ஏங்குகிறோம். உங்களுக்குத் தெரியுமா? உங்களால் அறியவே முடியாது. உங்களைவிட அங்கம் சிதைந்த நாங்கள் நன்கு அறிவோம்."

இம் மெய்யெனும் பொய் என்று மெய்கண்டார் உடலைப் பழிப்பது ஏனோ எனக்குத் தெரியவில்லை. இம் 'மெய்யினும் மெய் எது? நான் யார் என்று என்னை நான் எண்ணிப் பார்த்தால் இவ்வுடலைத்தான் 'நான்' என்பேன். அழியும் உடல்தானே என்பீர்கள்.

அழியட்டுமே. அதனால் அதன் "நான் குறைந்துவிடுமா? நீங்கள் சிகரெட் குடிக்கும் பழக்கமுண்டா? இல்லையா? நான் குடிக்கலாமா? Thank you."

புகையை ஆசையாய் இரண்டு இழுப்பு இழுத்தான். "இந்தக் கை, இது என் பிறவியூனம்."

"என்னைப் பெற்றவள், இதைப் பார்த்த பயத்தில் சுவர்ப்பக்கம் திரும்பினவள். திரும்பினவளைத் திரும்பியதும் உயிர் போயிருந்ததாம்."

"கடவுளை ஒன்று கேட்க நியாயம் உண்டு. ஏன் கஷ்டத்தைக் கொடுத்தாய் என்று நான் கேட்கவில்லை. ஆனால் கூடவே ஏன் ரோசத்தைக் கொடுத்தான்? நான் ஏதோ ஒன்றும் இல்லாததைப் பிரமாதம் பண்ணுகிறேன் என்று நீங்கள் நினைக்கலாம். ஆனால் உங்கள் கை நல்ல கை நினைவில் வையுங்கள். ஆகையால் எப்பவும் நீ நானாக மாட்டாய். நானும் நீயாக மாட்டேன். நம்மின் 'நான் நான்' தனித்தனி."

அவன் சட்டென ஒருமையில் நழுவியது மரியாதைக்குறைவாய், பண்புக்குறைவாய் இல்லை. பாந்தமாகவே பட்டது.

என்னுள் எனக்கு ஒரே கேள்விதான். என்னைச் சமமாய்ப் பாவிப்பவர் யார்? நான் படிக்கும் நாளிலும் என்னுடன் ஒரு பையனும் சண்டைக்கோ, சச்சரவுக்கோ வரமாட்டான். வாத்தியாரே தடுத்துவிடுவார். "பாவம். அவனோடு என்னடா சண்டை?" "பாவம்! பாவம்! பாவம்!" பாவத்தின் ஸ்மரிப்பு எப்பவும் என்னைச் சூழ்ந்தது. வாழ்நாள் முழுவதும் உலகம் என்னிடம் காட்டும் நடைமுறையே இதுதான். என் கையைக் காட்டிலும் இதுதான் என் குறை. இதையா வேண்டினேன்.

ஆயினும் நான் வேண்டுவதை அடைவது எப்படி? மனத்தைத் திருப்புதல் எப்படி? எதனின்று மனத்தைத் திருப்ப முயற்சியுடன் அதனின்று திருப்புகிறோமோ அத்தனைக்கத்தனை அதிலேயேதான் மனம் திரும்பத் திரும்பத் திரும்புகிறது.

சில சமயங்களில் வாழ்க்கையின் இன்பப் பகுதிகளைப் பலவந்தமாகவே வாழ்க்கையினின்று பிடுங்கி அனுபவித்தல் நலம் என்று தோன்றுகிறது. முதலில் அக்ரமாகத் தோன்றினாலும் இறுதியில் பயன்பட்டவன் பயன்படுத்துவோன் இருவருக்குமே அதுதான் நன்மையாய் முடியும் கொள்கை. ஆனால் அந்த ஆரம்ப முரட்டுத் தனத்திற்கு அஞ்சுவதில்தான் நாம் அவஸ்தைப்படுகிறோம். அந்த முரட்டுத்தனம் கூட அவ்வளவு அக்ரமம் அன்று, அதை விலக்க நமக்குப் பக்கபலமாய் நாம் கொண்டாடும் தன்மானம், சுய கௌரவம், தன் மதிப்பு, பிறர் மனம் கருதுதல் முதலிய லட்சியங்களெல்லாம் இறுதி எடையில் பலவீனங்களாய்ப் போய்விடுகின்றன.

உதாரணமாய்ப் பாருங்களேன், முன்னோர்கள் தயவில் எனக்குப் பணம் காசுக்குக் குறைவில்லை. ஒரு மனைவியை நான் விலைக்கு வாங்கிவிடலாம். இருந்தும் என் கை அந்தத் துணிச்சலுக்குக் குறுக்கே நின்று தடுத்தது. வந்தவள் என் எதிரிலோ, கண் மறைவிலோ என் கையைப் பற்றி வாய்விட்டுப் பேசாவிட்டாலும் மனத்தில் கூடவா அஞ்சாமல் இருப்பாள்? பச்சையாய் வாய்விட்டுச் சொல்கிறேன். ஊனமற்ற ஆர்வத்துடன் என் நல்ல கையால் அவளை நான் இறுகப் புல்லுகையில் என் தோள் மேல் பதிந்த அவள் முகம் என் கண்ணுக்குத் தெரியாமல் என் முதுகுவழி என் கைச் சூம்பலைக் காணாது இருக்குமோ? அப்போது அவள் அருவருப்பின் விதிர்விதிர்ப்பு அவளை ஊடுருவுகையில் அது எவ்வளவு சன்னமாய் இருப்பினும் அதை நான் உணராமல் இருப்பேனோ? அதன் கொடும் நிழலைக் குறுக்கே வைத்துக்கொண்டு நாங்கள் வாழ்க்கை நடத்துவது எப்படி என்று நினைக்கையிலேயே என் உள்ளம் பதறிற்று. ஆயினும் உலகில் இதைவிட அநியாயங்கள் நடக்கவில்லையா? சில சமயங்களில் நியாயமாகவே சேரவேண்டிய உரிமைக்குக் கூட சுய கௌரவம் இடம் கொடுக்க மாட்டேனென்கிறது.

இன்னொரு சிகரெட்டை அவன் பற்ற வைத்தான். 'சர்' ரென்று தீக்குச்சி பற்றிச் சுடர் அவன் முகத்தை ஏற்றி உடனே அவிந்தது. விக்ரஹத்தின் உக்ரஹ விழிகள். பிறகு இருளிலிருந்து அவன் குரல் மாத்திரம் வந்து கொண்டிருந்தது. அவன் இருந்த இடத்தை சிகரெட்டின் தணல் நுனிதான் குறித்தது. இருளின் கண்.

வெளியே அடைமழை. இப்போதைக்கு நிற்குமெனத் தோன்றவில்லை.

“சொந்தத்திலேயே ஒரு பெண் இருந்தாள். ஊரும் பேரும் இப்போ எதற்கு? நாமே நமக்குப் புரியவில்லை. பேருக்கும் ஊருக்கும் என்ன முக்கியம் வந்தது? பிரமாத அழகு என்று சொல்வதற்கில்லை. ஆனால் அவள் அவயவங்கள் முழுமையாயிருந்தன. எனக்கு அதைவிட உயர்ந்த லக்ஷணம் கிடையாது. ஏழைக் குடும்பந்தான். ஒருவேளை நானே மணம் புரிந்திருக்கலாம். ஆயினும் என் கை...?”

“நான் என் கைக்கு அஞ்சி, அவள் வீட்டாரைக் கேட்கவில்லை. என் பணத்திற்கு அஞ்சி அவர்கள் எனக்கு அவளைப் பேச முன்வர வில்லை அல்ல அங்கேயும் என் கைதான் பேசிற்றோ என்னவோ? பிள்ளைப் பருவத்தில் சேர்ந்து விளையாடுகையில் அவள் என் கையை எத்தனையோ கேலி பண்ணியிருக்கிறாள்.

“எப்படியிருந்தால் என்ன? அவளுக்குக் கல்யாணமாகாமல் போகிறதா? அந்தப் பையனைக்கூட எனக்குச் சுமாராய்த் தெரியும். நல்ல பையன். ஆனால் அவர்கள் மாதிரியே அவனும் பரம ஏழை. ஏழைதான். ஏழையாகிக்கொண்டு வருகிறான். அவனுக்கும் உற்றார் உறவினர் இல்லை. மணமானதும் அவளைக் கூடவே தான் பிழைக்கும் இடத்திற்கு அழைத்துப் போய்விட்டான். எப்போதாவது ஒன்றிரண்டு மாதங்களுக்கு ஒருமுறை அவனிடமிருந்து ஒரு வரி வரும்.

“ஒரொரு சமயம் மனதில் கவியும் இருளை எப்படி அளவிடுவது? மனோவிகாரத்தின் மூட்டத்தில் கண்ணால் காண்பதெல்லாம் கூடச் சுய ஒளி மங்கியமுகின்றன. என் தனிமையில் எத்தனை தடவை உலகம் அம்மாதிரி சோபை இழந்திருக்கிறது தெரியுமா?

“காட்டிலும் சிறையிலும் உணரும் தனிமை சகிக்கக் கூடியது. தன் இஷ்டமாவோ, பிறராலேயோ பலவந்தமாய் ஏற்படுத்திக்கொள்ளும் அந்தத் தனிமைகளிலிருந்து விடுவித்துக்கொள்ளவோ விடுதலை பெறவோ வேளையுண்டு. அல்ல, வேளைவரும் எனும் நம்பிக்கையேனும் உண்டு. ஆயினும் எத்தனை பேர் என்னைச் சுற்றியிருந்தும் நான் என்னுள் உணர்ந்த தன்மை சகிக்க முடியவில்லை. இது உள்ளத்தின் தனிமையா? உடலின் தனிமையா?

“ஓரிரவு சரியான தூக்கம் இல்லை. நடுநிசி தாண்டி சற்றுக் கண்ணயர்ந்தேன். ஆயினும் எனக்குத் தூங்கின மாதிரியே உணர்வு இல்லை. விழித்த கண்களுடனேயே நேரே ஒரு கனவுள் புகுந்து விட்டேன்.”

“நீலக்கண்ணாடியிட்டாற்போல் கண்குளிர என்னைச் சுற்றி நீல இரவு. பார்வையை ஏமாற்றிய சரடுகளிலிருந்து நக்ஷத்ரங்கள் விளக்குகள் போல் தொங்கின. நான் நடு ஜலத்தில் ஒரு ஓடத்தில் துடுப்புக்களை நானே

தள்ளிக்கொண்டு போய்க்கொண்டிருந்தேன். எங்கென்று அறியேன். இரு பக்கங்களிலும் அலை மடிந்த நீலக்கரை மேட்டிலிருந்து தென்னை மட்டைகள் ஜலத்தின் மேல் தாழ்ந்து தோளிலும் ஜலத்திலும் இடித்தன. என்ன ஆச்சரியம்! என் தோளில் ஊனம் இல்லை. துடுப்புக்களை முன்னும் பின்னுமாய் குனிந்தும் நிமிர்ந்தும், தள்ளிக்கொண்டு நான் தண்ணீரைக் கிழித்துக்கொண்டே முன்னேறுகையில் நரம்பு முடிச்சுக்கள் புஜங்களில் பந்து பந்தாய் எழும்பி வடிவது கண்டேன்.

“இருந்தாற்போலிருந்து ஓடம் கரை தட்டிற்று. அவள் – என் பால்ய சிநேகிதி கரை மீது நின்றிருந்தாள். ஏன் தன்னந்தனியாய் அந்நேரத்தில் அங்கே நின்றாள் என்று நான் கேட்கவில்லை. கேட்கத் தோன்றவும் இல்லை. நாங்கள் சந்திக்க முன்னாலேயே ஏற்பாடு பண்ணிக்கொண்டோம் போல் அவள் அங்கே காத்திருந்தாள். நான் கையை நீட்டினேன்.

“என் கையைப் பிடித்துக்கொண்டு அவள் ஓடத்தில் தாவி ஏறினாள். ஓடம் தானே நகர்ந்தது. அவள் நீலப்புடவை உடுத்தியிருந்தாள். அடித்தட்டில் மல்லாந்து படுத்தபடி என் மேல் வைத்த விழி மாறாது என்னையே பார்த்துக்கொண்டிருந்தாள். ஓடத்தின் இரு பக்கத்திலும் ஜலம் கிளுகிளுத்தது. நான் அவளை அணைத்தேன்.

“நான் அப்பொழுது நானாய் இல்லை. ஆனால் என் நினைவு என்னைவிட்டு ஓடிவிடவில்லை. ஆனால் நான் அப்போது எப்படி இருந்தேன் என்று உன்னிடம் சொல்ல முயல்கையில் பாஷை தடைபடுகிறது. தளர்வு அடைகிறது. இருந்தாலும்...

“நான் ஒரு நீலச்சுடரானேன். கர்ப்பூரம் அசைவற்று எரிவது போல, அதாவது மனம் ஒன்றில் – அது எதுவாயினும் சரி – ஒன்றில் ஒன்று பட்டு, அவ்வாறன்றி மற்றெல்லாம் மறந்து, அல்லது மற்றவையினின்று விடுபெற்று அவ்வொன்றின் நினைவும் அடங்கி, நினைவு என்று ஒன்று இருந்தால் ஒன்று என்று நினைவு குறித்த அது. அந்நினைவும் இன்றியதால், அதுவும் அழிந்துவிடின், பிறகு அது என்று எது?

“என்னுள் உருவற்று இருந்த அத்தனையும் உருவானதோடல்லாது அவ்வுருக்களின் ஒன்றாயும் ஒருமையாவும் நான் அதுவாகி, அதுவும் தாண்டிய எதுவும் ஆனதனால் என்னுள் குறையாய் இருந்த அத்தனை யின் நிவர்த்தியுமானேன். என்னின் நிவர்த்தியுமானேன்.

“திடீரென ஓடம் எங்கோ ஜலத்தடியில் பாறை மீது மோதியது போல் குலுங்கி, அடித்தட்டு திறந்துகொண்டது. அவள் அப்படியே மூழ்கிப் போனாள். என் உடல் குலுங்கியது. நான் விழித்துக்கொண்டேன். ஜன்னலுக்கு வெளியே கருவானில் வெண்மேகங்கள் விரைந்து

சென்று கொண்டிருந்தன. என் மனத்திலிருந்து பிதுங்கிய தோற்றம் மனதிலேயே மறைந்து போயிற்று. ஆயினும் அழிந்துபோகவில்லை. அதன் ஒவ்வொரு அங்கமும், என் அங்கத்தின் கதை அல்லவா! ஆழமாய்ப் பதிந்து போயிற்று. இல்லாவிடில் இவ்வளவு பளிச்சாய் இன்னமும் சொல்ல வருமா?

“இரண்டு மாதங்கள் கழிந்தன. ஒருநாள் மாலை, வெளியிலிருந்து அறைக்குத் திரும்பிக் கதவைத் திறந்ததும் உள்ளே காலடியில் ஒரு கடிதம் இடறிற்று. தபால்காரன் கதவிடுக்கின் வழியே உள்ளே தள்ளி யிருந்தான். பிரித்துப் படித்தேன். என் சிநேகிதன் கால் வித்தியா சத்தையும், கிரகக் கோளாறுகளையும், அதிருஷ்டத்தையும், வயிற்றுப் பிழைப்பின் கஷ்டங்களையும் பற்றிப் பக்கம் பக்கமாய் எழுதிவிட்டு, கடைசியில் ஒரு வரி, அவள் இரண்டு மாதங்களாய் ஸ்நானம் பண்ணவில்லை என்று எழுதி இருந்தான்.

“எனக்குக் கண்ட அதிர்ச்சியில் நான் அப்படியே உட்கார்ந்து விட்டேன். நான் எக்காரணத்தினால் அப்படி நினைத்தேன் என்று கேளாதேயுங்கள், அல்லது நான் நினைத்தது நடக்கக்கூடியதா என்றும் கேளாதேயுங்கள், அல்லது நான் நினைத்தது பாபமா புண்ணியமா என்று கேளாதேயுங்கள். பாபம், புண்ணியம் இரண்டின் வித்தியாசம் திண்ணமாய் எனக்கு இன்னமும் தெரியாது. அவள் வயிற்றில் கண்டிருக்கும் பொறி என்னுடையது என்ற திண்ணம், என் மனத்தில் மின்னலைப் போன்று பளிச்சென்று பாய்ந்த வேகத்திலேயே விழுந்து விட்டது. அந்த நிமிஷத்திலிருந்து என்னை உறுத்திக்கொண்டிருந்த தனிமையின் ஏக்கமும் தணிய ஆரம்பித்தது. நானும் எல்லோரையும் போலத்தான். இல்லை, ஒரு படி உயர்ந்தவன்.

“அவனுக்குப் பணம் அனுப்பினேன். திருப்பிக் கொடுப்பதைப் பற்றிக் கவலைப்பட வேண்டாம். ஒருவருக்கொருவர் உதவத்தான் பணம் இருக்கிறது என்றும் இன்னும் நான் நம்பியதும், நம்பாததுமான பொது வேதாந்தங்களும் எழுதிவிட்டு, இனித் தாயாகப் போகிறவளின் உடம்பை ஜாக்கிரதையாய்ப் பார்த்துக்கொள்ளும்படியும் எழுதினேன்.

“அப்புறம் நான் நாட்களை எண்ண ஆரம்பித்தேன். என்றேனும் என் குழந்தையை நான் என் மார்மேல் சாத்திக்கொண்டு அதன் கன்னத்தை நிமிண்டி விளையாடும் நாள் வரும். அது தன் கனவில் அது மலர் காணுகையில் அதன் வாய் மலர்வதைக் கண்டுகளிக்கவும் முடியும். ஏன் ஒருவேளை அதைப் பெற்றவர்களிடத்துக்கே நான் போனாலும் போய்விடுவேன். இப்பொழுது நான் இருக்கும் இடத்தி லேயே இருந்துகொண்டேயிருக்க வேண்டுமென்று எனக்கு என்ன கட்டாயம்? பெண்ணாய்த்தான் பிறக்கும். அதைப்பற்றி நான் ஏன்

அவ்வளவு நிச்சயமாயிருந்தேன். சில சமயங்கள் பாருங்கள். நல்ல அறிவோடு இருக்கையிலேயே கட்டும் இம் மனக் கோட்டைக்கு ஜுர ஜன்னியின் வாய்ப்பிதற்றல் எவ்வளவோ தேவலை. ஏதேனும் ஒரு சாக்கை வைத்துக்கொண்டு மாதம் தவறானது அவனுக்குப் பணம் அனுப்பி வந்தேன்.

“பிள்ளைப்பேறுக்கு அவள் பிறந்தகம் வந்திருந்தாள். கூட அவள் கணவன் வர முடியவில்லை. அந்தப் பக்கம் வந்த யாரோடேயோ துணை கூட்டி அனுப்பியிருந்தான். நான் அவளைப் பார்க்கப் போக வில்லை. ஆனால் ஒரு முறை அகஸ்மாத்தாய்க் குளக்கரையில் சந்திக்க நேர்ந்தது. ஸ்நானம் பண்ணிவிட்டு ஈரப்புடவையுடன் படித்துறை ஏறிக் கொண்டிருந்தாள். நான் இறங்கிக்கொண்டிருந்தேன். மேனி மினுமினுப்பாய்த்தான் இருந்தாள்.

“அத்தனை நாள் கழித்து முதன் முதலாய்க் கண்ட உணர்ச்சிதானோ அல்ல, அவளுடைய வயிற்று நிலையில் நான் அவளைக் கண்டதால் பிடுங்கிய வெட்கமோ? அல்ல, என்னைக் கண்டதும் அவள் விழிகளில் கண்ணீர் சரசரவென நிறைந்து தளும்பிற்று. இருவருக்கும் ஒரே சமயத்தில் வாய் மூடி மூடித் திறந்ததேயொழிய வாயடைத்துவிட்டது. அவள் குனிந்தபடி விருக்கென நடந்து சென்று விட்டாள். நான் நின்றவிடத்திலேயே நின்றுகொண்டிருந்தேன். என் ஊனத்தோள் துடித்தது. அது என்ன பேச முயன்றது?

“அப்புறம் அவளை நான் உயிருடன் பார்க்கவில்லை. வேளை இன்றைக்கோ நாளைக்கோ என்றிருக்கையில் கிணற்றடியில் வழுக்கி விழுந்துவிட்டாள். படாத இடத்தில் பட்டு அப்புறம் நினைவு கூட இல்லை. ஏக அமர்க்களம். குழந்தை வயிற்றிலேயே இறந்துவிட்டது. அதென்னவோ சம்பிரதாயப்படி வயிற்றைக் கிழித்து எடுத்தார்கள். பிணத்தை எடுத்துச் செல்லுமுன் அதன் உயிரற்ற உடலை ஒருமுறை தொட்டுப் பார்த்தேன். குழந்தையாகவா இருந்தது? கடோத்கஜன் மாதிரி இருந்து கருப்பையைக்கூட மீறிய உடல் பருமன் பிள்ளை.

“பிணத்தை எடுத்த பிறகுதான் அவள் கணவன் வந்து சேர்ந்தான். அன்று மாலை நாங்கள் இருவரும் குளத்தின் படிக்கட்டில் நெருங்கி உட்கார்ந்துகொண்டு அவளைப் பற்றியும் அத்தனை ஏழ்மையில் அவளுடன் அவன் நடத்திய இன்ப வாழ்க்கையைப் பற்றியும் அவன் பேசுகையில் எங்களை இணைப்பதாக நான் உணர்ந்த உறவே அலாதி. என் குழந்தையைப் பெற்றவள் அவள். என் குழந்தைக்குத் தந்தையாய் இருப்பவன் அவன்...”

அவன் பெருமூச்செறிந்தான்.

"இப்பொழுது தோன்றுகிறது. என் அளவுகடந்த ஆசைப்பசியே அவளை விழுங்கிவிட்டது என்று நினைக்கிறேன். இதிலிருந்து எதை நான் உங்களுக்கு நிரூபித்தேன் அல்லது நிரூபிக்க முயன்றேன் என்று எனக்குப் புரியவில்லை. உள்ளத்தின் மூலம் உடலை வெற்றி கொண்டேனோ? அல்லது உடலின் மூலமே உள்ளத்தின் தாபத்தைத் தணித்துக்கொண்டேனா? மொத்தத்தில் இந்த வெற்றி தோல்வி என்னும் இரண்டு வார்த்தைகளுமே எனக்குப் பிடிக்கவில்லை. இரண்டும் இரண்டு முற்றுப்புள்ளிகள். அம்மாதிரி முற்றுப் புள்ளிகள் தான் வாழ்க்கையா? என்னவோ பேச்சு எங்கேயோ ஆரம்பித்து எப்படியோ முடிந்தது. மழையும் நின்றுவிட்டது. நான் ரயிலடிக்குப் போகிறேன். நீங்கள் ரயிலடியிலிருந்துதான் வருகிறீர்களாக்கும், சரி, நமஸ்காரம்..."

எனக்கு என்ன தோன்றிற்றோ தெரியவில்லை. அன்றிரவு அவளுக்கு எழுதினேன்.

"இன்றுவரை நான் என்னுடைய நானைப் பற்றியே எண்ணிக் கொண்டிருந்துவிட்டேன். உனக்கும் ஒரு நான் உண்டு என்பதை எண்ணவில்லை. நம்மிருவருக்கும் சேர்ந்த ஒரு 'நாம்' உண்டு என்பதையும் எண்ணவில்லை. அந் நாமிற்கே ஒரு 'நான்' உண்டு. அந் நானிலிருந்து இப்பொழுது பிறக்கப்போகும் நானைப் பற்றியும் எண்ணவில்லை. நாமே நான். நானேதான் நாம்..."

தீக்குளி

வாணத்தின் வெடிப்பைக் காட்டிலும் அதன் அவசரம்தான் அவனை எழுப்பிற்று. யார் விட்டு எங்கிருந்து கிளம்பியதோ? ஆனால் அவனை மாத்திரம் அறைகூவி அழைத்துத் தட்டியெழுப்பிற்று.

"தோ பார் கிளம்பப் போகிறேன் – கிளம்பிக்கொண்டிருக்கிறேன். கிளம்பிவிட்டேன்!"

கண்விழித்துக்கொண்டிருக்கையிலேயே அதன் பொறிவால் ஆகாயத்தில் வரைந்த வளைகோட்டைத்தான் கண்டான். ஜன்னலுக்கு கௌரி கட்டியிருந்த வெள்ளைத் திரையினூடே அத்தீக்கோடு மங்கலாய்த்தான் தெரிந்தாலும் புலன்களுக்கும் தாண்டிய உள்ளறிவில் கத்தி போல் சரேலென உள் சொருகிற்று. அதுவே சுரீலென வலித்தது. கட்டிலுக்கு வெளியே தொங்கிய கை வேதனையில் முஷ்டித்து விரிந்தது.

வெடிப்பிலிருந்து பச்சை, நீலம், ஊதா, சிவப்புப் பொறிகள் சரம் சரமாய்க் குடை கவிழ்ந்து இறங்கின.

ஒருகணம், ஜன்னல் சட்டமிட்ட வானவெளி, ஜோதிமயமாகி, மறுகணம் பொறிகள் கருகின. மனக்குகையில் கலைந்த இருள் படலங்கள் வானளவு எழும்பி, வான் திரும்பவும், இருண்ட இருள் அவனையும் கல்வித் தன்னுள் இழுத்தது.

மாட்டேன்! மாட்டேன்! உள்ளுணர்வு அலறிற்று. ஆயினும் மனக்குகையில் கலந்த இருள் படலங்களின் பலாத்கார ஆலிங்கனத்தில் அவன் புதைய ஆரம்பித்துவிட்டான். பழைய நினைவுகளுள் அழுந்திக் கொண்டிருக்கையிலேயே வெளியரவங்களின் ஊமைச் சப்தங்கள் மேல் மோதின.

தெருவில் பையன்களின் ஆரவாரம். கீழே குடித்தனக்காரர் வீட்டில் ரேடியோவின் தும்மலும் இருமலும் வாந்தியும் கனைப்பும். குழந்தைகள் ஏற்றும் மத்தாப்புகளின் திடீர் திடீர்ச் சீறல்.

குடித்தனக்கார மாமி அபசுரமான கட்டைக் குரலில் பாடுகிறாள். "கௌரி கல்யாணம் – வைபோ – ஓ – ஏகமே–!" பாட்டோடு பாட்டாய், "நீங்களும் தேச்சுண்டுங்களேன்! விடிஞ்சா அமாவாசை!" என்று புருஷனைக் கூப்பிட்டுப் பார்க்கிறாள்.

அரவங்கள் அவன் மேல் கூடு கட்டிக்கொண்டிருக்கையிலேயே கட்டிலில் படுத்தபடி அவன் வருடங்களைக் கடந்துகொண்டிருந்தான். பின்னோக்கி ஒன்று, இரண்டு, மூன்று, நான்கு, ஐந்து.

மாமனார் வீட்டுக்குப் போய் இந்தத் தீபாவளியோடு ஐந்து வருடங்களாகிவிட்டன.

கௌரி ஐந்து உடன்பிறந்தவர்களுக்கிடையில் ஒரே பெண். செல்வக்குமாரி. முதல் பிறப்பு. ஆகையால் தலைதீபாவளி மட்டும் மல்லாமல் மற்றைய தீபாவளிகளுக்கும் அவள் வீட்டிலிருந்து அவளுக் கும் அவனுக்கும் வலுக்கட்டாயமான அழைப்பு வரும். ஒவ்வொரு தீபாவளியும் தலைதீபாவளி மாதிரிதான்.

ஆனால் கலியாணமாகிக் கடைசியாய்ச் சென்ற அந்த மூன்றாவது தீபாவளிக்குப் பிறகு அவனும் மாமனார் வீட்டுக்குப் போகவில்லை. அவளும் பிறந்தவீடு எட்டிப் பார்க்கவில்லை. இப்பொழுது அவன் வருஷங்களைக் கடந்துவிட்டு அந்த மூன்றாவது தீபாவளிக்கு வந்து விட்டான். வேலைத் தொந்தரவால் முதல் நாள் மாலைதான் வர முடிந்தது.

மச்சான்மார்களுக்கு அத்திம்பேர் மேல் உயிர் கடைக்குட்டி மாது வாசலுக்கும் உள்ளுக்குமாய் அலைந்தான். அத்திம்பேரின் வரவையறி விப்பதில் எல்லோருக்கும் 'பஸ்டா'யிருக்கணும். அதில் ஒரு பெருமை.

ஆனால் வாசலில் வண்டி வந்து நின்றபோது அவன் சமையல் கட்டில் இருக்கும் சமயமாய்த்தான் நேர்ந்தது. அம்மா தலை திரும்பிய நேரம் பார்த்து மைசூர்ப்பாகுக் கட்டியை லவட்டிக்கொண்டு விழுந்தடித்து வருவதற்குள் கௌரியும் அவள் புருஷனும் வண்டியை விட்டு இறங்கிக் கொண்டிருந்தார்கள்.

"அம்மாவ்! அத்திம்பேர் வந்துட்டார்! அக்கா வந்துட்டா!"

முன்றானையில் கையைத் துடைத்துக்கொண்டு அவன் அம்மா வந்தாள்.

"வாங்கோ! வாம்மா, கௌரி!"

வாய் வரவேற்கையிலேயே கண் மகளை வெள்ளோட்டம் விட்டது. வெளித் தோற்றத்திலிருந்தே உள் அந்தரங்கத்தை அறியப் பார்க்கும் ஸ்திரீ சாமர்த்தியம். 'சௌக்கியமா' என்று கேட்டால் நான் சௌக்கியம் என்றுதான் கிடைக்கும் பதிலடியில் பதுங்கும் அசௌக்யம், அவலம், நிஜம் எது என்று தனக்கே கண்டுகொள்ளப் பார்க்கும் மிருக சூசகம்.

"என்னம்மா சௌக்கியமா?"

கௌரியின் சிரிப்பு சந்தோஷத்துடன்தான் ஒலித்தது. ஆனால் நெஞ்சில் இடறும் ஒற்றைப் பருக்கை போல் கௌரியின் கலகலப்பில் ஏதோ ஒரு பொய்மை ஒளிந்தது போல் அவள் தாய்க்குப் பட்டது. இம்மாதிரி ஒருவரையொருவர் தாயும் பெண்ணும் ஊடாராய்ந்து கொண்டிருக்கையிலேயே மாது, மைசூர்ப்பாகின் நெய்யும் அவன் எச்சிலும் தோய்ந்த கையுடன் அத்திம்பேர் தோளைக் கட்டித் தொங்கிக்கொண்டே அவருடன் மாடிக்குப் போய்விட்டான். படிக் கட்டுக்கள் ஏறி முடிவதற்குள் சமாச்சாரங்களை எல்லாம் கொட்டியாகி விட்டது.

"அப்பாவும் அண்ணன்மார்களும் மாச்சுக்குப் போயிருக்கா. பள்ளிக்கூடத்திலே நாங்க எல்லாம் வாத்தியாரோடே செஞ்சிக்கு எக்ஸ்கர்ஷன் போனோம். நானும் எதிர்த்தாத்து சுப்புணியும் எனிமி. எங்க பள்ளிக்கூடத்திலே 'ஓல்ட் பாயிஸ்' டிராமா போடப் போறா. அதில் நான் 'நாரதர்.' அத்திம்பேர்! அத்திம்பேர், நீங்களும் ஒரு டிக்கெட் வாங்கறேளா? வாங்கணும்! அதெல்லாம் முடியாது ரைட்!" கேள்வி, பதில் எல்லாம் அவனே போட்டுக்கொண்டு விஷயத்தை முடித்துக்கொள்வது மாதுவின் தனிப்பாணி! அவன் பாணியே அவன் கவர்ச்சி.

மாதுவின் லொட லொடாவுக்குப் பதிலே பேசாமல், தன் கழுத்தைக் கட்டிய மாதுவின் ஆசைக் கனத்தைத் தாங்கிக்கொண்டு புன்னகை புரிந்தவண்ணம், அவள் கணவன் படிகளை ஒவ்வொன்றாய் ஏறுவதை கௌரி தன் தாயாருடன் பேசிக்கொண்டிருக்கையிலேயே ஓரக்கண் ணால் கவனித்தாள். அவளையுமறியாமல், அவளுக்குத் தன் தம்பி மேல், அவனுடைய பின்னணியில் மற்றைய உடன்பிறந்தார் மேல், ஒரு அசூயை எழுந்தது. சில நாட்களாகவே அவள் தன் நினைவுக்கு விளங்காது உள்பட்டுக்கொண்டிருக்கும் சொல்ல இயலாத வேதனை யில் ஒரு இம்மி கூடிற்று.

சற்று நேரத்திற்குப் பிறகு காபியை ஏந்திக்கொண்டு கௌரி மாடிக்குச் சென்ற பொழுது, அவள் கணவன் தனியாய்த்தான் அறை யிலிருந்தான். அறைக்கு வெளியே வாசற்புறம் பால்கனியிலிருந்து, மாடியே அதிரும் குரலில் மாது, "கேட்கிறதா? கேட்கிறதா?" என்று

கேட்டுக்கொண்டிருந்தான். பொறுமையுடன் நெருப்புப் பெட்டி டெலிபோனைக் காதில் வைத்துக்கொண்டு அத்திம்பேர் புன்னகை புரிந்தவண்ணம், 'ஊம்' கொட்டிக்கொண்டிருந்தார்.

காபி டம்ளரும் கையுமாய், அவனைச் சிந்தித்தபடி வாசற்படியில் நின்றாள். அவளுக்கு அவன் மேல் ஒரே எரிச்சல் எழுந்தது. ஒருமையில் கூட எண்ணங்கள் கூடின.

ஆளுக்குத் தக்க மாதிரி பச்சோந்தியாய் இவனால் எப்படி அவ்வளவு உண்மை போன்ற வர்ணம் மாற முடியறது? குழந்தைக்குச் சரி குழந்தையாய் நெருப்புப் பெட்டி போனை எப்படிக் காதில் வைத்துக் கொள்ள முடியறது? ஆபிஸில் இவனுக்கே ஒரு தனி போன் இருக்கிறது எனக்குத் தெரியாதா? இந்த போனே அந்த போன் மாதிரி, பெரிய காரியத்தில் தன்னை மறந்த தினுசில் எப்படி மாதுவோட விளையாட முடியறது? மாது ஒரு சமயம் செய்யும் நிர்த்தூளி எல்லோருடைய பொறுமைக்கும் பெரிய சோதனை. ஆனால், இந்த மனுஷனின் பொறுமை அல்ல, பொறுமைகளுக்கு எல்லையே கிடையாதோ? இதோ, முகம் இப்போ என் பக்கம் திரும்புகிறது. மனுஷன் வர்ணம் மாறுவதைப் பார். பாரேன், இந்த விந்தையை! கன்னத்தின் கோணத் தில் ஒரு சிறு ஒடிப்பு. உதட்டோரத்தில் ஒரு இழுப்பு. எனக்கேற்ற சிரிப்பில் முகம் வார்ப்பு மாறி அந்தச் சிரிப்புக்கேற்ற மலர்ச்சியில் முகம் திரியறது.

அவளுக்கு அச்சமயம் ஏன் அவ்வளவு கோபம் வந்ததோ! கடுகடுத்த முகத்துடன் விடுவிடெனப் போய் அவர் குனிந்து காதண்டை பிடித்துக்கொண்டிருந்த நெருப்புப் பெட்டியைப் பிடுங்கி வீசி எறிந்தாள்.

அவன் கோபிக்கவில்லை. ஒருக்காலும் அவன் அவளைக் கடிந்த தில்லை. அவள் கோபத்தின் வேடிக்கையைத் தனக்கே அனுபவிக்கும் மோனச் சிரிப்பில் அவன் கண்கள் அவளைச் சிந்தித்தன். அம்மாதிரி நிலையில் அவனைப் புரிந்து கொள்ள முடியாமல் அவள் திகைத்தாள். அச்சமயங்களில் யாவிலும் பரவி நிற்கும் பரம் பொருளின் தன்மையை அவன் தாங்கியிருந்தது போல் அவளுக்குத் தோன்றும். இப்படி ஆயிர மூர்த்திகள் அவனில் இருப்பின் அவற்றுள் அவளுடைய மூர்த்தி எது? அதை அவள் அடைந்து தனக்கென்றே இருத்திக் கொள்வது எப்படி? போகப்போக இடத்தைக் கொடுத்துக்கொண்டே எட்ட எட்டப் போவது தெரியாவிடினும், அவைகளின் ஊமை உறுத்தல் தாங்கக்கூடியதாயில்லை.

தன் சீற்றத்தின் காரணம் தனக்கே தெரியாமல் அதன் வேதனையை மாத்திரம் பட்டுக்கொண்டு, கையை நெறித்தபடி அவள் நிற்கையில்,

கெளரியின் அழகு ப்ரமிக்கத்தக்கதாய்த்தான் இருந்தது. அதை அறிந்து தானோ என்னவோ அவளைச் சீண்டுதற்கென்றே, அச் சீண்டலில் அவள் அழகைத் தூண்டுவதற்கென்றே, அவன் உதட்டில் கட்டிய அரும்பு கலையாமல், அவன் கண்கள் அவள் மேல் சிந்தனையில் ஆழ்ந்தன.

அந்தத் தீபாவளியை கெளரி மறக்கவே முடியாது. ஸ்நானம் பண்ணிவிட்டு, பளீரடிக்கும் வெண்ணெற்றியில் சந்தனப் பொட்டு அதனுள் நெற்றிக் கண்ணெனக் குங்குமம் துலங்க, கர்ணன் குண்டலங் களுடன் பிறந்தாற்போல் உடலோடிழைந்த புதுமஞ்சள் பட்டு ஜிப்பா, சரிகை வேட்டியுமாய், மாடியறையினின்று அவன் வெளிப்படுகையில் அவள் கீழே மாடிப்படி அடியில் நின்றுகொண்டிருந்தவள், கைக் காரியத்தை மறந்து அவனில் தன்னையிழந்து நின்றாள். அவன் தன்னுள் பதுக்கிய எல்லையற்ற சக்திகளுள் இப்படித் தன்னைத்தானே புதுப்பித்துக்கொள்வதும் ஒன்றா? வேளைக்கு வேளை சட்டையுரிப்பு. கலியாணமாகி மூன்று வருடங்களாகியும் எப்படி இன்னும் இந்தப் புது மெருகு இவர் மேல் இப்படிக் கமழ்கிறது? கலியாணத்திற்குப்பின் அவளுக்கு உடல் குழைந்துவிட்டதாக அவள் பிறந்த வீட்டிலேயே சொல்கிறார்கள். ஆனால் இவர் மாத்திரம் என்றும் புது மெருகு அழியாமல் மார்க்கண்டனாய்த்தானிருப்பாரா?

அவனைப் பார்க்கையில் ஒரு பக்கம் பெருமிதம் பொங்கிற்று. ஆனால் ஓர் அச்சமும் அவ்வுவகையைச் சூழ்ந்தது. அவன் மேல் நிலைத்த பார்வையைக் கலைக்க இயலாது, அவனின்று பறந்த அவன் உள் ஒளியில் கண் கூசி, கதவின் மேல் சாய்ந்தாள்.

சர்க்கஸ் புலி நெருப்பு வளையங்களுள் நுழைந்து வருவது போல் புன்னகை புரிந்தபடி படிகளின் வழியிறங்கி வந்தான்.

"அத்திம்பேர்! அத்திம்பேர்!"

அந்த அவசர விளிப்பு அவளை மூர்ச்சையினின்று விடுவித்தது. திடுக்கிட்டுக் குரல் வந்த திக்கில் திரும்பினாள்.

மாது வாசற்குறட்டில் ஒரு வாணத்தை வைத்துக்கொண்டு செத்துப் போனதை உயிர்ப்பிக்க முயன்றுகொண்டிருந்தான். அவன் கண்களில் ஏமாற்றக்கண்ணீர் தளும்பிற்று.

"ஏமாத்திட்டான் அத்திம்பேர்!"

அத்திம்பேர் சாவதானமாக அவளிடம் சென்றார். அவள் பார்வை விடாது தொடர்ந்தது. சிரித்துக்கொண்டே வாணத்தை இடறினார்.

பிரயோஜனமில்லை என்ற பாவனையில் மாது உதட்டைப் பிதுக்கித் தலையை ஆட்டினான்.

"அத்திம்பேர்! அத்திம்பேர்! தரேளா? கடை இந்தத் தெரு திருப்பத்திலேதான் இருக்கு. திறந்துதான் இருக்கு."

அத்திம்பேர் கீழே உருண்ட வாணத்தைக் கையிலெடுத்தார். திரியிருக்கிறதா என்று பார்ப்பதற்காக அதை உற்று குனிந்து நோக்...

"படார்"

ஐந்து வருடங்களுக்கு முன் நேர்ந்த அந்தச் சமயத்துடன் மறுபடியும் மோதின அதிர்ச்சியில், அவன் கட்டிலில் துடித்து விழுந்தான்.

அறையில் கந்தக நாற்றம் பொசுங்கிற்று.

ஆகாயத்தில் வாணம் வெடித்தபோது கௌரி வெந்நீருள்ளில் இருந்தாள். குடை அவள் மேலும் கவிந்தது. அவளும் அதன் நிழலுள் நழுவினாள். பிடரியினின்று அவிழ்ந்து புரளும் நீண்ட கருங் கூந்தலாள் கௌரி. இருண்ட சிந்தனைகளைத் தனக்குள் அடைத்த கௌரி.

நல்லவேளையாக ஒண்டிக்குடித்தனமானாலும், தனி வெந்நீருள், கதவைத் தட்டி அவளை அவசரப்படுத்துவார் இல்லை.

கௌரிக்கென்னவோ ஆசைதான். யாராவது பெரியவளாய், குடித்தனக்கார மாமியாத்தானிருக்கட்டுமே – தனக்கு ஒரு கை எண்ணெய் வைத்தால் தேவலைதான்.

ஆனால் தானாகப் போய் மாமியைக் கேட்க லஜ்ஜை மாமியும் முன்வரவில்லை. "ஒண்டியாயிருக்கையே, சிறிசாயிருக்கையே, வா வா வெத்திலையை வாயில் அடைச்சுக்கோ, நான் கௌரி கல்யாணம் பாடறேன்" என்று மாமியைக் குற்றம் சொல்வதிலும் முறையில்லை. அவள் குழந்தைகளுக்கு உழல்வதே அவளுக்குச் சரியாயிருந்தது.

ஒன்று புரிந்தது. தனிக்குடித்தனம் சில விஷயங்களுக்குச் சரியா யிருக்கலாம். ஆனால் தனித் தீபாவளி என்னவோ நிச்சயமாய்ச் சரியாயில்லை.

ஆனால் இந்தத் தனிக்குடித்தனமே அவள் தாயின் திட்டம்தான். அவள் தாயே திட்டம் போட்டு எதையும் நடத்துவதில் கெட்டிக்காரி. "நான் மாமியார், மாமனார், நாலு கொழுந்தன்மார், நாத்திமார் நடுவிலே வாழ்க்கைப்பட்டு பட்டது போதும், என் பெண்ணாவது கண்ணைக் கசக்காமல் வாழறதைக் கண்ணாலே பார்க்கிறேன்" என்று போவோர் வருவோரிடம் அவள் முறையிட்டுச் சொல்லும்

தினுசிலிருந்து ஏதோ தன் தாயார் சிங்கம், புலி, கரடி நடமாடிய கூட்டுக்குள்தான் காலம் கடத்திக்கொண்டிருந்தாள் என்று நினைத்துக் கொண்டிருந்தாள். ஆனால் அவளுக்கு நினைவு தெரிந்தது முதல் அம்மாதிரி சித்தி, சித்தப்பா, அத்தை, பாட்டி, பாட்டனார் எல்லோ ரையும் சேர்ந்தாப்போலேயோ அடிக்கடியோ அவள் பார்த்ததில்லை.

விஷயமறிந்த ஒன்றிருவர் சொல்வதும் காதில் விழுந்தது. அவள் தாய் புக்ககத்தில் காலெடுத்து வைத்து ஒரு வருடத்திற்குள் குடும்பத்தைப் பத்து கோலமாக்கி, ஒருத்தருக்கொருத்தர் விரோதமுண்டாக்கி, தானும் விரோதமாகி, தன்னோடு தன் கணவனையும் கைக்குழந்தை கௌரியுடன் கூட்டுக் குடும்பத்திலிருந்து பிய்த்துக் கொண்டு வந்துவிட்டதாகச் சொல்லிக்கொண்டார்கள். ஆனால் அதைப்பற்றி கௌரிக்கு அதிகம் தெரியவோ ஆராயவோ வழியில்லை. சந்தர்ப்பமில்லை. அவளுடைய தாயார், தனக்கும் தன்னுடைமைக்கும் சௌகரியம் என்று அமைத்துக் கொண்ட சூழ்நிலையில் வளர்ந்தாள்.

அதனாலேதானோ அல்ல கௌரி என நாமம் படைத்து விட்டதனா லேயோ அவள் சில சமயங்களில் தன்னை மலையத்வஜ ராஜகுமாரி யாகக் கூட நினைத்துக்கொண்டுவிடுவாள். சுபாவத்தில் அவளைச் சாது, ஒரு சிறு அசடு என்றுகூட சொல்லலாம். ஆனால் இந்த எண்ணம் – தான் ஏதோ ரொம்ப 'உசத்தி' என்கிற எண்ணம் மாத்திரம் அவளுள், வயதுடன் கூடவே வளர்ந்து வந்தது. ஐந்து தம்பிமார்களுக்கிடையில் ஒரு செல்வகுமாரியாக வாய்ந்த செல்லம், உற்பவித்த உதர மகிமை, வீட்டில் அவள் தாய் நடத்திய பூரண ஆட்சி, பிறரிடம் காட்டும் மேட்டிமை எல்லாம் சேர்ந்து அவ்வெண் ணத்திற்கு ஊட்டம் அளித்தன. அப்பாவுக்கு அம்மாவிடம் இருந்த பயம் எல்லோருக்கும் வெட்ட வெளிச்சம். குத்திமாட்டி இழுக்கும் கொடுஞ்சொற்களைக் கக்குவதில் அவள் தாய் வரப்ரசாதி. ஆபீஸ் விட்டால் அப்பா வீட்டில் அதிகம் தங்குவதில்லை. அவருக்கு 'மாட்ச்' பைத்தியம். அந்த சாக்கில் அடிக்கடி வெளியூரும் போய்விடுவார். அவருடைய பரம விரோதிகூட சொல்வான்: "அந்த மனுஷன் சந்தோஷமாய் இருக்கும் வேளையே 'மாட்ச்' மைதானத்தில்தானே!"

ஆகையால் வீட்டில் அம்மாவும் அவளும் இட்ட சட்டமும் அடித்த கொட்டமும்தான்.

கௌரிக்கு கலியாணம் ஆவதற்கு மூன்று வருடங்களுக்கு முன் தான் அப்பா அம்மாவின் ஓயாத பிடுங்கலின் பேரில், ஒரு நிலத்தை வாங்கி ஒரு வீட்டைக் கட்டி முடித்தார். வீடு, பார்க்க அழகாய்த் தானிருந்தது. சிநேகிதர்களையும் புதியவர்களையும் வீட்டுக்குள் அழைத்துப் போய் அதன் நாலு அறைகளையும் மொட்டை

மாடியையும் சுற்றிச் சுற்றி வந்து, “இதோ பாருங்கோ சமையலுள்ளில் தனிக்குழாய், வெந்நீருள்ளில் தனிக்குழாய். இந்தச் சாரியிலே ஒரு சின்னக் குடித்தனமும் வெச்சிருக்கேன். ஆம்படையான் பெண்டாட்டி, வீடில்லாத் திண்டாட்டத்திலே வந்து கேட்டா என்ன சார் பண்றது? மாட்டேன்னு சொல்ல வாய் வரமாட்டேன்கறது” என்று தன் முதுகைத் தானே தட்டிக்கொள்ளும்போதும் பெருமையாய்த்தானிருந்தது. ஆனால் இந்தக் கௌரவத்தில் ஒரு பெரிய ஓட்டையும் விழுந்திருந்தது. வீட்டைக் கட்டி முடிக்கும் முன்னாலேயே கடன் சுமையாயிறங்கிற்று. அப்புறம் மனைவி படுத்தும் வேதனை தாங்காது, மாடி மேலும் கட்டடம் எழுப்பினார். அதற்கு மேல் எழுந்து கொக்கரித்துச் சதிராடும் கடன் அசுரனை உணருகையில் பீதிதான் விளைந்தது. ஆனால் அம்மாவுக்கு இன்னும் திருப்தி ஏற்படவில்லை. “பக்கத்து வீட்டுக்காரன் தெருவை அடைத்துப் பந்தல் போட்டதால், அதற்குக் குறையாமல் நம் வீட்டுக் கலியாணமும் நடந்தால்தான் அந்தாத்து மாமியை நான் தலைநிமிர்ந்து பார்க்க முடியும்” என்று அவள் பண்ணிய அட்டகாசத்திற்கு இணங்கி கௌரி கலியாணமும் சிறப்பாகக் கொண்டாடிய பின்னர், இன்னமும் ஒரு சுள்ளி வைத்தால் முதுகு முறியும் கடன் பளுவடியில் அப்பா அழுந்தி ஆயிற்று.

ஆனால் அதைப்பற்றி கௌரிக்கு என்ன கவலை? என்ன தெரியும்? அவள் வளர்ந்த முறையே கஷ்டப்படுவது புருஷர்கள் பங்கு, சுகப்படுவது நம் கடமை என்று கடன் பட்டாவது ஊர் மெச்சப் பால் குடிப்பதுதான் குடும்ப கௌரவம் என்ற முறையில் வாழ்க்கை நோக்கு அவளுக்கு அவள் வளர்ந்த முறையில் அமைந்தது. கௌரியின் தாயார் தேடிய திட்டத்திற்கு ஏற்ப அவளுக்கு மாப்பிள்ளையையும் வாய்த்துவிட்டான். தாய், தகப்பன். உடன்பிறந்தார் எவருமில்லை. நல்ல உத்தியோகத் திலி ருந்தான். பந்தலில் பார்த்தவர்கள் பெண்ணைவிட பிள்ளையே எடுப்பு என்று சொன்னார்கள்.

ஏற்கெனவே வீட்டில் குடியிருக்கும் தம்பதிகளை விரட்டிவிட்டுப் பெண்ணையும் மருமகப் பிள்ளையையும் தன் கண்காணிப்பிலேயே வைத்துக்கொள்ளலாம் என்று யோசனை கூட கௌரியின் பெற்றோர் களுக்கு இருந்திருந்தால் அந்த எண்ணம் பலிக்கவில்லை. மாப் பிள்ளைக்கு உத்யோகம் வெளியூரில்.

கௌரி, கணவன் வீட்டுக்குப் புறப்படுகையில் அவளுடைய சிநேகிதிகளும் பக்கத்து வீட்டு மாமிகளும் சிலர், “உனக்கென்னடியம்மா குறைச்சல், கண்ணிறைஞ்ச கணவன், அவன் உத்யோகம் கைநிறைஞ்ச காசு, நீ பிறந்த இடத்திலும் ராணி தான். போகுமிடத்திலும் ராணிதான். மடிநிறைஞ்ச குழந்தை ஒண்ணுதான் இனி பாக்கி’ – என்று சொல்லி வழி அனுப்பிய போது கௌரிக்குப் பெருமை கங்கு கரையுடைந்தது.

அச்சமயத்தில் அவள் தன்னைப் பற்றியும் தன் கணவனைப் பற்றியும் என்னென்ன நினைத்துக்கொண்டிருந்தாளோ அவளுக்கே தெரியாது. ஆனால் அந்த உருவமற்ற எண்ணங்களும் உணர்ச்சிகளும் கட்டிய கோட்டைகளும் “ஹிமவானின் புத்ரி” என்னும் ஒரே எண்ணத்தின் நடுத் தண்டிலிருந்து முளைத்து அதையே சுற்றிச் சுற்றிப் படர்ந்தவையாய்த்தான் உழன்றன.

குடும்ப வாழ்க்கையில் இன்றியமையாத சிறு மோதல்களும் மனஸ்தாபங்களும் அவர்களிடையில் நேராமல் இல்லை. ஆனால் எப்படியும் அவைகளுக்குத் தான் காரணமில்லாமல் அம்மோதலின் அதிர்ச்சிகள் அவனைத் தாக்காதபடி லாகவமாய் விலகிக் கொள்ளும் சாமர்த்தியம் அவனுக்கிருந்தது. ஆகையால் அவைகளின் வேகம் முழுவதும் அவள் மேலேயே விழுந்தது. ஒவ்வாரு சச்சரவையும் சாவகாசமாய்த் தனக்குத்தானே அலசிப் பார்த்துக் கொள்கையில் தர்க்கத்திற்குக் காரணம் அவனாயிருக்கமாட்டான். “நீயே பார், நானா பண்ணினேன்?” என்று அவன் சுட்டிக்கூடக் காண்பிப்பதில்லை. எந்தக் காரியத்தை அவள் அத்தனை இடும்பு செய்து சாதித்துக் கொண்டாளோ, சாதித்த பின்னர் அதன் சக்கைதான் அவளிடம் எஞ் சிற்று. அதன் வெற்றியும் சுவையும் அவன் புன்னகையில் உதட்டோரம் சுழித்த குழிகளில் தங்கிப்போயின. அதற்காக அவள் எடுத்தாடிய சொரூபங்களே அவளைக் கேலி செய்தன. பிறந்த வீட்டில் அவள் அழிச்சாட்டியங்களுக்கு அப்பா பயந்து கீழ்ப்படிந்து போவார். ஆனால் இங்கோ அப்படியில்லை. தும்பையறுத்துக்கொண்டு பின்னங்கால்களை உதைத்துக்கொண்டு துள்ளி, குடல் தெறிக்க எங்கென்றுகூடத் தெரியாது ஓடும் கன்றுக்குட்டியின் விடுதலையில் எவ்வளவு பொய்மையும் கேலிக்கிடமும் இருந்ததோ அப்படித்தான் முடிந்தது அவளுடைய சொரூபங்களின் வியர்த்தம்.

ஆனால் அவனையும் எப்படி அத்தனை சிநேகிதர்கள் ஈ மாரி மொய்த்தார்கள்? அவளுக்கு ஆச்சரியமாயிருக்கும். “உடம்பு சிரம மாயிருக்கிறது” என்று சாக்குச் சொன்னாலும் “சரிதாம்பா வீட்டை அடைகாத்தது போதும். நாங்கள் வேணுமானால் காலைப் பிடிக்கிறோம்” என்று குண்டுக் கட்டாய்த் தூக்கிக்கொண்டே போய்விடுவார்கள். தன் கணவன் எத்தனையோ விஷயங்களுக்கு நடுநாயகமாக விளங்கியது கௌரிக்குப் பெருமை, சந்தோஷந்தான். ஆனால் தன் அசூயையே மனதில் உறுத்தி உறுத்தி, அரித்துத் தள்ளிக் குவிந்து மலையாகியளித்த காக்ஷி அவளுக்கே பயமாயிருந்தது. இவ்வளவு பெரிய குப்பை மேடா நான்? ஏன் இப்படி என்னோடேயே போராடிண்டிருக்கேன்? ஆனால் யுத்தம் நடந்துகொண்டேயிருந்தது. குப்பை இன்னும் ஏறிக்கொண்டே யிருந்தது.

நாளடைவில் கௌரி தன்னிலேயே புழுங்க ஆரம்பித்தாள். மனம் இதுவரை தோன்றாத புதுப்புது சந்தேகங்கள் புழுத்த எண்ணங்களின் களமாகியது.

அவருக்கு என் மேல் பிரியமில்லையா? அதனால்தான் ஒதுங்கி ஒதுங்கிப் பிடிபடாமல் போகிறாரா? புருஷர்களே இப்படித்தானா? சமூகத்தில் கலியாணம் என்று ஏன் ஏற்பட்டிருக்கிறது? இந்த அவஸ்தைப் படத்தானா? இதுதான் முடிவா? லக்ஷிய புருஷன் வாழ்வாயில்லை? லக்ஷ்ய புருஷர்கள் எல்லாம் சுவரில் படமாகவும் மாடத்தில் பொம்மையாகவும் பூஜை பண்ணச் சரியே அன்றி, சதையும் பிண்டமுமாய்ச் சேர்ந்து வாழ லாயக்கற்றவர்களா? பிறந்த வீட்டிற்கே திரும்பிப் போய்விடுவோமா?

அந்த ப்ரம்மாஸ்திரத்திற்கு அம்மாவிடம் அப்பா பயந்துபோவார். ஆனால், இந்த ஆசாமி மசியமாட்டானே! போகிறேன் என்றால் சற்றேனும் கோபம் செய்யாது இரு கைகளையும் வாசற்புறம் நீட்டி வழிகாட்டிவிடுவான். அப்படி வீடு திரும்புவதை விட தோல்வியையும் அவமானமும் வேறேது? வாழாவெட்டியாய் இருப்பதற்கு ஒருவழியாகக் கைம்பெண்ணின் கதியே தேவலை.

அவள் கணவன் மேல் புரியாத பகை அவளுக்கு வளர ஆரம்பித்தது. எந்தச் சமயமும் தன்னுள் உவகை பூத்த வண்ணம் எப்படி அவனால் இருக்க முடிகிறது. ஆனால், சற்றேனும் களைப்புத் தட்டாது சதா களை திகழும் அம்முகம் கலங்குவதுதான் எப்போ? அதைக் கலக்க வைப்பதுதான் எப்படி? காலம், வயது – எல்லோரையும் பாதிக்கும் சக்தி அவனிடம் மாத்திரம் நீர்த்துப்போய்விட்டதா? இதுவேதான் அவள் கவலை, புழுக்கம், வேதனை.

பாதியிரவில் திடுக்கென்று சில சமயங்களில் விழித்துக்கொள்வாள். பக்கத்தில் அவன் முகத்தின் மேல் நிலாவின் ஒளியில் ஜன்னல் கம்பிகளின் நிழல் கட்டானிட்டது. வங்கி வங்கியாய்ச் சுருண்ட ஒரு மயிர்த்திருகு, நெற்றியில், காற்றில் அசைந்தது. நிர்மலமாய்த் தூங்கும் அம்முகத்தை, அப்பொழுதுதான் தலையணை மேல் மலர்ந்த நீலமலர் போன்று மாசுமருவற்ற அம்முகத்தைப் பிராண்டினால் என்ன?

பேய் எண்ணங்கள்! பயங்கர எண்ணங்கள்...

மண்டையைக் கெட்டியாய்ப் பிடித்துக்கொண்டு குடுகுடுவென்று குழாயண்டை ஓடி முகத்தை நனைத்துக்கொள்வாள்.

அவளுள் நேர்ந்துகொண்டிருப்பதையெல்லாம் அவன் அறிவானோ? ஆனால் அவன் அவளிடம் நடந்துகொள்ளும் முறையில் ஏதும் தெரியவில்லை.

இம் மனோநிலையில்தான் அவள் இந்தத் தீபாவளிக்குப் பிறந்தகம் வந்திருந்தாள். அவளுக்கே தெரிந்தது. இது யாருடனும் பங்கிட்டுக் கொள்ளக் கூடியதாயுமில்லை. தனக்குத்தானே பொருமித் தன்னையே தின்றுகொண்டிருந்தாள்.

ஆகையால், யானைவெடி அவள் புருஷன் முகத்தில் வெடித்ததும், வெடி வெடித்ததாகவே அவளுக்கில்லை. இத்தனை நாள் தன்னுள்ளே உருண்டு திரண்டு குமுறிக்கொண்டிருந்த எரிமலைதான் வெடித்தாற் போலிருந்தது. ஒருவேளை இதைத்தான் அவள் வேண்டினாள் என்று அவனே அறிந்து, யுத்தத்தில் அம்பை மார்பில் தாங்கிக்கொள்ள முன்வரும் சுத்த வீரனைப் போல், தானே அவள் எண்ணத்தின் வெடிப்பைத் தாங்க அவ்வளவு அலங்காரத்துடன், சிரித்த முகத்துடன் அதை நோக்கிச் சென்றானோ? அவள் கணவன் வெடியின் ஜோதியில் ஒருகணம் ஜ்வலிப்பதைக் கண்டாள். அவ்வளவுதான் –

அவளுக்கு நினைவு தப்பிவிட்டது.

ஏறக்குறைய ஒரு வருஷம் ஆஸ்பத்திரியில் படுத்த படுக்கையாய் அவன் கிடந்தான். முதல் ஒன்றிரண்டு மாதங்களுக்கு மயக்க மருந்தி லேயே அவனைக் கிடத்தினார்கள். நினைவு தாங்க உடலுக்குச் சக்தி இருக்குமோ எனும் பயம். இடையிடையே விதவிதமான கோளாறுகள் நேர்ந்தன. ரண ஜன்னியும் கண்டுவிட்டது.

அவன் தீயிலேயே குளித்திருந்தான்.

பிறகு அவன் நினைப்பை அவனிடம் திருப்பிக் கொடுக்க மெதுவாய்த் துணிந்தனர்.

"சாவே வாவா" என்று கூவி அழைத்தால் வந்துவிடுமா? கட்டிலோடு பிணைத்த கட்டிலிருந்து திமிர அவன் துடித்துப் புரளுகையில் வெறித்த பார்வையுடன் கௌரி, இதயத்தில் விழுந்துவிட்ட பள்ளத்தின் அடி பாதாள ஆழத்திலிருந்து, செயலற்று அவனருகே நின்றுகொண்டி ருந்தாள். காங்கையடித்த கண்கள், பார்வையிலாது கட்டிலிலிருந்து அவளைப் பதில் வெறித்தன.

வலியின் வேதனையிலேயே உடைப்பெடுத்து ஓடிய பிரமையில் ஒரு சமயம் அவன், தன் மேல் செஞ்சுடர்க்குழம்பு ஊற்றிக்கொண்டே யிருப்பதாகக் கதறுவான். இன்னொரு சமயம் செஞ்சுடரின் நடுவே மிளிரும் நீல் ஜோதியில் தான் மிதந்து கொண்டிருப்பதாக அலறுவான். மற்றும் ஒருவேளை, கந்தகத்தின் எரிப்பில் எழும் மஞ்சள் தீயில் தான் புகுந்து புறப்பட்டுக்கொண்டிருப்பதாகக் கற்பனையின் விபரீதம் ஓடும்.

அவள் சிலையாகச் சமைந்து அவனையே வெறித்த பார்வை நிலை மாறாது நின்றாள்.

அவன் ஆபீஸே திரண்டு ஆஸ்பத்திரிக்கு வந்தது. அவனுக்கு சுயநினைவில்லாததால் அவனுடைய முதலாளி அவளிடம் வந்தார். "பணக்கவலை, வேலைக்கவலை எதுவும் நீங்கள் படவேண்டாம். மாதா மாதம் ஆஸ்பத்திரி பில்லை, ஆபீஸுக்கு அனுப்பித்து விடணும். ஐந்து வருடமானாலும், அவருடைய நாற்காலி மேஜை அவருக்கே காத்திருக்கும். இன்னும் இதே ரீதியில் ஏதேதோ தைரியம் சொன்னார்.

அவர் பேச்சை அவள் க்ரஹித்துக்கொண்டாளோ? அறியாள். ஆனால் ஒரு தோற்றம் நெஞ்சில் பதிந்தது. ஆபீஸில் அத்தனை பேர் வேலை செய்ய, அவர்கள் நடுவே இன்னமும் வருஷம், ஒன்றோ இரண்டோ, எத்தனை காலமோ அல்லது காலத்திற்குமோ, காலியாய் ஒரு மேஜையும் ஒரு நாற்காலியும் கண்ணெதிரில் எழுகையில் தன்மேல் விழுந்துகொண்டிருப்பதாக அவன் அலறும் எரி நீர்வீழ்ச்சியிலிருந்து ஒரு வாளி, கண்ணுக்குத் தெரியாக் கைகள் எடுத்து அவள் மேலும் வீசியது போல் அடிவயிற்றிலிருந்து அனல் கிளம்பிற்று. அதன் ஜ்வாலையில் அவள் எரிந்தாள். மருண்ட கண்கள் அப்படியே தாழ்ந்து கழுத்தங்குழியெலும்பின் மேல் சாதுவாய் உறங்கும் மஞ்சள் சாடை பார்த்து பயங்கரத்தில் புருவங்கள் சுளித்தன. அது தன்னைக் கடிப்பதற்காகக் கழுத்தைச் சுற்றிக்கொண்ட பாம்பா, அல்ல தன் வாழ்வின் ரகைஷயா?

அந்த உள் பயத்திற்கு ஏற்ப, அவன் உடல்நிலையில் எதிர்பாராக் கோளாறுகள் புகுந்தன. ஊண், மாமிசம் முதற்கொண்டு வெந்து போனதால் மூன்று முறை புது ரத்தம் பாய்ச்சியும் உடல் மஞ்சள் பூத்துவிட்டது. ஒரு மருந்துக்கொரு மருந்து கொடுத்து நிலைமை இன்னமும் மோசமாகிவிட்டது. இரவும் பகலுமாய் வைத்தியர்கள் அவனைச் சுற்றி வட்டமிட்ட வண்ணமாயிருந்தனர்.

அவன் மேல் கவிந்துகொண்ட கருமேகத்துடன் அவன் போராடுகையில், அவன் இத்தனை நாளாகத் தன்னுள் சேர்த்து வைத்திருந்த மனோபலம் அனைத்தும் செலவாகி வருவதைக் கண்கூடாகக் காண்கையில், இந்தப் போராட்டம் ஒரு பக்கம் அச்சத்தை விளைவித்தா லும் அதன் கம்பீர்யத்தையும் அவளால் தரிசிக்க முடிந்தது. இந்த யுத்தத்தின் யானைப் பசியில் தன் கணவனுக்கு அவள் இப்போது செய்த பணிவிடை அனைத்தும் ஈடிழந்து, பொருட்டிழந்து, பிசுபிசுத்து, சூன்யமாய்ப் போவதையும் கண்டாள்.

வயதான சுமங்கலி ஒருத்தி அவளை மாங்கல்ய பிச்சை எடுக்கச்

சொன்னாள். அவள் சொல்லிக்கொடுத்தபடியே, ஜாதி முறைப்படி கொசுவம் வைத்துக் கட்டிக்கொண்டு, முன்றானைத் தலைப்பை இரு கைகளிலும் பிடித்துக்கொண்டு, கால் மெட்டி ஒலிக்க, விடுவிடென வீட்டுப் படி இறங்கி, “என் புருஷனுக்கு உயிர்ப்பிச்சை போடுங்கோ... எனக்கு மாங்கல்ய பிச்சை போடுங்கோ!” என்று கேட்டுக்கொண்டே தெருவழியே அவள் கோவிலுக்குச் செல்கையில், அவளுக்கே இதுவரை தெரியாத ஏதோ ஒன்று அவளுள் புரண்டது. சொல்லிக்கொடுத்த வார்த்தைகளேயாயினும் அவை தொப்புளினின்றெழுந்த கதறலாய்த் தான் வெளிவந்தன. பிச்சையிட்ட கைகள் வெடவெடத்தன. அவளை முகமெடுத்துப் பார்க்க யாவரும் அஞ்சினர்.

கௌரி.

ஹிமவான் புத்ரி. பாண்டிய ராஜகுமாரி.

அவளையும் மீறி, சமயத்திற்கு அவளுள் எழுந்த சக்திதான் காரணமோ, வைத்தியத்தின் சாமர்த்தியமோ, அவனுடைய பலம் தானோ, பெரியவர்களின் ஆசியோ , அகஸ்மாத்தோ, ஒருவாறாக, அவன் தன் மேல் கவிந்த கருமேகத்தின் தழுவலினின்று மீண்டான். ஆயினும் எப்படிப்பட்ட மீட்சி.

ஆஸ்பத்திரியில் இருந்தவரை கூடத் தெரியவில்லை. விடுதலை யடைந்து வீட்டுக்கு வந்த சில நாட்களுக்குப் பிறகுதான் தெரிந்தது. பழரஸம் பிழிந்தோ, மருந்தோ ஏதோ எடுத்து வரக் கீழே போன கௌரி மறுபடி மாடியேறி வந்தபோது அசப்பில் அவன் நிலை கண்டு அயர்ந்து நிலைவாசல் மேல் அப்படியே சாய்ந்தாள். பகீர் என்றது.

அவன் சாய்வு நாற்காலியில் சாய்ந்து சுவரைப் பார்த்துக்கொண்டிருந்தான். முகத்திலும், மார்பிலும், கழுத்திலும் தழும்புகள் வீறுவீறாய்த் தடித்து எழும்பின. புருவங்களும் கண் ரப்பைகளும் இருந்த இடம் கூடத் தெரியாது தீயந்துபோயிருந்தன.

உயிருக்கும் சாவுக்கும் ஒரு வருடமாய் நடந்த போர்க்களமாய் உடல் விளங்கிற்று. உயிர் உடலோடிருந்ததால் என் வெற்றி என்றாலும் சாவு எப்படியும் உடல் எனக்குத்தான் சொந்தம்' என்று ஸ்தாபிப்பது போல் தன் முத்திரையை உடலெங்கும் பொறித்திருந்தது.

“கௌரி! திருப்திதானே?” என்று ஒரு குரல் அவளுள் திடுக்கின எழுத்தும் அது பேசியே கேட்டது போல் கௌரி சுற்றுமுற்றும் விழித்துப் பார்த்து, விதிர்விதிர்த்துப் போனாள். அவளால் அங்கு நிற்க முடியவில்லை. கைச்சாமானுடன் தடதடவெனக் கீழேயிறங்கி, உக்கிராண உள்ளில் ஓடோடியும் போய் அதன் இருளில் சரண்

புகுந்தாள். தன்னின்று தனக்குத்தானே தன் குரல் கேட்ட பயங்கரம், பொறியில் எலிபோல் உடல் பூரா வெடவெடவென உதறிற்று.

அன்றிலிருந்து ஒவ்வொரு நாளும் ஊர்ந்து சென்றது. ஏனென்று அவளுக்கே தெரியவில்லை. அவளுக்கு அவள் தாய் வீட்டுக்குப் போக்குவரத்து, படிப்படியாய் குறைந்துபோய் அறுந்தும் போயிற்று. அவளுக்கு அங்கு போகவே பிடிக்கவில்லை. திரும்பத் திரும்ப தன்னை "ஐயோ கௌரி! என்னடி இப்படி ஆயிடுத்தேடீ!" என்று உபசாரம் கேட்க வருபவர்களைக் கண்டாலே கரிப்பெடுத்துவிட்டது. பயமெடுத்துவிட்டது. "என்னடி, இப்படிப் பண்ணீட்டையேடீ!" என்பதைத் திருப்பித்தான் அவர்கள் அப்படிக் கேட்டார்கள் போல் தோன்றிற்று.

ஏனென்று புரியாமலே அவளுக்குத் தன் தாய் மேல் திடீரென்று வெறுப்புத் தட்டிற்று. ஏதோ ஒரு முறையில் இதற்கெல்லாம் தன் தாய்தான் காரணம் என்று தோன்றிற்று. தனக்கு அப்படித் தோன்று வதன் நியாய அநியாயம் தோன்றினாலும் தோன்றாவிட்டாலும் ஏதோ ஒருவிதத்தில் – தனக்கு அது எப்படி என்று புரியாவிட்டாலும் போகட்டும் – தன் அடிப்படையில், தனக்குத் தோன்றியதுதான் சரி என்று பட்டது. தனக்குத் தானே இட்டுக்கொண்ட சிறையின் இரும்பு கிராதிகளின் வழியாகத் தன் கணவனை வெறித்துக்கொண்டு உள்ளுக்கு உக்கிப் போய்க்கொண்டிருந்தாள். தன் எண்ணத்திலேயே அவனைச் சுட்டுவிட்ட ஏக்கம், இவ்வளவுகிட்ட இருந்தும் அவளுக்கும் அவனுக்குமிடையில் அவள் உணர்ந்த எட்டாத தூரம். அவளும் ஒரு தீயில் குளித்துக்கொண்டுதானிருந்தாள்.

இந்த ஐந்து வருடங்களாய் அவனுள்ளும் ஏதோ நேர்ந்துகொண்டு தானிருந்தது. அவனுடைய உடல் நிலையையும் மனம் படக்கூடிய பாட்டையும் உத்தேசித்து ஆபீஸில் அவனுக்கென்று தனி இடவசதியும் வேலை வசதியும் ஏற்பாடாயின். இஷ்டப்பட்டால், சௌகரியப் பட்டால், அவன் ஆபீஸுக்கு வரலாம் அல்லது வீட்டிலேயே வேலையைச் செய்து ஆள் மூலம் அனுப்பலாம். சில சமயங்கள் வேலை செய்யாமலும் இருக்கலாம்.

ஆனால் அவன் வெறிபிடித்தாற்போல் உழைத்தான். அம்பு பாய்ந்த மிருகம் இடந்தெரியாமல் அங்குமிங்குமாய் வேகமாய் ஓடுவதுபோல் அவன் வேலையில் முனைகையில் அவனுக்குக் குறுக்கே எவரும் ஏதும் சொல்லவும் முடியவில்லை. தடுக்கவும் முடியவில்லை. வேலை வெறியிலேயே தன்னை மறக்க முயன்றான்.

ஆயினும் அம்மாதிரி முடுக்கிக்கொண்ட வேகம் நீடித்து நிற்க

முடியாதாகையால் அவன் மறுபடியும் தன்னிடமே மீளும் நேரங்கள், அவனை விழுங்கக் காத்துக்கொண்டே இருந்தன. அம்மாதிரி நேரங் களில் எவரும் அவனிடம் அண்டமுடியாதபடி அவன் இருந்தான். அநேக வேளைகள் மாடியறைக் கதவு மூடியபடியேயிருக்கும்.

கௌரி அறைக்கு வெளியே கைகளைப் பிசைந்து கொண்டு, பீதியும் கவலையும் அவளில் ஏற்றிய பிரமிக்கத்தக்க அழகில் மிளிர்ந்து கொண்டு நிற்பாள்.

உள்ளே என்ன பண்ணிண்டிருக்கார்? என்னவாவது பண்ணின் வீடு வாரேரா?

கதவின் சந்து வழி தைரியமில்லாமல் எட்டிப் பார்ப்பாள். சாய்வு நாற்காலியிலே சாஞ்சுண்டு மண்டைக்குப் பின்னால் கைகோத்துண்டு என்ன யோசனை பண்ணிண்டிருக்கிறார்.

அதே கேள்விதான் அறைக்குள் அவனுக்கும் தோன்றிக்கொண்டி ருந்தது. திரும்பத் திரும்ப...

"என்ன குருட்டு யோசனை பண்ணிக்கொண்டிருக்கிறேன்? எனக்கு ஏன் இது நேர்ந்தது? எனக்கு – எனக்கு எனக்கா?"

அவன் அகந்தைகள் என்னென்னவோ அவையனைத்தும் அவன் முன் அலங்கோலமாய்ச் சென்றன. தன்னைப் பற்றி அவன் என்னென்ன எண்ணிக்கொண்டிருந்தானோ எல்லாம் அவனைக் கேலி செய்தன.

"ஏ, மனிதா! நீ விழுந்த நிலையென்ன பார்த்தாயா?"

காலடியிலிருந்த செருப்பைத் தூக்கி சுவரின் மேல் ஆத்திரத்துடன் வீசியெறிந்தான். ஆனால் அது அவன் மேல்தான் சுவரிலிருந்து குதித்துத் திரும்பிற்று.

கண்களில் சிவப்பு நரம்புகள் துடித்தன. இப்போதெல்லாம் சற்று நேரம் சேர்ந்தாற்போல் விழித்துக்கொண்டிருந்தாலே விழிகளில் கண்ணீர் நிறைந்தது.

"எனக்கு ஏன் இது நேர்ந்தது?"

ஐந்து வருடங்களாய் அலுக்காத, சலிக்காத கேள்வி.

சில சமயங்கள் சமாதானத்தைத் தானே இட்டுக் கட்டிப் பார்த்துக் கொள்வான்.

"சீ! என்னைவிட எத்தனைபேர் கேவலமாயில்லை! எத்தனை பேர் கால் போய் கைபோய் நளாயினியின் கணவன் போல் கூடையில்

தூக்கிக்கொண்டு போகும் கேஸ்களாக இல்லை? அவர்களை விடவா நான் மோசம்?"

குருட்டு யோசனைகளிடையே அவனுடைய முந்தைய நாட்களின் நினைவு வரும்.

இளம் வயதிலே பெற்றோரையிழந்து உற்றார் உறவினர் ஆதரவின்றி, நடுத்தெருவில் நின்று, நாலுபேர் வீட்டில் வாரச் சாப்பாடு சாப்பிட்டுத் தரும் சம்பளம் பெற்று படாத கஷ்டங்கள் பட்டு, தன் முயற்சியாலேயே படித்து, உத்தியோகமும் தானே தேடிக்கொண்டு, படிப்படியாக உயர்ந்து, தானே முன்னுக்கு வந்து, மனிதர்களோடு மனிதனாகத் தானும் தன்னாலே தலைநிமிர்ந்து ஆகி... ஆகி? உச்சாணிக் கிளையிலிருந்து இது மாதிரி சறுக்கித் தடாலென்று விழவா?

இதுதான் தன்னை உறுத்தும் கேள்விக்குப் பதிலா? கௌரி, ஜன்னலுக்கு அலங்காரமாய்க் கட்டியிருந்த வெண்திரை, வண்ணான் மடிப்பிலிருந்து பிரிந்து வந்த தூய வெண்மையுடன் காற்றில் படபடத்தது.

அவன் கேள்வி முற்றுக்கூடப் பெறாமல் பந்து போல் அவனிடம் திரும்பத் திரும்ப வந்தது. அதனின்று அவன் ஓடி ஒளியப்படும் அவதிக்குச் சாவே மேல் என்று தோன்றிற்று. குனிந்த தலையுடன் இறக்கையொடிந்த பறவை போல் அவன் மௌனமாய் உட்கார்ந் திருப்பதைக் காண்கையில் வயிறு ஒட்டிக் கொண்டது. ஜீவ தாதுவே அவனுள் கருகிவிட்டாற் போலிருந்தது.

கௌரி கட்டிலண்டை வந்து நின்றாள். கவிழ்ந்து கிடக்கும் அவன் உடல் குலுங்குவதைக் கண்டாள்.

பிறகு என்ன நேர்ந்ததென அவளுக்கே தெரியாது. அவளை ஒரு வெள்ளம் அடித்துக்கொண்டு போயிற்று. மெதுவாய் அவனை மல்லாத்தி மூர்க்கமான பரிவுடன், அப்படியே வாரி இறுகத் தழுவிக் கொண்டாள்.

விடியற்காற்று ஜன்னல் வழி உள்புகுந்து அவர்கள் மேல் சில்லென்று மோதிற்று.

குரு - க்ஷேத்ரம்

குரு

வணங்குகிறேன். தாங்கள் விதித்தபடியே தங்களையலாது தங்களை நான் குருவாய் வரித்த பாவனையை வணங்குகிறேன்.

தாங்கள் ஏன் என் கனவில் வரவில்லை. தங்கள் உருவத்தை வெகுவாயும் மனத்தில் விளம்பிக்கொண்டு தாங்கள் வரவேணும் வரவேணும் என வேண்டி வேண்டிக் கிடந்தேன்.

தரிசனம் கிட்டவில்லை.

தாங்கள் உருவங்களைக் கடந்த நிலையை எய்துவிட்டதால், மறுபடியும் கனவிலும் கட்டுப்பட தங்களுக்கு மனமில்லையோ?

ஆனால், "நீ முழு நம்பிக்கையோடும் உண்மையுடனும் என்னை நினைத்தால் நான் அப்போதே உன் கனவில் தோன்றக்கூடும்" என்று சொன்னீர்களே.

எனக்கு நம்பிக்கையும் உண்மையும் போதவில்லையா? தங்கள் மனம் இரங்கவில்லையா?

மன்னியுங்கள், மன்னியுங்கள். தங்களை இரக்கமற்றவர் என்று நான் கனவிலும் நினைத்து உய்வேனோ? உங்கள் அடைக்கல வார்த்தைகளை மறைக்க முடியுமோ?

"பூமியே வீடு, ஆகாசமே கூரையாயிருக்கையில், வந்தவனைப் போ என்றோ போவானை இரு என்று சொல்லவோ நான் யார்?" என்றீர்களே, தாங்கள் இருக்கையில் தங்கள் இரக்கத்தை நான் அறியவில்லை.

இப்பொழுது சந்தேகங்கள் எழுகின்றன. நாம் அலைந்த இடங்களில், பகலில், மரத்தடியிலும், இரவில் மடத்திலும் என்னை நிறுத்திவிட்டு,

தாங்கள் எடுத்து வந்த பிச்சை பூராவுமே சில சமயங்களில் என்னிடம் கொடுத்துவிட்டு, "எனக்குப் பசிக்கவில்லை" அல்லது "வயிறு சரியில்லை" என்று திரும்பிப் படுத்துக்கொண்டபோதெல்லாம் உண்மையைச் சொன்னீர்களோ? என் வயிறு பசியாதிருக்க, நீங்கள் பட்டினி கிடந்தீர்கள். எனக்காக வயிறு ஒடுங்கியே, தங்கள் புறப்பாடு அவசரப்பட்டுவிட்டதென்றே நினைக்கிறேன்.

தங்களையலாது, தங்களைக் குருவாய் நான் வரித்த பாவனையை வணங்குகிறேன். ஆனால் என் வயிற்றின் பொருட்டு பொய் சொன்னீர்கள். என்னால் உயிர் விட்டீர்கள். இப்படி எண்ணும் என் எண்ணத்தின் துணிச்சலை மன்னியுங்கள். எண்ணமே இல்லாது இருக்க என்னால் முடியவில்லை. பாபமோ, துணிச்சலோ எண்ணியது எண்ணியதுதான்.

அல்லது,

எனக்கு மறதியை அருளுங்கள்.

ஆனால் தங்கள் ஆத்மா, தங்கள் கடைசி மூச்சில் ஏறிக்கொண்டு, புறப்படுகையில், என் செவியைத் தங்கள் உதட்டசைவின் மேல் குனிந்து கேட்ட தங்கள் இறுதிக் கட்டளை.

"...ற வாதே."

முதலெழுத்தைக் காற்றோ இலைகளின் சலசலப்போ விழுங்கிவிட்டது. அதனால் என்ன?

எதை மறவாதே என்று விதித்தீர்கள்?

பின்னராயினும் என் கனவிலோ, தாங்கள் விட்டுச் சென்ற தங்கள் சொற்ப உடைமைகளிலோ இதுவரை விளக்கம் கிட்டவில்லை.

ஒருதடவை நாம் ஆற்று மணலில் உட்கார்ந்திருந்தோம். இருந்தாற்போல் இருந்து தாங்கள் "மணலைக் குவித்து அதில் குச்சியை ஒளித்துக் கண்டுபிடிக்கலாம்" என்கிறீர்கள்.

எனக்கு வெட்கமாயிருந்தது.

"நாம் என்ன குழந்தைகளா?" என்றேன்.

"பின் நாம் என்ன பெரியவர்களா? பெரியவர்கள், குழந்தைகளை அளக்கும் உன் கோல் எது? குழந்தையாயிருக்க வலிக்கிறதா? இருக்கத்தான் முடியுமா? வெளியில் சொன்னால் வெட்கக்கேடு, நாம் பெரியவர்களும் இல்லை. பெரிய பதவியைத் தேடி வந்திருக்கிறாய். வெட்கப்பட்டால் முடியுமா? வா, வா..."

விளையாடினோம். சுவாரஸ்யமாய்த்தானிருந்தது. நம்மிடையில், நாம் குவித்த அவ்வளவு சிறிய மணல் கரையுள், எப்படி அவ்வளவு தினுசுகளில் தங்களால் ஒளிக்க முடிந்தது? என் வியப்பைத் தங்களிடம் நான் வெளியிட்ட போது தாங்கள் குச்சியை ஒளித்த இடத்தின் மேல் கையை அறைந்து ஊன்றிக்கொண்டு, “ஆத்மநாதா, நான் இப்படி ஆகுமுன், ஒரு ஜேப்படி” என்றீர்கள்.

எனக்குக் கண்ட அதிர்ச்சியில் என்னையறியாமலே என் கைகள் சடக்கென்று இழுத்துக்கொண்டன.

ஆனால் அதைக் கண்டுகொள்ளாதது போல் மேலும் –

“இதுவரை நான் கையும் பிடியுமாய் அகப்பட்டுக்கொண்டதில்லை. ஒளிக்கவும், ஒளிக்கும் இடங்களும் எனக்கு அற்றுபடி. சரி, குச்சியைத் தேடுவோம்...”

ஆனால் குச்சி அகப்படவில்லை. மண் குவியலையும் அதன் சுற்றுப்புறங்களையும் சல்லடை போட்டு சலித்துப் பார்த்தாயிற்று. ஊ – ஹூம், கிடைக்கவில்லை.

ஆனால் இதற்காக ஏன் தங்களுக்குத் திடீரெனக் கொஞ்சம்கூட அவசியம் ஏன், நியாயம் கூட இல்லாத இவ்வளவு பரபரப்பு திகில்?

“இது விளையாட்டு. கெட்டுப்போனது மாணிக்கம், வைரம் இல்லை” என்று ஒருமுறைக்கு இருமுறையாய் நான் ஞாபகமூட்டியும், நீங்கள் தேறவில்லை. அன்றுதான் எனக்கு நினைவு தெரிந்து, உங்கள் அன்புக்குரல் சற்று தடித்தது.

“நான் விளையாடவே இல்லை. உன்னை நான் விளையாடவே அழைக்கவில்லை. ‘விளையாட்டு’ என்கிற வார்த்தையே என் வாயில் வரவில்லை. சரியாய் நினைவுபடுத்திக்கொள். எனக்கு விளையாட்டே கிடையாது. மாணிக்கமும் வைரமும் எனக்கெதுக்கு? அவரவர்க்கு அவரவர் மதிப்பு. ஒளித்த பொருள் மாணிக்கமோ வைரமோ வெறும் நெருப்புக்குச்சியோ – காணோம் என்றால் என்ன அர்த்தம்? அதைக் கண்டுபிடிக்க முடியாவிட்டால், அது இல்லை என்று அர்த்தமா?”

எனக்குச் சிரிப்பு வந்துவிட்டது.

“இல்லை, அதற்குக் காலும் கையும் முளைத்து, தானே ஒளிந்து கொண்டது என்று அர்த்தம்” என்றேன்.

உங்கள் முகம் சட்டென மாறியதைக் கண்டதும்தான் நான் இழைத்த அவமரியாதை புரிந்தது. “வாய்க்கொழுப்பை மன்னித்துவிடுங்கள்” என்று உங்கள் பாதங்களில் என் தலையை வைக்கக் குனிந்தேன்.

ஆனால் நீங்கள் தடுத்துவிட்டீர்கள். உங்கள் பார்வை, எனக்குப் பின்னால், தன் நிழல்கூட படாது நின்று, உங்களுக்கு மாத்திரம் படும் எதையோ வெறித்தது. முகம் வெடித்துவிடும் போல் உப்பிற்று.

"ஆத்மநாதா, நீ சொன்னது உண்மை, உண்மை, முக்காலும் உண்மை. அது ஒளிந்துகொண்டது. ஆத்மநாதா நான் ஏமாந்துபோனேண்டா... "குழந்தை போல் விக்கி விக்கி அழுதீர்கள். தங்கள் துயரம் தங்களை எரிக்கையில், பார்க்கப் பயமாயிருந்தது. அதன் அனல் என்மேல் வீசுகையில், என்னுடைய நெஞ்சுள் ஏதோ இளகிப் புரண்டு, இடறிற்று. நாம் தேடியது குச்சியா?

யாவதிலும் ஒளிந்துகொண்டிருக்கும் அர்த்தம் இதுதானா?

அதைத் தேடுவதும் இதுதானா?

அன்று இரவு இருப்பே கொள்ளவில்லை. புரண்டு முனகினேன்.

மையிருளில் எதிர்த் திண்ணையில் உட்கார்ந்திருக்கும் உங்கள் வடிவ கோடுகள் தெளிவிலாது தெரிந்தன.

லேசாக இலை அசைந்தால் கூட உயிர் பிசகும் மோனம்.

எதிர்த்திண்ணையிலிருந்து, பல மைல்களுக்கப்பாலிருந்து உங்கள் குரல் எட்டிற்று.

"ஆத்மா, தூங்குகிறாயா?"

"விழித்துக்கொண்டுதானிருக்கிறேன்."

"ஆத்மா, நான் இப்படி ஆகுமுன் ஒரு பெரிய ஜேப்படி."

நான் பதில் பேசவில்லை. நான் பேசவே என்ன இருக்கிறது!

கருவானில் ஒரு நட்சத்திரம் – ஒரே நட்சத்திரம். தனித்து நிலைகுலைந்து ஊசலாடுகிறது.

அதன் தவிப்பு பீதியை விளைவிக்கிறது. யாருடைய நட்சத்திரம்? "அப்போது என் பிழைப்பே அதுதான். இதற்குக் கூட்டில் வேலை செய்தால்தான் ஆபத்து குறைவு. ஆனால் நான் தனியாய்த்தான் வேலை செய்தேன். நான் எப்பவுமே தனி. நிறையோ குறையோ எனக்குப் பங்கு இஷ்டமில்லை. அகப்பட்டுக்கொள்ளாத வரையில், அகப்பட்டதெல்லாம் என்னுடையது. அகப்பட்டுக்கொண்டால்? – அதுவும் என்னுடையதுதான். நம்பினவன் காட்டிக்கொடுத்துவிட்டான் என்கிற சந்தேகத்துக்கு வழியில்லை அல்லவா? காரியம் எப்படியோ, அதைத் தனியாய்ப் புரிவதில் இந்த நிறைவு. தூய்மை காணலாம். எது விளைந்தாலும் என்னுடையது. யாருக்கும் பங்கு இல்லை.

ஆனால், அதிர்ஷ்டம் ஒன்றே போல் இருக்குமா? ஒரு சமயம் பத்து ரூபாய் நோட்டு கிடைக்கும். ஒரு சமயம் வெறும் வண்ணான் சீட்டை, பணத்தைவிடப் பத்திரமாய் பையில் ஒளித்து வைத்திருக்கும்.

கடைசி சமயம் – (எதற்கும் ஒரு கடைசி உண்டே!) ஒரு 'பர்ஸ்' அடித்தேன். என் ஆளின் மேல் வைத்த ஆரம்ப இலக்கை நழுவவிடாது பின்தொடர்ந்துகொண்டே வந்து, தகுந்த சமயத்தில் கூட்டத்தில் பின்னாலிருந்து தள்ளி, அவன் மேல் விழுந்தடித்து ஓடுகையிலேயே, அவன் ஜேபியுள் இரண்டு விரலை விட்டு, தகடால் கிழித்து பர்ஸை வெளிப்படுத்தி, பறித்துக்கொண்டு, மடக்கி மடக்கி இந்தச் சந்தில் புகுந்து, அந்தச் சந்தில் திரும்பி, சிட்டாய்ப் பறந்தேன்.

அனுபவத்திற்குத்தான் அந்த வேகம் புரியும்.

கடைசியில் ஒரு குளத்தங்கரைப் படிக்கட்டில் உட்கார்ந்து, களவாடிய பர்ஸில் இருந்த பணத்தை ஓடிவந்த மூச்சு இரைக்க இரைக்க எண்ணினேன். சில்லரையை விட்டுத்தள்ளு. பத்து ரூபாய் நோட்டுகள் சரியாய் முப்பது நன்றாய்ப் பழகிய நோட்டுக்கள், நாலு பக்கமும் வீசி எறியாமல், நாலு பேர் கவனம் என் மேல் படாது செலவழித்தால், என் ஒண்டிக்கட்டைக்கு நாலு மாதங்களுக்குக் கவலையில்லை. எடுக்கிற விரல் துரு ஏறாமல் இருக்க வேண்டுமே என்கிற கவலை தவிர. கோவில் ஸ்தூபியைப் பார்த்து, பர்ஸைக் கண்ணில் ஒற்றிக் கொண்டேன்.

மாலை மறையும் நேரம், கோவிலில் சாயங்கால தீபாராதனையின் கொட்டு முழங்கிற்று. நீராழி மண்டபத்துள் திடுக்கென்று ஒரு விளக்கு ஏற்றிக்கொண்டது.

தோலும் சதையும் மெலிந்த ஒரு கிழவர் தலைமேல் கூப்பிய கைகளுடன் படித்துறை மேல் ஏறி வருகிறார் ஒரு மாத்வ மாமி. தீர்த்த ப்ரதட்சணம் செய்கிறாள். என் மனம் திடீரென எனக்கே வியப்பாயிருந்த ஒரு நிம்மதியை அடைந்தது.

மறுநாள் காலை, அதே குளத்தின் பக்கமாய்ப் போய்க்கொண்டிருந் தேன். படித்துறையில் ஒரு சின்ன கூட்டம். நாலைந்து கைகள் ஜலத்தில் சுட்டிச் சுட்டிக் காண்பித்துக்கொண்டிருந்தன. காண்பித்த இடத்தில் ஒரு பெரிய துணிக் கொப்புளம் மிதந்தது. இந்த வேடிக்கையில் கலந்துகொள்ளாமல் இருக்க முடியுமா? மூணு தாண்டில் ஜலத்தின் விளிம்பையடைந்து நோக்கினேன்.

சிரம் மேல் கூப்பிய கைகளுடன் ஒரு உருவம் குப்புற மிதந்தது, நான் இரண்டாந்தரம் பார்க்க அவசியமேயில்லை. நேற்று நான் ஜேப்படித்த சாக்ஷாத் அதே ஆள்.

எத்தனையோ தடவைகள் வாடிவிட்டு, பொருளைத் தோற்றவனுடன் சேர்ந்து, விளம்பரமாய் அவன் பொருளைத் தேடியிருக்கிறேன். அவன் வாயிலும் வயிற்றிலும் அடித்துக்கொள்கையில் நான் தைரியம் தர அவன் முதுகைத் தட்டியிருக்கிறேன். நான் நடத்தும் நாடகம் எனக்கே வேடிக்கையாக, சிரிப்பாயிருக்கும். ஆனால் இதுவரை எவனையும் அவன் சாவுக்கு அனுப்பியதில்லை. திக்பிரமை பிடித்து நின்றேன்.

கடைசி நிமிஷத்தில் முழுகி முழுகி எழுகையிலும் கூப்பிய கை பிரியாமல் இருக்கமுடியுமா? நான் காண்பது கண்கட்டு வித்தையா? எந்த மானத்தைக் காப்பாற்ற இந்தப் பணத்தை நம்பியிருந்தானோ? அந்தப் பணத்தை இழந்ததால், உயிரைத் துறக்கும் அளவுக்கு உயிர் மேல் நம்பிக்கையிழந்தான். உயிரினும் பெரிதாய் நம்பிக்கை வைத்து, சாவிலும் அவன் வணங்கிய அது எது?

அப்போதிலிருந்து இன்னும் என் கேள்விகளுக்குப் பதில் தேடிக் கொண்டிருக்கிறேன். ஆத்மா, உன்னால் சொல்ல முடியுமா? பதில்கள் இருக்கும்? நான் தேடுவது சமாதானங்கள் அல்ல. சமாதானத்தைத் தேடுபவன் சமாதானம் அடையமாட்டான். எனக்கு வேண்டியது பதில். பதில் கிடைத்தவனுக்குத்தான் சமாதானம் கிட்டும்."

நான் பதில் பேசவில்லை. நான் பேசவே என்ன இருக்கிறது?

அந்த நட்சத்திரம் இன்னமும் தனியாய்த் தத்தளித்துக்கொண்டிருக்கிறது.

அந்த நிமிஷமே எனக்கு அம்மா, மனோவின் நினைவு எழுந்தது. அவ்வெழுச்சி வேகம் வயிறு குமட்டிற்று. எழுந்து உட்கார்ந்து நெற்றியை அமுக்கிப் பிடித்துக்கொண்டேன்.

அம்மா என்ன செய்கிறாளோ? முதலில் இருக்கிறாளோ இல் லையோ? ஏற்கனவே தள்ளாமை, அவள் போகும்வரையிலாவது நான் காத்திருக்கலாம்.

மனோ –

என்னைக் காணோமே என்று மனமொடிந்து எங்கேயாவது குளம், கிணறைத் தேடிவிட்டாளோ?

நான் வீட்டை விட்டுக் கிளம்பியபோது மனோ மூன்று மாதக் கர்ப்பிணி.

அவள் தனக்கேதேனும் இழைத்துக்கொண்டால் அந்தப் பாவம் வேறு எங்கு போகும்? என்னைத்தானே சேரும்?

குடும்பத்தை விட்டு வந்த பிறகு மறுபடியும் குடும்பத்தைப் பற்றிய எண்ணங்களுக்கு எனக்கு உரிமையுண்டோ?

உண்டோயில்லையோ, எண்ணியது எண்ணியதுதான். எண்ணமே இல்லாது இருக்க முடியவில்லையே.

உண்மையில் நாம் எதைத் தேடிக்கொண்டிருக்கிறோம்?

நானே எதற்காக மனைவியை விட்டு, வீட்டை விட்டு வந்தேன்? இப்பொழுதுதான் இந்தக் கேள்வி சந்தேகமாய் மாறி நெஞ்சு முள்ளில் இடறி உறுத்த ஆரம்பிக்கிறது.

உயர, தூரத்தில் கவிழ்ந்து தத்தளிப்பது என் நட்சத்திரந்தானோ?

இரவு பூரா புரிந்தும் புரியாததுமாய் எண்ணங்கள் எரிந்து எரிந்து, கீழ்வானில் சாம்பல் பூக்கிறது.

நீங்கள் எதிர்த் திண்ணையில் கல்லாய்ச் சமைந்திருக்கிறீர்கள். இரவு முழுவதும் உங்கணம் இமைக்கவில்லை.

அன்றிலிருந்து நீங்கள் இளைத்துக்கொண்டே வருகிறீர்கள், நாளுக்கு ஒரு இம்மி, ஆனால் நிச்சயமாய்.

மௌனம் தன் சிறகுகளை விரித்து, உங்கள் மேல் இறங்கியிருக்கிறது. உங்களிடம் ஒரு விரக்தியைக் காண்கிறேன். உங்களை உங்களிடமிருந்து கழற்றி எதற்கோ சமர்ப்பித்துவிட்டு பிறகு அதன் இஷ்டத்தை எதிர்பார்த்துக் காத்துக்கொண்டிருக்கிறீர்கள்.

எதனிடம் அதன் இஷ்டத்திற்கு உங்களை ஒப்படைத்துக்கொண்டு விட்டீர்களோ, அது உங்களைக் கற்கண்டு கட்டியாய்ச் சப்புகிறது. நீங்கள் கரைகிறீர்கள். இப்படியே ஒருநாள் காணாமல் போய்விடுவீர்கள் என்று எனக்கு திண்ணமாய்த் தெரிந்துவிட்டது.

எனக்கு இப்படி எல்லாம் தோன்றுவதேனோ அறியேன்.

சாதாரணமாய், நான் என்னைச் சுற்றிக் கண்கூடாய்க் காணும் பொருட்களைப் பற்றிய எண்ணங்களின் தடத்தை மீறிச் சிந்திக்கச் சக்தியிலேன். எனக்குத் தோன்றுவதெல்லாம் சரியோ தப்போ, நிச்சயமாய் உங்களுக்குள் ஏதோ நேர்ந்துகொண்டிருக்கிறது. ஏதோ விலக்க முடியாதது, விபரீதமானது.

மெலிய, மெலிய பனி விலகினாற்போல், சட்டையுரித்தாற்போல், மெருகு ஏற்றினாற்போல் உங்கள் உடலில் உடலில் ஒரு துலக்கம் காண்கிறது. காந்த விளக்கின் திரிபோல் முகத்தில் நீல ஒளி குளுமையாய் வீசுகிறது.

எனக்கு ஆச்சரியமாயிருக்கிறது. திகிலாயிருக்கிறது. உங்களை விட்டு அகலவும் மனம் இல்லை. பாதி ராத்திரியில், உங்கள் இடத்தில்,

நீங்கள் இல்லாமல் போய்விடுவீர்களோ என்ற பயத்திலேயே திடுக் திடுக்கென விழித்துக்கொள்கிறேன்.

நீங்கள் இருக்கிறீர்கள்.

இருக்கவேண்டும் என்பதற்காக அல்ல.

ஏதோ, இருப்பதால் இருக்கிறீர்கள்.

ஏன் இருக்கிறீர்கள்? என்று தோன்றுகிறது.

தோன்றலாமோ?

எதையோ எதிர்பார்த்துக்கொண்டு. அதற்காகக் காத்திருக்கிறீர்கள்.

ஓரிரவு. ஒரு சத்திரத்துத் திண்ணையில் தங்கியிருக்கிறோம். நான் சரியாய்ப் படுக்காது சுவரில் சாய்ந்துகொண்டிருக்கிறேன்.

கால் தூக்கத்திலும், அரைத் தூக்கத்திலும் என் தலை ஆடுகையில், "வீல்" என்று ஒரு குழந்தையின் வீறல் கேட்டு, திடுக்கிட்டு விழித்துக் கொள்கிறேன். சுற்றுமுற்றும் பார்க்கிறேன்.

உங்கள் முகம் என் பக்கம் திரும்புகிறது.

ஆசியில் உங்கள் கை உயர்கிறது.

உங்கள் முகத்தில் தவழும் புன்னகையின் ஒளி கண் கூசுகிறது. தலை குனிகிறேன்.

அம்மாவுக்குப் பிடித்தமான வாய் வழக்கு ஒன்று.

"ஆமாம் ஆணுக்கு அழகு என்ன வேண்டிக்கிடக்கு? ஆனை கறுத்தாலும் ஆயிரம் பொன், உங்கப்பா நெருப்பைக் குளிப்பாட்டினால் போல்தான் இருப்பார். அவர் உடம்பில் அவர் வாய் ஒண்ணுதான் சிவப்பு, புகையிலையும் வெற்றிலையும் போட்டுக் குதப்பி. எங்களுக்கு என்ன குறைஞ்சு போச்சாம்?"

அம்மா சிவப்பு, நெருப்புச் சிவப்பு,

அப்பா எப்படியிருப்பார் என்று அறியேன்,

அவர் போன பின்தான் நானே பிறந்தேன்.

அம்மா தன்னைக் கொண்டாடிக் கொள்வதற்காக, அப்பாவைக் கொண்டாடுகிறாளா? இல்லை, அப்பாவை ஏளனம் செய்கிறாளா? இல்லை, தன் வாழ்க்கைக் கொடுமைக்குத் தன்னைத் தேற்றிக் கொள்கிற தினுசு இப்படியா அல்லது உண்மையாகவே தான் சொன்னபடி எண்ணினாளா – எதுவும் எனக்கு நிச்சயமாய்த் தெரியவில்லை.

ஆனால் உங்களை இப்பொழுது பார்க்கையில், ஆண்களுக்கு ஏன் அழகு இல்லை என்றே தோன்றுகிறது. உங்கள் அழகு பிரமிக்கத் தக்கதாயிருக்கிறது. உங்களைப் பார்க்கும் போதெல்லாம் எனக்குப் புல்லரிக்கின்றது. புரியாததோர் வேட்கை ஏற்படுகிறது. இது நல்லதா பொல்லாததா, இருக்கலாமா கூடாதா, இதனுடைய அர்த்தம்தான் என்ன? நான் எதில் மாட்டிக்கொண்டேன்? என் மனம் குழம்பித் தவிக்கிறது.

எப்படியும் எண்ணியது எண்ணியதுதான். ஆயிரம் அடக்கினாலும் தோன்றினது தோன்றியதுதான்.

அழகு என்பதே என்ன?

விழி, நிறம், உடல் அங்க அமைப்புகளின் எடுப்பா?

அல்லது

அன்பு, தயை, ஆண்மை, சாந்தம், கருணை, இவை போன்ற உயர்ந்த குண விசேஷங்களின் வெளித்தோற்றத்தின் சிறப்பா?

அல்லது

இரண்டுமா?

சத்தியம்?

சத்தியத்தைக் கண்டவர் யார்?

கண்டவர் சொன்னவர் யார்?

ஆனால் இப்பொழுது உங்களிடமிருந்து வெளிப்படும் உள்ளொளியைத்தான் அழகாய்க் காண்கிறேன். இந்த அழகை உங்கள் முகத்தில் காண்கிறேனோ? அதன் இனிமையிலா? அல்லது உங்கள் மௌனத்திலா? தெரியவில்லை. இவையெல்லாவற்றையும் மீறி அது பிரகாசிக்கின்றது. அது உங்களிடத்தில் இல்லை, இனி நீங்களே அதில்தான் இருக்கிறீர்கள். உங்கள் உடற் கண்களிலிருந்தே புறப்பட்டு உங்கள் காலடி ஆதாரத்தையே அது வெட்டியாகிவிட்டது.

எதிலோ மாட்டிக்கொண்டு அதில் மூழ்கிக்கொண்டிருக்கிறீர்கள். அதிலிருந்து தப்ப உங்களுக்கு இனி வழியில்லை. நான் பார்த்துக் கொண்டு ஒன்றும் செய்ய முடியாமல் தவித்துக்கொண்டிருக்கிறேன். எனக்குப் பயமாயிருக்கிறது.

ஆனால் உங்கள் முகத்தில் கொஞ்சமும் பயமில்லை. துளிக்கூட துக்கமில்லை. சந்தோஷமில்லை. ஏதோ ஒரு தெளிவுதான் தெரிகிறது.

நீங்கள் தூங்குகிறீர்களோ?

நீங்கள் உங்கள் உடம்பைக் கீழே சாய்த்து நான் பார்த்து எவ்வளவோ நாட்களாகிவிட்டன. அதை நிறுத்திவிட்டீர்கள்.

இரவில் நான் கண்ணயரும் போதும், இடையிலோ விடிவிலோ, விழிப்பு வரும்போதெல்லாம் உங்களைப் பார்ப்பேன். அசைவற்று உட்கார்ந்து கொண்டேயிருக்கிறீர்கள்.

ஒருசமயம்.

நாம் ஒரு நந்தவனத்தில் பாழ் மண்டபத்தில் இரவு தங்கியிருக்கிறோம். இரவெல்லாம் சரியான தூக்கம் இல்லை. விடிவேளையில் கண் அயர்ந்துவிட்டேன். எனக்கு விழிப்பு வந்தபோது நன்றாகப் பொழுது புலர்ந்துவிட்டது. உங்களைக் காணோம். அலறிப் புடைத்துக்கொண்டு எழுந்திருக்கிறேன். என்றேனும் ஒருநாள் இம்மாதிரி நேர்ந்துவிடும் என்கிற திகில் என் நெஞ்சத்தில் வேரூன்றிவிட்டது.

ஆனால், பூச்செடிகளுக்கிடையில் வளைந்த பாதையில் மெதுவாய் நடந்து வருகிறீர்கள். செவ்வானத்திலிருந்தே, மேகங்களின் படிக்கட்டின் வழி, நீங்கள் இறங்கி வந்திருப்பதாய் எனக்கு ப்ரமை தட்டுகிறது. கண்ணைக் கசக்கிக்கொள்கிறேன்.

ஒரு சூர்யகாந்திப் பூ காற்றில் அசைந்து தங்கள் பக்கமாய் தலையை ஆட்டுகிறது. அதன் எதிரில் நீங்கள் தயங்கி நிற்கிறீர்கள். அது அப்பனைக் கண்ட குழந்தை போல் தங்கள் பக்கமாய் சாய்ந்து, இன்னும் பரபரப்பாய் நர்த்தனம் ஆடுகிறது. உங்கள் முகத்தில் புன்னகை தவழ்கிறது. ஒற்றை நாடியாய் - அம்பு போல் நிமிர்ந்த முதுகும் மார்மேல் கட்டிய கைகளும் தகதகக்கும் உங்கள் மேனியும் உங்கள் முகத்தின் தேஜஸ் திடீரென்று உங்களிடம் ஒரு தரிசனம் மலர்கிறது. அதைக் கண்ட எனக்கு மயிர்க்கூச்செறிகிறது.

நீங்கள் மெதுவாய் நகர்கிறீர்கள். நந்தவனத்தில் ஓடும் வாய்க்காலை நோக்கி நடக்கிறீர்கள்.

நீங்கள் அந்தண்டை போனதும் நான் எழுந்துபோய் அந்தப் பூவண்டை நின்றேன். மெய்யாவே இவ்வளவு பெரிய முகம் நான் பார்த்ததில்லை. விரல்களை அகல விரித்த ஒரு பெரிய உள்ளங்கையளவிற்குக் காற்றின் கிறுக்கில் முக வேற்றுமையுள்ள குழந்தைபோல் அது அஞ்சி பின்னுக்கு வாங்கிற்று. திடீரெனத் தாங்க முடியாத தோர் வேட்கை என்னைக் கவ்விற்று. அதை எட்டினேன். எட்ட எட்ட தலையை ஆட்டிக்கொண்டு அது இன்னும் பின்னுக்கு வாங்கிக்கொண்டே போயிற்று. நானே கொஞ்சம் குள்ளம். அதன் பக்கமாய் சாய்ந்து சாய்ந்து கால் கட்டை

விரல்கள் மேல் நின்று எட்டி அதைப் பறித்துவிட்டேன். பறிக்க எட்டியது பிடிக்க எட்ட வில்லை. செடியின் அந்தண்டைப்புறம் அடர்ந்த புதர் நடுவே அது தலையுருண்டு சரிந்து விழுந்துவிட்டது.

ஏமாற்றத்தில் சலிப்பும் வெறுப்பும் கோபமும் அடைந்து திரும்பி வாய்க்காலை நோக்கி நடந்தேன்.

படித்துறையில் நீங்கள் விழுந்து கிடக்கிறீர்கள். மார்மேல் வலது கையை அழுத்தியபடி, இடது கையின் முழங்கை மேல் உடம்பை ஊன்றிக்கொண்டு மார்வலியில் வளைந்து வளைந்து ஊசலாடுகிறீர்கள். உங்கள் முதல் ரத்தம் வடிந்து சுண்ணாம்பாய் வெளுத்திருக்கிறது. பதறி ஓடிவந்து உங்களை அணைத்து என் மேல் சார்த்திக்கொண்டேன்.

“ஆத்மா, ஆத்மா, ஏன் அந்தக் குழந்தையைக் கொன்றாய்?” உங்களுக்கு மூச்சடைக்கிறது. குரல் கம்மிவிட்டது. எனக்கு ஒன்றுமே புரியவில்லை. “நான் ஒன்றுமே பண்ணவில்லையே! எந்தக் குழந்தையை?”

“அந்தப் பூ உன்னை என்ன பண்ணிற்று?” உங்களுக்கு எப்படித் தெரிந்தது? அந்த வியப்பு கூட உடனே தோன்றவில்லை.

“தெரியாமல் செய்துவிட்டேன், தெரியாமல் செய்துவிட்டேன்” என்றுதான் திரும்பத் திரும்ப வாயில் வருகிறது.

“ஆத்மா, எதையுமே கொல்லாமல் அனுபவிக்க முடியாதா? ஏன் இப்படிப் பிள்ளைக்கறி தின்று கொண்டேயிருக்கிறோம்?”

“தெரியாமல் செய்துவிட்டேன். என்னை மன்னித்துவிடுங்கள்.”

கருணை சொட்டும் உங்கள் முகத்தில் வேர்வை ஜலகண்டமாய்க் கொட்டுகிறது.

“மன்னிக்க நான் யார்? என் மன்னிப்பு அழித்ததைத் திரும்பத் தருமா? ஆத்மா, உலகம் முழுதும் வியாபகம் ஒரு உயிர் ஒரே உயிர்தான். அதன் உருவங்கள்தாம் பல்வேறு. ஒரு இடத்தில் கழுத்தை முறித்தால், உயிரின் வேதனையில் இன்னொரு இடத்தில் மார் உடைகிறது. நீ அங்கே பூவைப் பறித்ததும், இங்கே நான் விழுந்துவிட்டேன்.”

எனக்கு அழுகை வந்துவிட்டது. வெட்கமற்றுத் தேம்பித் தேம்பி அழுகிறேன்,

“ஆத்மா, என்னை மன்னிப்பு கேட்பதை விட நீ அழுது உன்னையே மன்னிப்பு கேட்டுக்கொள்வதுதான் நியாயம். உன் காரியங்களின் எடையை அறிய நீயிருக்கையில் நான் யார்? நான் அறிவதால் உனக்கு என்ன பயன்? நீ அழுது, நீயே அறி. அவரவர் வழி அவரவருடையது. ஆத்மா, என் வழியின் முடிவு நெருங்கிவிட்டது.”

"அப்படிச் சொல்லாதேயுங்கள் – சொல்–லாதே–யுங்கள் நான் என் செய்வேன்?"

நீங்கள் புன்னகை புரிகிறீர்கள். "நீ செய்வதற்கு என்ன இருக்கிறது?" சற்று நேரம் இருவரும் பேசாமல் இருக்கிறோம். என் குரல் மெலிந்து வருகிறது.

"என் மேல் கோபமா?"

"கோபம், மன்னிப்பு – எவ்வளவு அர்த்தமற்ற வார்த்தைகள்!" உங்கள் குரலில் அசதி தட்டுகிறது. "செலுத்த இடமில்லாமல் நான் கோபத்தை வைத்துக்கொண்டு என் செய்வது? துயரமாய் மாற்றினாலாவது சுமையைத் தாங்கலாம், கோபத்தைத் தாங்க இயலாது."

எனக்கு நன்றாய்ப் புரிந்துவிட்டது. அநியாயமாக நான் உங்களைக் கொன்றுவிட்டேன். என் சுமையை உங்கள் மேல் தாக்கி அதனடியில் உங்களை நான் நசுக்கிவிட்டேன்.

மறுபடியும் அழுகை பீறிடுகிறது.

பாதி இரவில் விழித்துக்கொள்கிறேன்.

இருளிலிருந்து உங்கள் குரல் மெத்தென்று வந்து என்னை அணைக்கிறது.

"ஆத்மா, சௌக்கியமாயிரு."

என் எலும்பு உருகுகிறது. ஆயினும் ஏன் திடீரென இந்த ஆசி? என் கைகள் உங்களை நோக்கித் துழாவுகின்றன.

"ஏன், என்னைத் தனியே விட்டு விட்டுப் போய்விடப் போகிறீர்களா?"

"எங்கே போவது? உடல் கழன்றாலும் உயிர் இருந்துகொண்டே தானிருக்கிறது. குழந்தாய், மௌனம் என்னை அழைக்கிறது. பேச்சுக்கு விடைபெற்றுக்கொள்ளுமுன் உன்னிடம் சொல்லிக்கொள்கிறேன். ஆத்மா, சௌக்யமாயிரு! சௌக்கியமாயிரு!"

இதுவே முடிவின் ஆரம்பம்.

நான் எடுத்து வந்த பிட்சையை எதிரே வைக்கிறேன். அதை அப்படியே என்னிடம் திருப்பிவிடுகிறீர்கள். விளங்காது விழிக்கிறேன், அன்றிலிருந்து உங்களுக்கு ஆகாரமில்லை. தாங்கள் எதையும் தொடுவதில்லை.

உங்களுக்கு ஆகாரம் செல்லவுமில்லை. ஒருநாள் வலுக்கட்டாயமாய் நான் ஊட்டியே பார்க்கிறேன். உள்ளேயே இறங்காமல், கடைவாயில் வழிகிறது.

நீங்கள் புன்னகை புரிகிறீர்கள். இனி எதற்கும் பதில், உங்கள் புன்னகைதான்.

இரவு முழுவதும் உங்களுக்குத் தூக்கமில்லை.

நாள் முழுவதும் ஆகாரமில்லை. ஆனால் களைப்பின்றி வளைய வருகிறீர்கள்.

நீங்கள் இப்போது யார் கண்ணிலும் படக்கூட விரும்பவில்லை. ஜன நடமாட்டமில்லாத பாதைகளையும் ஏகாந்தமான இடங்களையுமேதான் தேடுகிறீர்கள்.

நீங்களே உங்களுக்கு அன்னியராகிவிட்டீர்கள். அந்த அதிசயத்தைப் பார்க்கிறேன்.

சாலையோரத்தில் ஓர் அடர்த்தியான மாமரத்தடியில் தங்கியிருக்கிறோம்.

பட்டை வீறும் கோடை வெயிலில் காற்றின் அனலில் மூச்சு அடைத்துத் தலைசுற்றுகிறது. கானல் நடுநடுங்குகிறது.

எனக்குப் பசி வயிற்றைக் கிள்ளுகிறது. அன்று ஏனோ பிட்சை ஒரு கவளம் கூட கிடைக்கவில்லை.

முன்பின் அறிகுறியிலாது நீங்கள் திடீரென எழுந்து நடக்கிறீர்கள். என்னைப் பார்க்காமல் நடக்கிறீர்கள். உங்கள் புன்னகையின் புதிரை எப்படி விடுவிக்க முடியும்?

நானும் பின்தொடர்கிறேன்.

வெயிலில் என் முதுகு கன்றிப் போகிறது. ஆனால் நீங்கள் நிலவில் நடப்பது போல நிதானமாய் நடக்கிறீர்கள். உங்கள் தோள்களில் நீலச்சுடர்கள் பிறந்து ஆடுகின்றன. கண்ணைக் கசக்கிக்கொள்கிறேன். ஆனால் சற்று நேரத்துக்கெல்லாம், மீண்டும் அதே தோற்றம்.

சாலையோரத்தில் ஒரு பிச்சைக்காரி உட்கார்ந்திருக்கிறாள். அழுகிச் சொட்டும் உடல் ஒரு ஓட்டுச் சில்லால் தோளைச் சுரண்டிக் கொள்கிறாள். நீரும் ரத்தமும் கசிகின்றன. நேரே அவளிடம் போய், நிற்கிறீர்கள். இமைகள் கூழையாகிவிட்ட அவள் கண்கள் கூசி, இடுங்கி உங்களை ஏற இறங்க நோக்குகின்றன. அடையாளம் கண்டு கொண்டாற்போல் அவைகளில் ஒரு வெளிச்சம். துள்ளி எழுந்து உங்கள் மேல் விழுந்து இறுக அணைத்துக்கொள்கிறாள். வியாதியில் தடித்த உதடுகள் உங்கள் வாயைக் கவ்விக்கொள்கின்றன. உங்கள் உயிரை ஒளியை அவள் உறிஞ்சிக் குடிக்கும் கோரத்தை சகிக்க முடியாமல் முகத்தைப் பொத்திக்கொள்கிறேன்.

கொக்கரிக்கும் சிரிப்பு. கண்களிலிருந்து என் கைகளை எடுத்தபோது அவளுடைய அடையாளம் கூடக் காணோம். நீங்கள் குன்றி, குறுகி, கருகி, சப்பிய தோலாய் வாடி, வதங்கி, சுருண்டு கீழே விழுந்து கிடக்கிறீர்கள்.

அலறிக்கொண்டே, உங்களை வாரி மரத்தின் நிழலுக்கு எடுத்துத் தூக்கிச் சென்று, அங்கு மெதுவாய்க் கிடத்துகிறேன். உங்களுக்கு பிரக்ஞையில்லை. திடீரென ஈ, காக்கைகூட சொல்லிவைத்தாற்போல் அந்தப் பக்கம் காணோம். காற்றுகூட அசையவில்லை.

ஊமையாய் உங்கள் அருகில் உட்கார்ந்திருக்கிறேன். இந்தச் சமயத்தில் என் உணர்ச்சி எனக்குத் தெரியவில்லை. நெஞ்சையே ஒழித்துப் பெருக்கித் துடைத்து வைத்திருக்கிறது.

வெயில் சாய்கிறது.

பிற்பகல் மாலையாகிறது.

தென்றல் கிளம்புகிறது.

இலைகள் சலசலக்கின்றன. ஆகாயத்தில் மேகங்கள் நகர ஆரம்பிக் கின்றன. என் பார்வை அங்கிருந்து உங்கள் மேல் இறங்கியபோது தங்கள் விழிகள் என்னைச் சிந்தித்துக்கொண்டு இருக்கின்றன. அவை களில் ஒளி வெகு வேகமாய் மங்கிக்கொண்டிருக்கிறது. உதடுகள் மெதுவாய் அசைகின்றன. அவை மேல் செவியைச் சாய்த்துக் கேட்கிறேன்.

"–றவாதே"

அவ்வளவுதான். தங்கள் கருணைக் கண்கள் மூடிவிட்டன. குபீரென தங்கள் உடலிலிருந்து தாழம்பூவையொத்து, ஆனால் அது இலாது, அதனினும் மயக்கமாய், அமானுஷ்யமான பரிமளம் கிளம்புகிறது.

அதை நினைக்கும் போதெல்லாம் இப்பவும் நான் மணக்கிறேன்.

நீங்கள் மலர்ந்துவிட்டீர்கள்.

க்ஷேத்ரம்

தங்களையலாது, தங்களை நான் குருவாய் வரித்த பாவனையை வணங்குகிறேன்.

நேற்று என் கனவில் வந்தீர்கள்.

வினோதமான கனா. சமுத்திரக் கரையோரமாய், அவசர அவசர மாயப் பூமியைத் தோண்டுகிறேன். ஆழமாய்த் தோண்டுகிறேன்.

கிட்டத்தட்ட ஒரு ஆள் உயரத்திற்குத் தோண்டிய பிறகு ஒரு பெட்டி கைக்குத் தட்டுகிறது. அதை ஒரு கருநாகம் அணைத்துக் கொண்டிருக்கிறது. என்னைக் கண்டதும் மேலே ஏறிவருகிறது. வந்ததும் அதைக் கடலிலிருந்து ஒரு அலைமோதி வந்து தன்னுடன் இழுத்துச் சென்றுவிட்டது. முக்கி முனகி தூக்க முடியாமல் தூக்கிக் கொண்டு பள்ளத்திலிருந்து மேலேறுகிறேன். விளிம்பில் நீங்கள் நின்றுகொண்டிருக்கிறீர்கள். உங்கள் உடலில் முன்னிலும் தகதகப்பு ஏறியிருக்கிறது. புன்னகை புரிகிறீர்கள்.

"ஆத்மா, என்ன பண்ணுகிறாய்?"

"கண்டுபிடித்துவிட்டேன் ஸ்வாமி!"

எனக்கு மூச்சுத் திணறுகிறது. தலை வயிற்றுள் புதைந்துவிடும் போல் கனம் அழுத்துகிறது. "ஒரு கை கொடுங்களேன்!"

நீங்கள் கை கொடுக்கவில்லை. என் பேச்சு காதில் விழாதது போல் வெறுமே என்னைப் பார்த்துக்கொண்டு நிற்கிறீர்கள். அதை நானே கீழேயிறக்குகிறேன். கனம் இழந்ததும், தலை கிர்ர் என்கிறது.

கனிவுடன் என்னை நோக்குகிறீர்கள்.

"ரொம்பவும் சிரமப்பட்டுவிட்டாய்!" எனக்குப் பெருமிதம் பொங்குகிறது. என் அருகில் வந்து முதுகைத் தட்டிக் கொடுக்கிறீர்கள். ஆனால் உடனேயே உங்களை சந்தேகத்துடன் பார்க்கிறேன். இதென்ன, பங்குக்கு அஸ்திவாரமா?

"ஆத்மா, பெட்டி அகப்பட்டுவிட்டால் போதுமா, அதைத் திறக்க வேண்டாமா?"

பெட்டியைப் பூட்டியிருக்கிறது. அதனால் என்ன? சுற்றுமுற்றும் பார்க்கிறேன். பத்தடி தூரத்தில் ஒரு பாறாங்கல் கிடக்கிறது. அதைக் கொண்டு பெட்டியை உடைக்க முயல்கிறேன். பெட்டி மேல் கல்லை மோதும்போதெல்லாம் உள்ளிருக்கும் பொருள்கள் இனிய ஓசையுடன் குலுங்குகின்றன. வேர்வையில் தெப்பமாகிவிட்டேன். ஆனால் பெட்டி மூடி இம்மிகூட நகர்ந்துகொடுக்கவில்லை.

நீங்களும் எனக்கு உதவி புரியவில்லை. சௌகரியமாய்க் காலை மடித்து மணல் மேல் உட்கார்ந்து கவனித்துக்கொண்டிருக்கிறீர்கள். உங்களைப் பார்க்க எரிச்சலாய்க்கூட வருகிறது. ஒரு கைகூட கொடுக் காமல் பங்குக்கு மாத்திரம் ஆவலுடன் காத்துக்கொண்டிருக்கிறீர்களா?

"ஆத்மா, உடைக்கவோ வரவில்லை, சாவி எங்கே தேடு."

நான் உடனே அவசர அவசரமாய் பள்ளத்தில் இறங்கித் தேடுகிறேன்.

அங்கேயில்லை. சாவியை வேறெங்கே வைத்திருக்கிறதோ?

"ஆத்மா, இந்தப் பெட்டியை உடைக்க முடியாது. சாவி கொண்டுதான் திறக்க முடியும், மெதுவாய், லகுவாய், கொஞ்சலாய், ஒரு திருப்பில் திறக்கும் சாவி! ஒரே சாவி! சாவி! சாவி! சாவி!"

நீங்கள் அப்படிச் சொல்கையில், அப்படியே திறந்துவிட்டால் உள்ளிருக்கும் பொருட்களை நினைக்கையில் நாக்கில் ஜலம் ஊறுகிறது.

சாவகாசமாய் நீங்கள் எழுகிறீர்கள்.

"ஆத்மா!"

"என்ன?"

"அந்தப் பாம்பு! அதில்தான் சாவி!" எனக்குப் புரியவில்லை."

"அதுதான் சாவியை விழுங்கிவிட்டு புதையலுக்குக் காவலாய் இருந்திருக்கிறது."

நீங்கள் சொல்வது நியாயமாய், உண்மையாய்ப் படுகிறது. இனி என் செய்வது? பாம்பைத்தான் அலை அடித்துக்கொண்டு போய்விட்டதே! ஏமாந்துபோனேன். உடைக்கவும் முடியாது. திறக்கவும் முடியாத பெட்டிக்கா இத்தனை காத்திருந்து பாடுபட்டேன்!

பெட்டியை எந்த முட்டாள் எடுத்துக்கொண்டு போனால் என்ன, சாவி என்னிடம்தானே இருக்கிறது என்ற பிரஹஸ்பதியின் கதை நினைவுக்கு வந்தது. ஒருவேளை அவன் மெய்யாவே ப்ரஹஸ்பதி தானோ!

நீங்கள் அந்தப் பெட்டியை உங்கள் காலால் எற்றி ஒரு உதை விடுகிறீர்கள். பந்துபோல் அது உயர எழும்பி சுழன்றுகொண்டேபோய் நடுக்கடலில் விழுகிறது. அது விழுந்த இடத்தில் அலைகள் மலை போல் விசிறி எழுகின்றன. திரும்பிப் பார்க்கிறேன்.

நீங்கள் நின்ற இடத்தில் நீங்கள் இல்லை.

நீங்கள் உங்களுக்கென்று எதையும் வைத்துக்கொள்ளவில்லை. ஆனால் நீங்கள் சம்சாரிதான். உங்களோடு நான் இருந்தேனே!

உங்களுக்கு ஒரு பணிவிடை நான் செய்ததில்லை. செய்யவும் நீங்கள் விட்டதில்லை. ஆனால் நீங்களோ என்னைக் கூட்டிலிருந்து விழுந்துவிட்ட குஞ்சைப்போல் காப்பாற்றி வந்தீர்கள்.

இப்பொழுது என்னைத் தனியாய் விட்டுச் சென்று விட்டீர்கள்.

நீங்கள் இருக்கும்வரை தெரியவில்லை. இப்பொழுது உணர்கிறேன்.

ஆனால் நான் மாத்திரம் மனோவைத் தனியாய் விட்டு வந்துவிட வில்லையா?

மூன்று மாதக் கர்ப்பிணி.

மனோ இப்போது அடிக்கடி மனதில் வந்து நிற்கிறாள். மேனி அழகிட்டிருக்கிறது. மேல் மூச்சு வாங்குகிறது. நிறைந்த விழிகள் என்னைக் குற்றம் சாட்டுகின்றன.

நான் செய்தது நியாயமோ?

பிறகு எனக்கே தோன்றுகிறது. இல்லை, நீங்கள் தோற்றுவிக்கிறீர்கள்.

சில சமயங்களில் நேரும் செய்கைகள், தோன்றும் எண்ணங்கள், என் செயலோ, தற்செயலோ இல்லை. நீங்கள் நெஞ்சை உலுக்குகிறீர்கள். எண்ணங்கள் உதிர்கின்றன.

நியாயம் அநியாயம்
பாபம் புண்ணியம்
நல்லது கெட்டது,
இவையெல்லாம் அப்புறம். அவையே
இருக்கின்றனவோ இல்லையோ?
என் வைராக்ய பலம் எந்த மட்டும் இருக்கிறது?
அது எவ்வளவு தாங்கும்?
அதுதான் முக்கியம்
அதுவேதான் அது.
அதுவன்றி எதுவுமில்லை
எது அது? அதுதான் புரியவில்லை. மூளை குழம்புகிறது.

என் எண்ணங்களை நானே நூற்று என் மேலேயே பின்னிக்கொண்டு அவை இன்னதெனக்கூடப் புரியாது அவைகளில் சிக்குண்டு தவித்து இரையாகிக் கொண்டிருக்கிறேன்.

பசிக்கிறது, பசிக்கிறது, எப்பவும் பசித்துக்கொண்டேயிருக்கிறது.

நீங்கள் இருந்தவரை எனக்கு வயிற்றுக் குறைவேயில்லை. ஆனால் இப்பொழுது நான் ஓட்டை ஏந்தி ஊமையாய் நின்றால் யார் போடுகிறார்கள்? "நீ நோவாமல் தின்று மேனி மொழு மொழுவென வளரத்தான் நாங்கள் எங்கள் உடம்பைக் கசக்கிப் பிழிகிறோமா? எங்களுக்குக் குடும்பம் இல்லையா? உனக்கு உழைத்துப் போடத்தான் அர்ப்பணமாகியிருக்கிறோமா? இந்த வயசில் யாரை ஏமாற்றடா

பண்டார வேஷம்?" இன்னும் என்னென்னவோ ஏசி, சீறி விழு கிறார்கள். இன்று ஒருவன், அவனுக்கு என்ன ஆத்திரமோ மடிக் கொம்பால் என் முதுகில் இரண்டு போட்டே விட்டான்.

ஆண்டவனே

அவனைக் கூப்பிட்டுவிட்டால் அவன் வந்துவிட முடியுமா?

இல்லை. பக்தி வந்துவிடுமா?

பக்தி வேண்டாம்.

அவன் வேண்டாம்

எண்ணத்தின் வைராக்கியம்தான் வேண்டும்.

அது எந்த மட்டும் இருக்கிறது?

எவ்வளவு நீ தாங்குவாய்?

நீ தேடுவது உன்னை வந்து அடையும்போது அதை

ஏந்த எந்த மாட்டுக்கும் பாத்திரமாயிருக்கிறாய்?

பூமிக்கேற்ற பயிர்.

பயிருக்கேற்ற பூமி.

உன் பூமியில் எது விளையும்?

என் செவிகளை விரல்களால் அடைத்துக்கொண்டால் உங்கள் குரல் கேட்கிறது.

எண்ணங்கள் என்னுடையவை.

குரல் உங்களுடையது.

உங்கள் அருகாமையில் உங்கள் வெளிச்சம் என் மேல் விழுந்து கொண்டிருந்தவரை, என் இருள் எனக்குத் தெரியாமலிருந்தது.

இப்போது என் தனிமையில் என் இருள், அதிலிருந்து வழியும் என் கறைகள், கறைகளின் நிழல்கள், நிழல்கள் தீட்டும் உருவங்கள், உருவங்கள் – உயிர் கொண்டு, இரவு, பகல் வேளை இலாது காட்டும் பேய்கள், எல்லாம் ஆடி என்னைப் பயமுறுத்துகின்றன.

உங்கள் குரல் கேட்டுக்கொண்டிருந்த வரையில் இவைகளை நான் பாராட்டவில்லை.

ஆனால், ஒரு நாளிரவு திடீரென எனக்குப் பயங் கண்டது. எதனால்,

என்ன, எப்படி, ஏன், எதைக் கண்டு என்று விவரமாய்த் தெரியாது. வீட்டில் பெண்டு ஒண்டியாய் இருக்கையில் அன்னியன் ஒருவன் பேசாமல் உள்ளே புகுந்து கதவைத் தாழிட்டுக் கொண்டாற்போல் பயம் என் உள் புகுந்ததை என் தூக்கத்தில் உணர்ந்து வாய் குழறியபடியே விழித்துக்கொண்டேன். உங்களைக் கூப்பிடுவதாக நினைப்பு. ஆனால் உங்கள் குரல் என்னுள் கேட்கவில்லை. அது திடீரென்று தூர தூர வெகுதூரம் சென்றுவிட்டது. அதன் தூரம் இன்னும் நீண்டுகொண்டே யிருந்தது. அதனால் என்னுள் நேர்ந்த வெறிச்சிலேயே விழித்துக் கொண்டேன். என் வீடு காலியானதும் அதில் என் குரல் எழுப்பிய எதிரொலிகளே என்னை எழுப்பியிருக்கின்றன.

என்ன, வாய் குழறிக்கொண்டு எழுந்தேன். அந்தச் சமயத்தைத் திரும்பத் திரும்ப நினைவில் திருப்பினேன். திடீரென அந்த ஒலி ஞாபகத்தில் எழுந்தது. உங்களுடைய பெயர் அல்ல. நினைப்பு அப்படி. வாயிலிருந்து புறப்பட்டது.

“மனோ!”

இது என்ன ஜாலம்?

என்னவோ தெரியவில்லை. இன்று மனம் உவகை நிரம்பியிருக்கிறது. என்னுள் யாரோ கோலமிடுகிறார்கள். யாரோ பந்தாடுகிறார்கள். நெஞ்சு அப்படித் துள்ளுகிறது. உடம்பெலாம் பிய்த்துப் பிடுங்குகிறது. கண் விழித்ததே முதல் ஏதோ பண்டிகை தினம் போல், வேளையிலேயே ஓர் அழகு மிளிர்கிறது. காலை வெயில் தினத்தைவிட இன்னும் பொன்னாயிருக்கிறது.

ஒரு வாசற்குறடில் கால்களைச் சோம்பல் முறித்து நீட்டியபடி கண்களை மூடி, ஒரு பூனை படுத்திருக்கிறது. அதன் மேல் இரு குட்டிகள் விழுந்து புரண்டு விளையாடுகின்றன. சாட்டை போலும் சுழலும் தாயின் வாலை நிறுத்தப் பார்க்கின்றன. ஆனால் வால் எப்படியோ அவைகளின் பிடிக்கு நழுவி ஒரு சமயம் அவைகளை அணைத்து, ஒரு சமயம் அவைகளிடையில் சுழல்கிறது. இந்த விளையாட்டு அலுத்ததும் குட்டிகள் தாமே ஒன்றோடொன்று கட்டிப் புரண்டு உருள்கின்றன. என்னை மறந்து வெகுநேரம் பார்த்துக்கொண்டு நிற்கிறேன்.

இன்று விழித்த வேளை நல்லவேளையேதான். ஒரு வீட்டில் அழைத்து, கூடத்தில் உட்கார்த்தி இலை போட்டு சாதம் போடுகிறார்கள்.

ஒரு வயதான அம்மாள் பரிமாறுகிறாள்.

“வேணுங்கறதைக் கேட்டு வாங்கிச் சாப்பிடு. உன் தாயைப் போல் எண்ணிக்கோடாப்பா...”

எனக்குப் பேச முடியவில்லை. உதடுகள் நடுங்குகின்றன. ஓரங்களில் உறுத்திக்கொண்டு விழிகள் நிறைகின்றன. இலைமேல் தலைகவிழ்கிறது. திடீரெனப் பசிகூட இல்லை. சொல் நெஞ்சுவரை நிரம்பியிருக்கிறது.

இலையில் அன்னம் துல்லியமாய், மலராய்க் குவிந்திருக்கிறது. சுற்றி, கறி, கூட்டு, வறுவல், பச்சடி, பருப்பு எல்லாம். நெய் ஊற்றிய இடத்தில் சாதத்தின் மேல் பளபளக்கிறது. இம்மாதிரி இலையில் சாதத்தை முறையாகப் பார்த்து எத்தனை நாட்கள் ஆகிவிட்டன! இந்த உணர்ச்சியிலேயே நெஞ்சடைக்கிறது. இலையில் அன்னத்தை இப்படிக் காணும் ஏற்பாடே ஒரு தனி அழகாயிருக்கிறது. அதில் ஒரு தருமம் தெரிகிறது. சாதத்தைப் பிசைந்தால் கலைந்துவிடுமே என்று கலைக்கக்கூட மனம் வரவில்லை.

பிற்பகல்.

மெதுவாக நடந்துகொண்டிருக்கிறேன்.

சாலையோரத்தில், மரத்தடியில் ஒருத்தி மெய்ம்மறந்து தூங்குகிறாள். அவளுடைய வாயோரம் எச்சில் வழிகிறது.

அவள் குழந்தை அவளிடம் விளையாடிக்கொண்டே பால் குடித்துக் கொண்டிருக்கிறான். கொழகொழவென்ற குழந்தையின் உடலில் பால் வடிகிறது.

அவனைப் பார்த்துக்கொண்டு நிற்கிறேன். என்னைக் கண்டதும் வாயை எடுத்துவிட்டுத் திரும்பி என்னைப் பார்த்துச் சிரிக்கிறான். அவனுக்கு இப்போது பால் வேண்டியில்லை. வயிறு முட்டியிருக்கிறது.

என் நெஞ்சில் ஏதோ பிராண்டுகிறது. காலையில் கண்ட பூனைக் குட்டிகளா?

எனக்கு, என் மனோவுக்கு என்ன பிறந்திருக்கும்?

பெண்ணா? பிள்ளையா?

மாலை வருகிறது. அத்துடன் பயங்கள். சந்தேகங்கள், குழப்பங்கள் எல்லாம் கூடவே வருகின்றன. உற்சாகம் முறுக்குத் தளர்ந்து வேகம் குறைந்து, அடியோடு விழுந்தும் விடுகிறது. மனதில் ஏதோ அலுப்பு தட்டுகிறது.

இரவுக்கு ஒரு வீட்டுத் திண்ணையில் ஒதுங்குகிறேன். வாசற்கதவை யடைத்தாகிவிட்டது. ஆனால் உள்ளே இரைச்சல் கேட்கிறது.

"ஓஹ்ஹோ! அவ்வளவு தூரம் என்னை எதிர்த்துக் கேட்க ஆயிடுத்தா? கொஞ்சம் நிதானத்திலேயே இரு. அவன் வரட்டும் சொல்றேன். உன் குதிகால் மண் என்று நினைச்சுண்டிருக்கையா? நான் பிள்ளை யாய்ப் பெற்றுக் கொடுத்த அப்பறந்தாண்டீ – உனக்கு ஆம்படையான் – ஞாபகம் வெச்சுக்கோ."

"என்னம்மா இது? யார் இல்லேன்னா? நான் ஒண்ணுமே சொல்லல்லையே!"

"இல்லை, இல்லை. இதுக்கு ஒரு வழி பிறந்துதான் ஆகணும். அவன் பாவம், ஊரிலேருந்து வந்தவுடனே தர்க்கம் பண்ணுவானேன்னு விட்டு வெச்சா, நீ அதுக்குள் அவன் மண்டையைத் திறந்து உண்டை ஏத்தி, ஒண்ணுக்கொன்பதாய் உபதேசம் பண்ணிடுவே... உன்னைத் தெரியுண்டீ நேக்கு. நன்னாத் தெரியும்!"

இருந்து இருந்து இங்கு வந்து தங்கினோமா?

ஆனால் நேரம் ஆகிவிட்டது. ரொம்பவும் அலுப்பாயிருக்கிறது. திடீரென்று தூக்கம் கண்ணிமைகளை அழுத்துகிறது. சண்டையும் என்னவோ, சட்டென அடங்கிவிட்டது.

அயர்ந்து தூங்கிவிட்டேன். ஸ்னானம் செய்து, உடலின் அசதி தீர்ந்தாற்போல் ஒரு புது உணர்ச்சியுடன் விழிப்பு வந்தது. இன்னும் விடியவில்லை.

வாசற்கதவு க்ரீச்சிட்டுக்கொண்டு மெதுவாய் நகர்ந்துகொண்டே திறந்தது. ஒரு உருவம் என்னருகே வந்து திண்ணைத் தூணைக் கட்டிக்கொண்டு அதன் மேல் சாய்ந்து நின்றது. நீண்ட இமைகளில் சுருண்ட ரப்பைகளின் கீழிருந்து, பெரிய கருவிழிகள் என்னைத் துயரத்துடன் நோக்கின. மேலாக்கு காற்றில் படபடவென அடித்துக் கொண்டது. முன்றானைக் கொடுக்கு என் முகத்தில் பட்டது.

எனக்கு உடல் வெலவெலத்தது. திண்ணையிலிருந்து குதித்து ஓட்டமாய் ஓடினேன். ஒருமுறை திரும்பிப் பார்த்தேன்.

அவ்வுருவம் நிலைமாறவில்லை. அதன் பார்வை மாறவில்லை. திரும்பாமல் ஓடினேன்.

ஓடிக்கொண்டேயிருந்தேன்.

என் ஓட்டம் நின்றாகிவிட்டது.

ஆனால் நான் இன்னும் உள்ளே போகவில்லை. வாசல் திண்ணையில் உட்கார்ந்திருக்கிறேன். வாசற்கதவு தாழிட்டிருக்கிறது. உள்ளே மனோவின் குரல் கேட்கிறது. குழந்தையைக் கொஞ்சுகிறாள்.

"அது ஷமத்துடீது அரக்கு ஷமத்து ; கொள்ளை ஷமத்து! வண்டி ஷமத்து! இங்கா' குடிச்சுட்டு தூங்கப் போறதுடீது அது!"

எனக்கு உடல் பரபரக்கிறது. பலத்தைக் கூட்டிக்கொள்கிறேன். நினைவை நிலைநிறுத்திக்கொள்ளப் பார்க்கிறேன். பௌர்ணமி நிலவில் வானத்தில் நட்சத்திரக் கொள்ளை நடக்கிறது. அத்தனை நட்சத்திரங் களினிடையிலும் என் நட்சத்திரம் எனக்கு அடையாளம் தெரிகிறது. அன்றுபோல் நிலைகுலைந்து தத்தளிக்கவில்லை. ஒரு வெள்ளை மேகத்தை வெற்றியுடன் சவாரி செய்கிறது. அதைப் பார்த்து நான் தெரிந்துகொள்ள வேண்டிய அவசியமில்லை. நான் என் நிலை வந்தடைந்தாகிவிட்டது.

அப்போது, நீங்கள் உங்கள் நிலையை அடையுமுன் அருளிய உங்கள் இறுதி வார்த்தை நினைவில் எழுகிறது. மூளையில் இதுவரை ஏதோ அழுத்திப் பிடித்துக் கொண்டிருந்து இப்போது விடுபட்ட முதலெழுத்துடன் உங்கள் சொல் முழுமையின் வெற்றியுடன் எழுகிறது.

"இறவாதே"

புரிகிறது.

உங்களையலாது உங்களைக் குருவாய் வரித்த பாவனையை வணங்குகிறேன்.

உள்ளிருந்து குழந்தையின் மழலைக்குரல் அழைக்கிறது.

ஐயா

ஐயா என் பெரிய தாத்தா. என் பாட்டனாருக்குத் தமையனார்.

ஐயாத்துரை, அய்யாத்துரை, ஐயா – ஊருக்கே ஐயா – நாங்களும் உள்படத்தான்.

ஒரு தடவை அவரைப் பெரிய தாத்தா என்று முறை வைத்துக் கூப்பிட்டு நான், அவரிடம் வாங்கிய அறையை நினைக்கும்போதெல்லாம் செவி இன்னும் 'ரொய்ஞ்ஞ்...'

என் பாட்டனார் தமிழ்ப் பண்டிதர்.

குடும்பத்துக்கே சம்பாதிக்கும் பேர்வழி. அதாவது உத்தியோகம் பண்ணி – அவர் ஒருவர்தான்.

குடும்பம் பெரிது – வருவோர் போவோரும் அதிகம்.

எங்கள் வீடு ஒரு 'ஜங்ஷன்.'

பதினைந்து வயதில் என் பாட்டனார் ஒரு கனவு கண்டாராம்!

– நாங்களே கனவு காண்கிற கூட்டம்!

பிள்ளையார் அவர் வாயில் ஒரு கற்கண்டைப் போட்ட மாதிரி. மறுநாள் காலையிலிருந்தே அவர் பாட்டாய்ப் பொழிகிறார்.

இந்தப் பாடல்கள் அனேகமாய்க் குலதெய்வத்தின் பெயரில் தோத்திரங்கள்.

முழுக்க முழுக்க தோத்திரங்களுமல்ல –

கெஞ்சல்கள்

கொஞ்சல்கள்

மிஞ்சல்கள்

மிதமிஞ்சல்கள்

அதட்டல்கள்

அலுப்புகள்

மீண்டும் துதிகள், உருகல்கள்.

குடும்பத்தின் அவ்வப்போதைய தேய்வு, ஓய்வு, ஓய்ச்சல், ஒடுங்கல், ஓங்கல் நிலைமைக்கேற்றபடி.

எல்லாவற்றிற்கும் காரணமும் அவள்தான்.

விமோசனமும் அவள்தானே!

எளிய சொற்களில் சிக்கலற்ற சிந்தனை. பட்டுக் கயிறின் உரம். முகத்தில் எப்போ வெடிக்குமோ எனும் ஒரு வெகுளி.

ஆனால் அருள்வாக்கு.

அவர் சாகும்வரை புனைந்த கவிதைகள் அனைத்தையும், மணி மணியான தன் பொடியெழுத்தில் கறுப்பு மசியில் ஒரு பெரிய நோட்டுப் புத்தகத்தில் எழுதி வைத்திருந்தார்.

பின் சந்ததிகள் அந்தப் புத்தகத்தைப் பூஜையில் வைத்துக் காப்பாற்றி வந்தன; புத்தகமும் தலைமுறைகளை – அவைகளின் நம்பிக்கை, பக்தி, சிரத்தைக்கேற்ப காப்பாற்றி வந்தது.

ஆனால், போகப் போகத் தலைமுறைகளைத் தெரியுமே!

ஆனால், முழுக்கவும் தலைமுறைகளைக் குற்றம் சொல்வதற்கில்லை.

மசி மங்கி, பக்கங்கள் பழுப்பேறி மஞ்சள் பூத்து, பாளம் பாளமாய் உடைந்து... தையல் கழன்று...

ஒரு நாள் கிணற்றடியில் பேராண்டி ஒரு சின்னக் காகிதத் துண்டில் பற்பொடியை டப்பியிலிருந்து தட்டிக்கொண்டிருந்தான்.

நான் குளித்துக்கொண்டிருந்தேன்.

கறுப்பு மசியில் எழுத்துக்கள் முத்து வடிப்பது நான் நின்றவிடத்திலிருந்தே தெரிந்தது. பயல் கையிலிருந்து பிடுங்கினேன்.

'அவள் என்ன தாராமல் இருப்பாளோ...?

அவள் என்ன சத்தியம் மறந்தவளா?'

இரண்டு வரிகள்தாம்.

நெஞ்சு 'சுறீல்.' எனக்கு அழுகை வந்துவிட்டது.

அத்தனை கஷ்டத்திலும் அவ்வளவு நம்பிக்கை.

நம்பிக்கை என்று சொன்னால் கூடப் போதாது.

'உனக்காச்சு... எனக்காச்சு...' என்ற உடும்புப்பிடி.

என் தகப்பனார் புழுங்குவார். பண்டங்கள் மலிவாய்ச் செறிந்த அந்த நாட்களிலும் ராவிலோ – பகலிலும் கூட மாதம் ஒன்றிரண்டு தினங்கள் வலுப்பட்டினிகள் தவறாதாம். "அம்பாள் கண் திறக்கிறாளோ இல்லையோ, அன்றாடம் அரிசிக் கூடைக்காரி யோகாம்பாள் படியளந் தால்தான் உண்டு. அவளை விட்டால் கதியில்லை. பாவம் பார்த்து, அவள்தான் சற்று முன்னே பின்னே வாங்கிக்கொள்வாள். உலை பாட்டுக்குக் காய்ந்துகொண்டிருக்கும். அவளை எதிர்பார்த்துக் கொண்டு மன்னி கூடத்துக்கும் வாசலுக்குமாய் அலைவாள். வந்தால் வயிற்றில் பாலை வார்த்தாள். வராவிடில், அந்த உலை எங்கள் வயிற்றுக்கு மாறிவிடும்! நாங்கள் குழந்தைகள், மூலைக்கொருவர் உண்டு, பசிக்களையில் உறங்கிவிடுவோம். பெரியவர்கள் திண்ணையில் கால் மேல் கால் போட்டு உட்கார்ந்துகொண்டு பழங்கணக்குப் பேசிக்கொண்டிருப்பார்கள், வயிற்றுக்கு வழியில்லை. என்ன சவுடால் வேண்டியிருக்கோ?

என் பாட்டனார் அம்புபோல், உயரமாய், நெட்டையாய் நெருப்புச் சிவப்பாயிருப்பார் எப்பவும் சுத்தமாய் 'டீக்'காய் உடுத்தி, தமிழ்ப் பண்டிதராயினும் அவருக்கு மாப்பிள்ளை வாத்தியார் என்று பெயர்! வாரத்தில் ஒன்றிரண்டு நாள் இரவு வீடு திரும்ப மாட்டார். மன்னி மூஞ்சியைத் தொங்கப் போட்டுக்கொண்டிருப்பாள். மன்னி நல்ல மனுஷி. நல்ல கறுப்பு.

ஆனால், அது வேறு கதை.

ஐயா சந்தனக் குழம்பு நிறம்.

("அவாள் கூட்டமே வெள்ளைக்காரக் கூட்டம்னா.....! அகம்பாவம் பிடிச்ச கூட்டம், கோவிலே அவாள் குடும்பச் சொத்து மாதிரி. அம்மன் சன்னதியென்ன அவாளுக்குத்தான் குத்தகையா...? கோவில் குருக்கள் முதற்கொண்டு அவாளுக்குத்தான் கும்மியடிக்கிறார். தீபா ராதனைத் தட்டு முதல் மரியாதை அவாளுக்குத்தான். மண்டகப்படி காரர்கூட இரண்டாம் படி. அகம்பாவம் பிடிச்ச கூட்டம்!")

முகத்தில் எப்பவும் மூணு மாதத் தாடி. சடைத்தலை.

அழுக்கு. பொடிப் பழக்கம் வேறெ ஐயாவுக்குக் குளியல் என்றாலே 'அலெர்ஜி,'

அவருக்கு இருபது வயதிலேயே, மனைவி தலைப்பிரசவத்தில் இறந்துவிட்டாள். குழந்தையும் தக்கவில்லை. யார் யாரோ என்னென் னவோ சொல்லிப் பார்த்தும், அவர் மறுமணம் செய்துகொள்ள வில்லை. ஆனால் அதனால் கடைசிவரை அவர் பெயர் கறைபடவில்லை.

என் பாட்டிதான் எல்லாருக்கும் மன்னி.

மத்தியான வேளையில், சமையலறையில் பானைகள் குடையல் சத்தம். எலியில்லை. இது தனியாகத் தெரியும்.

"யாரது..."

மன்னி வரும் காலடி கேட்டு – வெல்லப் பானையுள் விட்ட கையை எடுக்க நேரமிருக்காது பானையோடு ஐயா விழுந்தடித்துக்கொண்டு கொல்லைப்புறமாய் ஓடுவார். நாங்களும் பின்னாலேயே ஓடுவோம். எங்கள் பாடு 'மோக்ஷா.'

"ஐயா.....! ஐயா.....! வியாழக்கிழமை உங்கள் அம்மா திவசம்!" மன்னி கத்துவாள். "வேறு வெல்லம் இல்லை!"

"பரவாயில்லை. என் அம்மாவுக்குத் தித்திப்பு பிடிக்காது!" ஒரு கையில் பானை. மறுகையை ஆட்டிக்கொண்டே ஐயா எதிர்க்குரல் கொடுத்துக்கொண்டே ஓடுவார்.

மாலை திரும்பியதும் எங்களுக்குத் திட்டு உதை. மன்னி வயிற்றெரிச்சலில் கத்துவாள், அழுவாள்.

ஐயா பதிலே பேசமாட்டார். திருதிருவென்று விழித்துக்கொண்டு, கூடத்தில் குந்திட்டு உட்கார்ந்த வண்ணம் கட்டாந்தரையில் சுட்டு விரலால் என்னவோ எழுதிக்கொண்டிருப்பார். எப்பவும் அவருடைய பச்சாதாப 'போஸ்' அதுதான்!

திவசத்துக்கு முதல் நாள், வயிற்றெரிச்சலில் திட்டிக்கொண்டே மன்னி வெல்லப்பானையைத் திறந்தாள்.

"ஐயோ, இதென்னடி மாயம்? இல்லி பில்லி சூன்யமா? ஐயா...! ஐயா...!"

முன்னைவிட வெல்லம் கூடுதலாகவேயிருக்கும். நல்ல வெள்ளை உருண்டை வெல்லம், ஐயா பதிலே பேசமாட்டார். கூடத்தில் குந்திட்டு உட்கார்ந்த வண்ணம் கட்டாந்தரையில் சுட்டுவிரலால்

எழுதிக்கொண்டிருப்பார். முகத்தில் ஒரு புன்னகையின் சோடை கூட இருக்காது. அதே திருட்டு முழி.

ஊரான் வீட்டு மரத்திலேறி, இளநீரைப் பறித்துக் குடிப்பார். எங்களுக்கும் கொடுப்பார். தாடி நுனியில் இளநீர் சொட்டும். எப்பவும் ஓர் அவசரம். சொந்தக்காரன் பார்த்து ஆட்சேபித்தால், அவன் செவி கூசி–செவி பொத்திக்கொள்ளும் வகையில் வாயில் வந்தபடி வைவார்.

“என்ன தைரியம் உனக்கு? என்னவோ அடிக்கிறார் போல் வரையே... எப்படிக் காலம் கெட்டுப் போச்சு பார்த்தியா? இந்தத் தென்னை மரத்துக்கு எப்படித் தண்ணீர் பாய்ச்சி, எரு போட்டு நீ காப்பாத்தினேன்னு எனக்குத் தெரியாதா...? என்னடா நீங்கள் எல்லாம் அப்பன் சேர்த்து வெச்சுட்டுப் போனதை அழிக்கிறவங்க தானேடா? உன் அப்பன் இருந்தால் நான் மரமே ஏற வேண்டாம். இளநீரைச் சீவ மட்டும் கத்தியைப் பக்கத்திலேயே வெச்சுட்டு, கைகட்டி எட்ட நிப்பான். டேய், இந்த வாழைப் பட்டைக் கத்தியைப் பார்த்தாயா? உன் அப்பன் கொடுத்ததுதான். அவன் நினைவா வெச்சிண்டிருக்கேன் இதோடு பிடி மூணு தடவை கழண்டாச்சு, ஒரு தடவையேனும் ஆணி அடிச்சுக் கொடுக்க உனக்குத் துப்பு உண்டா...”

“ஏஞ்சாமி என் சொத்துக்கு உனக்குக் கணக்குச் சொல்லியாகணுமா...? என்னவோ கேட்டால் என்னென்னவோ பேசிக்கிட்டுப் போறியே? தமிழ் அய்யா வீடுன்னு பார்க்கறேன், இல்லாட்டி.....?”

“இல்லாட்டி என்னடா பண்ணுவே? போலீசுலே பிடிச்சுக் கொடுப்பையாக்கும்! அவனும் தைரியமாய் என்னை இழுத்துண்டு போவானாக்கும் ..... நீ உன் பெண்டு பிள்ளையோட வாசல்லே நின்னு பார்த்து மகிழ்வாயாக்கும்! ஏய்! நான் உன் மாதிரி ஏத்தப் பாட்டுப் பாடி வேணா இறைச்சிருக்க மாட்டேன். ஆனால், என்னிக்கேனும் பல் தேய்ச்சு இதே மரத்தடியில் இது கன்னாயிருந்தப்போ வாய் கொப்பளிச்சிருப்பேன். அதற்கு மேல் ஜலமும் உன் இளநீரில் இல்லே, உப்புக் குரும்பை. இதுக்கு உனக்கு இவ்வளவு வாய் கிழியறது...!”

ஐயா எருமை மாட்டுக்குப் பிரசவம் பார்ப்பார். கட்டிலுக்குக் கயிறு பின்னுவார் வெகு அழகாகக் கூடை முடைவார். குடிசைக்கு ஓலைக்கூரை வேய்வார். வாழைப்பட்டையைச் சீவிச் சுரண்டி இலை தைப்பார். இடுப்பில் எப்பவும் வாழைப்பட்டைக் கத்தி செருகியிருக்கும். பளப்பள...”

கோலம் போட்டால் இன்று முழுக்கப் பார்த்துக்கொண்டேயிருக்கலாம்! பொம்மனாட்டிகள் பார்த்துக்கொண்டிருப்பார்கள்.

எடுபிடி வேலைக்கு ஐயாவைக் கூப்பிடு! ஆனால், ஐயாவை நம்ப

முடியாது. இஷ்டமில்லாவிட்டால் இடையில் அப்படியே விட்டுப் போய்விடுவார்.

படிப்பு வாசனையும் அறவே கிடையாது.

உருப்படியாக உதவாத ஐயா. ஆனால், யாருக்கும் வேண்டியவர், ஐயா, பண்ணுறதெல்லாம் அக்ரமம்; ஆனால் பொருட்டாய் எடுத்துக்கொள்ள மாட்டார்கள்.

அள்ளிச் செருகி அடி கனத்த வேட்டியின் தலைப்பைப் பிடித்த வண்ணம் அடிமேல் அடி வைத்து ஐயா உள்ளே நுழைவார்.

"அவன் இருக்கானா..?" 'அவன்' என் தாத்தா.

வேட்டித் தலைப்பைக் கீழே விட்டதும் பச்சைப் பசேலென்று அப்போதுதான் பறித்த கத்திரிக்காய் கூடத்தில் நாலா பக்கமும் சிதறி உருண்டோடும்.

"என்ன ஐயா அது? இன்னிக் காலையில்தான் பொடிக்கு காசில்லேன்னு மூக்கால் அழுதேள்...?"

ஐயா கத்திரிக்காயை நறுக்க ஆரம்பிச்சாச்சு. எப்பவும் இடுப்பில் செருகிய வாழைப்பட்டைக் கத்தி துண்டிக்காமல் அடிவரை நாலாய்ப் பிளந்து – குட்டி குட்டியா – குண்டு குண்டா குழந்தை கத்திரிக்காய். மருந்துக்கு ஒரு விரை? ஊஹூம்... வெண்ணெய், வெண்ணெய்.

"மன்னி, குழம்பு உருளியை அடுப்பில் போடு! ஊம் – சுருக்க! மஞ்சள் பொடியைக் கொஞ்சம் கூடவே போடு. காய் வேக ஆரம்பிச்சு நிறம் மாறினதும் அதுக்கே அதன் அடையாளம் தெரியாது. அப்புறம் உனக்கென்ன? வாசல் கதவை மட்டும் சத்தே ஒருக்களி..."

அது உருளியல்ல. கிட்டத்தட்ட ஒரு சின்ன அண்டா. குடும்பமும் பெரிசு. கொஞ்ச நேரத்தில் குழம்பு காய்கையிலேயே வாசனை கூடத்தைத் தூக்கும். பருப்பா, மண்ணாங்கட்டியா? எல்லாம் மன்னியின் கைவாஸம்தான்! வேளை பொழுது இல்லாத எங்கள் ஓயாப் பசிதான். இழுத்துக் கட்டிப்பிடித்த இந்த வயிறுக்கு எப்போதேனும் விடுதலை வேண்டாமா? ஏதோ ஒரு நியாயம்தானே தன்னை இந்தச் சமயம் செலுத்திக்கொள்வதாகவே எங்களுக்குத் தோன்றிற்று.

வயிற்றின் நியாயம்.

எல்லாரும் ஓர் 'இழு இழுப்போம், ஆமாம்! மன்னியும், மற்ற பெண்டுகளும் சேர்ந்துதான். அதுவும் எங்கள் அத்தைப் பாட்டி ஒரு காலை நீட்டியபடி வெறும் குழம்பைத் தேனாட்டம் உள்ளங்கை யில் சொட்டிக்கொண்டு – நாக்கை ஒவ்வொரு தடவையும் டொக்

டொக்கென்று கொட்டிக்கொண்டு, உள் தொண்டை வரை இழுப்பது இன்னும் நினைவிருக்கிறது.

"தேவாமிர்தம்! தேவாமிர்தம்!"

பண்ணின அரைமணியில் அண்டா – இல்லை உருளி – இல்லை அண்டா சரி என்னவோ காலி. எங்கள் பாடு திணறிப் போகும். உண்ட சிரமம் சாப்பிட்ட இடத்திலேயே சாய்வோம், கைகாயும். "அடே கையலம்புங்கடா. கை காய் ஆகாதுடா!"

"சரிதான் போ மன்னி!"

ஆனால், ஐயாவின் பாம்பு வயிற்றில் அவ்வளவு உணவும் எங்கே 'பாக்' ஆகுமோ? வயிறு குழியும்.

நாங்கள் வாண்டுகள். எங்களுக்கு நினைவு தெரிந்த நாள் முதல். ஐயாவின் வாழ்க்கைக் கதியே இப்படித்தான். சொன்னதையே நாங்கள் திரும்பத் திரும்பச் சொல்லிக் கொண்டிருந்தாலும் ஐயாவின் ப்ரபாவம் எங்களுக்கு அலுக்காது. எங்களுக்குச் சரியாக எங்களோடு பேசிச் சிரித்து விளையாட வேறு யார்...?

பிறகு...

இது ஒரு நீண்ட பிறகு.

பிறகு ஐயாவுக்கு மெய்க்காவல் வேலை கிடைத்தது. அதாவது கோவில் வாட்ச்மேன். வேலை ஒன்றும் காலியாயில்லே... ஐயாவுக் கென்றே வேலை போட்டுக் கொடுத்தார்கள்! இதற்குத் தனிப்பட்ட காரணங்களை எப்படிக் கணக்கெடுப்பது....?

உள்ளூர் என்பது ஒன்றாயிருக்கலாம்.

எங்கள் குடும்பத்துக்கே கோவில் மேல் இருந்த அலாதி பக்தி, அதனால் தர்மகர்த்தாக்களுக்கு இந்தக் குடும்பத்தின் மேல் உள்ள தனி மதிப்பு. அம்பாளை பள்ளியறையில் கொண்டு போய்விட்டு, அங்கு தன் பாட்டுக்களைத் தன் இனிய வெண்கலக் குரலில் பாடி வீட்டுக்கு வந்தபின்தான் தாத்தா சாப்பிடுவார்.

இந்த மனுஷன் ஐயாத்துரை உதவாக்கரையா இத்தனை நாள் கழிச்சாச்சு. இப்போதிருந்தேனும் தானும் ஏதோ வேலைக்குப் போனோம்னு ஒரு திருப்தி அவருக்குக் கிடைக்கட்டுமே என்றும் இருக்கலாம்!

தவிர முக்யம், மனுஷனுக்குத் தைரியம் ஜாஸ்தி, 'பயம்னா வீசை என்ன விலை?' என்பார்.

ஒருமுறை பக்கத்தூரில் டென்ட் சினிமா பார்த்துவிட்டு நள்ளிரவில், கழனிக் காட்டில் குறுக்கு வழியில் திரும்பி வருகையில், 'புஸ்..ஸ்..ஸ்...'

காலைச் சுற்றின பாம்பு கடிக்காமல் விடாது என்பார்கள்! ஆனால், காலைச் சுற்றினதைப் பிய்த்துத் தூர வீசியெறிந்த அந்தக் கண்ணிமைக்கும் நேரத்துக்கும் குறைந்த அந்தச் சுருக்கை, அந்தத் தீரத்தை...

நாங்கள் பெருமையடித்துக்கொள்ளவில்லை, எங்கள் ஐயா என்பதால் ஒண்ணுக்கு ஒன்பதாய்க் கப்ஸ் அளிக்கிறோம் என்பீர்கள். நடந்ததுக்கெல்லாம் ஐயாவுடன் சினிமாவுக்குப் போனவர்கள் அத்தனை பேரும் சாட்சி. தானே சினிமா போக ஐயாவிடம் துட்டு ஏது...? மடியை உதறினால், அதில் முடிச்சிருந்தால், அது ஞாபக முடிச்சாயிருக்கும்!

எங்களைப் பொறுத்தவரை ஐயாவின் சம்பளம் எப்படியேனும் போகட்டும், வாஸ்தவத்தில் சம்பளத்துக்கும் ஐயாவுக்கும் சம்பந்தம் ரசீதில் கட்டை விரல் பதிவோடு சரி, தொகை ஆபீஸ் பையன் மூலம் நேரே மன்னியிடம் போய்விடும். ஐயாவின் இஷ்டமும் அதுதான். "நான் பணத்தை வெச்சுண்டு என்ன பண்ணப் போறேன்?"

மண்டகப்படி நைவேத்தியத்தை மடப்பள்ளியிலிருந்து சன்னிதானத் துக்குக் கொண்டுவந்து வைத்தால் ஐயாவுக்குச் சில்லறை உண்டு, "டேயப்பா, என் பொடிக்கு ஏராளம்!"

நைவேத்தியத்தில் வேறெ வெட்டு.

தவிர இரண்டு வேளையும் வேளைக்கு இரண்டு பட்டை... இப்போ மாதிரி சூம்பி, உசிரே போய் இருக்காது. கடுகு, மிளகாய் தாளித்து, தயிரைத் தாராளமாய்த் தெளித்திருக்கும். இளக்கி, நாலு பேர் தாராளமாய்ச் சாப்பிடலாம். எங்கள் பாடு வேட்டைதான். வீடே இப்போ முன்னைவிடப் பச்சைதான்.

நாளடைவில் நாங்களே மூஞ்சியைத் தூக்கிக்கொள்ளுமளவுக்கு எங்களுக்கு மிதப்பாகிவிட்டது.

"என்ன ஐயா, தினமும் சுண்டல்தானா? வடையும் வெடக்குவெடக் குன்னு பாயாசத்தை ஆள் மூலம் கூஜாவில் அனுப்பிச்சுடுங்கோளேன்! நீங்கள் கொண்டுவரத்துக்குள் ஆறிப்போயிடறது – ஐயா ஏதேனும் மாறுதலாய்க் கிடையாதா? பஞ்சாமிர்தம் ஜிஞ்சாமிர்தம் – இல்லை? அதை நீங்கள் அங்கேயே பார்த்துடறேளா...?"

மாட்டார். எங்களுக்குத் தெரியாதா?

ஐயாவுக்கு ட்யூட்டி மாலை ஆறு மணிக்குத் தொடங்கும். கிழங்கு போல் வெள்ளியில் பூணும் கொண்டையும் போட்ட தடியை வேலைக்கு

வந்ததும் வழங்கிவிட்டு, இரவு பத்துக்குக் கோயில் கணக்காபீஸ் மூடும் போது பிடுங்கிக்கொண்டு விடுவார்கள். ஓரளவுக்கு ஒழுங்காய்க் குளித்து முகமும் மழித்து, முடியை வாரி, வெள்ளை ஆடை – ஈதெல்லாம் சேர்த்து முதன் முதலாய் நாங்கள் ஐயாவைப் பார்க்கையில் எங்களுக்குத் திகைப்பாகிவிட்டது. ஐயா 'துரை' தன் முழுப் பெயராகிவிட்டார்!

சிப்பந்திகளும் போய், கோவில் காலியாகிவிட்ட பின், உள் பிராகாரக் கதவைப் பின்தாழிட்டுக்கொண்டு, வெறுங்கழியுடன் ஐயா உள்ளே ரோந்து சுற்றுவார் அல்லது நடராஜர் சன்னதியில் ஒரு தூண்டியில் துண்டை விரித்துப் போட்டுத் தூங்குவார். அல்லது கொட்டு கொட்டென விழித்துக்கொண்டிருப்பார். உயர வௌவாலும் தூரிஞ்சலும் வேட்டையாடும். சிலைகளின் மேல் பெருச்சாளி ஓடும். நடராஜர். அடுத்த திருவாதிரை வரை, கட்டிய பஞ்சகச்சம் நலுங்காமல், முகத்தில் அவருடைய ரகஸ்யப் புன்னகை தவழ, ஆனந்தமாய்த் தொங்கிக்கொண்டிருப்பார். சரியாக மூடாத குழாயாயுமிருக்கலாம். எல்லாம் அவரவர் எண்ணத்துக்கு ஏற்றபடி அவரவர் பூத்ததுக்குத் தக்கபடி.

ஒருநாள் ஐயா, ட்யூட்டி முடிந்து வழக்க நேரத்துக்கு வீடு திரும்பவில்லை.

முதல் நாள் வெள்ளிக்கிழமை. கோவில் சிப்பந்திகள் எல்லாருக்குமே அன்று வேலை கசர் வாங்கும். அரை டஜன் அபிஷேகங்களுக்குக் குறையாது. தனித்தனி அலங்காரம், நைவேத்தியம், ஸஹஸ்ரநாமம் ஓயும்போது நிசி தாண்டிவிடும். கடைசி அலங்காரத்தைக் கலைக்கத் தென்பு இல்லாமல், நகைகளை மட்டும் கழற்றி தர்மகர்த்தாவிடம் கொடுத்துவிட்டு, பெரிய சாவிக் கொத்தை ஐயாவிடம் வீசியெறிந்து விட்டு எல்லாம் நீ பூட்டிக்கோ வைத்தி குருக்கள் (அவர்தான் 'ஹெட்') வீட்டுக்குப் போயிடுவார். தீபாராதனைத் தட்டில் தனியா விழுந்த 'சில்லறையை (சில்லறையா? நூற்றுக்கணக்கில் தேறும்) எண்ணிப் பங்கீடு பண்ணக்கூட மனமும் உடலும் அசத்தும்.

"எல்லாம் நாளைக்கிப் பார்த்துக்கலாம், ஓடிப் போயிடமாட்டேன். தரித்ரபுத்திகள்! இதனால் தான் கையில் அள்ளற மாதிரி கண்டும் நாம் உருப்படறதில்லே" என்று மற்ற சிப்பந்திகளை ஆசிர்வாதம் பண்ணிவிட்டு, எல்லாவற்றையும் மடியில் கொட்டிக்கொண்டு போய் விடுவார்.

நேரம் ஆக ஆக அத்தைப் பாட்டிக்கு வயிற்றில் குதிரைக் குட்டி உதை தாங்க முடியவில்லை. உடன்பிறப்பு இல்லையா? என்றைக்குமில்லாமல் இன்றுமட்டும் எங்களுக்கே எங்கள் கவலை புரியவில்லை.

அசதி மறதியாக, அம்பாள் கழுத்தில் ஏதேனும் விட்டுப்போய்,

அது ஐயா கண்ணில்பட்டு – வேலைக்காரன் மயக்கப் பொடியைத் தூவிட்டான்னா? – கையும் பிடியுமா மாட்டிண்டுட்டாரா? அப்படி ஏதேனும் நடந்திருந்தால் இத்தனை நாழி ஊரே கொல்லாகியிருக்குமே!

“நீங்கள்தான் கோவில் பக்கம் போய்ப் பாருங்களேன்!” தாத்தா காதிலேயே வாங்கிக்கொள்ளவில்லை. அவர் பாட்டுக்கு நோட்டுப் புத்தகத்தில் எழுதிக்கொண்டிருந்தார்.

“...தாராமல் இருப்பாளோ அவள் என்ன சத்தியம் மறந்தவளோ?”

“ஐயா இதோ வராண்டி?” அத்தைப் பாட்டி அறைகூவினாள்.

குடிகாரன் போல் தள்ளாடித் தள்ளாடி ஓர் உருவம் உள்ளே வந்து, கூடத்தில் தொப்பென்று விழுந்து உருண்டு கட்டையாகி விட்டது. எங்களுக்கு உடல் வெலவெலத்துவிட்டது.

ஐயாவுக்கு உடல் மழுவாய்க் காய்ந்தது. அத்தைப் பாட்டி நாடியைப் பிடித்தாள். நாடியில் நிபுணியாம்! வைத்தியர் விசுவநாதன் செட்டியார் சொல்லுவார். “நாங்கள் பரம்பரை வைத்யம்தான், நாடி பார்ப்பதில் எச்சுமி அம்மாவுக்கெதிர் நாங்கள் நிக்க முடியுமா? இத்தனைக்கும் என் அப்பாகிட்டே விளையாட்டா கத்துண்டதுதான். குருவை மிஞ் சின சிஷ்யை ஆயிட்டாங்க. அதெல்லாம் பிறவி கொடுப்பனை!”

அத்தை முகம் மாறிற்று “ராமா!” அத்தை குரல் கணீர். விலங்குக்கு விலங்கு கூவல்.

தாத்தா ஓடி வந்தார்.

“ஐயா கையில் தேவதூது பேசறதுடா.”

அப்படியென்றால் என்ன? எங்களுக்குத் தெரியாது. ஆனால் அடிவ யிற்றில் ஏதோ ஒரு ‘சில்’ இது ஏதோ விலங்கு பாஷை. எல்லாம் தெரியாது. ஆனால் ஒண்ணும் புரியல்லே.

ஐயாவின் தலையைத் தாத்தா தோளில் தாங்கிக்கொண்டார். அத்தை பக்கத்தில் மொய்த்தாள்.

இப்பொக்கூட அந்தக் காட்சி கண்முன் தொண்டையில்தான் எழுகிறது. மூணும் ஒரே தொப்புள் கொடி. மூவரும் ஒரு கொத்து. நாங்கள் கூட பிறகுதான். அந்த மாட்டுக்கும் வேறுதான்.

வெறிபிடித்த கூட்டம். என்ன வெறி?

“ஐயா, என்ன நடந்தது?”

ஐயா எங்களைப் பார்த்துக்கொண்டிருந்தாரேயன்றி பார்வை எங்கள் மேல் இல்லை. பன்னிரண்டாயிரம் மைல்களுக்கு அப்பால். பதினெட்டாயிரம் வருடங்களுக்கு முன் எதன் மேலோ பதிந்திருந்தது. வார்த்தைகள் அங்கிருந்து வந்தன.

"– அசந்து தூங்கிப் போயிட்டேன். வெடுக்குனு உதறிண்டு முழிப்பு வந்தது. ஒரேயிருட்டு. ஓர் அகலில் மட்டும் முத்துப் பொறி, எதிரே, யார் நிக்கறா? அலறிப் புடைச்சுண்டு எழுந்திருந்தேன், இல்லை, வாயடைச்சுப் போச்சு. கைகால் விழுந்து போச்சு.

"முகம் மூஞ்சினு உருப்படியா தெரியவில்லை. தெரியாமலுமில்லே. ஏதோ கோட்டுக்குள் அடைச்ச இருட்டில் மூக்குத்தி திகுதிகு அதைவிட கண்கள். எனக்குக் கண் கூசறது. நெற்றியில் குங்குமம் சுடர் விடறது. சிவப்புப் பாவாடை. நீலத் தாவணி...."

தாத்தாவின் கண்கள் விரிந்தன. பேச்சு, மூச்சாய் வந்தது. நேற்று கடைசி அலங்காரம். மளிகைக் கடை சபாபதி நாடான் மண்டகப்படி.

"–தோளில் பச்சைக்கிளி. தலையை ஸொஸா திரும்பித் திரும்பிப் பார்த்துண்டு. "எங்களுக்கு எலும்பெல்லாம் உருகி அங்கங்கே கட்டி தட்டிண்டு தொண்டையை ஓரே அமுக்காய் அமுக்கி....

"இரை தின்ன பாம்பு மாதிரி முழங்காலில் இடிக்கறது பின்னல், என்னைப் பார்த்தது சிரிச்சுண்டு, ஒரு கையால் பின்னலைச் சுழட்டிண்டு நிக்கறா. சிரிப்பா? கண்ணா? எதன் ஒளி கூட? அப்பா எனக்குக் கண்ணைப் பறிக்கிறது. கண்ணை இறுக மூடிண்டு என்னை அழுத்தற பயத்தை ஒருவழியா உதறிண்டு எழுந்திருந்தேன். 'ஹத்து தேவடியா முண்டை எட்ட ஓடு! எப்படி உள்ளே வந்தே?' உரக்க சிரிச்சுண்டே பின்னலைச் சுழட்டிண்டே கர்பக்ரஹத்துள் ஓடிப் போயிட்ட அந்தச் சிரிப்பு..."

– செவிகளைப் பொத்திய வண்ணம், மரண அடிபட்ட விலங்கு போல் ஐயா அலையாடினார்.

தாத்தாவுக்கு முகம் பிசைந்தது. ஐயாவின் முதுகிலும் முகத்திலும் பளார் பளார் என்று அறைந்தார்.

"ஐயா பாவி! ஜன்மேதி ஜன்மமாய்க் காத்திண்டிருக்கிற வாளுக்கும் கிடைக்காத பேறு நிமிஷத்தில் அடைஞ்சுட்டு நிமிஷமாய்க் குடிகெடுத்துட்டியே! உன்னைப் போல் பாக்யவான் உண்டா? பாவியும் உண்டா? என் பாட்டையும் நோட்டையும் தூக்கி உடைப்பில் போடு.."

ஐயாவைக் கட்டிண்டு கதறினார். எங்களுக்குப் பயமாயிருந்தது.

ஐயா படுக்கையை விட்டு எழ வாரம் ஆயிற்று. அவர் யாரோடும் பேசவில்லை, கஞ்சியோ, ரஸமோ கொடுத்தால் உண்டு. இல்லையேல் இல்லை.

எட்டாம் நாள் காலை வாயில் பல்குச்சியை மாட்டிக்கொண்டு போனவர்தான் – தேடாத இடம் பாக்கியில்லை.

கிணறு, குளம், ஏரி, ஆறு வடிகட்டிப் பார்த்தாச்சு. எங்கள் முட்டாள்தனம் எங்களுக்கே தெரியும். சீ ன்னு சுறாமீனுக்கு அதன் மண்டையில் தட்டிக் காட்டுவான் மன்னன்...

திரும்பி வரவேயில்லை.

கஸ்தூரி

பக்கத்து வீட்டில் குடி கூட வந்தாகிவிட்டது. அட்டை தொங்குமுன் 'காலி' மோப்பம் எப்படித்தான் எட்டுகிறதோ?

இவ்வீட்டையும் அடுத்த அகத்தையும் இணைத்து இரவும் திறந்தபடியிருந்த கதவை அடைத்தாகிவிட்டது. முதன்முதலில் திறந்து வைத்தது கூட மறந்துபோக, திறந்தேயிருந்த கதவு. ஒருநாள் மூடிவிடும். மூடியே விட்டது. அதற்குத்தான் கதவே, எனும் உண்மையின் உணர்விலேயே முதுகுத்தண்டு சில்லிடுகிறது. நெஞ்சில் இருள் திரள்கிறது. சே, இனி இங்கிருக்க இயலாது. நானும் வேறு இடம் பார்க்க வேண்டியதுதான்.

போய் எட்டு நாள் ஆகிவிட்டது. ஆனால், கஸ்தூரி மணம் விடாது இன்னும் வீட்டில் கமழ்கிறது. எதைச் சாக்கிட்டேனும்.

குழந்தை ஊமையடிபட்டவனாய் தாழ்வாரத்துத் தூண்களைச் சுற்றிச் சுற்றி வருகிறான்.

"கச்சூவி மாமா எங்கேப்பா?"

வருவாரம் சதாபிஷேகத்துக்குக் காத்திருக்கும் எதிர்வீட்டுப் பட்டு சாஸ்திரிகளிடமிருந்து சாவித்ரிக்கு இனிப் பிறக்கப்போகும் பாப்பாவரை யாருக்கும் கஸ்தூரியானதால், கஸ்தூரிக்குக் கௌரவம் குறைந்து விடவில்லை. பெருமை இன்னும் கூடத்தான். பொறாமையைக் கிளறாது. பிரியத்தையே கூட்டும் அதிசயம் வெகு சிலருக்கே தனியாக வாய்ந்த

வரம். அவர்கள் ஆத்ம சக்தி தூவும் சொக்குப் பொடி. அடே கஸ்தூரி, உனக்கு அமைந்த பேரடா!

நம் ஒற்றுமையைத் தெருவின் கண்ணே சுட்டுவிட்டதடா! நெருப்பில் நல்ல நெருப்பு, பொல்லா நெருப்பு இரண்டுமே சுடுநெருப்புத்தானே!

நாமிருவரும் ஆபீஸுக்குப் போகும்போது எத்தனை முறை சிவப்புத் தலைப்பா எச்சரித்திருக்கிறது! "இந்த மாதிரி பக்கத்தில் தோளைத் தொட்டுக்கிட்டுத் தெருவை அடைச்சுக்கிட்டு சைக்கிள் விடாதீங்க ஸார்!" ஆனால், கேட்டோமோ? ஆனால், ஒருதரமேனும் கேஸ் எழுத 344க்கு மனமில்லை. திருப்பத்தில் நாம் வரும்போதே பாராது போல், சிரிப்பையடக்கிக்கொண்டே திரும்பிக்கொள்வான்.

ஒருதடவை நினைவிருக்கிறதா? பேச்சு ஸ்வாரஸ்யத்தில் தராசு பிசகி, சைக்கிளோடு சைக்கிள் மோதி முடிந்துகொண்டு நாம் நடுவில் விழுந்து மாட்டிக்கொண்டு, பின்னால் 'பூம் பூம்!' ப்ரேக்குகளின் க்றீச் – எப்படியடா என்னை அப்படியொரு குண்டுக்கட்டாய்த் தூக்கிக்கொண்டு ப்ளாட்பாரத்திற்கு ஒரு தாவு தாவினாய்?

பிறகு அதைப்பற்றிப் பாராட்டாய் ஒரு வார்த்தைக்குக் கூட யாருக்கும் நீ இடம் விடவில்லை. சாவித்ரி கண்கலங்கினபோது அவள் வாய் பேசாள், மனந்தாங்காள் "என்ன மன்னி? உன் அகமுடையானைப் பத்திரமாய் உன்னிடம் சேர்த்த பின் ஏன் அழுகை? சேர்த்தேனே என்றா?" என்று கேலி பண்ணினாய்.

"அந்த மாதிரி சமயங்களில், மனிதன், தான் கதாநாயகனாகத் திட்டமிட்டா காரியம் செய்கிறான். அப்போ நான் நானாவாயிருந் தேன்? எனக்கு என் உயிர் வெல்லமாயிருந்தது. கீர்த்திக்கு ஆயுசு கெட்டியாயிருந்தது அவ்வளவுதான். வேளை சரியாயிருந்தால் எல்லாம் சரி. எல்லாம் சரி. எல்லாம் உன்னாலும் என்னாலும் நம்மாலுமில்லை என்று எப்போத்தான் தெரிந்துகொள்வோமோ?"

அதேபோல் கார்த்திகையன்று கிட்டுவின் சொக்காய் அகல் சுடரில் பற்றிக்கொண்ட போது இப்போ நினைத்தால் கூட உடல் பறக்கிறது. நிமிஷத்தில் குழந்தை அப்படியே ஜோதியாகவே அன்றோ மாறி விட்டான்! நானும் பெற்றவன். அவளும் பெற்றவள்தான். ஆனால் ஓலமிட்டபடி சுற்றிச் சுற்றி வருவது தவிர என்ன தெரிகிறது? ஆனால் குறுக்குச் சுவரின் வாசல் வழி நீ தாய்ப்பசு போல் பாய்ந்து வந்தது இமைச் சிமிழில் மையாகி எடுத்தெடுத்து இட்டுக் கொள்ள இன்னும் அலுக்கவில்லையடா! இடுப்பு வேட்டியை அவிழ்த்துக்கிட்டு மேல் போட்டு மூடி கெட்டியாய்க் கட்டிக்கொண்டு நீ தரையில் உருண்ட காட்சியை பயமுறைந்து கல்லாய்ப்போன எங்கள் மனத்தில் உளியால் எழுதிவிட்டாய்.

எனக்கு அழுகை வந்துவிட்டது.

"கஸ்தூரி, நீ எங்கள் தெய்வண்டாம் என்று ஏதோ குழறிக்கொண்டு விரித்த கையுடன் நான் உன்னிடம் ஓடி வந்த போது உனக்கு மெய்யாகவே கோபம் வந்துவிட்டது. என் கையை உதறினாய்.

ஏன், உன் உயிர்தான் உசத்தியோ? குழந்தை உயிர் கொசரா? கணக்கில்லையா?

திருப்ப முடியாக் கடன்களாகிவிட்ட செயல்களை அலட்சியமாய்ப் பந்தாடி, மணம் வீசும் பேச்சுக்களால் எங்கள் மனதுக்கினியவனாகி விட்டாய்.

முகராசி என்பது தனிதாண்டா! நான் உத்யோகத்திலமர எவ்வளவு அலைந்திருப்பேன்! பார்க்கலாம், நாளை வாரும், இன்று நேரமில்லை. இன்னொரு நாள் – இப்படியே அலுக்காத மழுப்பல்களுக்கு நானும் தளராது மிரளாது எத்தனை தரம் படி மிதித்திருப்பேன். ஆனால் அதே ஆபிஸில் அதே துரையிடம் நான் உன்னைக் கொண்டுபோய் நிறுத்தினதும் அவர் அப்படியாயிருந்தார்? இத்தனைக்கும் நான் உனக்காக சிப்பக்கட்டு கட்டவில்லை. உள்ளதைத்தானே சொன்னேன்.

"ஸார், இன்று காலை இவர் தன் மனைவி சகிதம் என் வீட்டுக்கு வந்தார். (உன் பெயர்கூட அப்போது நான் அறியேன்) "நேரே ரயிலடியிருந்து வருகிறோம். எங்கள் கட்டு சாதத்தைச் சாப்பிட இடமும் இலையும் ஜலமும் வேணும்" என்று கேட்டார். பிறகு பேச்சுவாக்கில் வேலை தேடும் படலமாய்ப் பட்டணம் வந்திருக்கிறார் என்று தெரிந்து, நம் ஆபீஸில் காலியிருக்கிறதே, அதற்குத் தேவையான படிப்பும் யோக்யதையும் தனக்கு உண்டென்று சொல்கிறாரே என்று உங்களிடம் கொண்டு வந்தேன். உங்களிஷ்டம், உங்கள் பொறுப்பு. இன்று காலை முன் இவர் ஒருவர் உண்டு என்றுகூட எனக்குத் தெரியாது."

உன்னை அவன் பண்ணினது உண்மையில் பரீட்சையா?

அது விஷயத்தில் எனக்குக்கூட மனத்தாங்கல்தான். துரையை ஒரு சமயம் கேட்டும் விட்டேன். "ஏன் சார், என்னை இவ்வளவு சுலபமாய் விட்டீர்களா?" ஆனால் அவனும் லேசுப்பட்டவனா? "அதனால்தானே கீர்த்தி இப்போ நீங்கள் இட்டது சட்டமாயிருக்கிறது!" என மழுப்பிவிட்டான்.

இப்போது பின்னோக்குகையில் வேலை வேணுமென்று என்னை நீ கேட்கக்கூடவில்லை. ஆனால் அன்று மாலை வந்ததும் உன் மனைவியிடம் நீ சொன்னதை மறக்க முடியாது.

"மங்கை, இவர் பெயர் சத்யகீர்த்தி. மன்னி பேர் சாவித்ரி. இவர்கள் பேரும் உறவும் சேர்ந்த இடத்தில் சத்யம் வாசம் பண்ணுவதால்தான் இந்த வாசல் மிதித்ததுமே நமக்கு வேளை வந்துவிட்டது."

நீ சொன்னதில் முகத்துடைப்பில்லை. வெறும் வாய்ச்சாலக்கில்லை. நன்றி அறிவிப்பு என்றுமில்லை. ஆவேசம் வந்தாற்போல் உன் முகம் குங்குமமாகிவிட்டது. வெறும் பேரின் வாய்ப்பிலேயே சொல்லுக்கு வல்லமை தந்து பேரை மந்திரமாக்கி, அதைச் சத்தியத்தின் உக்கிரமாய் வரவழைத்து அவ்வுக்கிரத்தைத் தாங்கிக்கொண்ட ருத்ரமூர்த்தியாய் அந்நிமிஷம் உன்னை நான் கண்டதும் எனக்கு உடல் முழுவதும் புல்லரித்துப் பிழிந்த மாதிரியாகிவிட்டது. பேரளவில் சொல்லளவில், சத்யகீர்த்தி யென்றதால், செயலாகிவிடுவேனோ? ஆனால் திடீரெனச் சொல்லுக்கும், செயலுக்கும் இடைக்கோடு உன் ருத்திரத்தில் அழிந்ததும் ப்ரளயம் புரண்டெழுந்து ஒரு கணம் என் மேல் மூடி உடல் கிடுகிடுத்துத் தலை 'கிர்ர்'ரிட்டது.

எனக்கு நினைவு வந்தபோது, நீ என்னைத் தாங்கிக்கொண்டிருந்தாய். என் விரலால் உன் முகம் தொட்டேன். உன் முகம் தழல் தணிந்து நிழலுக்குத் திரும்பிவிட்டது.

என்ன நேர்ந்தது கஸ்தூரி?

நீ எனக்கு என்ன செய்துவிட்டாய்? சமயங்களில் நீ புரிவதில்லை. ஆனால் உன் பேச்சில் லாகிரி இருக்கிறது.

உனக்கு வேலை கிடைத்த விதம் பற்றிப் பேச்செழும்போதெல்லாம் நீ பெருமை கொள்வாய். "என்ன மங்கை , நான் சொன்னது நிஜமாச்சு பார்த்தையா? நீ மூக்கால் அழும்போதெல்லாம் ஆண்டவன் நம்மைக் கைவிட மாட்டான், கைவிட மாட்டான் என்று எத்தனை தரம் படித்திருப்பேன்! நீயே பார்த்துக்கொள். தெரியாவிட்டால் இப்போ தெரிஞ்சுக்கோ. அவனை விட்டால் நமக்குக் கதியில்லை. நம்மை விட்டால் அவனுக்கு வழியில்லை. எதற்கும் வேளை வரணும். வேளையேதான் தெய்வம். வேளை வந்தால் தெய்வம் வந்தது. தெய்வம் வந்தால் வேளை வந்தது. வேளை வந்து வேலை கொடுப்பதை யார் தடுக்க முடியும்? காலத்தின் விளிம்பில் வேளை எப்பவும் தளும்பி நிற்கிறது."

அவன் அப்படிச் சொன்னதும் நக்ஷத்ரம் உதிர்ந்தது.

இரவு முதிர்ந்த வேளையில் வாசற்குறட்டில் உரு விளங்கா மையிருளில் கணகணவெனும் அவன் குரலும் மார் தட்டலும் தமக்கெனத் தனி உயிர் கொண்டு என்னை எட்டிப் பற்றுகையில், வியப்புறுவேன்.

இந்தச் சின்ன வயதில் ஆண்டவன் மேல் இவ்வளவு பற்றுதலா? இதென்ன பக்தி மீறிய பரவசமா? பரவச மீறலில் உரிமையாய் வந்த சலுகையில் ஆண்டவனை நையாண்டியா? வெற்றி வெறியா? சொற் சீண்டலா? சொல்லில் பல்லாங்குழியாடி, புதையல் பொத்துகிறானா?

மங்கை, நீ ஏன் வாய் திறப்பதேயில்லை? 'ஊம்', 'ஊ ஹும் கூடக் கிடையாதா? படமாடத் திரையோ சுவரோ தேவைபோல், அவன் விரித்தாடும் தொகைக்கு நீ அரங்கா? நீங்கள் வந்த புதிதில் நீ ஊமையோ என்றுகூட நாங்கள் ஐயுற்றதுண்டு. அதற்காகக் கஸ்தூரிக்கு இரங்கினதுமுண்டு.

ஏண்டா கஸ்தூரி, என் மனம் உனக்குக் கண்ணாடியா? எப்படி? அப்படியேதான் இருக்கட்டுமே, உள்ளும் புறமும் கிடையாதா? அல்ல, உனக்கு இல்லையென்பதன் விளம்பரமா?

"கீர்த்தி, என் பெண்டாட்டி லேசுப்பட்டவள் என்று எண்ணாதே. குரல் தூக்காமல் ஏதாவது குழிபறித்துக்கொண்டிருப்பாள். இன்று என்ன செய்தாள் தெரியுமா? நடுக்கதவை இரவிலாவது அடைத்தாக ணுமாம். ஏன் கூரை வழியாகத் திருடன் இறங்கிவந்து கிட்டுவின் பாலாடையை அமுத்திவிடுவானா? இல்லை, மூலைப் பழையதை முழுங்கிவிடுவானா? மங்களத்தம்மாள் சந்தேகங்கள், பயங்கள், எல்லாமே தனி?"

– "நேக்குப் பாலாடை மாணாம் நானே தமத்தா குச்சூடுவேன்"

"கதவை நாங்களா திறந்து வைத்தோம்? ஏற்கனவே திறந்திருந்தது தானே! தாழ்ப்பாள் எங்கள் பக்கமாயிருக்கிறது? திறப்பதும் மூடுவதும் உங்கள் இஷ்டமா, இவள் இஷ்டமா?"

"பட்டணத்தில் ராத்திருட்டு ஏது? எல்லாம் பகலிலேயே கண்ணே திரில் கண்ணில் மண்ணைத் தூவுவதுதான் இங்கைய வழி!"

சாவித்திரியின் குரல் எப்படி எப்பவுமே வெல்வெட் போல் இதமாய் செவியில் அமுங்குகிறது. தர்க்கத்தை வளர்க்காமல், சமாதானம் பண்ணுவதாய் அதே சமயத்தில் எதிலும் பட்டுக்கொள்ளாமல் வழுக்குகிறது.

"ஹா, இரவு பகல் இது வேறே! கண்ணை மூடினால் இருட்டு, திறந்தால் வெளிச்சம் உண்மைதான் ஒளிந்துகொள்ள ஏற்படுத்திக் கொண்ட தோற்றங்கள், புளுகுகளில் ஒன்று – இல்லை இரண்டா? அல்ல, ஒன்றே இரண்டான ஒன்றா?"

"பட்டப்பகலில் கண் அவிஞ்சாலோ? அது என்ன?"

மங்கையின் குரல் இருட்டின் வெடுக்கெனச் சொடுக்கிற்று.

"பார்த்தாயா, பார்த்தாயா, கீர்த்தி, மங்கைக்கு வாயில்லை என்றாயே ராவணா என்கிறாள் பார்!"

என்னின்று சிரிப்பு பீறிட்டுத் தெறித்தது. மின்னலில் மின்னேரம் இரவு பகலாவது போல், நினைவில் மின்னிட்டு உடனே மறைந்த பளிச்சில், என் சிரிப்பு சரம் போல் கேள்வியில் வளைந்து அதன் கொக்கியினடியில் துளித்த சொட்டு தடுத்து இடையில் அறுந்து தொங்கிற்று.

மங்கையின் குரலில் ஏன் இவ்வளவு கோபம்?

சாவித்திரி, "நேரமாச்சு, உள்ளே போவோமா?" என்றாள்.

பேச்சு இம்சையடைந்து, அந்த அவஸ்தையில் அடங்கின பிறகுதான் நேரம் போனது தெரிகிறது.

வெளிக்கதவைத் தாழிட்டுக்கொண்டு உள்ளே வந்ததும் சாவித்திரி உடம்பை சிலிர்த்துக்கொண்டாள்.

"என்ன சாவித்திரி?"

"சில்லென்றாற்போலிருந்தது."

காற்று நடு வாசற்படியிலிருந்து மோதிற்று.

அங்கு சென்றேன். "என்ன, கதவை மூடுகிறாயா?"

அப்பாலிருந்து அவன் குரல் வந்தது. அதில் சிந்திய கேலி சுருக் கென்றது.

"என் கதவு எப்பவும் திறந்திருக்கும்" என்றேன்.

"எனக்குத் தெரியும்."

என் தோளின் மேல் அவன் கை விழுந்து தங்கி, அழுந்திற்று. அவன் விரல் நுனிகள் வழி அவன் மன நெகிழ்ச்சி என்னுள் இறங்கி என் ரத்த ஓட்டத்தில் கலப்பது தெரிந்தது.

ஒருதரமேனும் எது சாக்கிட்டேனும் அவனைத் தொடாமல் இருக்க முடியவில்லை. யதேச்சை போலேனும் அவன் மேல் பட்டாகணும். இதென்ன சபலமோ?

சாவித்திரிகூட சொல்வாள். தெருவில் யாரேனும் ஒருத்தி, கூடுமான வரை இலக்கணத்துக்குக் கிட்டிய உடலமைப்புடன், சுருக்கங்கள், கசங்கல்கள் இல்லாமல் உருவிவிட்டாற்போல் உடலோடு ஒட்டி ஒழுங்காய் உடுத்திக்கொண்டு போனால், தனக்கு அவளைத் தழுவிக்

கொள்ளணும் போலிருக்கும் என்பாள். "அப்படித் தோன்றுவது தவறு என்று எனக்குப் படவில்லை. நம்மிடம் இல்லாத நிறைவுகளைப் பிறரிடமாவது கண்டு ஈடு செய்து கொள்ளும் மகிழ்ச்சியில் ஆத்மிகம் கூட இருக்கிறது."

அப்படிப் பார்த்தால் கஸ்தூரி உன்னிடமிருப்பது எதுவுமே என்னிடத்தில் இல்லை. ஒப்பிடலுக்கிடமிருந்தால்தானே பொறாமைக் கிடம். ஈடேயில்லாததனால்தானோ உன் மேல் எனக்குப் பாலாய் வழிகிறது?

நாங்கள் லஞ்சிலிருந்து வந்தோம். ஒரு கையால் அவன் கழுத்தை இறுக்கியபடி அவன் மேல் தொங்கிக்கொண்டே வந்தேன்.

மானேஜர் எங்களைக் கண்டதும் எழுந்து கையில் பேனாக் கத்தியுடன் எங்களை நோக்கி வந்தார்.

"எந்த இடத்தில் ஒட்டிக்கொண்டிருக்கிறீர்கள்? அந்தச் சதையை அறுத்துவிடுகிறேன் – கஸ்தூரி துரை உன்னைக் கூப்பிட்டானாப்பா"

மேஜை நாற்காலிகளுக்கிடையில் வீசு நடையில் உயரமாய், துரையின் அறை நோக்கி அவன் செல்கையில் வேங்கை போலிருந்தான்.

போனான் போனான், ஆளை வெகு நேரம் காணோம். எனக்கு வியப்பாயிருந்தது.

அறையினின்று வெளிப்பட்டதும் குனிந்த தலையோடு சீட்டியடித்தபடி தன்னிடம் வந்து அமர்ந்தான். முகம் லேசாய் வெளிறிட்டிருந்தது. மேஜைமேல் கோர்த்த தன் கைகளை வெறித்தபடி உட்கார்ந்திருந்தான். இந்தக் கஸ்தூரி எனக்குப் புதிது.

அவனையே உற்றுநோக்கிக்கொண்டிருந்த மானேஜர் முகத்தில் இள நகை படர்ந்தது.

"என்ன ஸையமிஸ் ட்வின்ஸ்களை துரை தனிப்படுத்துவிட்டானா?"

"எனக்கு இந்தூருக்கு மாற்றலப்பா!"

மேஜைகளும், நாற்காலிகளும் என்னைச் சுற்றிச் சுழன்றன. தலையை உதறிக்கொண்டு நாற்காலியைப் பின்னால் தள்ளிக் கொண்டு வேகமாய் எழுந்தேன்.

"கீர்த்தி!"

எனக்குக் காது கேட்கவில்லை. விடுவிடென துரையின் அறையுள் நுழைந்தேன். என்னைப் பார்த்ததும் அவன் கண்ணாடியைக் கழற்றி மேஜை மேல் வைத்தான்.

"ஹல்லோ!"

"ஸார், கஸ்தூரி..."

"ஆ, கஸ்தூரி. கஸ்தூரியும் நீங்களும் நெருங்கிய நண்பர்கள் அல்லவா?

கேள்வியில் கேலியில்லை. ஆனால் பரிவுமில்லை. நான் மௌன மாய்த் தலையசைத்தேன். என் முகத்தில் ரத்தம் குழம்பிய வேகத்தில் கன்னங்கள் குறுகுறுத்தன.

"மிஸ்டர் கீர்த்தி. இது பாங்க். ஒரு வியாபார ஸ்தலம். அதிலும் நம்முடைய பாங்க் மிகப்பெரிய வியாபார ஸ்தலம். வியாபார ஸ்தலத்தில் வியாபாரத்தைத் தவிர சொந்த உணர்ச்சிகளுக்கு இடமி ல்லை. என்னை எடுத்துக்கொள்ளுங்கள். மூவாயிரம் மைல் தூரத் திலி ருந்து என் உற்றார் உறவினரைப் பிரிந்து வந்திருக்கிறேன். ஐந்து வருஷங்களுக்கு ஒருமுறைதான் என் பெண்டு பிள்ளைகளிடம் நான் போக முடியும். இடையில் எனக்கோ அவர்களுக்கோ என்ன நேர்ந்தாலும் கடவுளுக்குத்தான் புண்ணியம். நாம் எல்லாரும் பாங்க் ஊழியர்கள் என்ற முறையில் ஒரே குடும்பம் என்று வைத்துக் கொள்ளுங்கள். ஆனால் ஒரு குடும்பமாய் பாங்கின் நன்மை எனும் ஒரே குறிக்கோளுக்குத்தான் உழைப்பவர்கள். தவிர மிஸ்டர் கீர்த்தி – இது உத்யோக முறையில் அல்ல... சொந்தமாய் நம்மிடையில் யாரிடமும் அன்பாயிருங்கள், நட்பை வளருங்கள். கூடப் பிறந்தவர்களா யிருந்தால் ரத்தத்தின் ஒட்டுதலைக் கொண்டாடுங்கள். ஆனால் எவரிடமும் பாசத்துக்கு இடம் கொடுக்காதீர்கள். அது காலைப் பின்னி, கையைக் கட்டி, கழுத்தையிறுக்கி, கடமையை அழித்து, ஆளை அவமானத்தில் ஆழ்த்திவிடும். இதற்குப் பின்னும் ஏதாவது கேள்வி உண்டா?"

நான் அடைத்த வாயுடன் திரும்பினேன்.

"என்ன, திக் விஜயம் பண்ணி வந்தாச்சா?"

கஸ்தூரி இல்லாமல் இனி எப்படி இருக்கப்போகிறோம்? முதலில் என் பையனுக்கு யார் பதில் சொல்வது?

பக்கத்து நாற்காலியிலிருந்து ஒன்றிருவர் வந்தனர்.

"என்னப்பா கஸ்தூரி, 'அவுட்'டா? போ, அங்கெல்லாம் சப்பாத்தி கிழங்குதான். காய்ந்த ரொட்டி போல் ஒட்டி உலர்ந்திருக்கேயே. அங்கே போய் ஆட்டாவைத் தின்னு தின்னு இடுப்பு செக்கு மாதிரி ஆகிவிடப் போகிறது."

"அங்கெல்லாம் வெற்றிலைக்குப் பஞ்சம் தெரியுமோன்னோ? தழை குதப்பறதெல்லாம் இனிமேல் வேகாது அப்பேன்! வெற்றிலையைக்

கடிதாசில் வரைந்து கண்ணால் பார்த்துக்கொண்டே வெறும் வாயை மெல்ல வேண்டியதுதான்."

"என்னப்பா கீர்த்தி, இடிஞ்சு போய் உட்கார்ந்துட்டியே! மாற்றல் உனக்கா, அவனுக்கா?" விழிகள் உறுத்தின. எனக்குமிருந்தால் நல்லதே, அவனோடு சேர்ந்து.

கஸ்தூரி என் முதுகில் பளார் என்று அறைந்தான்.

"சமாளி ப்ரதர் சமாளி, வேளை வந்துவிட்டது. சேர ஒருவேளை. பிரிய ஒருவேளை. பிளேட்டைத் திருப்பிப் போட்டு ஆட்டம் முடிந்தது. சீட்டைக் கலை. புதிதாய் வெட்டு, ஹஹ்ஹாஹஹாஹ்ஹா!"

'ஆட்டம் முடிந்தது' என்றதும் முந்தின இரவு ஞாபகம் வந்தது.

நாங்கள் சொக்கட்டானாடினோம். சாவித்ரியும் கஸ்தூரியும் ஒரு கட்சி. நானும் மங்கையும் இன்னொரு கட்சி. 'இதென்ன விளையாட்டு. 'போர்' இதுவும் ஒரு விளையாட்டா என்று முனகல். ஆக்ஷேபணைகளுடன் ஆட்டம் தொடங்கிற்று. ஆனால் பொழுதுபோகவில்லை. சினிமாவுக்கு நேரமாகிவிட்டது. தூக்கமும் வரவில்லை.

என் கட்சி இரண்டு பழங்கள் ஏறிவிட்டன. அவர்களை நாங்கள் இதுவரை ஒரு பழம் விட ஏறவிடவில்லை. எங்கள் காய்கள் துரத்தித் துரத்தி எதிர்க்காய்களை வெட்டின. மங்கைக்குக் கண்கள் ஜ்வலித்தன. இதன் மூலம் வெகு நாளை, வெவ்வேறு பழிகளைத் தீர்த்துக்கொள்வது போல்.

ஆனால் கஸ்தூரிக்குத் திடீரெனத் தொகை பெருகிற்று. வெறும் தாயக் கட்டைகள்தாம். ஆனால் அவைகளுக்கும்தான் வெறிபிடிக்கிறது!

"தாயம் பன்னிரண்டு ஐந்து..."

"இரு பன்னிரண்டு ஒரு தாயம் ஈராற்று ஈரைந்து..."

மந்திரம் சொல்வது போல், ராகமாய்த் தொகையை உருப்படுத்திக் கொண்டே கஸ்தூரி கட்டைகளை வீசி உருட்டினான். தொகை பறந்தது.

"ஈராறு ஒரு தாயம் மூவைந்து இரு பன்னிரண்டு."

சாவித்ரி களிப்பில் கைகொட்டினாள். மங்கை அவளை வெறித்தாள். மங்கையின் கண்கள் கலப்பற்ற தூய பகையைக் கக்கின.

"முப்பன்னிரெண்டு, மூவைந்து, இருதாயம் ஈராறு..."

"ஒரு நிமிஷம்–"

கண்களில் வினாவுடன் தலைநிமிர்ந்தான். புருவங்கள் கம்பளிப் பூச்சிகள் போல் நெளிந்தான். உள் பரபரப்பில் லேசாய்த் திறந்த வாய். கண்களில் தனிப் பளபளப்பு. கால்களை மண்டியிட்டு ஒரு கையைத் தரையில் ஊன்றி, இன்னொரு கையில் பாய்ச்சிகையுடன் என் வார்த்தைக்குக் காத்திருக்கையில் பாய்ச்சலில் பதுங்கிய விலங்கு போலிருந்தான். எதை வேட்டையாடுகிறான்? அவனின்று காந்தம் விறுவிறுத்தது. அது என்னைக் கவ்விடாதபடி என் ப்ரக்ஞையை என்னில் ஊன்றிக்கொண்டேன்.

"நீ இதுவரை ஒரு தாயந்தான் போட்டிருக்கிறாய். ஆனால் இரு தாயமாய்க் கூட்டுகிறாய்" என்றேன்.

"இல்லை, இரு தாயம் விழுந்தது."

"இல்லை, ஒரு தாயம்தான். வேணுமானால் மங்கையைக் கேள்."

"ஓஹோ உன் கட்சி ஆளையே சாட்சி வைக்கிறாயா?" அவன் அப்படிக் கேட்டது எனக்குக் கொஞ்சம் ரோசமாய்த்தானிருந்தது.

"தம்பி, இந்தச் சமயத்துக்கு உன் பெண்டாட்டியைத்தான் சாட்சிக்குக் கூப்பிடுகிறேன் கட்சியை, அல்ல."

"ஹும்! அவளுக்கென்ன தெரியும் விழுந்த தொகையைத் திருப்பிச் சொல்லத் தெரியுமா?"

"என்னால் கூடத்தான் முடியாது. அதனால் நான் பைத்தியக்காரனா? இல்லை இரு தாயம் போட்டவனாகிவிடுவாயா?"

"அப்போ என்னைப் பொய்யன் என்கிறாயா?" அவன் பற்கள் ஒளி வீசின.

"அது எனக்குத் தெரியாது. விழுந்தது ஒரு தாயம்தான் என்கிறேன். கூரை மேலிருந்து கூவுகிறேன்."

எல்லாருக்கும் ஒரே சமயத்தில் சட்டென வாயடைத்துவிட்டது. இம்சையான மௌனம் அங்கு தேங்கிற்று.

இடைவாசற் சந்திலிருந்து காற்று சில்லென கூடத்துள் சீறிற்று. விளக்கு மிதந்தது. சுவர்களில் எங்கள் நிழல்கள் எங்களை விட மிகப் பெரிதாய் ஆடின.

"இதென்ன பச்சைக் குழந்தைகள் மாதிரி மெத்தென்று சாவித்ரியின் குரல்தான் அந்த நிலையை நிதானத்துக்குத் திருப்பிற்று. அவள் சொல் கேட்டதுமே. கோல் பட்ட மாதிரி கஸ்தூரி படமொடுங்கிப் போனான். மிகவும் பணிவான குரலில், "மன்னி சொன்னால் சரி."

சாவித்திரி இடதுகை வளையல்களை வலது கையால் நெகிழ்த்துக் கொண்டாள். மடிமேல் படிந்த கைகளின் மேல் அவள் தலை குனிந்தது. அதன் கருமை விளக்கொளியில் பளபளத்தது. கூந்தலின் சிற்றலைகளைப் பிளந்துகொண்டு வகிடு நடு பிறழாமல் விர்ரென ஓடிற்று மேனி உள் செழிப்பில் மினுமினுத்தது. நான்கு மாதங்களாக ஸ்நானம் பண்ணவில்லை.

“இரு தாயந்தான்.” அவள் பேச்சு மூச்சுக்கு மேல் எழவில்லை.

எனக்கு ஆச்சரியமாயிருந்தது. இதென்ன கட்சியை விட்டுக் கொடுக்காமல் ‘குஞ்சர’வா?

கூடவே எனக்குச் சந்தேகமும் குழப்பமும் வந்துவிட்டன. நான்தான் முட்டாளோ? நிஜமாவே இரு தாயந்தானா?

மங்கையின் பார்வை எங்கள் மூவர் மேலும் மாறி மாறி நிலைக்க இடங்கொள்ளாது தவித்தது. அவள் புருவங்கள் நெறிந்தன. மோவாயும் உதடுகளும் நடுங்கின. கையை வீசிக் காய்களைக் கலைத்துவிட்டு, சரேலென எழுந்து இடைவாசல் வழி ஓடினாள்.

நட்சத்திரச் சுடர் போலும், காலும் கையும் அகலப் பரப்பித் தூங்கிக்கொண்டிருந்த கிட்டுவை சாவித்ரி தூக்கித் தோள் மேல் சாத்திக்கொண்டு மாடி ஏறினாள்.

எனக்கு ஒன்றுமே புரியவில்லை.

“ஏம்பா இவர்கள் இப்படியிருக்கிறார்கள்?”

“யார் கண்டது? பெண்களை யாரால் புரிந்துகொள்ள முடிகிறது?”

வீடு என்பதுகூட மறந்து அவன் உதடுகளில் ஒரு சிகரெட் ஆடிற்று. குவிந்த கரங்களில் சுடரையணைத்துச் சிகரெட்டைப் பற்ற வைத்துக் கொண்டிருந்தான். பசு நாக்குப் போல் முன் மயிர் அடையாய் நெற்றியில் சரிந்தது. விழிகளின் மேல் இமைகள் கவிந்து முகத்தில் இரு நீண்ட கீறல்களாயின.

“அப்பா பச்சீக்கதப்பா” என முனகிக்கொண்டு வந்து கிட்டு மடியில் விழுந்தான்.

அவனைத் தூக்கிக்கொண்டு எழுந்து சமையலறையில் எட்டிப் பார்த்தேன்.

அடுப்பெதிரே முழங்காலைக் கட்டிக்கொண்டு அவள் உருவம் அறையின் பாதியிருளில் மங்கலாய்ப் பிதுங்கிற்று. அடுப்பு தூங்கிற்று.

உட்கார்ந்தபடியே அவளும் தூங்குகிறாளா? இன்று காலையிலிருந்தே அசதியாய்த்தானிருக்கிறாள். இடுப்பு இப்பவே அகல ஆரம்பித்து விட்டது.

ஆனால் இன்று ஞாயிற்றுக்கிழமைதான்.

"கிட்டு, உனக்கு இட்லி பிடிக்குமோ?"

"ஓ இக்கிலி புக்குமே! இக்கிலி, தட்டணி, அளுவா எல்லாம் புக்குமே!"

"ஹோட்டலுக்கு வரையா?"

"நான் வரேம்பா! நான் வரேன்! பூனிலே குத்திக் குத்தித் தாப்பட லாமாப்பா?"

"அது யாருடா சொல்லிக்கொடுத்தது?"

"கச்சூவி மாமா சொல்லிக்குத்தாளே!"

நாங்கள் கிளம்பினோம். மேகங்கள் ஒன்றன் மேல் ஒன்றாய்த் தம்மை யடுக்கியிழைந்து ஒன்றாய்க் குமுமிக்கொண்டிருந்தன. மழை எட்டு ஊருக்குக் காத்திருந்தது. கொஞ்சம் வேகமாய் மிதித்தால் பொட்டலத் துடன் திரும்பிவிடலாம். சாவித்ரிக்கும் சேர்த்துத்தான். சமையல் ஏறத்தாழ ஆகலாமே! இன்று ஞாயிற்றுக்கிழமைதான்.

சாவித்ரி இருந்த இடத்தைவிட்டு நகரவில்லை அவளுக்கே இந்தத் தடவை இப்பவே தள்ளவில்லை. பிறந்த வீட்டுக்கு அனுப்பலாமா என்றால் அவள் அண்ணனுக்கு நாலு குழந்தைகள். அவள் மன்னி மறுபடியும் உண்டாயிருப்பதாகக் கேள்வி. அவள் அங்கு போக மாட்டாள். ஏற்கனவே பேச்சுவாக்கில் ஒரு சமயம் சொல்லியிருக்கிறாள். "பெற்றவர்கள் போனபின் பிறந்த வீடு ஏது?"

சாவித்ரி பேசினால் கல் பேசின மாதிரி.

எங்களுக்கு மணமாகி முதன் முதலாய் அவள் பேசிய வார்த்தைகளே போதும். நான் ஊருக்குக் கிளம்புகையில், வாசற்கதவு மூலையிருட்டில், தாழ்ப்பாள் மேல் தங்கிய என் கை மேல் அவள் கை பொத்திற்று. அவள் மூச்சு என் கன்னத்தின் மேல் அனல் கக்கிற்று.

"என்னை எப்போ கூட்டிக்கப் போறேள்?"

அந்த மூர்க்கம் ஒன்றே போதும். நான் அவளைக் கேட்டுத் தெரிந்து கொள்ள வேண்டியது ஒன்றுமில்லை. நான் கேட்டதுமில்லை.

கிட்டு பிறந்த ஒரு மாதத்திலேயே திரும்பிவிட்டாள். பிறகு இன்னும் பிறந்தகம் போகப் போகிறாள்.

ஊ"ம். அவளுக்கு அங்கு திக்கில்லை.

கஸ்தூரியின் எதிர்பாராத மாற்றல் இல்லாவிடில் சாவித்ரியின் பிள்ளைப்பேறுக்கு மங்கையை நம்பியிருந்தேன். "மங்கையை நிறுத்தி வைத்துக்கொள்கிறேனே" என்று கூட கஸ்தூரியிடம் பிரஸ்தாபித்ததற்கு, “எங்கேப்பா அவ்வளவு தூரத்திலிருந்து நான் திரும்பி வந்து இவளைக் கூட்டிப் போவது அல்லது நீ கொண்டுவந்துவிடுவதெல்லாம் லேசா யிருக்கிறதா? அவளும் கிராமத்துப் பெண். ஏற்றிவிட்டால் வந்து சேர்வாள் என்ற தைரியமுமில்லை. நாங்கள் எப்படி வந்தோமோ அப்படியே போய்விடுகிறோம்.”

அவன் அப்படிச் சொல்கையில் எனக்கு நெஞ்சையடைத்தது. அவன் சொன்னதும் வாஸ்தவந்தான்.

பாதையின் இரு பக்கமும் மைதானம் அகன்று விரிந்தது. வான விளிம்பில் தோப்புகளின் பச்சை, மேகங்களுடன் இழைந்த இடத்தில், இடி துணி திணித்த வாய் போல் எட்டக் குமுறிற்று.

வாழையிலை மேல் அல்வாத்துண்டு போல் ஸைக்கிள் வழுக்கிக் கொண்டு போயிற்று.

“அப்பா?”

“என்ன?”

“நேக்கு ஐக்கிரிம் வாங்கித் தரையாப்பா?”

“அது சரி, ஐஸ்க்ரீமுக்கு இதாண்டா சரியான வேளை!”

“கச்சூவி மாமா வாங்கித் தவ்வாளே! பூனுலே நக்கி நக்கித் திம்பேனே, தொப்பைக்குள்ளே சில்லுனு போகுமே! நல்லாயிருக்குமே!”

“ஓஹ்ஹோ, அப்படியா அது? கிட்டு, உனக்கு யார் மேலே ஆசை?”

“அப்பா மேலே ஆச்சை. அம்மா மேலே ஆச்சை. கச்சூவி மாமா மேலே ஆச்சை, கச்சூவி மாமா எல்லாம் வாங்கித் தவ்வாளே! சாக்கேட்டு, கேக்கு!”

“அப்படியா?”

“அன்னிக்குக் கூட வாங்கித் தந்தாளே!”

“என்னிக்கு!”

“நாளைக்கு – நீ கூட ஆபீசிலிருந்து லாத்திரி வந்தையே! நீ வரத்துக் குள்ளே நான் கூடத் தூங்கிப் போயிட்டேனே!”

"எப்போ?"

"தாங்காலமா கட்டில்லே அம்மா மடிலே நான் தாச்சிண்டிருந்தேனே! 'கிட்டு, என் கையிலே என்ன பாருன்னு கக்கூவி மாமா எட்டிப் பார்த்து, கையிலே ரவுண்டு பப்புட்டு வெச்சுண்டு காமிச்சாளே! நான் ஏந்து ஓடிவந்தேன். என் கையிலே நெண்டு பப்புட்டு தந்தாப்பா! தந்து என்னை 'ஜம்முனு தூக்கி வெளியிலே வெச்சுக் கதவைத் தாத்திண்டுட்டாளே! அப்புறம் நான் அம்மாகிடப் போகணும்னு அயிதாக்கூடத் திறக்கல்லேப்பா!"

அப்பவே இலை உதிர்ந்த பிரம்மாண்டமான மரம் போல் ஒரு ராக்ஷஸ மின்னல் கிளை பிரிந்து வானத்தில் முறிந்து விழுந்தது. என் கண்கள் இறுக மூடிக்கொண்டன. ஆனால் அதற்கு முன்னேயே அது என் இமையுள் புகுந்துவிட்டது. உள்மண்டையை மூன்று விரியாய்ப் பிளந்தது. என் கீழ் சைக்கிள் நிலைதடுமாறித் தத்திற்று. என்னிடமிருந்து புதுக் குரலில் ஒரு வீறல் கிளம்பிற்று.

"கஸ்தூரி!"

ஒரு பேரிடி வானின்று விடுபட்டு உருண்டு உடைந்து நொறுங்கிற்று. கல்மாரி என பெருந்துளிகளில் மழை சரசரவென எங்கள் மேல் இறங்கிவிட்டது.

ஆஹுதி - 1

யாவதையும் உற்பவிப்பவனும், எல்லாவற்றையும் ஆள்பவனும் இயற்கையை அதன் அனந்த கோடி சாயைகளுடன் தன் இடது சுண்டு விரலில் சுற்றியவனும், எல்லாவற்றிலும் எல்லாமாயும், எல்லாவற்றிலிருந்து ஒதுங்கியவனும், க்ருபா சமுத்ரமாயும், சம்ஹார மூர்த்தியாயும், நிற்குணனாயும், இல்லாமலே இருப்பவனாயும், சகல ஜீவாதாரனும், சர்வ லீலாகாரனுமாய் ஆண்டவன், ஓய்வு ஒழிவற்றவன். பிரபஞ்ச ஆராய்ச்சி கதியில் அழகானதோர் இதயத்தை சிருஷ்டித்தான் லக்ஷ்ய குணங்களை அதன் உள்ளும் மேலும் சாறு பிழிந்தான்.

ஆண்டவன் அவ்விதய உருண்டையை ஏந்தி அதைத் திருப்பித் திருப்பி அதன் வேலைப்பாடுகளை வியக்கையில் அது கை போலும். ஒளி மருட்சி காட்டிற்று.

ஆனால் ஒன்றையே எத்தனை நேரம் அழகு பார்த்துக்கொண்டிருக்க முடியும்? அவனுக்கு க்ஷணப்போது ஓய்வு ஏது? பொடி நேரத்தின் தடுபடலுள் எத்தனை ஜீவன்கள் பிறக்கவும், சாகவும், உய்யவும் விசுவ கர்ப்பத்தில் யுகவேதனையைப் பட்டுத் துடித்துக்கொண்டிருக்கின்றன! அந்த நினைவுதானோ, அகஸ்மாத்தோ அவ்விதயம் அவன் விரல்களிலிருந்து நழுவியது. அண்ட கோசங்களின் அகண்ட வேகக் கடையலில் அகப்பட்டு, சுழன்று கொண்டே அது ககன வழி இறங்குகையில் அதை எட்டிப் பிடிக்கவும் அவனுக்கு நேரமில்லை. க்ஷணத்திடையில் யுகப் பிரளயமாய் வீங்கிப்போன தன் கர்மாவைப் பின்தொடர்ந்து பிடித்துக் கணக்குத் தீர்ப்பதில் கவனந் திருப்பிக்கொண்டான். அவன் பெருமூச்சின் பெரும் புயலில் அது அடித்துக்கொண்டு போயிற்று.

லஷிய வக்ஷணங்களாலாகியும் நிர்க்கதியாய்ப்போன அவ்விதயம் தன்னுருவைத் தானே தேடிக்கொள்ளும் நிலைமை அடைந்து அண்ட கோசங்களின் அகண்ட வேகமான கடையலில் முடங்கி அழுந்தி ஜனனப் பிரவாகத்தில் தானும் ஒரு முளையாய் முளைக்கத் துடிக்கும் வித்தாகி, விசும்பின் வழி திகிறி, பூமியில், ஆங்கு ஓர் அடவியில், ஓர் அருவியருகில், மர நிழலில், புற்றறையில், நாலு காலையும் நீட்டிப் படுத்து, புதுப் பிறப்பில் தவித்துக்கொண்டிருந்ததோர் காராம் பசுவின் கருவை அடைந்தது.

தன் கருவில் திடீரென நேர்ந்த புரட்சியை அத்தாய் உணர்ந்தது. புரியாத புது கனம் வயிற்றை அழுத்தியது. பசு வீறிட்டது. அந்நாபீ வீறல் காற்றில் மோதியது. ஆகாய வெளியில் கற்பகற்பங்களாய் மௌனாகாரத்தில் மிதந்து கொண்டிருக்கும் நாத பிந்துக்கள் உடைந்து எதிர் அலறின. மரங்களில் இலைகள் அசைவு தடுமாறி அடையாக நின்றன. பூமியும் அசை நின்று துவங்கியது. ஓரிரு மலைகள் எங்கோ நிலைகுலைந்து தலை கவிழ்ந்தன. பூகம்பம் உண்டாகியது.

இத்தனை கோலாகலத்துடன் அவ்வித்து உருவாகி, உயிராகி வெளிப்பட்டு, தாயை உதறிக்கொண்டு பூமியில் தானும் ஒரு தனியாக விழுந்ததும், விழுந்த கன்றை, நக்கிக் கொடுக்கத் தாய்க்குச் சக்தியில்லை. ஆனால் ஈச்வரனுக்கு ப்ரீதியான அதன் பால், தாய்மையின் மஹிமையில், ஈச்வரனுக்கும் கிட்டாத இனிப்பைப் பெற்று மடிபுரண்டு, அருள் பெருகிப் புற்றறைமேல் பாய்ந்து, பச்சைப் புல் நுனிகளில் பால் துளிகள் முத்து மகுடங்கள் கட்டின. அருவி பாலாய் ஓடிற்று.

கன்று மண்டியிட்டே நகர்ந்து நகர்ந்து கிட்டிக் கிட்டி மடியில் வாய் முட்டி முட்டி, காம்புகளைப் பற்றியதும் இன்பத் தவிப்பில் தாய் மூர்ச்சை போயிற்று.

கன்று போட்டு நெடுநாள் தாய்க்கு உயிரோடிருக்க முடியவில்லை. அது ஈன்ற வித்து அதன் கருப்பையினும் மிக மிகப் பெரிதான காரணம், தாயின் வயிறு உள்ளே நார் நாராய்க் கிழிந்திருந்தது. கன்று தானே ஒரு புல்லைத் தன் வாயில் அதக்கிக் கடிக்க அதற்குச் சக்தி வரும் வரை, பசு தன் உயிரைத் தன்னோடு கெட்டியாய் இருத்திக்கொண்டிருந்தது.

பிறகு ஒரு நாள். உயர்ந்த கரைகளின் நடுவே புரண்ட கானாறில், தாய்ப்பசு மெதுவாய் இறங்கித் தண்ணீர் குடிக்க விளிம்பு மேல் தலை குனிகையில் குளம்பு வழுக்கிவிட்டது.

"அ-ம்-மா...!"

கரைமேல் மேய்ந்திருந்த கன்று, காற்றின் அலைகள் தாங்கிவரும் அவ்வபயக் குரலைக் கனவில் கேட்டது போல் கேட்டுத் தலை நிமிர்ந்ததும் நினைவு மறக்கடிக்க வேடிக்கை காட்டி மரங்கள் மெதுவாய் ஆனை ஆனை சாய்ந்தாடின. திரை ஆடினாற்போல் காற்று படபடத்தது மிதந்தது. கண்விழித்து அழிந்த கனவு போன்று தாயின் நினைவு மறந்தது.

கன்று குனிந்து மறுபடியும் சாவதானமாய் மேய ஆரம்பித்தது.

அதன் எந்த அங்க அசைவிலும் அதனால் அழகாயும் கம்பீரமாயும் இல்லாமல் இருக்க இயலவில்லை.

குனிகையில், நிமிர்கையில், தலையை ஆட்டுகையில் கழுத்தைத் திருப்பி, நீண்ட சுருள் நாக்கால் தன்னுடலை நக்கிக்கொள்கையில், தன்னைச் சூழ்ந்த காட்சியைச் சிந்தித்து அசைவற்று வெறுமென நிற்கையில்...

சீக்கிரமே அது தன் முழு வளர்ச்சியை அடைந்தது. அவ்விடத்தின் செழுமையோ, அதன் தாய்ப் பாலின் மகத்துவமோ அதன் சொந்த மகிமைதானோ, அதனின்று வெளிப்பட்டு அதனைச் சூழ்ந்த காம்பீர்யத்தின் நடுநாயகமாய் அது திகழ்ந்தது. அதன் தோற்றம் கம்பீரம் என்று மாத்திரம் முடிப்பதில் முழுமையில்லை. அதனை ஒரு தனி சமூகம், பிரசன்னம், விலாசம் விசாலித்தது. வெள்ளமோ தீயோ பரவி வருகையில் இடத்தை வெறுமென அழித்துக்கொண்டு மாத்திரம் வருவதில்லை. தமதாகவே ஆக்கிக்கொண்டுவிடுகின்றன. அவ்விதம் தான் புழங்கிய இடத்தை, தான் என்ற – தனி நினைவற்ற தன் ஒருமையின் தனிமையில் அத்துடன் இழைந்து தனதாக்கிக் கொண்டுவிட்டது.

வயிறு புடைக்க மேய்ந்துவிட்டு, அந்தி வேளையில் செஞ்ஜோதியில், தானே வேள்விக் குண்டத்திலிருந்து சரிந்த பெரியதோர் கொள்ளிபோல் ஒளிமயமாகித் தொலைவில் மலைக் குன்றிற்கப்பால் அடிவானத்தைப் பொக்கை வாயில் மென்று குதப்பிக்கொண்டே மெதுவாய்ப் புதையும் சூரியனை, வியப்புடன் நிமிர்ந்து நோக்கியபடி – அத்தனை தாவரங்களின் நடுவே தான் மாத்திரம் தனி நடை உயிராய் லயித்து நிற்கையில், அடவியின் மரங்களும் குன்றும் எல்லாமே அதற்கெனவே அது காணும் முறையில் அதன் ஆட்சியுள் அடங்கின.

அங்கு எப்பவுமே சூழ்ந்த மோனாகாரம் ஒரொரு சமயம், தாய் விலங்கு தன் குட்டியைக் கவ்வுவது போல், அதன் அகண்டவாயில் அதைக் கவ்வுகையில், காளையின் இதயத்தில் புரியாத சாயா ரூபங்கள் தோன்றின. தலையை உதறிக்கொண்டு, உடலை நெறித்து, ஒன்றும் புரியாத களிவெறியில் வெகு வேகமாய் நாலுகால் பாய்ச்சலில்

ஓடுகையில் அதன் குளம்புகள் தவறற்ற தாளத்தில் பூமியில் பட்டுப்பட்ட டெழுகையில், யௌவனத்தின் ஜயபேரிகை முழங்கிற்று. நிமிர்ந்து வளைந்து நிமிர்ந்த வால் நுனியில் குஞ்சம் கொடி பறந்தது. அந்த உன்மத்தத்தோடேயே ஓடிவந்தது. ஒரு மரத்தை முட்டிற்று. கிழமரம் உடல் முழுவதும் புல்லரித்துக் கிளைகள் குலுங்கின. ஆனந்த பாஷ்யத்தில் புஷ்பங்களும் இலைகளும் உதிர்ந்தன.

அவ்வெறியிலேயே காளை அப்படியே திரும்பி, திடுகடுவென பூமியதிரச் சறுக்கிக்கொண்டே வெகு வேகமாய்க் கானாறில் இறங்கிற்று. நுரை கக்கி சுழித்தோடும் ஜலத்தைக் கிழித்துக்கொண்டு, எதிர் நீச்சலில் வெள்ளத்தில் நுழைந்து ஜலத்தைக் கலக்கி நன்கு துளைந்த பின், தலை உதறி உடம்பைச் சிலிர்த்த வண்ணம், எதிர்க்கரைக்கு ஏறுகையில் இரு பக்கங்களிலும் ஜல ஸ்படிகங்கள் விசிறி உடைந்து பூமியில் சிதறின. மேனி மின்னிற்று. கல்லுருண்டை போன்ற திமில்மேல், அழகுகள் புடைத்து வழிந்து விளையாடின. சிந்தாத தன் ஆண்மையின் தூய்மையில் அது ரிஷிகுமாரன் போல் ஜ்வலித்தது. நீண்ட கொம்புகள், அஞ்சலியில் எழுந்த கைகள் போலும் ஒன்றையொன்று நோக்கி வளைந்தன.

கரைமேல் ஓங்கிய அரசின் கீழ் அது படுத்துத் தன் அசையை மெல்லத் துவங்கிற்று. எதிர் விரிந்த புல்வெளிகளின் மேல் படர்ந்து சாயும் இரவில் இருளில் திமில் ஓங்கித் திமிர்த்து நின்றது. அதன் உச்சியில் நட்சத்திரங்கள் தங்கி இளைப்பாறின. காளை கண்ணயர்ந்தது.

அடிவானம் செவ்வானமாகி வரும் பின்னணியில் ரிஷபம் தன் கண் திறப்பின் முதல் விழிப்பாய் அக்குன்றை விடிவில் கண்டதும் அதன் விழி புது விழிப்புக் கண்டது. புரியாத ஆவல் உந்த, காளை எழுந்து குன்று நோக்கி நடந்தது. புல்வெளிகளைக் கடந்து நெருங்க, நெருங்க, மலைக் குன்றை அவைகளின் முழுமையில் காண்கையில் அண்டப் பட்சிகள் குதறியெறிந்த பிரும்மாண்டமான பழம் போல் சிறு குன்றுகள் சிதறிக் கிடந்தன. அவை மேல் செடிகளும் சில மரங்களும் தலைகளை ஆட்டி ஆட்டி விருந்தாளியை வரவேற்றன. அந்தப் பிரும்மாண்டமான பழத்தின் கொட்டையின் முகடு போல், அவை நடுவே மலை நின்றது. அதன் அடிவாரத்திலும் உடலிலும் பாறைகள் முண்டு முடிச்சுமாய், அசிங்கமாய், ஆத்திரத்துடன் எழுந்தன. ஆனால் மலை உயர உயர, அது இட்டுக்கொண்ட சிகரம், கீழ்கிடப்பனவற்றின் பௌருஷத்தைத் தூண்டிப் பழித்தது. அந்த இடத்தில் மாத்திரம் வானம் பொத்துக்கொண்டு மலையுச்சியில் நீலம் பெய்தது.

காளை முகந்தூக்கி மலை மேல் நீலத்தைத் தரிசித்ததும், அதன் கழுத்து மடிகளுக்கிடையில் நெஞ்சு நெகிழ்ந்து தவித்தது. மலையை

வணங்குவது போல் தலைகுனிந்து மூச்சுப் பிடித்து, காளை மலைமேல் ஏற ஆரம்பித்தது. தன் பலத்திற்கு ஈடான சோதனையில் அது ஒரு தனிப் பரவசத்தில் ஆழ்ந்தது. இதுவரை பழக்கமில்லாத இடங்களையும் உயிர்களையும் சப்தங்களையும் காண்கையில், கேட்கையில் அதன் வியப்பு எடுத்து வைத்த அடிக்கு அடி மிகையாயிற்று.

ஒரு இடத்தில் ஒரு பாறையின் சந்தில் ஒரு கொடி சுருண்டு கிடந்தது. அதைக் கடிக்க காளை கழுத்தை நீட்டியதும், அக்கொடி திடீரென சுருள் சுழன்று சரசரவென வளைந்து வளைந்து ஓடிப் பாறையின் மறுபுறத்தில் ஒளிந்துகொண்டது. அந்தண்டையிலிருந்து "புஸ் புஸ்" என சீறலில் காளை திகைத்தது. அது தலைநிமிர்ந்து குன்றிடுக்கில் முளைத்திருந்த ஒரு இலைக் கொத்தை வாயில் பற்றி இழுத்தது. அந்தச் செய்கையில் அதன் கண்களுக்கே மலையின் மறுபக்கத்துப் பிரதேசம் திடீரெனக் குதித்தெழுந்தது, காளை பறித்த இலையைக் கடிக்க மறந்தது. ஒன்றும் பாதியுமாய் இலைக் கொத்து அதன் வாயிலிருந்து தொங்கிற்று.

மலைச் சிகரத்துக்கும் அதற்கும் இன்னும் கொஞ்ச உயரமேதான் பாக்கி, படி போல் உயர்ந்து இடங்கொடுத்த ஒரு கல் முடிச்சின் மேல் காளை காலை வைத்தபடி, ஒரு குறுகிய பாறை மீது பின்னங்கால்களை ஊன்றிக்கொண்டு நடுமுதுகு சற்று உள் நெளிந்து இன்னமும் மலையேற நிற்கையில் அப்புது உலகம் அதன் மேலுறை கழன்று விழுந்தாற்போல் எதிர் தோன்றிற்று. அந்த பிரமிப்பில் அப்படி நின்ற நிலையிலேயே காளை கல்லோடு கல்லாய்ச் சமைந்தது. வானத்தின் பசுமையே கீழிறங்கிக் கொழித்தது. கண்ணுக்கு ஏதோ பார்க்கையிலேயே காளைக்கு நாக்கு சுவைத்தது. திடுதிடுவென பூமியதிர எதிரே இரு குன்றுகளிடையே ஒரு ஆறு சரிந்தது. மார் உயரம் புற்களிடையே புரியாத நிழல்கள் ஒளிந்து விளையாடின.

காளைக்குத் திடீரென பிடரி குறுகுறுத்தது. அதன் உணர்வுகள் உஷாராயின. எதுவோ தன்னை ஊர்ந்து நோக்கும் ஈர்ப்புக்கு அச்ச மடைந்து சட்டென காளை தலை மட்டும் திரும்பிற்று. அதுபோன்றே ஒரு பிராணி. மலைச்சரிவில் தன்னிலும் சற்றுத் தாழ்வில் நின்று அதைக் கவனித்துக்கொண்டிருந்தது. நீராடுகையிலும் தாகம் தணிகையிலும் காளை தன் நிழலைக் கண்டிருக்கிறது. ஆயினும் இவ்வளவு தெளிவாய்த் தன் உரு, தனித்து ஜலம் தாண்டி பிதுங்கிக் கண்டதில்லை. தன்போலேதான், தானேதான், ஆனால் தான் இல்லை. இதற்குக் கொம்புகள் சிறுத்து நுனி மிகக் கூரிட்டிருந்தன. தொடையில் பெரும் கருந்திட்டு, கால்கள் அவ்வளவு நீளமில்லையோ? கட்டையாய்த் திடமாய்க் குளம்புகள் பாறை மீது ஊன்றிப் பிடிப்பாய் நின்றன. வால்

சுழன்று ஆடிற்று.

புதுமாடு மெதுவாய் ஒரு அடி முன்னெடுத்து வைத்தது. காளை அசைந்துகூடக் கொடுக்கவில்லை. கல்லாலடித்தாற் போல் நின்றது. கண்கள் மாத்திரம் பளபளவென்றன. கொஞ்சங் கொஞ்சமாய் ஊறும் நம்பிக்கையுடன் மாடு அடிமேல் அடி வைத்து கிட்டக்கிட்ட கிட்டவே காளை முகம் முகர்ந்தது. சத்துருவில்லை என்று அறிந்ததும் பெருமூச்சு செறிந்து, தன் கழுத்தைக் காளையின் கழுத்தோடு உராய்ந்ததும் ஈடருலின் ஓரோயிரின் ஊடுருவில் அவையவைகளில் ஜனமேஜன்ம மாய்த் துடிக்கும் மூல நாடி புடைத்தெழுந்த அதிர்ச்சி தாங்கத்தக்கதா யில்லை. இப்படி இரண்டும் முகத்தோடு முகம் வைத்து கழுத்தோடு கழுத்து உராய்ந்து கொள்ளும் இந்தச் சைகையே ஒரு முத்திரையாய்த் தான் அமைந்தது. ஒன்றையொன்று அறியாமலே பிறந்து, வளர்ந்து இத்தனை நாட்களுக்குப் பின், ஒன்றுக்கொன்று தெரியாமலே ஒன்றை யொன்று தேடிவந்து, இப்போது ஒன்றையொன்று சந்தித்துக் கொண்ட இயற்கையின் சத்திய ஏற்பாடின் முத்திரை. அந்த ஆதார சத்தியத்தின் உக்கிரம் காளையின் நாபியில் உறங்கிக் கிடந்தது. சுருள் சுழன்று விழித்தெழுந்ததும், அதன் விழித்திறப்பில், அதன் நெற்றி நடுவில் மின்னல் கொடிகள் பின்னிப் பளிச்சிட்டன. ஒரு கணத்தின் யுக்நேரம் மலையும் பாறைகளும் காற்றில் காற்றாடி மிதந்தன. காளை அதிர்ச்சி யில் கண்கூசி கண் மூடிக்கொண்டது.

கண் திறந்ததும் காளைதான் அதைக் கண்டது. அது இன்னும் காளையைக் காணவில்லை. மலையடிவாரத்தில் ஒரு பாறையின் பின்னிலிருந்து அது வெளிப்பட்டது. அதைக் கண்டதும் காளைக்குத் திமில் சிலிர்த்தது.

விளம்பலற்ற ஒரே கோயில் எழும்பி வளைந்து முடிந்து, உயிராகி ஒரே லகுவிலும் லயத்திலுமே இழைத்த உடலில் கட்டுக்கட்டாய் வரிவரிக் கோடுகள் ஓடின. ஆறாத பசியில் நீண்டு குறுகிய வயிறு. தீராத கோபம் கொதித்துக் கொதித்து நீறுபூத்த தணல் விழிகள், எப்பவும் எதையோ தேடி அலைந்தன. அந்த ஓயாத தேடலில் அதன் மீசையும் வாலும் அசைந்தாடியபடியேயிருந்தன. இந்தப் புது தரிசனம் தன்னிலும் உரம் மிகுந்தது. அதன் வழியில் தன்னிலும் உயர்ந்தது என்று காளை தெளிவாய் அறியாவிடினும் திடமாய் உணர்ந்தது. அவ்வுருவம், எந்தப் பாறையின் மறைவிலிருந்து வெளிப் பட்டதோ, அந்தப் பாறையை ஒரு முறை தேடலில் சுற்றி வந்தது. அந்த நடையின் லகுவும் பிகுவும் விறுவிறுப்பும் உள்ளம் கொள்ளை கொண்டது.

காளையின் கவனம் மாறியது புரியாது காளை நோக்கின் வழி, பசுவும் நோக்கிற்று. அப்போதுதான் அதுவும் அதைக் கண்டது.

கண்டதும் கதிகலங்கி மிரண்டது. அதன் அங்கங்களை ஆயிரம் பேய்கள் திடீரெனக் கவ்வின. மலையின் மறு சரிவில் கடக்க முயன்றது. ஆனால் குறுக்கே காளை கல்லாலடித்தாற்போல் நின்றது. பசுவின் கண்ணோரங்களில் சிவப்பு சீறி எழுந்தது. தலைகுனிந்து வாங்கி, பசு தன் முழுக்னத்தின் முழு வேகத்துடன் காளையின் வயிற்றில் முட்டிற்று. எதிர்பாராது அப்படி தாக்கியதும், காளைக்குக் கால்கள் சறுகி நிலை பிசகின, சமாளிக்க இட வசதியில்லை. சந்தர்ப்ப முமில்லை. அதற்குள் இன்னொரு முட்டு, கொம்பு தன் சப்பையைக் கிழித்துக் கொண்டு உள்ளிறங்குவதைக் காளையுணர்ந்தது, உணர்ந்து கொண்டிருக்கையிலேயே அது மலைச் சரிவில் அப்படியே அடியோடு உருண்டது. பசுவின் முழு கனத்தின் உந்தலோடு அது கீழ் நோக்கி விழும் தன் கனத்தின் வேகமும் சேரவே, பற்கள் போல் ஆங்காங்கே நீட்டிக்கொண்டு நிற்கும் கற்கூர்களில் ஒன்று – இரண்டு – மூன்று முறை தெறித்து எகிறித் தெறித்து எகிறித் தடாலென மலைச்சரி விலேயே இருபாறைகளுக்கு நடுவில் விழுந்து ஆப்பு அறைந்தாற்போல் மாட்டிக்கொண்டது.

ஆனால் அதற்கு அப்போது நினைவில்லை.

பசு எங்கோ விழுந்தடித்து ஓடிவிட்டது.

உச்சி வேளைக்குப் பாறைகளில் ஏறிய வெயிலின் கொதிப்புத்தான் அதை ஸ்மரணைக்கு மீட்டது. வெப்பம் கண்களைத் துருவிற்று. காளை புரள முயன்றது. ஆனால் உடல் இம்மிகூடக் கிணுங்கவில்லை. இசைகேடாய்ச் சிக்கிக்கொண்டிருந்தது. அந்த முயற்சியில் தொடைத் துவாரத்திலிருந்து இரத்தம் குபுகுபுத்தது. அந்த வலியின் நினைவு திரும்பிய பயங்கரத்தில் காளை வாய்விட்டு அலறிற்று. ஆனால் அது அதன் குரலாகவேயில்லை. பூமியையே மட்டை உரித்தாற்போன்ற ஒரு கோர சப்தம். மலைச்சரிவிலிருந்து பாறைக் கற்கள் ஒன்றிரண்டு எதிரொலியில் உதிர்ந்தன.

காளையின் கண்களிலிருந்து நீர் தாரை தாரையாய் வழிந்து கொண்டிருந்தது. செழித்து ஓங்கிய பேய்ப் புற்களின் ஊடே, காற்றின் சீறல் செவியில் மோதிற்று. காளையின் வயிறு முதுகோடு ஒட்டிக் கொண்டிருந்தது.

திடுதிடும் திடுதிடும் திடுதிடும்.

பூமியின் தாகத்தையே தணிக்க விரைவது போலும் மலையிலிருந்து அருவி இறங்கும் சப்தம். காளைக்கு நாக்கு வீங்கித் தடித்து, பாம்பு போல் சுருண்டு தொண்டையை அடைத்துக்கொண்டது.

இந்தப் பரிகாசம் காளைக்குப் புரியவில்லை. வெகுண்டு மற்றுமொரு முறை தன்னை விடுவித்துக்கொள்ளத் தன் முழு வன்மையோடு தவித்தது. அதன் ரத்தத்தில் மறைந்து பாயும் கோடி கோடி காளை ஜன்ம வித்துக்களும் அப்பவே அத்தனையும் முளைக்கத் துடிப்பது போலும் குதித்துக் கொதித்து எழுந்தன. ஆனால், பாறைகளின் எமப்பிடி தளரவில்லை. அதை அழுத்திப் பிடித்துக்கொண்டு, அதன் வேளைக்கு அவை அசைவற்றுக் காத்துக் கொண்டிருக்கும் தன்மையில் லேயே ஒரு விரக்தியான சிரத்தையும் இரக்கமின்யும் தெளிவாயிற்று. இப்படித்தான் பூமியில் பொருள் எனத் தோன்றியவை எல்லாம் – அசைவனவோ அசையாவனவோ, தாம் உணர்ந்தோ உணராமலோ, இஷ்டப்பட்டோர் படாமலோ – தம்தம் பொருட்டை நிறைவேற்றி வரும் நியதி காளைக்கு உறைக்கையில் அதன் கண்களுக்கெதிரே பட்டப் பகலில் இருள் தூலங்கள் மாறிமாறிப் படர்ந்து அதன் மேல் இடிந்து வீழ்ந்தன. மறுபடியும் காளைக்கு நினைவு தப்பிப் போயிற்று.

மறுபடியும் கண் திறந்த போது இரவு இடத்தைப் போர்த்திவிட்டது. பூமியில் பூக்கள் சிதறிக் கிடப்பதை எத்தனையோ முறை அது கண்டி ருக்கிறது. தின்றுமிருக்கிறது. அதே மாதிரி வானில் இப்பொழுது பூக்கள் வாரி இறைந்திருந்தன. ஒன்றன் ஒன்று ஒரே அளவில் இரு பறவைகள், கண்ணெதிர் உயரத்தில் பறந்துகொண்டு தம் கூட்டிற்கு விரைந்துகொண்டிருந்தன.

நேரம் ஏற ஏற பகலின் சப்தங்கள் ஒவ்வொன்றாய் அடங்கிப் போயின. உட்புலனுக்கு மாத்திரம் புலனாகும் அர்த்த கருக்களுடன், இரவின் நாதவடிகள் ஒவ்வொன்றாய் முளைக்க ஆரம்பித்தன. புதர்களில் ஒரு சலசலப்பு. இலைகளின் பெருமூச்சு, திடீரென்று இரவையே இரண்டு துண்டங்களாய் வெட்டி, இரவே கூக்குரலிட்டாற் போல் ஓர் அலறல். “கெக் கெக் கேக் கேகே” – “கக்கட கக்கட கடகடகட–” மரங்களிலிருந்து ஒரு பறவையின் சமயமற்ற சிரிப்பு. திடுதிடும் திடுதிடும் திடுதிடும் – நீர்வீழ்ச்சியின் ஓங்காரம். பகலில் உள்ளுக்கு வாங்கிக்கொண்ட கொதிப்பைப் பாறைகள் வெளியே கக்க ஆரம்பித்தன. தன் மேல் முலுமுலுமுலுமுலுமுலு என்று ஏதோ ஊர்வது காளைக்கு உணர்ந்தது. அரிப்புத் தாங்க முடியவில்லை. ஊரல் கழுத்தில் ஏறி சாரை சாரையாய் வயிறு வழியிறங்கி, தொடைப் புண்ணுள் நுழைந்து வெடுக்கென பிடுங்கிக் குடைந்தது. அந்த வலியால் துடிக்கக்கூட அதற்கு உரிமை யில்லை! பாறைகள் தம் இடுக்கில் இடுக்கிப் பிடித்துக்கொண்டிருந்தன. காளை ஒருமுறை தன் விழியை உருட்டிப் பார்த்தது. அதன் விழியளவு பெரிய உயிர்கள் ஒழுங்கான அணியில் தன் மேல் மொய்ப்பது வானொளியில் தெரிந்தது.

'ரண ஜன்னியில் உயிர் ஊசலாடுகையில் – பசி, தாகம், வலி முதலிய உணர்ச்சிகள் கூட மரத்தன. அதற்கே, தன் கால்கள் கீழே பாவாது விடுபட்டு, லேசாய், உயர உயரக் காற்றில் மிதந்து செல்வது போல் தோன்றிற்று. தன் மலஜலத்தில் ஊறியபடி மலையிடுக்கில், பல விதங்களிலும் துன்புற்று இன்னும் உயிரோடு தவிக்கும் தன்னுட லையே அதனின்று ஒதுங்கிதான் பார்ப்பது போலும் தோன்றிற்று. இதுவரை தெரியாத, தோன்றாத, புரிந்தும் புரியாத அதற்குச் சம்பந்தங் கூட இல்லாத பாஷையில் விஷயமும் கேள்வியுமாய்த் தானே அமைவது போலும் அதற்குத் தோன்றிற்று.

"நான்."

"நான் யாரோயிருப்பினும் சரி, நான் என்னுருவில் நல்லுருவாய்த் தான் நானானேன். ஜன்மத் தொடர்பின் அழுக்கில் புழுத்து நான் எழவில்லை. என் பிறவி என்னாலல்ல. நேரே உன் கைகளிலிருந்தே உன் ஆசையில் சமைந்தேன். உண்மைக்கும் உள்ளுண்மையில் என் பிறவியும் நானும் உன்னாலேயே உன்னுடையதே. உன் லக்ஷயங்களின் லக்ஷணங்களோடு நான் உருவானதால், உன் விதிப்படியே நான் எடுத்த பிறவிக்கு அழகு செய்ய வேண்டியவனே. ஆனால் ஏன் என்னை இப்படி, என் முதல் பிறவியிலேயே, என் பிறவியின் அவமானச் சின்னமாய் ஆக்கினாய்?"

வானத்தில் நட்சத்திரங்கள் வெட்கிக் குனிந்து ஒன்றன்பின் ஒன்றாய் அவிந்தன. மேகப்படலங்கள் சூழ்ந்தன.

"நான் பிறவியை மறுக்கவில்லை. இறப்பையும் மறுக்கவில்லை எனக்கு இயக்கம் தந்து என்னை ஒரு தனிக்கூடாய் ஆக்கிய பின், நான் வாழ்வை மறுக்கவில்லை. மறுக்க முடியாது. ஆனால் என்னை வாழ விடாது என் வாழ்க்கையை வியர்த்தமாக்கியது ஏன்? மெய்யெனவே என் வித்தை பாறைமேல் சிதறவிட்டாய், நீ என்னைப் பிறப்பித்தாய், நான் உன் குழந்தை. ஆனால் நீ என் தாய் அல்ல, நீ உன் குழந்தையைக் கைவிட்டு ஓடிவிட்டாய். என்னைப் பெற்றவள், என் பிறப்பில் தன் உயிரைக் கொடுத்து வெள்ளத்தில் மறைந்து போனாள். அவள் செத்தாள். நான் இருக்கிறேன், நான் இப்பொழுது செத்துப்போய்க்கொண்டிருக்கிறேன். நீ ஓடிப்போய்விட்டாய். நீ ஓடிப்போனதால், சத்தியத்தின் நித்தியத்தையே பொய்யாக்கின உனக்கு விமோசனமே கிடையாது. எனக்கு உண்டு. எனக்கு ஜன்மத்தைக் கொடுத்து அதை வீணரையும் அடித்து, அதுவே காரணமாய் அதற்கு ஒரு தொடர்பை நீ ஏற்படுத்திவிட்டாலும் அந்த ஜன்ம ரீதியிலேயே நான் வளர்ந்து வளர்ந்து ஒரு சமயத்தில் உன் தேவையே இலாது உன்னிலும் பெரிதாகிவிடுவேன். ஆனால் நீயோ, நீ பிடித்துப் பிடித்துப் போட்ட மண்ணை அழித்து அழித்துப் பிசைந்து

அதையே தின்றுகொண்டிருப்பாய். இது விந்து விருக்ஷத்திற்கு இடும் சாபம். வீண்போகாது வீண்போகாது–"

இடி குமுரி உடைந்தது. எங்கோ மரத்தில் ஒரு கிளை மொளமொள வென முறித்தது.

"நான்."

"நான் யாரை இப்படி எதற்காகத் தூற்றுகிறேன்?"

வானம் வெட்கத்தில் உகுத்த கண்ணீர் போல், மழைத்துளிகள் காளை முகத்தில் ஒன்றும் இரண்டுமாய் உதிர்ந்தன. காளைக்கு நெஞ்சு இறைத்தது. கண்கள் நிலைகுத்திவிட்டன. ஆனால் அது உருவான இதய பலத்தில் குற்றுயிரும் நினைவும் இன்னும் விடாது உடலோடு ஒட்டிக்கொண்டிருந்தன.

பொலபொலவெனப் பொழுது புலரும் வேளையில் காளையின் கண்ணெதிர் உயரத்தில் திறந்த வாய் போன்ற இருபாறைகளின் இடைவளைவில், வானத்தின் செந்திட்டின் பின்னணியிலிருந்து சூரியனுக்கு முன்னால் அவ்வுருவம் உதயமாயிற்று. தன் திமிலின் சிலிர்ப்பிலேயே காளை அதை அடையாளம் கண்டுகொண்டது. அப்போதே அதுவும் அதைக்கண்டது, அதன் மீசை துடித்தது. அதன் உடல் ஒருகணம் பதுங்கலில் ஒடுங்கிக் குறுகிற்று. அவ்வளவுதான்.

காளையின் இதயம் நெஞ்சுவரை எழுந்தது.

மலையை உதைத்துக்கொண்டு எழும்பிய பாய்ச்சலில் வேகத்தில் திகிரி போல் அந்தரத்தில் நீந்திக்கொண்டே அவ்வுருவம் நேரே மாட்டின் மேல் இறங்கிற்று. ஆனால் அதன் உடல் படுமுன் ரிஷபத்திற்கு இதயம் வெடித்துவிட்டது.

ஆஹுூதி - 2

குபீரென்று தாழம்பூ மணம் அறையைத் தூக்கிற்று. நள்ளிரவில் யோசனையின் அரை மயக்கத்திலிருந்து – என் வயதில் எதைத் தூக்கம் என்று சொல்வது? ஆயிரம் கவலை நானாக விலைக்கு வாங்கிக்கொண்டது, பிறர் எனக்குத் தந்து அதற்கும் பழி என் மேல் சுமத்துவது... கொடுத்த கடன்கள் தஞ்சாவூர் பொம்மை மாதிரி தலையை ஆட்டுகின்றன.

("கொடுக்க மாட்டேன்னா சொல்லுறேன்? வாங்கினதை இல்லேன்னா நாக்குப் புழுத்துப் போயிடும். ஆனால் நீங்கள் கொஞ்சம் பொறுக்கணும். எப்போன்னு கேட்டால் எப்படிச் சொல்லுவது? காலம் போற போக்கு உங்களுக்குத் தெரியாததில்லே. பொண்ணுக்குப் போன மாதம் ஆபட்ஸ்பரியில் பூப்பு கொண்டாடினேன். அழைப்பு வந்திருக்குமே. பார்த்தீங்களா? ஒண்ணே அடக்கம் ரூ. மூணு ஆவுது. ஊரே திரண்டு வந்தது. ஷேக் சின்ன மௌலானா வெச்சிருந்தேன். சாமிதான் வரல்லே. சாமிக்குக் கோவம். ஒண்ணு வெச்சுக்கங்க. ஒங்களது செல்லிக்காசு ஒண்ணு போவாது. கொஞ்சம் முன்னே பின்னே! அவ்வளவுதான்."

அவனுக்குப் பூப்புக்கு அழைப்பு ஒண்ணு ரூ. மூணு. எனக்கு அரிசிக் காரனுக்கும், பால்காரனுக்கும் நாளை சால்ஜாப்பு சொல்லியாகணும். இவன் வட்டியை அளக்கவே இவ்வளவு பேச்சு. முதல், முள் மேல் போட்ட துணி. அம்மா, உன் காபிக்கொட்டைச் சங்கிலிக்குத் தலை வலிக்கிறது. நீ காலமாகி வருடம் பன்னிரண்டு. உன் கழுத்திலிருந்த மகிமைக்கு இத்தனை நாள் காப்பாற்றி வைத்திருந்தேன். இனி என் செய்வேன். ஒண்ணும் புரியல்லியே!)

மையிருளில், நள்ளிரவில், குபீரென்று தாழம்பூ மணம் அறையைத் தூக்கிற்று. இது ஒரு தொழிற்சாலைகள் நிறைந்த பகுதி. திடீரென்று வேளையில்லாத வேளையில் தார், ரப்பர், வறுத்த காபிக்கொட்டை – இதுபோன்ற வாடைகள், பிறகு நாற்றங்கள் – நான் செந்தமிழ் பேசவில்லை. நாற்றம் என்றால் நாற்றத்தைத்தான் குறிக்கிறேன். கிளம்பும். ஆனால் வழக்கமாக தாழம்பூ மணத்தைப் பாம்பின் நடமாட்டத்தோடு இணைத்துப் பேசுவார்கள். என் அறைச்சுவர் வெடிப்பில் சுகமாகப் படுத்துக்கொண்டிருக்கிறதோ...? 'குப்'பென்று வேர்த்துவிட்டது. விளக்கைப் போட பயம்.

முதலில் இருக்கிறதோ இல்லையோ? மணங்கொண்டு மனம் சிருஷ்டித்ததுதானே என்று மனத்தைத் தாண்டி துணிச்சல் வரவில்லை. மேலே ஊறும் வரை (சில்லென்று அல்லித்தண்டு மாதிரியிருக்குமாமே! அல்லித்தண்டைப் பார்க்கவோ, பார்த்திருந்தாலும் அதைத் தொடவோ நேர்ந்ததில்லை) அல்ல... வெடுக்கென்று பிடுங்கி அலறிப் புடைத்துக் கொண்டு எழுந்திருக்கும்வரை விளக்கைப் போடத் துணிச்சல் இல்லை. முதலில் கை கால்களில் செய்யவில்லை. பயமா? மண மயக்கமா? அதுவும் இதுவுமாய் என்னைப் பழைய வாசனைகளில் படகாய் இழுத்துச் சென்றன.

மஞ்சள் குங்குமத்துடன் அம்மா வாழ்ந்த நாளில் கூந்தல் முடிச்சில் சமயங்களில் தாழம் மடல், சொருகிய கத்திபோல் – சின்ன பேனாக் கத்தி – எட்டிப் பார்க்கும். எந்தப் பூவுமே அப்படித்தான். மல்லியானால் சும்மா இரண்டு பூ. சாமந்தி, ஒண்ணே ஒண்ணு. ரோஜா வைத்துக் கொண்டு பார்த்ததே இல்லை. அம்மா பூவைச் சரமாக அணிந்தே நாங்கள் பார்த்ததில்லை. பின்னிப் பூ முடிக்கும் நாளிலேயே அம்மா பின்னிக்கொள்வதை விட்டாச்சு. அப்பாவுக்கும் அம்மாக்கும் ஏதோ சச்சரவு. நான் கைக்குழந்தையோ கையைப் பிடித்துக்கொள்கிற குழந்தையோ, தாழம்பூ ஜடை தைத்துக்கொண்டு அம்மா பெருமையாக அப்பாவிடம் காட்டவர, அப்பா நோயாளி. பல கவலைகள், ஏதோ கொடுமையாகச் சொல்ல (என்னென்று எனக்குத் தெரிந்தாலும் சொல்ல மாட்டேன்.)

அம்மா ரோஷக்காரி. அன்றிலிருந்து பின்னிக்கொள்வதையே விட்டு விட்டாள். பிறகு மாமியார் மருமகளுக்குப் பரிந்துகொண்டு பிள்ளையைக் கடிந்துகொள்ள, அப்பாவே பச்சாதாபங்கண்டு அம்மாவிடம் மன்னிப்பு கேட்டுக்கொண்டும். பிறகு மாமியார், நாட்டுப் பெண்ணைக் கடிந்து கொண்டு, "நன்னாயிருக்குடி நீ வஞ்சம் கொண்டாடறது. என் பிள்ளை ஏற்கெனவே சீக்காளியா இருக்கான்!" ஊ... ஹூம்.

கடைசியில் சமாதானச் சின்னமாக, பகவான் தாழம்பூவை மன்னித்த மாதிரி அம்மாவின் கூந்தல் முடிச்சில், சமயங்களில் சொருகிய சின்ன பேனாக்கத்தி போல் தாழம்பூ மடல் தகதகவென கமகமக்கும் அல்லது கமகமவென தகதகக்குமா? கம கம தக தக ... சிந்தனையின் ஸ்வரம் எப்படி மணக்கிறது!

அப்பாவின் நோய்க்கும் எரிச்சலுக்கும் ஆனால் காரணமுண்டு. நான் யார் பக்கமும் கட்சி பேச வரவில்லை.

இப்பவும் ஆஸ்துமாவுக்கு நிரந்தர குணம் உண்டோ? எனக்குத் தெரியாது. ஆனால் அப்போது மருந்துகள், ஊசிகள், மாத்திரைகள் இந்த அளவுக்கு முன்னேறவில்லையே? 'அவரை உயிரோடு காண னும்னா பட்டணவாசம் இனிமேல் அவருக்கு ஆகாது. திறந்தவெளியும் காற்றோட்டமும் காண கிராமத்துக்குப் போயிடுங்கள்' என்று வைத்தியன் தீர்ப்பு அளித்துவிட்டான்.

அப்பா யானைக்குட்டி மாதிரியிருப்பார். தொந்தியில்லை. கெட்டிச் சதை, காலையில் டர்பனைக் கட்டிக்கொண்டு கிளம்பிவிட்டாரானால், வெறும் டியூஷனிலேயே மாதம் ரூ.290 வருமானம். பள்ளிக்கூடத்தில் சம்பளம் தவிர, பரீட்சைத்தாள் திருத்தல் extra. அடேயப்பா! அந்த நாளில் அது என்ன கடல் தெரியுமா? கப்பலில்தான் மிதந்தோம், என்ன செல்வாக்கு, எத்தனை உறவுகள்! வருவோருக்கும் போவோ ருக்கும் எங்கள் வீடு ஒரு ஜங்ஷன், இரண்டு வேளையும் பருப்போடு சமையல். இரண்டு வேளை டிபன். நொறுக்குத் தீனி. எத்தனை வேளை வேணுமானாலும் காபி. அம்மாவுக்கு நன்னா பண்ணணும். நாலு பேருக்கும் கொடுக்கணும். தவிர, விருந்தினர்கள் நாங்கள் வெறுங்கையோடு வரவில்லை என்று ஜாடை காட்டும் பிஸ்கட் பாக்கெட், காராபூந்தி பொட்டலம். வாழைப்பழச் சீப்பு இதெல்லாம். குழந்தைகள் எங்களுக்கு அலுத்துவிட்டால் அப்புறம் நாங்கள் குழந்தை கள் எப்படி...?

ஒரு நிமிஷம் சும்மாயிருக்க முடியாத அப்பாவைத் திடீரென்று கிராமத்தில் எங்கோ போர்டு ஸ்கூலில், முப்பது ரூபாய் சம்பளத்தில் தள்ளிவிட்டால்...

Cinderella மணி 12 அடித்தாற்போல் மந்திரக்கோல் வீச்சுப் போல், எல்லாம் திடீரென்று 'அந்த நாளாக' மாறிப்போனால் அப்பாவுக்கு எப்படித் தாங்க முடியும்?

"அம்மாவின் சரடு உரத்தில்தான் ஐயாவின் மூச்சு இழையோடுது. பாட்டி நீங்க இனி ஊர்க்கவலையைப் படாதீங்க. ஒழுங்கா நீங்க புள்ளை கைக்கொள்ளி வாங்கிட்டுப் போற வழியைப் பாருங்கன்னு

குடும்பத்தின் பரம்பரை ஜோஸ்யன் சாமிநாத பண்டிதன் அம்மாவுக்கும் பாட்டிக்கும் தீர்ப்பு சொல்லிவிட்டான்.

கூட்டமும் கும்மாளமும் சிட்டாய்ப் பறந்துவிட்டது. அனுதாபம் விசாரிக்கக்கூட ஒருவரும் வரவில்லை. அப்பாதான் பொருமுவார். அம்மா don't care. 'நமக்கு நாம் இருக்கும் வரை நமக்குக் கவலையில்லை' என்று சொல்லிக்கொண்டே குத்துவிளக்கை ஏற்றுவாள். ஆனால் இன்னும் பின்னித் தொங்கவிட்டுக்கொள்ளவில்லை. எடுத்துக் கட்டிக் கொள்ளவில்லை. சபதத்தில் முடித்த கூந்தலில் ஒரு தாழம்பூ மடல் கத்தி போல் அம்மா பேச்சுக்கு சாட்சியாகக் குத்திட்டு நிற்கும். நமக்கு நாம் என்று சவால் விடலாம். ஆனால் நடைமுறையில்.... ஒருமுறை சித்தப்பா பட்டணத்திலிருந்து நாலு நாள் ரஜாவில் வந்திருந்தார்.

"சப்தரிஷி, இந்தப் பையன்கள் இங்கேயிருந்தால் மாடு மேய்க்கத்தான் லாயக்கு படுவார்கள். மூத்தது ரெண்டையும் என்னோடு அனுப்பி வை."

"நீ சொல்றது என்னமோ வாஸ்தவந்தான். ஆனால் அம்பி, என் நிலை உனக்குத் தெரியும். அவர்கள் சம்பளத்துக்கோ, சாப்பாட்டுக்கோ, ஒத்தாசையா பணம் அனுப்பவோ எனக்கு வழியில்லை."

"என்னடா பிரிச்சுப் பேசறே?" – சித்தப்பா சீறினார். அந்த நாளின் வேர்களே வேறு என்னையும் சிவாவையும் அழைத்துக்கொண்டு வந்து விட்டார்.

"நன்னாப் படிச்சு இறக்கையை விரிச்சு முன்னேறப் பாருங்கோ."

"சமத்தாப் படிங்கோ."

சித்தப்பாவின் யதார்த்த புத்திமதிக்கும், அம்மாவின் ஆசிபலத்துக்கு மிடையே எங்கள் அதிர்ஷ்டமும் சேர்ந்துகொண்டு நாங்கள் சிரத்தை யாகவே படித்தோம். சிவா பரவாயில்லை. நானே சொல்லிக்கொண்டா லும் என் மார்க்குகள் ஏற்றம்தான். ஏழாம் வகுப்பிலிருந்தே நான் merit scholarship.

வருடம் மும்முறை நவராத்திரி, கிறிஸ்துமஸ், கோடை விடுமுறைக்கு கிராமத்துக்கு வந்துவிடுவோம்.

"அம்மாவிடம் பால் குடிக்கப் போறேளா..?" சித்தி கேலி பண்ணு வாள். ரோசமாயிருக்கும். ஆனால் நாங்கள் ரோசங் கெட்டவர்கள். ஒரு வேடிக்கை. சென்னையில் அவ்வளவு ஒற்றுமையாக இருப்போமே.... இங்கே காலடி வைத்ததுதான் தாமதம். பழி, சண்டை எங்களிடையே மூண்டுவிடும்! "என் ராசிடா!" அம்மா தலையிலடித்துக் கொள்வாள்.

எனக்குப் பன்னிரண்டு. அவனுக்குப் பத்து. அண்ணன் தம்பிகளிடையே சண்டை வரக்கூடாதென்றால் ஒன்று இரட்டைப் பிறவியா யிருக்கணும். அல்லது வயது வித்தியாசம் கணிசமாயிருக்கணும். இப்படி இரண்டுங்கெட்டானாய் இரண்டு மூணு வயதிருந்தால், பிறந்ததிலிருந்தே பங்காளிக் காய்ச்சல்தான். எல்லாவற்றிலும் மேல் அண்ணன் தம்பியாப் பிறக்கக்கூடாது.

பிள்ளைகள் விடுமுறைக்கு வந்திருக்குக! அம்மா விதவிதமா எங்களைக் கவனிப்பாள். வெங்காய சாம்பார், உருளைக்கிழங்கு வறுவல், கத்தரிக்காய் எண்ணெய்க்கறி, வெங்காய பஜ்ஜி, பின்னால் வயிற்றை ஒடுக்கி, வாயொடுக்கி என்ன ஆறதோ? இப்போ எல்லோரும் சேர்ந்து சந்தோஷமாயிருக்கோம். அன்றிலிருந்து இன்று வரை ஆயிரம் பேசுகிறோம்... கலை, வேதாந்தம் விஞ்ஞானம். ஆனால் எல்லாம் கடைசியில் முடிவது தீனியிலும் திண்டியிலும்தான்.

ஓர் இரவு மதறாஸில் புயல் அடித்தது. தெருவில் தந்திக் கம்பங்களில் டையில் காற்று ஊளையிட்டது. நாங்களிருவரும் போர்வைக்குள் வெடவெடவென்று, ஒருவரையொருவர் அணைத்தபடி நடுங்கிக்கொண் டிருந்தோம். குளிரினால் அல்ல. Binny போர்வை நல்ல கதகதப்பு. ஊரிலே அம்மா, அப்பா, பானு, வைத்தி, ராமு இப்போ என்ன பண்ணிண்டிருக்காளோ பழைய வீடாச்சே! பெருந்திருவே (இது பாட்டி பாடம். எது என்னவானாலும் நம் குலதெய்வத்தை மறந்துடா தேங்கோ) அவாளைக் காப்பாத்து!

ஆனால் நான் இங்கே சொல்லவந்தது, சித்தப்பா வீட்டுக்கு நாங்கள் போன பிறகு திரும்பிய முதல் நவராத்திரி விடுமுறைபோது நேர்ந்த ஒரு சம்பவம் பற்றி. என்னவோ ஆரம்பித்து, எங்கெங்கோ சுற்றி வந்துவிட்டேன்.

நவராத்திரி வெள்ளிக்கிழமை. அம்மா பாயசம் பண்ணினாள். பண்ணிக்கொண்டிருந்தாள். சேமியா பாயசம்.

"ஏண்டி சீமதி மியா நைவேத்யத்துக்கு எடுத்ததோ?" பாட்டியிருந்தால் கேட்டிருப்பாள். பாட்டி சென்னையில் இருந்தாள். ஆனால் அம்மா அதுக்கும் பதில் வைத்திருப்பாள். "ஆமாம். சாமிபேரில் நாம்தானே குடிக்கிறோம்! ஏதோ பாயசத்தில் பாலை அம்பாள் ஏத்துண்டால் சரி." சேமியா பாயசம்னா எனக்கு உசிர்!

திடீரென சிவாவுக்கும், எனக்கும் போர் வந்துவிட்டது. காரணம் வேணுமா என்ன...? மறந்துபோச்சு. எல்லாரும் இந்நாட்டு மன்னர்கள். அப்பவே என் தமிழ்ப்பாடத்தில் வந்தாச்சு! ஏதோ ஸ்லேட்டு குச்சி அல்ல, துண்டு பென்சில் அல்ல. ஓட்டு பொம்மை அல்ல...

ஒண்ணுமே வேண்டாம். “நீ ஏண்டா என்னையே பாத்துண்டிருக்கே?” அதுபோதும் – நேரே கைகலப்புத்தான். கட்டிப்பிடித்து விழுந்து அடுப்படி யில், அம்மா காலடியில் பூனைக்குட்டிபோல் உருண்டோம்.

“சனியன்களா நெருப்பிலே சாக இங்கேதான் வேளை தேடினேளா...?” மொத்து மொத்து... மொத்தல் இரண்டு பேருக்குமே விழுந்தது. கைப்பாத்திரத்தாலேயே தம்பி தலையில் நெத்தினாள். அவன் துடைத்துக்கொண்டு ஓடிப்போய்விட்டான். அவனை உத்தேசிக் கையில் எனக்குக் கிடைத்த தண்டனை ஒன்றுமேயில்லை.

நான் பேசாமல் போய் கூடத்தில் ஒரு மூலையில் உட்கார்ந்து கொண்டேன். வேதாளம் என்னுள் வேலை செய்ய ஆரம்பித்தது. அம்மா என்னை அடிக்கலாமா? இத்தனை நாள் பிரிஞ்சுட்டு ஊரிலிருந்து வந்திருக்கேனே! நன்னாப் படிக்கறேனே! ராமேசுவரம் போய் தவங்கிடந்து பெற்ற பிள்ளையாச்சே! அம்மா ஜாடையை வேறு அப்படியே உரிச்சு வெச்சிருக்குன்னு எல்லாரும் சொல்றாளே! நான் அப்போ எவ்வளவு அருமையாயிருக்கணும்! புறுபுறுவுக்குப் பளிச்சென்று தனித்தனியாக வாதங்கள் உறுதி தெளியவில்லை. ஆனால் அடிப்படை என்னவோ இதுதான். இது வாய்த்தானிருக்கணும்.

குங்குமப்பூ கூடத்துக்கு மிதந்து வந்தது. அம்மா ஒண்ணு குறை வைக்கமாட்டாள்.

“சாப்பிட வாங்கோ பசங்களா!”

சிவா அப்பவே கையில் பொரித்த அப்பளத்துடன் சமையலறையில் லிருந்து வந்தாச்சு. அம்மா சாமிக்குக் கையெல்லாம் சமையலறையிலிருந்து காட்டிவிடுவாள். பாட்டியிருந்தால் பூஜை ஸ்தோத்திரம் இன்னும் அரைமணி நேரம் கூட ஆகும். பசி வயிற்றைக் கிள்ளிற்று.

அம்மாவே இன்னிக்கு எல்லாருக்கும் தாலங்களை அலம்பி வைத்துவிட்டாள்.

சாஸ்திரத்துக்கு முன்கலத்துப் பாயசத்தைச் சொட்ட என்னிடம் வந்ததும் நான் இரண்டு கைகளையும் குறுக்கே மடித்துக்கொண்டு வேண்டாம் என்கிற முறையில் தாலத்தின் மேல் முதுகு வரை முகம் கவிழ்த்தேன். அம்மாவுக்குச் சிரிப்பு வந்துவிட்டது.

“இதென்னடா நாட்டியப் போஸ்? நிமிர். அப்புறம் நிறைய ஊத்தறேன்.”

நான் பேசவில்லை. தலையை உரமாக ஆட்டினேன்.

“எனக்கு வேலை தலைக்கு மேல் இருக்கு. நேரங் கடத்தாதே. உன் விளையாட்டெல்லாம் அப்புறம் ஊம்

தாலத்தை மறைத்த கை கலையாமல் நான் அவளையே முறைத்துப் பார்த்துக்கொண்டிருந்தேன்.

"என்னங்கறே? பாயசம் வேண்டாமா?"

வேண்டாம் என்கிற முறையில் தலையை ஆட்டினேன்.

"வேண்டாம்?" – சிரித்த முகம் இறுகத் தலைப்பட்டது.

"வேண்டாம்."

அவ்வளவுதான். உருளியோடு தூக்கிக்கொண்டு போய்ப் படக்கென்று தொட்டி முற்றத்தில் சாய்த்துவிட்டாள்.

எனக்கு உடம்பு வெலவெலத்துப் போய்விட்டது. ஏன் உண்மையைச் சொல்கிறேனே – அரை நனைந்துவிட்டது. நான் எதிர்பார்த்தது இது அல்லவே! எல்லா அம்மாக்கள் மாதிரி, குங்குமப்பூ போட்டிருக் கேண்டா... கறந்த பாலைக் காய்ச்சிவிட்டிருக்கேண்டா... அத்தனையும் நெய்டா! உனக்குப் பிடிக்குமேன்னு பண்ணினேண்டா ? உனக்குன்னு பண்ணினேண்டா! வேண்டாங்காதடா கண்ணு.

அட, என் வயதுக்கு மடியில் வைத்துக் கொஞ்ச வேண்டாம், ஒரு கண்ணுக்கு வயசு மீறிப் போயிடுத்தா என்ன?

அம்மாவைப் பார்க்கப் பயமாயிருந்தது. அவள் கண்கள் கொதித்தன. முகம் குங்குமப் பிழம்பாகிவிட்டது. என் தம்பிகள், தங்கைகள் அழ ஆரம்பிச்சுடுத்துகள். அம்மான்னு அலறிண்டு எல்லாரும் ஓடிப் போய் அவளைக் கட்டிண்டோம். எங்களை அணைத்துக்கொண்டாள்.

சமையலறையைக் குங்குமப்பூவின் மணம் தூக்கிற்று. யாகக் குண்டம் போல் தொட்டி முற்றத்தில் ஆவி புகைந்தது. முந்திரியும், வறுத்த திராக்ஷைப் பழங்களும் அத்தனை முழிகளாய் விழித்தன. சேமியா, ஆவியின் அசைவில் நெளிந்தது. அம்மாவின் கூந்தல் முடிச்சிலிருந்து ஒரு மல்லிப்பூ அதில் உதிர்ந்திருந்தது.

அன்றிரவு அம்மா மறுபடியும் சேமியா பாயசம் பண்ணினாள். நன்றாய்த்தானிருந்திருக்க வேண்டும். அம்மாவுக்கு வேறெப்படியும் பண்ண முடியாது. ஆனால், இது சலித்த பாயசம் பண்ணி, நாங்கள் யாருமே சுவைக்காது. ஆஹுதியாகப் போன பாயசம்தான். பாயசம் எனக்கு.

அந்த நாளில் வேர்களே வேறு!

சோம சன்மா

சோம சன்மா என்னும் பிரம்மன் பாறைமீது கால்களை அழுந்த ஊன்றிக்கொண்டு, இளந்தாடி காற்றில் அலைய, கீழே பசிய மரஞ் செடிகள் அடர்ந்திருக்கும் பிரதேசத்தைக் கண்டு அதிசயித்து நின்றான்.

குருகுல வாசத்திலில்லாது, நேரே யோக சித்தியினின்று விழித் தெழுந்த பால் சன்யாசியாதலின், அவன் மண்டையிலும் முகத்திலும் உடலிலும் மயிர் வெட்டாது அடர்ந்து வளர்ந்திருந்தது. மண்டையில் ஊறியிருக்கும் ஞான வெறியோ என்னவோ! சற்று மஞ்சள் பூத்த கண்கள், வீக்ஷண்யமாய்ப் பிரகாசித்தன. சமாதியினின்று திடுக்கென்று விழித்தெழுந்ததாலோ என்னவோ, சதா அழிந்துகொண்டும் மறுபடி மலர்ந்துகொண்டுமிருக்கும் இந்தப் பூவுலகின் அழகு, அவனை அப்போதுதான் வயிற்றிலிருந்து விழுந்த குழந்தை போல் பிரமிக்க அடித்தது.

பூமாதேவி, இளவேனிலில் குளித்து, குளித்த சுறுக்கில் பச்சைப் பட்டாடையை உடல் மேல் போர்த்திக்கொண்டிருந்தாள். அவளுடைய அவயவங்களின் வளத்தை எடுத்துக்காட்டி, மரமும் செடியும் கொடியும் பூவும் புத்தரும் அங்கங்கே பொங்கிப் புளகித்துப் பூத்திருந்தன. வெள்ளிச் சரிகை போல் ஓர் அருவி, பாறைகளினின்று சரிந்து, காட்டினுள் ஊடுருவிச் சென்றது. ஜலத்தடியில் வெள்ளைக் கூழாங்கற்களும் மணலும் பூமாதேவியின் அடிவயிறும் பிரகாசித்தன். எவ்வளவு தின்றும் குன்றா வானவெளியின் நிலத்தை, வெண்மேகங்கள் நிதானமாய் மேய்ந்து கொண்டு சென்றன. புள்ளினங்கள் காலையிலெழுந்து, குதூகலத்துடன் ஒன்றையொன்று கூப்பிட்டுக் குசலம் விசாரித்துக்கொண்டிருந்தன.

சோம சன்மா கீழேயிறங்கிக் காட்டினுள் புகுந்தான். தாவர வர்க்கங்கள் தலை குனிந்து, அந்தப் பிராம்மணோத்தமனை வரவேற்றன. காயும் பழமும் இலையும், கைக்கு மாத்திரம் அல்ல, நேரே வாய்க்கே எட்டும் உயரத்தில் கனத்துத் தொங்கின. தரையில் ஜமக்காளம் விரித்தது போல் பச்சைப் புல். அகத்துள் வீற்றிருக்கும் பெம்மானை அர்ச்சிக்கும் பூக்கள், பக்குவ மலர்ச்சியில் பறிக்கத்தான் காத்துக் கொண்டிருந்தன. தவத்துக்கும் சிந்தனைக்கும் இதைவிடச் சௌக்கியமான இடம் ஏது?

இவ்வெண்ணம் மனதில் பாய்கையிலேயே, பின்னால் 'வீல்' என்று ஓர் அலறல்! சோம சன்மா திடுக்கிட்டுத் திரும்பினான். இரு புதர்களினிடையில் ஒரு பெண்ணின் உருவம் கரிமின்னல் போல் கண்ணில் பட்டு மறைந்தது. பின்னாலேயே அதைத் துரத்திக்கொண்டு ஒரு ஜந்து ஓடி வந்து, சோம சன்மனைப் பார்த்ததும் திகைத்து நின்றது.

சிக்குப் பிடித்துச் சடைசடையாய்த் தொங்கும் மயிர். அதைச் சுற்றிலும் குடலைக் குழப்பும் ஒரு துர்நாற்றம். தடித்துத் தொங்கும் உதடு. அதைத் தள்ளிக்கொண்டு கோரமாய் இளிக்கும் பற்கள். தீராத வேட்கைகளின் மங்கிய சுடர் விட்டெறியும் கண்கள். மூச்சில் உலையனல் வீசிற்று. அதன் முற்றிய மூர்க்கத்தின் அடையாளமாய், நெற்றியில் இரு கொம்புகள் கொடி முடிச்சாய் முறுக்கிக்கொண்டிருந்தன. இதென்ன, மிருகமா அல்லது மிருக வேஷமெடுத்த அரக்கனா?

தவத்தைக் கலைக்க இம்மாதிரி ராக்ஷசர்கள் வருவது வழக்கமாயிற்றே! சோம் சன்மனுக்குக் கோபத்தில் கண்கள் சிவந்தன. ஹுங்காரம் பண்ணிக்கொண்டு, அவ்வரக்கன் மீது பாய்ந்தான். ஊளையிட்டுக் கொண்டு, அந்த மிருகம் புறமுதுகிட்டு ஓடியது. 'பிராம்மண' கோபத்தின் முன் எதுதான் நிற்க முடியும்...?

அந்தப் பெண் அடர்ந்து வளர்ந்த புதர்களினின்று வெளிப்பட்டு அவனை வணங்கிய பொழுதுதான் அவனுக்கு அவள் நினைவு வந்தது. தாழ்ந்த குலத்தினள்தான். கன்னங்கருத்த மேனி, ஆயினும், என்ன வனப்பு! அப்பெரும் விழிகளில் எவ்வளவு மருட்சி! மேனி பட்டுப்போல் மின்னியது. அச்சாய் அமைந்த அவயவங்களின் மனத்தில் எழுந்த ஆசையும், கண்ணை மறைத்தன.

'பெண்ணே நீ யார்?' என்னும் கேள்வி, தொண்டையில் எழுந்ததேயன்றி வாயில் கிளம்பவில்லை. ஆம், வாய்ச்சொல்லில் என்ன பயன்? அவள் நிற்கும் நிலையும் பார்க்கும் பார்வையும், அவள் மனத்தில் உள்ளதை வெட்ட வெளிச்சமாய்த் திறந்து காண்பித்தன. அவள் யாராயிருந்தால் என்ன? இவளை ஏற்றுக்கொண்டால் என்ன? பராசரர், மச்சகந்தியை இச்சிக்கவில்லையா? ஸுப்ரஹ்மண்யன், வள்ளியைக்

கொள்ளவில்லையா? பகவன் என்னும் பிராம்மணன், ஆதியென்னும் பறைச் சியை அங்கீகரிக்கவில்லையா? முற்றிலும் கடந்தவனுக்குக் குலமேது, கோத்திரமேது, வரம்பு ஏது?

அவள் கண்களால் சிரித்துக்கொண்டே, ஊடலாய்ப் பின்னிடைந்து ஓட ஆரம்பித்தாள். அவன் பின்தொடர்ந்தான். பாறைக்குப் பாறை மேட்டுக்கு மேடு தாவி, குன்றின் உச்சியை நாடி அவள் ஓடுகையில், அவள் உடல்கட்டின் விறுவிறுப்பும், சந்தனக் கட்டை போல் வழுவழுத்த வளமான தொடைகளின் மிடுக்கான ஓடிப்பும், அவனைத் திணற அடித்து, மூளையில் வெறியை உண்டாக்கியது. வெகு வேகமாய்க் குன்றைச் சுற்றிக்கொண்டு போய், உச்சியில் திடீரென்று எதிரில் தோன்றினான்.

அவள் தப்பியோட வழியில்லை. முன்னும் பின்னும் பக்கங்களிலும், பாறைகள் மதில்கள் போல் எழும்பித் தடுத்தன். விலக்க முடியா விதியை ஏற்கும் விரக்தியுடன் பயத்தின் குளிர்விட்டு, அவனது ஆண்மையின் சீறலை எதிர்பார்த்துக்கொண்டு அவள் நிற்பதை, அவன் கண்டான். அவன் கண்களில் ஜ்வாலைகள் கிளம்பின. பிடறி விசிறி போல் சிலிர்த்தது. அவளிடம் தாவுகையில் அவனே ஆகாயத்தில் பறப்பது போலிருந்தது.

இளவேனில் கோடையாய் முதிர்ந்தது. நாளடைவில் வேகமும் விறுவிறுப்பும் குறைந்து, நடை தளர்ந்து, உடல் கனத்து, அவள் பாதம் பூமியில் பதிவதைக் கண்டான். ஆயினும் இந்த அயர்ச்சியிலும் ஒரு கவர்ச்சி, இந்தக் கனத்திலும் ஒரு மினுமினுப்பு, இந்த மெதுவிலும் ஒரு திமிர். அவனை அவள் இப்பொழுது நாடவுமில்லை விரும்பவும் மில்லை. தன்னில் தானே நிறைந்திருந்தாள். அவனை வேணுமென்றே ஒதுங்கியும் நின்றாள்.

பிறகு ஒருநாள் மாலை அலைந்து திரிந்துவிட்டு வாழுமிடம் திரும்புகையில், அவள் மடியில் ஒரு சிசு. பால் குடிப்பதைக் கண்டான். அவன் நெஞ்சுடைந்தது. என்னதான் உயர்குலமாயினும் பெற்ற மனந்தானே! ஆனால் அவளுடைய மூர்க்கம் புரியவில்லை. குழந்தை யினிடமிருந்து விடுவித்துக்கொண்டு ஓடிவந்து, அவனை முட்டி யுதைத்து வீழ்த்தினாள். எதிர்பாராத வேளையில் அவள் தாக்கிய வேகத்தில் அவன் கால் சறுக்கிப் பாறையின் உயரத்தினின்று உருண்டு புரண்டு விழுந்தடித்துக்கொண்டு கீழே வந்து சேர்ந்தான். எழுந்ததும் உடல் மண்ணைத் தட்டிக்கொண்டு, வந்த கோபாவேசத்தில் அவளைச் சம்ஹாரம் பண்ணிவிடுவதென்றே புறப்பட்டான். ஆயினும் அறிவு வந்து சமயத்தில் தடுத்தது.

– சீ, கேவலம் பெண் புத்தியைக் காண்பித்துவிட்டாள். அதிலும் ஈன ஜாதி, நம் வைராக்கியத்தை மறந்தது நம்மேல் அல்லவா தப்பு? விசுவாமித்திரன் மாதிரி ஏமாந்துபோனோம். இது நமக்கு நல்ல பாடம். உன்னையே நீ எண்ணிப் பார்.

அவ்விடத்து மண்ணை உதறிவிட்டு, அப்பால் அகன்றான்.

தாவரங்கள் சில மலர்ந்தன. சில வாடிக் காய்ந்து கருகியழிந்தன. நீர் இருந்த இடம் வறண்டு உலர்ந்து வெடித்தது. வெடித்த இடம் சுரந்தது, பூத்திருந்தது செத்தது. செத்தது மறுபடியும் வித்து வைத்தது. வாழ்ந்தது, அழிந்தது, பிறந்தது.

காலம் பல கோலமாய்ச் சென்றது. அவன் திகம்பரனாய், தன்னைத் தவிர வேறேதும் சிந்தியாது, காய் கனி இலை சருகுகளைத் தின்று அலைந்தான். அவனது தனித்தவத்தின் விந்தை யாதெனில் மேனி இளைக்கவில்லை. மயிர் சடைத்ததால், உடம்பில் உரம் ஏறி, ஆள் உருவாய் விளங்கினான். நினைத்தபோது ஆகாரம். கண்டவிடத்தில் படுக்கை. தாடி முழங்கால்வரை தொங்கியது. அதிலிருந்தே அவன் எவ்வளவு பெரிய தவசி என்று அவனுக்கே தெரிந்தது. அவனை அண்ட எதுவும் அஞ்சியது. அவன் மூச்சிலேயே அவ்வளவு அனல் நெடி.

பிறகு, ஒரு நாள் காலை, – வில்வ இலைகளை உட்கொண்டு உள்ளத்தில் வீற்றிருக்கும் பெம்மானை அர்சித்துக்கொண்டிருக்கையில், திடீரென்று அவனுக்கு உடல் இருப்புக்கொள்ளாமல் பரபரத்தது. யாரோ புதர்களிடையேயிருந்து, தன்னைக் கூர்மையாய்க் கவனிப்பது போன்ற சங்கடமான உணர்ச்சி. வாயில் அப்படியே ஒரு வில்வ கொத்துத் தொங்கியது. அதை உள்ளே தள்ளி அதுக்கு முன், நாலுபேர் நாற்புறங்களினின்றும் பாய்ந்து வந்து, அவன் பாதங்களைக் கெட்டி யாய்ப் பிடித்துக்கொண்டார்கள். அவனால் அசையக்கூட முடிய வில்லை. திடீரென்று அவனை ஒருவன் தோளில் ஏற்றிக்கொண்டான். பின்னால் மற்ற மூவரும் கொக்கரித்துக்கொண்டும் குதித்துக்கொண்டும். ஏதோ புரியாத பாஷையில் பேசிக்கொண்டும் பின்தொடர்ந்தனர்.

எல்லோரும் காட்டோரத்தில் ஒரு கிராமத்தை அடைந்தனர். அது கிராமங்கூட அல்ல. சேரி மாதிரி இருந்தது. இன்னும் ஏழெட்டுப் பேர் குடிசைகளிலிருந்து ஓடிவந்து அவனைப் புரியாத பாஷையில் வரவேற்றனர். அவனை ஒரு குடிசைக்குள் கொண்டுபோய் இறக்கி, ஆகாராதிகளையும் ஜலத்தையும் அவன் முன் வைத்துவிட்டு, கதவை மூடிக்கொண்டு எல்லோரும் வெளியேறினர்.

அவர்களுடைய பிராம்மண பக்தி அவனுக்குப் புரியவில்லை. வேளா வேளையிலும் வேண்டாத வேளையிலும் வேணும்வரை தீனி, ஆனால் வெளிக்கதவு மட்டில் எப்போதும் அடைப்பு. அவன் ஒன்றும் பேசவேயில்லை. மௌனித்திருக்கும் சக்தி வேறெதற்கு உண்டு? எவ்வளவுக்கெவ்வளவு நான் மௌனமோ, அவ்வளவுக்கவ்வளவு இவர்கள் நம்மைக் கொண்டாடும் பெருமையும் அதிகரிக்கும். தவிர, என்னதான் நடக்கிறதென்று பார்ப்போமே!

பின்பு –

ஒரு நாள் உயரத்தில், சூரிய கோளம் தகதக என்று குன்றின் உச்சியை உதைத்துக்கொண்டு கிளம்புகையில் நாலு பேர் வந்து அவனை எழுப்பி, ஸ்நான கட்டத்துக்கு அழைத்துப்போய், ஆசையாய், உடம்பை நன்றாகத் தேய்த்து, மயிரின் சடையையும் சிக்கையும் பிரித்து, உடல் பனிபோல் மின்னக் குளிப்பாட்டி, நெற்றியில் பதக்கம் போல் திலகமிட்டு, தலையில் பூச்சுற்றி, கழுத்திலே ஆரமிட்டு கொட்டும் மேளமுமாய்க் கிராமத்தைச் சுற்றி வந்தார்கள்.

நம்முடைய மகத்துவம் இவர்களுக்கு எப்படித் தெரிந்தது? என்ன மரியாதை, என்ன பக்தி; ஏதேது, இவர்களுக்கு அடுத்த ஜன்மமே யிருக்காது போலிருக்கிறதோ அத்தனை பேருக்கும் நேரே ஒரே புஷ்பக விமானந்தான்.

எங்கும் ஒரே புஷ்ப மயம். முன்னால் நாலு பேர், பக்கத்துக்குப் பத்துப் பேர், உடுக்குப் பாட்டு, பஜனை, தேங்காய், பழம், வெற்றிலை சந்தனம், விபூதி, எலுமிச்சம்பழம், சாம்பிராணி.

கிராமத்தைத் தாண்டிக் காட்டோரமாய் ஒரு கோயிலை அடைந்தனர். சூர்ய கதியில் கோபுரத்தின் பித்தளை ஸ்தூபி நெருப்புக் கொழுந்தாய் எரிந்தது.

கோயில் பூசாரி தொந்தியும் தொப்பையுமாய், கையில் ஒரு செம்பு ஜலத்துடன் வெளிவந்து பெருத்த விழிகளுடன் சிரித்த முகத்துடன், அவர்களுடைய மகத்தான விருந்தாளியை வரவேற்றார். அம்மன் பிரசாதமாகிய அந்த ஜலத்தைக் கொஞ்சம் அவன் தலையில் தெளித்துவிட்டு உள்ளே சென்றார்.

சோம் சன்மா நின்ற இடம் த்வஜஸ்தம்பத்துக்கடியில். அங்கேயிருந்து நேரே பார்த்தால், வாகன மண்டபத்தைத் தாண்டி, உள்ளே இருளடைந்த கர்ப்பக்கிருஹத்தில், அகல் விளக்குகள் எரிவது தெரிந்தது.

மறுபடியும் உள்ளே போன பூசாரி, கன்னங் கறுத்த மேனியுடன் வெளிவருகையில், உள்ளிருளில் ஒரு பாகமே பிரிந்து வெளிவருவது

போலிருந்தது. கழுத்தில் ஒரு தங்கச் சங்கிலி, கை மணிக்கட்டில் காப்பிட்டதுபோல் ஒரு புஷ்பசரம், கையில் கத்தி, கத்திப்பிடியில் ஒரு சாமந்திக் கொத்து. பிறைச்சந்திரன் போல் வளைந்த அந்த அரிவாளின் கூர்மையில் காலை வெயில் பட்டதும், மின்னல்கள் பிறந்து ஒன்றுடன் ஒன்று கோத்துப் பின்னி விளையாடின. அவனை நோக்கி அவர் வந்தார்.

அப்பொழுதுதான் அவனுக்கு விஷயம் புலனாயிற்று பனிப் படலங்கள் சூழ்ந்த மலையுச்சியில் ஏறுகையில் திடீரென்று பனித்திரை கிழிந்து, தான் செங்குத்தான ஒரு பாறையோரத்தில் கீழே அகண்ட பாதாளத்துக்கு நேராக அடியெடுத்து ஒரு காலை ஆகாயத்தில் தூக்கியவண்ணம் நிற்பதைக் கண்டால் எப்படியிருக்குமோ, அப்படியிருந்தது அவனுக்கு!

தப்பியோடக் கூடத் தோன்றாமல், மனமும் உடலும் வெலவெலத்து விட்டன. அதற்குள் சேர்ந்தாற்போல் ஐம்பது கரங்கள் இரும்புப் பிடியாய் அவன் மேல் விழுந்தாற்போலிருந்தது.

அவனையுமறியாமல், இத்தனை நாள் சாப்பிடுவதற்கன்றி வேறெதற்கும் திறவாத அவன் வாய் திறந்து, ஜகன்மாதாவின் காதுக்கெட்டவோ என்னவோ, தொண்டையைப் பீறிட்டுக்கொண்டு, ஓர் அலறல் எழுந்தது.

"ம்–மே–ஹே–ஹே–"

இந்த உண்மையென்னும் உபயோகமற்ற தத்துவம் ஒன்றிருக்கிறதே, அது எப்பொழுதுமே பொய்யில்தான் புதைந்து கிடக்கிறது. அது வெளிப்படுவதற்கு வேளையோ நேரமோ கிடையாது. அதன் பலனை அனுபவிக்க முடியாத வேளையில்தான் அது புலனாகிறது.

இத்தனை நாளும், தான் சோமசன்மா எனும் பிராமணனாயிருந்த தெல்லாம் போய், கடைசியில் தான் கேவலம், பூர்வஜன்ம வாசனை முற்றிலும் விலகாத ஓர் ஆட்டு ஜன்மமே என்று அப்பொழுதுதான் தெரிந்தது.

அப்பவே வெட்டும் கழுத்தில் விழுந்தது.

தூலம்

தூலம் முறிந்து –

அம்மா மட்டும் நெடுநாட்களாகச் சொல்லிக்கொண்டிருந்தாள். "அடே, உளுத்துப் போச்சுடா. செல்லுப் புழு தாராளமா புகுந்து புறப்படறதடா, கவனிங்கோடா."

அப்பா வீடு வாங்கின சமத்தை மெச்சிக்கோ, (வெளியில் சொல்லவில்லை) "என்னை என்ன பண்ணச் சொல்றே? நானும் விசாரிச்சாச்சு. இரண்டு தூலங்களையும் மாற்ற, கூலி உட்பட 450 ரூபாய் ஆகுமாம். எதுக்கும் 500 ரூபாய் தயார் பண்ணி வெச்சுக்கிட்டு என்னைக் கூப்பிடுங்க. தச்சன் சிரிக்கிறான், தூலத்தைப் பார்த்து.

தூலம் முறிந்து –

ஆனால் அப்பாவின் அவசரத்துக்குக் காரணம் உண்டு. அவருடைய காரணம் – காரணங்களில் எப்பவுமே போது கிடையாது, அவரவர்க்கு அவரவர் காரணம் தனித்தனிக் காரணம்.

பாட்டி அடிக்கடி சொல்லிக்கொண்டிருப்பாள். "அம்பி, இதுவரை வாடகையாக் கொடுத்தே, ஒரு ஆயுசுக்குச் சேர்த்த சொத்து அழிஞ்சிருக்கும். நமக்குன்னு ஒரு வீடு – எலி வளையானாலும் தனிவளை பார்த்துட்டுக் கண் மூடுவேனா?"

பாட்டி ஏங்கிண்டு இருந்த மாதிரி, அவள் காலத்திலேயே அவள் சொந்த வீடு காணமுடியவில்லை. அதற்காக அவள் காத்திருந்ததில் குறைச்சலில்லை, மூடுகையில் 74. எங்கள் குடும்பத்துக்கே ரிகார்ட் ப்ரேக்.

பாட்டி நாக்கில் என்ன கிரகம் ஏறிக்கொண்டிருந்ததோ, இது அசலாவே வளைதான் - வயல் எலிப்பொந்து.

இந்த ஊரே தள்ளியிருக்கிறதென்றால், இந்த ஊருக்கும் ஒதுக்கு இந்த வீடு.

அந்தப் பாட்டியையே அவளுடைய அந்திம கால உடல் நிலையில் கட்டிலோடு தூக்கிக்கொண்டு வந்து காண்பித்திருந்தால், சம்மதித்திருக்கமாட்டாள். ஆனால் பாட்டியின் கடைசி ஆசையை நிறைவேற்றுவதில் அப்பா முனைஞ்சாச்சே!

'பார்வதி விலாஸ்' (விலாஸ்! ஹும்! 10x12 ஒரு அறையை ஒட்டி, 12x20 ஒரு கூடம்). சுவர்களில் வெடிப்பு. சுற்றி கிரவுண்டு இருக்கிறது. அதைச்சுற்றி முள்வேலி. பூவரச மரம், ஒதிகை மரம், சதா சருகு உதிர்ந்தபடிதான். பெருக்கி மாளவில்லை. ஒரு கறிவேப்பிலைக் கொத்துக்குக் கிட்டக் கடைக்கு மேட்டுக்கு ஒரு கி.மீ. சைக்கிளில் மிதித்தாகணும். ஒரு நாள் விட்டு ஒருநாள் அல்லது நாளுக்கு இரண்டு பங்க்ச்சர்.

அம்மாவுக்கும் கறிவேப்பிலை இல்லாமல் சமைக்க வராது.

மழைக்காலத்தில் நீராழி மண்டபம். மழை ஓய்ந்தாலும் சேறு காய இரண்டு மாதம்.

தபால்காரன் வரமாட்டான்.

பால்காரன் வரமாட்டான்.

'காஸ்'காரன் வரமாட்டான்.

(ஐயோ! அம்மா!)

அரிசிக்காரன் வரமாட்டான்.

மளிகைக்காரன் வரமாட்டான்.

மின்சாரம் அவுட்.

ஆனால் ஆபீஸ் போகிறவன் ஆபீஸ் போயாக வேண்டும்.

காலேஜ் போகிறவன் காலேஜ் போயாக வேண்டும்.

அப்பாவுக்கென்ன, ரிடையர் ஆகியாச்சு. ஈஸிசேரில் சாய்ந்தபடி - மடியில் கவிழ்ந்த ஓர் புத்தகம். மண்டோப நிஷத், கடோபநிஷத், கீதை, அரபிந்தோவின் சாவித்திரி அல்லது பெர்ட்ரண்ட் ரஸ்ஸல் - அத்தனையும் நம் மண்டைக்கு அப்பாற்பட்ட சமாச்சாரம் - எதிரே சுவரில் பாட்டி படம் அந்தப் பெரிசு இப்போ அப்பாவைப் பண்ண

இயலாது அதைப் பார்த்தபடி சிந்தனையில் ஆழ்ந்துவிடுவார்.

எது பற்றி பாட்டியைப் பற்றித்தானிருக்கும்.

ஒரேபிள்ளை. இருக்கும்வரை இவரைப் பற்றி அவள், அவளைப் பற்றி இவர். அவள் போனபின் அவளைப் பற்றியே இவர்.

தூலம் முறிந்து –

"இதோ பார் பெண்ணரசி, (அம்மா பெயர் அதுவல்ல) தூலத்தைப் பார், கதவைப்பார் என்று என்னைக் கொத்திப் பிடுங்காதே. பிள்ளை களைக் கேள். அவர்கள் தலையெடுத்தாச்சு. அவர்கள் போகிற தோரணையை, செலவு, ஆடம்பரம் எல்லாவிதத்திலும் பார்த்தால், அவர்கள் காலையும் பூமியிலிருந்து எடுத்தாச்சு. என் காலம் ஓய்ஞ்சு போயாச்சு. இனி என்னால் முடிந்தது பிறத்தியாருக்கு என்னால் செலவையும், அசௌகரியத்தையும் எவ்வளவு தூரம் குறைத்துக் கொள்ள முடியுமோ..."

வாக்கியம் முடிவு பெறாது, படிப்படியாக அடங்கும் மூச்சுப்போல் ஓய்ந்துவிடும். அப்படி ஒரு சமயத்தில் பாணி.

அப்பா சொன்னபடியே அவருடைய தேவைகள் தாமாகவோ, அவர் முயற்சியிலோ வெகுவாய்க் குறைந்துவிட்டன. சாதத்தைப் பருக்கையாக எண்ணினாற்போல், உணவு ஒரு அளவுதான். அதுவும் ஒரு வேளை. ஒற்றைக் கட்டை வேட்டி மேல் துண்டு அக்கறையில்லை. அவசியமில்லாமல் படிதாண்டுவதில்லை. பேச்சும் மட்டுக்கட்டித்தான். வீட்டு சன்யாசி.

சன்னியாசிக்கு வீட்டுள் என்ன வேலை? வெளியில் விரட்ட வேண்டும். யார் சொன்னது? நான் சொல்கிறேன். பின்னே என்ன – குடும்பத்துடன் ஒட்டாமல், ஓட்ட முடியாமல் அப்பாவாயிராமல்...

ஆனால் அப்படியும் சொல்வதற்கில்லை. ஒருநாள் ஓரே கலகலப்பு. கும்மாளம். முதுகையறைந்து (pals) பேச்சு. மறுநாள் வெளியே கக்காமல் உள் குமுறும் எரிமலை. பொறி பறக்கும் கண்கள். ஏன்? ஏன்? ஏன்? யாரறிவார்? அண்டமுடியாத அனல் வெம்மை. உள்ளேயே தழைக்கும் பிழம்பு முகத்தில் டால் அடிக்கும். பயமாயிருக்கும். பவழவண்ணன். ருத்ரமூர்த்தி.

பாட்டி செத்த கையோடுதான் அப்பா மோசமாயிட்டார். சிதையில் கடைசி வரளி முகத்தை மூடும் வரை, மூடிய பின்னரும் அப்பா அந்த இடத்தையே விறைத்துக்கொண்டிருந்த பார்வை பயமாயிருந்தது. எரிச்சலும் வந்தது.

என்ன நினைத்துக்கொண்டிருக்கிறார் மனுஷன்? இவருக்காகப் பாட்டி சதமாக இருந்துகொண்டேயிருக்க வேணுமா? இருக்கலாமா? பின்னால் அதனுடைய சிக்கல்களை அறியாரா?

அப்பா, பாட்டியிடமிருந்து அவளுடைய அம்சத்தை வாங்கிக் கொண்டுவிட்டாரோ. இருவருக்கும் முக ஒற்றுமைகூடத் தெளிந்து காட்டுவதுபோல் தோன்றிற்று. என் பிரமையோ? நடை, பாவனைகள் கூட...

அந்த நீண்ட மௌனங்கள். மனமில்லாத புன்னகையில், தாடை களின் லேசான இளக்கம். உள்ளடக்கிய உணர்ச்சியில் முஷ்டித்துத் திறந்து மூடும் கைகள்... அப்பா, வாயைத் திறந்து கத்திவிடுங்கள். அப்பா! எங்களை இரண்டு அடி கூட அடித்துவிடுங்கள்.

ரிஷிகேஷில் இமயச் சாரலுச்சியில் சூரியோதயத்தில் பசும்பொன் காட்டும் புற்றரைமேல், பாட்டியும் அவரும் நடமாட, மற்றவரெல்லாம் மலையடிவாரத்தில் நின்றுகொண்டு அவர்களைப் பார்த்துக்கொண்டி ருப்பர். அல்லது பார்த்துக் கொண்டிருத்தல் வேணும். அப்பாவின் எண்ணம் எங்களைப் பற்றிய அபிப்ராயம் அதுதான் என்று என் கணிப்பு.

காலத்தின் மேல் பழியைப் போடாமல் போக்குகள் மாறிவிட்டன என்பதைப் பெரியவர்கள் எப்போது ஏற்றுக்கொள்ளப்போகிறார்கள்? ஆனால் எதையும் அப்பா காட்டிக்கொள்ள மாட்டார்.

நெஞ்சுக்கனம்... அப்பா! அப்பாவின் கழுத்து, நாயனக்காரன் கழுத்துப் பலம். நரம்புகள் புடைத்து விண்டு...

ஒருநாள் மாலை, நானும் ராஜுவும் வெளியே போய்த் திரும்பி வீட்டுக்குள் நுழைந்ததும் அப்பா எங்களை விரலைக் கொக்கி காட்டி விளித்தார். நாங்கள் தற்செயலில் அவருக்கு இருபக்கத்திலும் நின்றோம். அப்பா, எங்கள் தோளில் கைபோட்டுத் தாங்கிக்கொண்டு எழுந்தார். அம்மாடி! கைலாய மலைக்கடியில் ராவணன் நசுங்கிப்போனானாமே! அண்ணனும் தம்பியும் நசுங்கினோமோ இல்லையோ, ஏதோ ஒரு தினுசில் குன்றிப் போனோம். அப்படி எங்களை அழுத்தியது அப்பாவின் வெறும் உடல் வலிமை மட்டும் அல்ல; அப்பா தோள்களில் ரத்தம் சுண்ட ஆரம்பித்துவிட்டது. வயது!

இந்தச் சைகை எச்சரிக்கையா? ஆசீர்வாதமா? இது என் வயதின் அதிகாரம். எச்சரிக்கை, ஆனால் நீங்கள் என் விழுதுகள்; ஆசி.

அப்பா வாய் திறந்து பேசாவிட்டால் என்ன? அவருடைய பேசாத வார்த்தைகள் எங்கள் நெஞ்சில் பிம்பம் அடிக்கின்றனவே!

எங்கே போயிருந்தாய்?

எங்கே போனாலும் நேரத்தில் ஏன் கூட்டுள் அடங்கவில்லை?

இருப்பது ஐந்து பேர். ஆனால் பந்தி எட்டு.

உங்கள் அம்மாவை என்னவென்று நினைத்துக்கொண்டிருக்கிறீர்கள்?

அவள் உங்கள் சமையல்காரியா? வண்ணாத்தியா?

டி.வி. உடம்புக்குக் கெடுதல்: குணத்துக்கும் கேடு. வாரத்துக்கு ஒரு தமிழ், ஒரு இந்தி, இரண்டு சினிமாவுக்கு ஈடில்லையா? இது, நீங்கள் உருப்படுவதற்கு அடையாளமா?

தன் காரியங்களைத் தானே கவனித்துக்கொள்வதுதான் சுய கௌரவம் – கடமை, கண்ணியம், கட்டுப்பாடு – வாழ்வு மானத்தோடு மணக்க இதைவிட அழகிய சூத்திரம் இல்லை.

– அத்தனையும் எங்களுக்கு ஒவ்வாத வார்த்தைகள். நாங்கள் என் செய்வோம்?

அப்பா நாளடைவில் பேச்சடங்கிப்போய், எங்களுக்குப் பயம் தரும் மோனத்தில் மூழ்கிப்போனதற்குக் காரணம் நாங்கள்தான்.

எங்கள் இரைச்சல், நாங்கள் எங்கள் நண்பர்களை அழைத்து வந்து அடிக்கும் அரட்டை இரைச்சல்; எடைபோட்டுப் பார்த்தால், உப்பு சப்பு இல்லாத எங்கள் பேச்சின் சின்னத்தனம், ரேடியோவின் ஓயாத அலறல் – அவருடைய சுபாவத்துக்கு விரோதம். அது ஒரு பக்கம் இருக்கட்டும். அப்பா ஒருமுறை சொன்னதற்கு உடனே பதிலோ சம்மதமோ, கீழ்ப்படிதலோ இல்லாவிடின், அப்பா அதே வார்த்தை மட்டில் உறவை யாராயிருப்பினும் சரி துண்டித்துக்கொண்டுவிடுவார். தன்னைத் தன் பத்திரத்தில் இழுத்துக்கொண்டுவிடுவார்.

அப்பா, உங்களுக்கு வளைந்துகொடுக்கும் தன்மை இல்லை.

நான் எதற்கு, யாருக்கு, வளைந்துகொடுக்க வேண்டும்?

வாய் வார்த்தையாக நடக்காத சம்பாஷணை. ஆனால் அதனினும் கனமானது. அங்குதான் அப்பாவின் மோன சக்தி.

கேள்வி எங்களுடையது, அதற்கு அவருடைய பதிலும் எங்களின்னின்று – இது என்ன மாஜிக்?

குற்றம் சாட்டப்படவில்லை. உணர்த்தப்படுகிறது? இல்லை, நாங்களே உணருகிறேன்.

உணர்ந்து என்ன பயன்? நாங்கள் மாறுபவர்கள் இல்லை. விதி என்பது இதுதானா?

கடவுள் இருக்கிறாரோ இல்லையோ சைத்தான் நிச்சயமாக இருக்கிறது. அவனுடைய ஆட்சி பூரணமாக எங்களிடம் தெரிகிறதே!

தூலம் முறிந்து –

தூலத்தை நான் கவனித்திருக்க முடியும், கவனித்திருக்க வேண்டும்.

ரூ. 560?

என் பஞ்சைப்பாட்டு பொய் என்று உணர்கிறேன்.

போனஸை பிளாக் அவுட் பண்ணியிருக்க வேண்டாம்.

போனஸ் வந்தது அப்பாவுக்குத் தெரியாது என்று நினைத்துக் கொள்வதில் என்னை தான் ஏமாற்றிக்கொள்கிறேன்.

சூட்சம அறிவின் சக்தி எத்தகையதென் அப்பாவின் மோனம் காட்டிற்று.

எல்லா நதிகளும் கடலில் விழுகின்றன.

அறிவுகள் யாவும் மோனத்தில் கலந்துவிடுகின்றன.

தனியாக ஒளிய இடம் தேடலில் தன்னையே இழந்துவிடும் அந்த மோன கர்ப்ப இருள் ஏன் அச்சம் தராது?

மறைத்தேனே ஒழிய அந்த போனஸ் தும்பாய்ப் பறந்துபோன விதம் இன்னும் திகைப்பாயிருக்கிறது. உருப்படியாக ஒரு செலவும் ஆக வில்லை. Gone with the wind.

தோசைக்கல் கணக்கில் இப்போது மணிக்கட்டை கனக்கும் இந்த ஃபேவர்லுபாவுக்கு அவசரம் என்ன?

அதேபோல்தான் சுகுமார் டெயிலரிங்கில் மாதத் தவணையில் வாங்கின ஸுட்டிங். கொடியில் ஐந்தோடு ஆறாக லாலிபிலி.

இரண்டு தவணைகள் பாக்கி. ஆபீசிலிருந்து திரும்பி வருகையில் அவன் கடையைச் சுற்றிக்கொண்டு போகிறேன். என்றைக்கு வீட்டுக்குச் சீட்டு வருகிறதோ?

கண்டதே காட்சி கொண்டதே கோலம். இதைத்தான் வேண்டாம் என்று அப்பாவின் மோனம் ஆட்சேபிக்கிறது. இதுதான் வாழ்க்கை என்று நாங்கள் சாதிக்கிறோம். இன்று கைப்பிடி மூழ்க வாழ், நாளை தன்னைப் பார்த்துக்கொள்ளும். ஆபீஸில் என் பக்கத்து மேஜைப் பெண் விதம் விதமாக உடுத்தி வருகிறாள். அவளுக்கு நான் சளைக்கக் கூடாது எனும் ஃப்ளாட்டிங்குக்காகவன்றி இந்த ஆறாவது ஸுட்டிங் உண்மையில் தேவையா?

ஓ, மனசாட்சி என்பது இதுதானோ?

அப்பாவுக்கு எதுவும் தெரியாமல் இருக்க முடியாது, அவருடைய மோனம் எங்களுக்கு இருட்டு. அவருக்குக் கைப்பையில் விளக்கு, அதன் வெளிச்சத்தில் எத்தனையோ அந்தரங்கங்களை ஏடு புரட்ட அவரால் முடியும்.

இதை ஞானதிருஷ்டி என்று சொல்வதற்கில்லை, எங்களையே நாங்கள் ஏமாற்றிக்கொள்வதில், எங்களை நாங்களே காட்டிக்கொடுத்துக் கொள்கிறோம்.

அப்பாவுக்கு எங்கள் உள்ள கோபம் மட்டுமல்ல, அத்துடன் ஏதோ துயரமும் கலந்திருந்தது. குடும்பத் துயரம் அல்ல. அதனினும் பெரிது. மகத்தானது.

பட்டணத்தில் ஜனங்கள் தண்ணீருக்காகப் படும் தவிப்பு அப்பா வாய்விட்டு அதுபற்றிப் பேசவில்லை. அன்றொரு நாள் மெனக்கெட்டு கிணற்றடிக்கு வந்து கிணற்றுள் பார்த்துக்கொண்டு நின்றார். பிறகு தண்ணீரை இழுத்து ஆசமனம் செய்து கண்களில் ஒற்றிக்கொண்டு தன் இடத்துக்குத் திரும்பிப் போய்விட்டார். முகம் கைகளில் புதைந்து தோள்கள் குலுங்கின. அப்பா அன்று பூரா சாப்பிடவில்லை. ஜன்னல் வழி வானத்தில் மாறி மாறி விளையாடும் சாயங்களைப் பார்த்துக் கொண்டிருந்தார். முகம் ஜெவ ஜெவ... அப்பா அன்று முதல் அருந்தும் ஜலம் வெகுவாய்க் குறைந்துபோயிற்று. ஓரொரு நாள் அற்றே போயிற்று.

"அப்பா நாடகம் பண்றார்." சிறிசுகள் தோள்களை இடித்துக் கொண்டு கிசுகிசுத்தாலும் அப்பா டோன்ட் கேர். என்றுமே அவர் செயல்களும் சொல்லும் பிறர் வழக்குக்கு அடங்கினவை அல்ல.

மரத்தினின்று ஒரு இலை உதிர்ந்தால் மாரைப் பிடித்துக் கொள்வார்.

அம்மா அவளுடைய பூஜைக்கு நந்தியாவட்டையைப் பறித்துக் கொண்டிருக்கையில் அவர் முகம் உள்வலியில் இறுகும். ஏன் பறிக்கிறாய்? கேட்க மாட்டார். மோனத்தின் சுங்கம் கடுமையானதுதான். ஆனால் அப்பாவின் நோக்குப்படி நடப்பதாக இருந்தால் கோவில். கல்யாணம், நல்லது பொல்லாது, நாள், கிழமை எல்லாவற்றிலிருந்தும் பூவை பகிஷ்கரிக்கவேண்டியதுதான். பூவிலிருந்தமல்லியோ, மதுரை மல்லியோ, காஷ்மீர் ரோஜாவோ ஏரோப்பிளேனில் இடம் மாற வேண்டியதில்லை. பூக்கடையை இழுத்து மூடு. அப்பா தத்துவம் நடக்கிற காரியமா?

அப்பாவின் உள்ள புழுக்கத்தில் ஏதோ ஒரு செருக்கும் இருக்கும். உங்களிடம் சொல்லி என்னவாக வேண்டும். சொன்னால் உங்களுக்கு என்ன புரியப்போகிறது? அதுவும் வாஸ்தவம்தான்.

அபூர்வமாக ஒருநாள் மாலை அப்பா உலாவப் போய் சுருக்கவே திரும்பிவிட்டார். நெற்றிப் பொட்டிலிருந்து ரத்தம் கொட்டிய வண்ணமிருந்தது. கன்னம் வழி, தோளில் சொட்டி மார்பில் கிளை பிரிந்து என்னவாச்சு? எங்கள் பதறலுக்கு மன்னன் வாய்திறந்தால் தானே! மார்பில் வழியும் குருதி மேல் குனிந்த கண்களில் ஏதோ திகைப்பு. சிந்தனை. லேசான புன்முறுவல்.

இது என் ஜீவநதி!

பார்த்தவர்கள் பின்னர் சொன்னார்கள், அப்பா நடந்து சென்ற வழியில் நாலு பையன்கள் பாம்பை அடித்துக்கொண்டிருந்தார்களாம். பாம்புத் தலை குதறிப் போயும், பையன்கள் அடிப்பதை விடவில்லை. அப்பாவுக்குப் பொறுக்கவில்லை. துரத்திக் கொண்டு போயிருக்கிறார். மூன்று பேர் ஓடிவிட்டனர். ஒருவன் மட்டும் மாட்டிக் கொண்டான். அவன் பற்கள் கடகடக்க அப்பா அவன் தோள்களைப் பற்றிக் குலுக்கியதும் அவன் திமிறித் தப்பித்து ஓடிப்போய் வாயில் வந்தபடி வைது கொண்டு ஒரு கல்லைப் பொறுக்கி அப்பாமேல் வீசியிருக்கிறான்.

அப்பாவுக்கு வரவர எந்த வலியும், வலிதரும் பிறரின் செயலுமே பொறுக்கவில்லை. புறவலியெல்லாம் அவருடைய அகவலியாக மாறின. இப்படியும் உண்டோ?

அப்பா மகான் ஆகிக்கொண்டிருந்தாரா? உலகத்தையே மகா மயானமாகக் கண்டாரா? அல்லது வயதாகிவிட்டாலே இப்படி ஒரு கட்டம் வருமா? அல்லது அப்பா புத்தி நழுவல்ஸ்? அப்பாவோடு வாழ்வது சுலபமில்லை.

தூலம் முறிந்து ஃபேன் அப்பா மேல் விழுந்து அந்த சப்தமே போதும் எல்லோரையும் எழுப்பிவிட – சுற்றிக்கொண்டிருக்கும் ப்ளேடுகள் அப்பாவின் வலது தோளை க்ளீனாகத் துண்டித்து...

ஐயோ! ஐயோ! அப்பா! அப்பா!

யாருக்குச் சட்டென விளக்கைப் போடத் தெரிந்தது? ஃபேன் ஸ்விட்சை 'ஆஃப்' பண்ணத் தெரிந்தது?

ஐயோ! அம்மா! அம்மா!

டாக்டர் – இந்த நள்ளிரவில்? எவ்வளவு தூரம்! 'கன்வேயன்ஸ்?' வரவழைக்கவும் முடியாது. அப்பாவைக் கொண்டு போகவும் முடியாது. எதுவும் விடிந்தால்தான்.

இதுதான் 'பார்வதி விலாஸ்'!

துண்டிக்கப்பட்ட கை, பட்டாசுத் திரிபோல், கூடத்தில் எங்களைச்

சுற்றிக் குதித்துத் துடித்த காட்சி – ஜன்மத்துக்கும் மறக்க முடியாதது.

அதனினும் மறக்க முடியாதது, கண்கள் செருகி, அதில் கண்ணாடி ஏறிக்கொண்டிருக்கையிலேயே அப்பாவின் கடைசி வார்த்தை.

"அரைத்துணி கலைஞ்சு போச்சா?"

இன்னமும் யோசித்துக்கொண்டிருக்கிறேன். அப்பா, உங்கள் வார்த்தைகளில் வாழ்வுக்கே ஒரு சேதி அடைந்திருக்கிறதோ?

அப்பா! உங்களால் என்னை மன்னிக்க முடியுமா? மன்னிப்பு கேட்கக்கூட எனக்கு அருகதையில்லை.

அப்பா! அப்பா!

எல்லாம் முடிந்தபின் அன்றிரவு என் கனவில் வந்தீர்கள். உங்கள் உடம்பு முழுமையாக இருந்தது. அப்பா முகம் என்ன காந்தி கண் கூசுகிறது. உங்கள் கண்களில் என்ன கருணை! தொண்டை அடைக்கிறது.

'அம்பி! எல்லோரும் சிருஷ்டி வழிப்படி, சுபாவத்தில் நல்லவர்கள் தான். அந்த சுபாவத்தின் வெளிப்பாடில்தான் வெவ்வேறு தன்மைகள். அந்தத் தன்மைகளின் மேடு அடிப்பின் கீழ் அந்த சுபாவமே புதைந்து போய், அதனால் ஒருவரையொருவர் புரிந்துகொள்வது சிரமமாகிவிடுகிறது.'

அப்பா! அப்பா! எனக்குக் கேட்கப் பயமாயிருக்கு. அப்படியானால் என்னை மன்னித்துவிட்டீர்களா?

வானம் இடிந்து விழாமல், நீங்கள் எங்களுக்குத் தூலம்!

ராம ப்ரஸாதம்

ஸைக்கிள் மணியின் அலறல், யாரையும் விடிவேளையில் அழுத்தி விடும் (அல்ல அசர்த்திவிடுமா?) கண் செருகலிலிருந்து அவனை வெடுக்கென்று உதறிவிட்டது. "கழுத்தறுப்பு! கழுத்தறுப்பு! இதோ வந்துட்டேன்!" (இது தினப்படிச் சடங்கு) – எழுந்து காலடியில் தயாராக வைத்திருந்த பாத்திரத்தை எடுத்துக் கொண்டு, வழியில் ப்ரகாஷ், அடுத்து கைக்குழந்தை, அப்புறம் மரவட்டை போல் தலை யோடு முழங்கால் சுருண்டு படுத்திருக்கும் செல்லம்மா மற்றும் கால்கள் கைகள், கணக்குப்பிள்ளை மேஜையை இடறிக்கொண்டு கள்ளபிரான் கைங்கரியம் – அதன் மேல் காலைப் போட்டுக்கொண்டால்தான் தூக்கம் வருமாம். "நாசமாப் போக! கையை ஒடிக்கணும்!) அம்மா, "Factoryக்குப் போயிட்டு வரானோன்னோ உடம்பை அப்படி வலிக்கறதுங்கறான்" – அப்புறம் அம்மா: கை, கால், காடு, மலை, வனாந்தரம் இருட்டில் தாண்டி, மாடியில் ஒரு படியேனும் தடுக்கியிறங்கி – ஸைக்கிள் மணி மறுபடியும் அலறிற்று.

– "சரி சரி, நீ ஊத்தற பச்சைத்தண்ணிக்கு இன்னிக்கென்னப்பா அவ–" வசை அப்படியே அறுபட்டு, காலைப் பனிக்காற்றில் நாடா அலைந்தது. தெருவிளக்கில் தெரிந்தது பால்காரன் அல்ல, வேற்று முகம்.

"Mr. ஸேதுராமன் இங்கே இருக்காரா?"

"நான்தான்."

"கையெழுத்துப் போடுங்க. No. *36*."

சிட்டாய்ப் பறந்துவிட்டான்.

கவரை உடைத்துப் பிரிப்பதற்குள், உடல் பூரா வெடவெட... தந்தியென்ன வீட்டுக்குத் தினப்பழக்கமா? தோளுக்குப் பின்னிருந்து ஒட்டுப் படிப்பதற்கென்றே தந்தாற்போல் தெருவிளக்கின் மெர்க்குரி வெளிச்சத்தில்,

"Regret Lt. Ramaprasad lost in action. Feared Dead!"

மாடிப்படி பிடிசுவர்மேல் ஸேது சாய்ந்தான்.

டீக்கடைக்கு ஓட்டிச் செல்லும் ஒன்றிரண்டு எருமைகள் தெருவில் தள்ளுநடை போட்டுக்கொண்டு உறுமிக்கொண்டு சென்றன.

தெருவில் அங்குமிங்குமாய் எட்ட எட்ட சாணி தெளிக்கும் சத்தம், இப்பவே கேட்க ஆரம்பித்துவிட்டது. இன்னும் சங்குகூட பிடிக்கவில்லை, இன்று வெள்ளிக்கிழமையதுவுமாய் – நேற்றே அம்மா. நாட்டுப் பெண்ணிடம் சொல்லிக்கொண்டிருந்தாள்: "எனக்கு நாளைக்குப் பகல் சாப்பாடு இங்கு இல்லை. சுமங்கலிப் பிரார்த்தனைக்கு அழைச்சிருக்கா. ஏதோ பேர் சொன்னாள். ஆபீஸ் கவலை, வீட்டுக்கவலை ஆயிரத்தில் அதுதான் அவனுக்கு ஞாபகமா? இதெல்லாம் பொம்மனாட்டிகள் விவகாரம். அதுவும் அம்மாவுக்கு இங்கே கல்யாணம் அங்கே நிச்சய தாம்பூலம் இங்கே பூச்சூட்டல். இந்தாத்துலே சீமந்தம் – அரட்டைக்குப் போனவிடத்தில், முன்னே பின்னே கூடத் தெரியாது மூணாமாடியில் "என் குழந்தைக்குத் தொட்டிலிடறேன். வெற்றிலைபாக்கு வாங்கிண்டு போங்களேன்." நவராத்ரி பூஜை –

அம்மாவுக்கு வரும் அழைப்புக்கு ஒரு குட்டி ஆபீஸே திறக்கலாம். சிலபேர் முகராசி அப்படி. கீரைக்கூடைக்காரிக்கு அம்மா கைப் போணி வேணும்.

"உனக்கோசரம் கீரை தினம் எத்தனைதரம் சமையல் பண்றது. கீரைப்பூச்சி வெச்சுடும்... பையன்கள் கரிச்சுக் கொட்றான்கள்."

"எனக்காச்சும் ஒரு கட்டு வாங்கிக்கோம்மா... ஒரே ஒரு கட்டு. மாட்டியா? கூடையை உன் கையாலே ஒரு தடவை தொடேன்..."

சிலபேர் கைராசி முகராசி அப்டி.

இதற்கெல்லாம் மனுஷன், இருந்தும் கெடுத்தான்னு இன்னிக்கு வேளை பார்த்து அம்மா தலையில் கல்லைப் போடணுமா?

அப்பா மேல் எழுந்த சீற்றத்தில் சேதுவுக்கு வயிற்றைக் குமட்டிற்று.

மாடியேறிப் போய், விடிந்ததும் விடியாததுமாய். அம்மா கொஞ்சம்

லேட்டாய்த்தான் எழுந்திருப்பாள் – அம்மாவை எழுப்பி இந்த சமாச்சாரத்தை அவளிடம் எப்படி உடைப்பேன்?

தானாடாவிட்டாலும் தன் சதையாடும் என்று சொல்கிறார்களே, வசனம் மெய்தானோ என்னவோ, அவனுக்கு இரண்டு ராத்ரியாகவே இருப்புக் கொள்ளவில்லை. படுக்கையில் புரள்வதோடு சரி, தூக்க மில்லை. சுவரில் விடிவிளக்கின் சிம்னியில், கூரைத் தூலங்களிடையே அப்பா முகம் தோன்றித் தோன்றி மறைந்தது. "இரண்டு நாளா என்னவோ மாதிரியிருக்கேளே! யார்மேல் நினைப்பு?"

ஸேது பல்லை நெறநெறன்று கடித்தான்.

"ஏன், நீ வேலை பார்க்கிற இடத்தில், Head Clerk உன்னிடம் ஃபைலைக் கொடுப்பறப்போ அவன் கை உன் மேல் இடிச்சுதா? உன் boss உன்னை இன்று லஞ்சுக்கு அழைச்சுண்டு போனானா?" என்று திருப்பிக் கேட்க ரொம்ப நாழி ஆகிவிடாது.

செல்லம் பாதி வேடிக்கையாகக் கேட்டாலும் உள்ளூர அவளுக்குச் சந்தேகம்தான். அதுவும் இரண்டு பெற்ற பின்னருமா? என்ன படிப்பிருந்து என்ன பயன்? அந்தப் பின் புத்தி எங்கே போகும்?

"பால்!"

மணியடித்துக்கொண்டு, பெருமாள் ஸைக்கிளை மிடுக்காய் வாசலில் நிறுத்தினான்.

காபியை ஸ்ட்ராங்காய்ப் போட்டுக் குடிச்சு தைரியத்தை வரவழைச்சுண்டு அப்புறம்தான் –

– ஆனால் அப்புறம் கூடத் தைரியம் வரவில்லை. கண்ணன் வேலைக்குக் கிளம்பிவிட்டான். அவனைத் தடுத்து நிறுத்த 'தில்' இல்லை. கூடவே.

"இன்னிக்கு Night பண்ணிட்டு நாளைக் காலைதான் வருவேன்."

"என்னடா சேது, உனக்கு உடம்பு சரியில்லையா?"

"ஏன்?"

"என்னவோ மாதிரியிருக்கியே!"

"என்ன மாதிரி?" கண்ணாடியில் பார்த்துக்கொண்டான்.

"என்னவோ பேயறைஞ்ச மாதிரி!"

"ஆமாம், கவனிக்கணும் – ஆபீஸில் யக்ஷிணி – மோஹினி" செல்லம் போகவரக் காது கேட்க முணுமுணுத்தாள்.

அவனுக்குக் கண் துளும்பிற்று. அசல் இடத்து சம்பந்தம் என்றால் இப்படித்தானிருக்குமோ. இரக்கமேயில்லாமல், அத்தை மகள், மாமன் மகள் என்று கட்டியிருந்தால் ரத்தபாசமேனும் இருக்கும். இதெல்லாம் உடல் வெறியோட சரி. இல்லாவிட்டால் கலியாணமாகி அஞ்சு வருடத்துக்குள் இரண்டா? அவனுக்கும் அவளுக்கும் பூரா இரண்டு வயது கூட வித்தியாசமில்லை, காரணம்? லபி அப்படி:

ஆனால் அதே ரத்தபாசம் அவனுக்கும் அப்பாவுக்கும் இடையில் இல்லை.

ஆபீஸில் ஏதோ கூட்டலைப் போட்டுக்கொண்டே அவன் கேள்விக்குப் பதிலைத் தேடிக்கொண்டிருந்தான்.

லெப்டினன்ட் ராம்ப்ரஸாத் குடும்பத்தில், தலைமுறைக்குத் தலைமுறை ஏதேனும் ஒரு பேர் ராமசப்தத்துடன் வழங்கும்... ராமப்ரஸாத், கொள்ளுத் தாத்தாவுக்குத் தாத்தா கோடி ராமநாமம் ஜபித்தவராம். அங்கிருந்தே பெயர்ப்பழக்கம் கடைப்பிடித்தாகிறது.

லெப்டினன்ட் – எப்போ பதவி உயர்ந்தது? களத்திலேயே ஆகியிருக்க வேண்டும். இந்த விஷயம் தந்தி கூறும் விஷயம், அப்பட்டமாக, நினைக்கவே அச்சமாயிருந்தது. எங்கு எப்படி நேர்ந்திருக்கும்? பர்மாவிலா? மலேயாக் காடுகளிலா? நடுக்கடலிலா? இல்லை இந்தப் பக்கம் ஜெர்மனி, ரஷ்யா – அதுவும் யுத்தம் முடிவாட்டத்தில், வயித்தெரிச்சல்.

தந்தியில் என்ன தகவல் தெரிவிக்கின்றான்கள்? Lost in Action. முதலில் உடலே கிடையாது. தந்தி ஜேபியில் தேளாய்க் கொட்டிற்று. சாவுத் தீண்டல் சடங்குகள், பாபம், புண்ணியம், நரகம் – மூலைக்கொன்று அவைகளின் அரூபங்களில் பயமுறுத்தின. யாவற்றிற்கும் மேலாக, அம்மாவை மங்கலம் களைந்த நிலையில் நினைத்துப் பார்க்கக்கூட முடியவில்லை. No! இது அம்மாவுக்கு நேரக்கூடாது. நடக்கறது நடக்கட்டும். என்ன நடக்கப்போகிறது? மிலிட்டரி பென்ஷன் இதுவரை போல் பாங்க்கில் அம்மா கணக்கில் சேர்ந்துவிடப் போகிறது. வராவிட்டாலும் அம்மாவுக்கு என்ன தெரியப்போறது? காண்பித்த இடத்தில் கையெழுத்து, கோணல் மாணலா ஏதோ ஒரு கோலம் – வேறென்ன?

நம் சமுதாயத்தில் இந்தச் சிவப்பையும் மஞ்சளையும் பெண்களுக்கு உயிர்நிலையா என்னம்மா ஜூல் காட்டியாறது? மற்ற நாகரிகங்களில் இந்தக் கொடுமை உண்டா? சில ஜாதிகளில் நடுவீட்டுத் தாலி இன்னும் பழக்கத்தில் இருக்கிறது. இதெல்லாம் அம்மாவிடம் சொல்லமுடியாது. “ராமா! ராமா!” என்று காதைப் பொத்திக்கொண்டு போனவா

கரையேறணும்னு வேஷத்தைப் போட்டுக்கொண்டு விடுவாள். அம்மாவோ மூடநம்பிக்கை, தன்னம்பிக்கை, அசடு, சமர்த்து எல்லாம் ஒன்று சேர்ந்த ஒரு அவியல், சிக்கு கண்டுவிட்ட பூணூல் மாதிரி. நுனி கண்டுபிடிக்க முடியாது.

இப்போது இருக்கிறபடி நடக்கிறவரை நடக்கட்டுமே. நாளடைவில் தானாகவே நம்பிக்கை தளர்ந்து, ஆறின கஞ்சி பழங்கஞ்சியாகி, அந்தச் சமயத்தில் அதற்குரிய சடங்குகள், பிராயச்சித்தங்கள் நம் சாஸ்திரத்தில் எதற்குக் குறைச்சல்? வைதீக தர்மம் என்று எல்லாம் வயிற்றுப் பிழைப்புத்தான். எரிகிற வீட்டில் பிடுங்கியவரை –

"என்னப்பா balance ஆச்சா? What is this wool gathering?"

புத்தகத்தின் மேல் முஸ்திப்பாகக் குனிந்தான்.

நான் வயிற்றில் பூகம்பத்தைக் கட்டிக்கொண்டிருப்பதை இவன் என்ன கண்டான்? என்னிக்கும் ஒரே பாட்டுத்தானா?

தவிர, அம்மாவைக் காரணி பண்ணுவதற்கு, அந்தத் தியாகத்தை அம்மா செய்வதற்கு என் அப்பன் தகுதியில்லை.

அப்பாவுக்கு fieldக்கு உத்தரவு வந்ததும், உள்ளூர வாய்விட்டுச் சொல்லிக்கொள்ள முடியாத பயம் வாட்டினாலும், அதையும் தாண்டி, சுமையிறங்கினாற்போல் 'உஸ்' ஒன்று ஸேது உணர்ந்தான். இனி வீட்டில், அப்பாவுக்கும் அம்மாவுக்குமிடையில் நாள் தவறினாலும் தான் தவறாத சண்டைக்கு ஓய்வு காணலாம். அம்மாவுக்கு, அப்பாவின் வசவு, அடி, உதைகளினின்று நீண்ட விடுமுறை. வீட்டிலேயே மழை பெய்து ஓய்ந்தாற்போல் ஒரு நிம்மதி. மூர்க்கன் பெரியவாள் சண்டையைக் குழந்தைகளுக்கெதிரில் போடலாமா என்று பார்க்க மாட்டான். சண்டை எப்போ, எப்படி மூளும் என்றே தெரியாது.

ஒருதடவை அம்மாவைக் குண்டுகட்டாய் அலேக்காய் அப்படியே தூக்கி, சுவரில் வீசி எறிந்திருக்கிறான் பாரு, அவன் அறையுள் நுழைவதற்கும் அந்தக் காணிக்கு சாக்ஷியாவதற்கும் சரியாக இருந்தது. அந்த மாதிரி பந்தாடலுக்கு அசாத்ய பலம் வேண்டும். அம்மா ஒன்றும் பூஞ்சை யில்லை.

ஆனால் அப்பா மட்டும் லேசா? அப்பா ராமனா? ராக்ஷஸான்னா வாட்டசாட்டமா நல்ல உயரம். நல்ல சிவப்பு. கொத்து மீசை. அடர்ந்த சுருட்டை மயிர் அடர்ந்த புருவங்களினடியில் தழல் வீசும் மேட்டு விழிகள். அழகன், கம்பீரன் கோவில் மணி போல் கார்வை கொண்டு குரலில் ஒரு அடிக்கனம்.

அன்று அவனுக்கு அவர் மேல் மூண்டெழுந்த கோபாவேசத்தில்,

ஓடிப்போய், சமையறையிலிருந்து அரிவாள்மணையை எடுத்து வந்து தலையைச் சீவி, கையில் பிடித்துக்கொண்டு தெரு வலம் வந்து அதுமாதிரி ஒரு சேதி இரண்டு நாட்களுக்கு முன் தான் பத்திரிகையில் படித்தான் – போலீஸில் சரண் – ஆனால் நினைப்போடு சரி. நாம் எல்லாம் என்ன இட்லி சாம்பார்தானே! முதலில் அவருடைய ஒரு முறைப்புக்கு அவன் காண்பானா? அது மாதிரிதான் மற்றும் ஒருமுறை அவர்களிடையே அவன் குறுக்கிடப் போய், அவர் காட்டுப் பன்றி போல் அவன் மேல் திரும்பியதும் அம்மா அலறிப் புடைத்துக் கொண்டு அவனைப் பொத்தி, அவன் மேல் விழவிருந்ததைத் தான் வாங்கிக்கொண்டு –

ராமா! ராமா!

அதற்கு அடுத்த தடவை அம்மாவே அவனைக் காலை வாரி விட்டாள். "எங்கள் சண்டையில் நீ யாரடா பூர – உன் கடையைக் கட்டிண்டு போய்ச்சேர் –ம த்யஸ்தத்துக்கு உன்னை அழைக்கல்லே."

அவ்வளவுதான். அதுவே அவனுக்கு அதிர்ச்சி. எதற்கும் மூன்று தரம் உண்டு. அத்தோடு சரி, அப்புறம் அவர்களிடையில் புகைச்சல் காணும் போதே வீட்டைவிட்டு வெளியேறிவிடுவான். அவனுக்குக் கலியாணம் ஆன மூணாம் நாள், அப்பா கிளம்பிப் போயாச்சு.

மனுஷன் குடிப்பானோ? சகவாச தோஷம் அப்படியொன்றும் தெரியவில்லையே, சிகரெட் நெடிதான். அதுவும் எப்பவோதான்–

அப்பா, நீ அம்மாவைப் படுத்தின பாடுக்கு, உனக்குக் கிடைக்க வேண்டியதுதான் கிடைச்சிருக்கு, எந்த மரத்தடியில் குடல் அறுந்து குற்றுயிராய்க் கிடந்தாயோ, எந்தக் கட்டெறும்புச்சாரி, உன் உடல் மேலேயும் உள்ளேயும் புகுந்து மொய்த்ததோ?

"சேதுராமன்!"

புத்தகத்தை மூடிவைத்து விட்டு வெளியே சென்றான்.

நாட்கள் ஊர்கின்றன.

அப்பாவுக்கு அத்தனையும் வேணும் என்று தோன்றிய வேகத்தை நாளாக ஆகக் கடைப்பிடிக்க முடியவில்லை.

அந்தக் குத்து மீசைக்கிடையில், தேங்காயுடைத்தாற்போன்று, சிரிப்பில், புன்சிரிப்பில் வெளிப்படும் அந்தப் பல் வரிசை, அந்தத் தாடை யிறுக்கம், நூல் கட்டிய ஜியோமிதிக் கோடின் தூய சரிவில் அந்த நெற்றி விசாலம். ஆள் அழகன் மட்டுமல்ல, ஆளப்பிறந்த களை.

அதுதான் அம்மாவுக்கு அத்தனை உதை வாங்கியும், இத்தனை வயதாகியும் மயக்கம் தெளியவில்லையோ? அம்மா ஒரு அசடு. ரகளையானால் மூணு நாளாவது பேசாமல் இருக்கணும். அடுத்த அரை மணிக்குள் "இன்னிக்கு உங்களுக்குப் பிடிச்ச டிபன் அடை. இன்னிக்கு ரேடியோவில் உங்களுக்குப் பிடிச்ச கச்சேரி ஆலத்தூர் சகோதரர்கள்..." கெக்கெக்கே, என்றால் மனுஷனுக்கு ஏன் மண்டைக்கு ஏறாது?

அப்பா, அம்மாவை ஏசியதில் அரைக்கால் பங்கு செல்லம் என்னிடம் கேட்டுப்பளா? 'உன்னோடு வாழ்ந்தது போதும்னு எப்பவோ பிறந்த வீட்டுக்குக் கம்பி நீட்டியிருப்பாள். சொல்லவும் முடியவில்லை. மெல்லவும் முடியவில்லை. என்றைக்கு ஒருநாள் எனக்கும் செல்லத்துக்குமிடையில், எங்கே போய் முடியப்போகிறதோ? சிறிசுகளின் சச்சரவுகளைத் தீர்க்க, அவர்கள் சுபாவங்கள் படியும் வரை அவர்கள் தடுமாற்றத்தை ஒழுங்குபடுத்த பெரியவாள் வேண்டியிருக் கிறது. அதற்கு அம்மா பற்றாது. அப்பாவின் விழி வேண்டும், அவர் கர்ஜனை வேண்டும், அதையே ஒருவேளை செல்லம் விரும்புவாளோ?

இந்தப் படிப்பு, பண்பு எல்லாம் ஒரு ஸ்டேஜ் வரைதான். நம் தோலைச் சுரண்டினால் நாம் எல்லோருமே மாந்தாவிகள்தான். நான் இப்படிப் பாஷைப்படுத்தலைத்தான் அப்பா ஆரம்பத்திலிருந்தே செயல்படுத்தினாரோ?

"ஏண்டா ஸேது, ஒவ்வொருத்தரா திரும்பிண்டிருக்காப் போலிருக்கே Blackoutஐக் கூட எடுத்துட்டான். நாள் ஆறது. அப்பா ஏன் இன்னும் வரல்லே?"

"யுத்தம்னா, நீ என்ன கத்தரிக்காய்க் கடையில் சொத்தை பொறுக்கற மாதிரின்னு நினைச்சுண்டிருக்கையா? யுத்தம் சமுத்ரம்மா. யார் யார் எங்கெங்கேன்னு பிரிக்கறத்துக்கே நாளாகும்."

"அப்பாவுக்கு ஏதேனும் நேர்ந்திருக்கு மோடா?"

உள் வேதனையில் அம்மாவுக்குப் புருவங்கள் நெரிகையில், திடீரென அழகிட்டாள். "அப்படி ஏதேனும் ஆச்சுன்னா தகவல் தெரிவிப்பா, தகவல் தெரியல்லேன்னா, தெரியல்லேன்னு தெரிவிப்பா. நெஞ்சு முண்டை விழுங்கினான்." நெஞ்சுமுள் குத்திற்று. "ஏண்டா கண் கலங்கறது, என்னவாவது...?" அம்மா கை, அவள் மார்க்குலையில் தவித்தது. "ஒண்ணுமில்லே. எண்ணெய் தேச்சுண்டு நாளாச்சு..." ஸேது அவசரமாய்க் கழன்று கொண்டான். இந்தப் பொய் இவ்வளவு பெரிய சுமையாயிருக்குமென்று அவன் காணவில்லை. அதைக் கடைசி வரை சாதிக்கத் தனக்குத் தகுதி இல்லையென்று உணர்ந்ததும் திகற்புகை

கால் கட்டை விரலிலிருந்து உச்சி மண்டைவரை உள்ளே பரவிற்று.

அந்தத் தந்தியைக் கிழித்தெறிய அவனுக்குத் தைரியம் இல்லை. விஷயத்தை என்றேனும் அவிழ்த்துவிட நேர்ந்தால் அதுதானே சாக்ஷிக்கு வரவேண்டும். அவன் எங்கு போனாலும் கூடவே அதுவும் சென்றது. எங்கேனும் அசதி மறதியாக வைத்துவிட்டால், கீரைக்காரிக்குச் சில்லறைக்காக செல்லம் hangerஇல் தொங்கும் pant pocket இல் கைவிட்டு அங்கு அது அவள் கையைக் கடித்து விட்டால் –

"என்னடா ஸேது, வீட்டுக்குள்ளே கூட சொக்காயைக் கழட்ட மாட்டேன்கறே. என்னதான் உனக்கு உடம்பு? முகமே சரியா யில்லையே!"

"அவருக்குப் புதுசா அர்ச்சுன மச்சம் உண்டாயிருக்கு. அதான் யாருக்கும் காட்டமாட்டார்."

"என்னடா செல்லம் சொல்றாள். எனக்கு ஒண்ணும் புரியல்லியே!"

கதா காலக்ஷேபம்னு அம்மா போவதில் குறைச்சலில்லை. ஆனால் யார் கதை கேட்கப் போறா?

அம்மாவுக்கு நாளுக்கு நாள் சோபனங்களுக்கு அழைப்புக்குக் குறைவே கிடையாது. நாளுக்கு நாள் அம்மாவுக்குக் களையும் அதிகரித்துக்கொண்டேயிருந்தது. அணையும் முன் கொழுந்து, அவள் கழுத்துக்கு, உலைக்கு, அந்தத் தேஜஸ்ஸே அத்தாணியோ? ஒருவரும் தன்னைச் சுற்றியில்லாத சமயத்தில் காத்திருந்தாற்போல் அவனையறி யாமலே விக்கிவிக்கி அழுகை வரும்.

ராமா!

யார் கண்ணுக்கும் தெரியாமல் தனக்கு மட்டும் படும், இந்தத் தோள் மேல் குரங்கு சவாரி தாங்க முடியவில்லை.

Electric train?

Lorry?

Level crossing?

யாருக்கும் அகஸ்மாத்தாய்ப் படணும்.

அப்புறம் அம்மா, செல்லம், குழந்தைகள் –

செல்லம் படித்த பெண், உத்தியோகம் பண்ற பெண். எப்படியும் பிழைத்துக்கொண்டுவிடுவாள். அம்மாதான் பாவம் – எனக்கு ஏன் இப்படித் தோணறது? இந்த வீட்டுக்கு என்ன வந்துடுத்து தப்பிக்கவே வழியில்லையா?

அம்மாதான் பாவம், பிரகாஷ் அப்படியே அவன் தாத்தாவை உரிச்சு வெச்சிருக்கான். அம்மா, என்னை மன்னிச்சுடு. நான் எல்லாம் நல்லதுக்குத்தான் நினைச்சேன்.

ரயில் தடதடவென்று அவன் மேல் பாய்ந்தோடிற்று. எப்படி நான் தண்டவாளத்திடையில் விழுந்தேன், விழ முடியும்? All over, இதென்ன புது உலகில் விழிப்பா?

விடிவிளக்கில் கூரையில் தூலங்கள் பாய்ந்தன.

அம்மாடி! மார் படபடப்பு இன்னும் அடங்கவில்லை. கனவே இப்படி இருந்தால் நனவு எப்படியிருக்கும்? அதுவும் அப்பா உங்களுக்கு – அப்பா! அப்பா! யாரோ தோளைப் பிடித்து உலுக்குகிறார்கள்.

"என்ன துக்கமாடி துர்கனாக் காண்றேள்? உங்களுக்கு இந்த நாலு மாஸமா என்னமோ பிடிச்சுண்டிருக்கு! சந்தேகமேயில்லை."

அன்று வெள்ளிக்கிழமை பிற்பகல் அம்மா எங்கோ சுபாஷணி பூஜையாம், இன்னும் திரும்பவில்லை. யார் எங்கே போனால், எங்கே வந்தால் என்ன?

அவன் நாற்காலியில் முழங்கால்களுக்கிடையில் இரு கைகளையும் கோர்த்த வண்ணம், சுவரை வெறித்தபடி உட்கார்ந்திருந்தான்.

வாசலில் கார் நிற்கும் சப்தம்.

செல்லம் அவசரமாய் மேலே ஓடிவந்தாள். "உங்களை யாரோ பார்க்க வந்திருக்கா–" என்று சொல்லிக்கொண்டே. ஆனால் அதற்குள் அவளைத் துரத்திக்கொண்டு மாடியேறிவரும் பூட்ஸ் கதவை அதட்டலாய்த் திறந்தது.

"Hello Son! How are you? வீட்டில் யாருமில்லே?"

ஸேதுவின் உடல் தானாக எழுந்தது. முகத்தில் மாறி மாறிச் சிவப்பு, நீலம், வெள்ளை – வாய்பிளந்து நாக்கே கூரையை முட்டிற்று. ஆனால் சத்தம் வரவில்லை. கை அவரைச் சுட்டிக்காட்டிக் காண்பித்துத் தவித்தது.

What is the matter with you? Have you seen a ghost? Ah! இவள்தான் நாட்டுப் பெண்ணா, என்ன இந்த வயசிலேயே கிழவி ஆயிட்டையே? அவள் எங்கே? வழக்கப்ரகாரமா? என்ன சொன்னாலும் அவள் திருந்த மாட்டாளோ!"

ஸேதுவின் கைகள் அவன் உடம்பில் எதையோ தேடித் தவித்தன. ஆ! தந்தியை உறையோடு நீட்டினான்.

உறையிலிருந்து எடுத்து, அக்கண்கள் தந்தியை வெள்ளோட்டம் விட்டன.

"A mistakes. These things happen; you know. ஒரே பேர். அதே initial! ஒரே rank! இதைச் சூடாமணி மாதிரி காப்பாத்தி வெச்சிருந்தையா."

தந்தி நாலு சுக்கல்களாய் அவர் காலடியில் விழுந்தது.

(அதுதான் முறை. சூடாமணிதான். தந்திக்குரியவர் அவர்தானே" அப்பாடி)

திடீரென்று அந்த மேட்டு விழிகள் கோபத்தில் விரிந்தன.

"என்னடா தந்தியைப் பார்த்து உன் அம்மா வேஷம் போட்டுண்டுட்டாளா?"

அப்பா அப்படிக் கேட்டதும் அவனுக்குச் சிரிப்பும் அழுகையும் ஒரே சமயத்தில் பீறிட்டன. காலடியில் பூமி கிடுகிடென்... அப்பா அவனைச் சட்டெனத் தாங்கிக் கொண்டார். என்ன தோள்கள்!

"He has fainted away! Bring some water."

செல்லம் சமையலறைக்கு ஓடினாள்.

ஆனால் ஸேதுவுக்கு உள் ப்ரக்ஞை மாறவில்லை. ஆம், இது ஒரு ஆச்சரியமில்லை. தந்தியை இத்தனை நாள் தாங்கிக்கொண்டிருந்தது ஒரு பக்கமிருக்கட்டும். முதலில் மறைத்துவிடவேண்டும் என்று தோன்றியதற்கே காரணம் என்ன?

அது அந்தக் குலராமனுக்குத்தான் வெளிச்சம். மேகங்களைப் பிளந்து கொண்டு சூரியன் கிளம்புவது போல் இத்தனை நாள் அப்பா மேல் பாஷாணம் பாலாய் மாறும் இன்பப் பயங்கரத்தில் அப்பாவைத் தரிசிக்கையில், அவர் வெறும் ராமப்ரஸாதாக இல்லை. தான் நினைக்காவிடினும் பரம்பரை, தன் அகண்ட கருணையில் வழங்கிய ராம ப்ரஸாதமாகவே தெரிந்தார்.

"அப்பா, உங்களை நான் முத்தமிடலாமா?"

காசி

அவனை எழுப்பவில்லை. அவன் தூங்கும் அலங்கோலக் கவர்ச்சியைக் கவனித்து நின்றாள்.

இப்போது அவன் கணவனாய்த் தோன்றவில்லை. ஏதோ விலங்கு, வழி தவறிப்போய், உள்ளே வந்து பாயில், அவள் பக்கத்தில் படுத்துவிட்டது. எம்மா உண்டாலும் ஒட்டிய அந்த ஓநாய் வயிறும், மேல் தூக்கிய கைகளடியில் அக்குள் மயிர்ச் சுருளும், தலையணை மீது அவிழ்ந்த கட்டுக் குடுமியும் அந்த பாவனைக்கு உரமேற்றின். இத்தனை வருடங்களில் ஒருதரமேனும் அவன் குறட்டை கேட்ட நினைவு அவளுக்கில்லை. மாலைக் காற்றில் ஜலத்தின் நலுங்கல் போல், அந்த மார்க் குழியில் அந்த மிதப்புத்தான் அவள் தைரியம்.

சுபாவத்திலேயே அவனுக்குத் தூக்கத்தில் அரைக் கண். அதனால், சமயத்தில் அவனுக்குத் தூக்கமா விழிப்பா எனச் சட்டெனப் புரிவதில்லை.

அவள் பயத்திற்கேற்ப அவனுக்கு விழிப்பும் சட்டென வராது. அவன் தூக்கத்தைக் கண்டு அசூயை கொள்வாள். ஏனெனில் அத்தனைக்கத்தனை அவளுக்குக் கோழித் தூக்கம், கூரையிலிருந்து காரையுதிர்ந்தாலே போதும், கண் கலைந்து போம். அப்புறம் விடியும் வரை இருட்டில் விட்டத்தை அண்ணாந்த வண்ணம் விடியக் காத்திருக்க வேண்டியதுதான்,

அதோ, கூடத்தில் வௌவாலின் இறக்கை வீச்சு,

சமையலறை ஜலதாரையுள் "புஸ்–ஸ்–ஸ்"

("அது உன்னை என்ன பண்றது? இன்னிக்கா, நேத்தா, மூணு தலைமுறையா கேக்குது! இதுவரை யார் கண்ணுக்கும் பட்டதில்லை. இதுவரை யாரையும் கடிச்சுப் பழிக்கு ஆளானதில்லே. அது பாட்டுக்கு வரது. போறது. உன்னை என்ன பண்றது?")

கொல்லையில் தென்னங்கன்றின் உச்சியில் அதென்ன "டொக் டொக்?"

வைக்கோல் போர் மேல் யாரோ குதிச்ச மாதிரி பொத்துனு சத்தம் கேட்டுதா?

அக்ரகாரம், பேர்தான் பெரிசு. ஒரே சாரி; எண்ணி நாலு வீடு. எதிர்ச்சாரியின் பெருமாள் கோவில் மதில் முதல் வீடு கிலம், வாசலும் உள்ளும் நுண் படர்ந்து சிலந்தியும் ஓட்டடையும்தான் வாசம்.

அடுத்தது தன் வீடு.

மேலண்டை வீட்டைக் கழுகாய்க் காத்துக்கொண்டிருந்த தொண்டு கிழத்தை எடுத்துப் போய் ஆறு தாண்டி – ஆறாம் ஆறு அதென்ன ஆறோ, பேரு தான் ஆறு. என் நினைப்பு தெரிஞ்சு நானும் ஆளாகு முன்னே எட்டு வயசிலே தாலியைக் கட்டினார். இங்கே வந்தாச்சு. இப்போ எனக்கு வயது நாற்பதா, நாற்பத்தி ரெண்டா, எண்ணிக்கை கூட மறந்துபோச்சு. என் நினைப்பிலே தண்ணி ஓடினதா ஞாபக மில்லே ஆறு தாண்டி புளிய மரத்திலே பொசுக்கியாச்சு. சொல்லி யனுப்பி, கொள்ளி வைக்க வந்த புள்ளி அடுத்த நாள் சாம்பலைக் கிளர நிக்கல்லே, செத்தவர் சொத்து, குருவிக்காரன் குடுகுடுப்பைக்குக் கூட எடுபடாதுன்னு கண்டதும் கிழவியை வாய்க்கு வந்தபடி திட்டிட்டு ராவோடு ராவாக் கிளம்பிப் போயாச்சு. பாலில் குளிராத ஆவி இன்னும் இந்த வீட்டைச் சுத்திண்டுதான் இருக்கு, இல்லாட்டா திடீர் திடீர்னு ஏது அந்த முக்கல், முனகல், பெருமுச்சு, விசிப்பு பக்கத்து வீட்டுச் சுவர் பின்னாலிருந்து?

கோடி வீட்டில் அடிக்கடி குடிமாற்றம். ஒரு சமயம் பள்ளிக் கூடத்தின் புது வாத்தியார். இன்னொரு சமயம் தண்ணீர்ப் பந்தல். தயிர் சாதம். மசால் வடை, சுண்டல், வடைகறி (உன் துட்டு எங்கே போவுது நாளைக்கு வாங்கிக்கோ ஐயரே, இன்னொரு வடைவை) மூணு மாதத்தில் கடை போண்டி. அடுத்தாற்போல் எண்ணெய்ப் பிண்ணாக்கு கிடங்கு. அப்புறம் இரண்டு மாதம் காலி, பிறகு "லொட்டு லொட்டும் ஒரு தட்டான் பட்டறை. அப்புறம் திண்ணையில் ஒரு சோடாக் கடை, மறுபடியும் காலி – இதுமாதிரி ஏதோ ஒண்ணு, ஆனால் எதுவுமே உருப்பட்டதில்லை.

ஆனால் அவன் நிம்மதியாக உறங்கிக்கொண்டிருந்தான். கொடுத்து வச்ச ஆசாமி.

ஆனால் வேறு என்னதான் வேலை?

இருபத்து பரம்பரையாய் ஒரு கோவில் பூஜை.

இரண்டு காலம்தான். அதற்கே ஒழுங்காய் நெல் அளக்க ஊருக்கு வக்கில்லை. அதற்கு கொசிர் மூலைப் பிள்ளையார் பூஜை. பாவ தோஷத்திற்கு அஞ்சி, இரக்கப்பட்டு வாரத்துக்கு ஒரு முறை இருமுறை பண்ணினால் உண்டு; இல்லையெனில் கேட்க வாயில்லை, எத்தனை சாமியானாலும் என்னா பொங்கினது ஒரு நைவேத்யம்தானே! சோற்றை மூடிய சிக்குத் துண்டைக் கொஞ்சம் தூக்கி மணியை இரண்டு ஆட்டு ஆட்டி உடனே மூடு!

எல்லாம் அப்பப்போ உடல் அசதிக்கும் மனத்தென்புக்கும் தக்கபடி.

சுவாமி சன்னதியில் தோளுயரம் கங்காளம். அம்மன் சன்னதி அண்டா மாருயரம். மனமிருந்தால் கிணற்று ஜலத்தை மொண்டு இரண்டு ஏனங்களையும் விளிம்பு கட்டி அபிஷேம் பண்றதுதான். இல்லையோ, சொம்பு ஜலத்திலேயே இரண்டையுமே நடத்தறதுதான். சுவாமி கன்னத்தில் அறைவதற்குப் பதிலாக, லிங்கத்தின் முகத்திலே வீசிவிட்டுக் கதவை மூடிக்கொண்டு வெளியேறுவதும் உண்டுதான்.

இஷ்டப்பட்டால் நாள், கிழமையில் தனக்குத் தெரிந்த அலங்காரத்தில் உத்ஸவரை முறுக்கிக் கட்டி தாத்தா காலத்துக் கிழிசல் பட்டைத்தான் கச்சம் வைத்துக் கட்டிக்கொண்டு, வருவோருக்கு விபூதி பிரசாதம் சிம்ட்டா பிடித்து வழங்கலாம். இல்லையோ, அது கெட்டது போ! கையை நீட்டுவோருக்கு, மாடப்பிறையில் கொட்டியிருக்கும் திருநீறைச் சுட்டிக்காட்டிவிட்டுப் போய்க்கொண்டே இருக்கலாம். இங்கே தோடா போடுவோருமில்லை. சாட்டை சொடுக்குவோருமில்லை.

எல்லாம் அப்பப்போ உடல் தென்புக்கும் மன அசதிக்கும் ஏற்றபடி.

ஆனால் வரவர இப்பவே தூக்கந்தான். சமையலாச்சு.

இடம் பெருக்கி இலை போடுவதற்குள் சாய்வுத் திண்ணையில் ஒரு சின்ன மருளாட்டம். தோளைத் தொட்டு எழுப்பலையோ அப்படியே காலும் நீட்டிக்கொள்ளும். அப்புறம் சாப்பாடு கூப்பாடுதான்.

சாப்பாடு ஆச்சா, பாக்கை ஊதி வாயில் போட்டு, வெற்றிலையைத் தொடையில் துடைத்து மூணாவதைத் தடவும் போதே தலை சாய்ந்து விடும். அதென்ன தூக்கமோ? உள்ளங்காலில் சுரீல்னு ஒரு தணலை வெச்சால் என்ன? மூஞ்சியில் ஜலத்தைக் கொட்டட்டுமா?

எனக்கே தூங்கறவாளைக் கண்டால் ஆகல்லே. ஆனால் அத்தை முழிச்சுண்டுதானேயிருந்தார்; அதுவுந்தான் ஆச்சோ? அத்தை கண் மூடறவரை கண் கொட்டல்லே, போன அப்புறம்கூட இமையை யாரோ இழுத்து மூடி அந்த விறைச்ச பார்வையை மறைக்கும்படி யாச்சு. யார் என்ன செய்யறா, ஏது சொல்றான்னு கவனிச்சு கவனிச்சு அத்தைக்குக் கண் மூடவே மறந்து போச்சு. அதுவும் கடைசி காலந்திரத்தில் ஆளை வதைச்சே எடுத்துட்டார். எண்பதும் தாண்டி இருந்த வயசில் கடைசிப் பத்து வருஷம் படுத்த படுக்கையில் தொட்டதெல்லாம் குத்தம்தான். எதிரே நின்னாலே குத்தம். "என்னடி பாக்கறே? மூச்சு போகலையான்னா." சரின்னு கண்மறைவா வளைய வந்தாலோ:

"போயிடுங்கோ; ரெண்டு பேரும் போயிடுங்கோ! எதிரே இருந்தால் தானே கடையற தொண்டையில் பாலூத்த வேண்டிவரும்! அது சாக்கில் என் உசிர் தங்கிடுமோன்னு கவலை. இழுத்துண்டிருக்கிறது அடங்கறதுக்குள் ரெண்டு பேரும் மூங்கிலைத் தேடப் போயிட்டா. அவன் வெட்டுவான். இவள் கட்டிண்டு வருவாள்."

திட்றதில் பிள்ளைன்னும் பார்க்கல்லே. நான்தான் தம்பி பொண் ணுன்னும் பார்க்கலே! போகப் போக நெஞ்சில் ஓதமே வத்திப் போச்சு. இனி எழுந்திருக்கப் போவதில்லை. இத்தோடு சரின்னு தனக்கே தெரிஞ்சு போன பின் இருக்கிறவா மேல் போறவாளுக்கு ஏன் இவ்வளவு ஆத்திரம்? பொறாமையா, பயமா, எதனால் இந்தக் கொடூரம்? ஏழைக்கு ஏற்ற எள்ளுருண்டைன்னு நம்மால் முடிஞ்ச புலிப்பாலைக் கறந்து வந்து கொடுத்தாலும் செம்போடு மூஞ்சியில் விசியெறிவார்.

கடைசியில்தான் என்ன அவஸ்தை! உயிர் தயாரானாலும் உடல் ஆகல்லே. உடம்பில் பூச்சியே வெச்சுப் போச்சு. உயிரும் உடலும் வாசலுக்கு வாசல் மல்லிட்டு, அங்கம் அங்கமா அடங்கி கடைசியில் உயிர் போச்சுன்னு ஆனதும் ஐயோன்னு அழுகைக்கு முன்னால் "அப்பாடான்னு" மூச்சுத்தான் தெரியறது.

ஆனால் எங்கே போனார்? கூடத்து அலமாரியில் பானையில், அஸ்தியாக இன்னும் புழுங்கிண்டுதான் இருக்கார்.

"ஒரு ஊரா, கோவிலா, குளமா, ஒரு விரதமா, ஜபமா, முழிப்பா – இந்த ஜென்மத்துக்கு ஒண்ணும் கிடையாது. ஒரு விமோசனமில்லாமல் இதோ இப்படியே போயிடப் போறேன். இந்த எலும்பையாவது எடுத்துப் போய் வருஷம் ஆவதற்குள் கங்கையில் கரை கரைப்பையா இல்லை, இந்தச் சமயத்துக்குத் தஞ்சாவூர் பொம்மை மாதிரி தலையை ஆட்டிப்பிட்டு அப்புறம் ஹாய்யா, இருந்துறையா?ன்னு வாயைத்

திறந்து சொல்லுன்னு கையை அடிச்சு வாங்கிக்காத தோஷமா வாக்கை வாங்கிண்டுதானே ஆவி பிரிஞ்சது.

பாவம் அத்தை! பூச்சியோ புழுவோ, நாத்தமோ, அழுகலோ, வார்த்தையோ, கொடுமையோ இருந்தவரைக்கும் அவராவது இருந்தார். குழந்தையில்லா வீட்டில் அவர்தான் குழந்தையாக சிசுருஷையில். ராமுழிச்சு, பகல் தூங்கி விழுந்து போகப் போகப் பகலுக்கும் இரவுக்கும் வித்தியாசம் வெளிச்சம்னு ஒரு அடையாளம் தவிர மற்றதெல்லாம் மறந்து போய், பொழுது போனதே தெரியாமல் போச்சு. அவர் ஆட்சி போச்சு. கூடவே வீடும் வெறிச்சிட்டுப் போச்சு. பேச்சும் செத்துப் போச்சு. இருள் வழிக்குக் கொடு உறவும் உறுதுணைதானே?

போறவா போனப்புறம்தான் தெரியறது இருக்கறவா வாழ்வும் போ யிண்டேயிருக்கிறதுதான் என்று – வாழ்வா இது?

சாய்வுத் திண்ணையில் அரைத் தூக்கத்தில் அயர்ந்திருக்கையில் வயிறு மீது ஏதோ தொப்பென்று விழுந்து விழித்துக்கொண்டான்.

இரண்டு பல்லிகள் ஆள் மேல் விழுந்தும் பிரியவில்லை. ஒன்றின் வயிற்றை ஒன்று கவ்விக்கொண்டு, இரண்டில் ஒன்றின் சாவு வரை சண்டை மூர்க்கத்தில் உருண்டுகொண்டே திண்ணையிலிருந்தும் விழுந்தன.

பலனுக்குப் பஞ்சாங்கம் பார்க்கத் தேவையில்லை. இதெல்லாம் மனப்பாடம். வந்து கேட்போருக்குச் சொல்லியாக வேண்டுமே! கோவிலுக்கு குருக்கள், ஊருக்குப் புரோகிதன், மாலையில் மாந்த்ரீகம்! காலையில் வேப்பிலையடிப்பு, இதெல்லாம் வயிற்றுப் பிழைப்பின் தந்திரத்தில் சேர்ந்ததாச்சே – 'வயிறு புத்ரலாபம்' என்ற விடை மனதில் பளிச்சிட்டதும், முகம் புன்னகையில் இளகிற்று.

எப்பவோ, என்றோ, நேர்ந்தது கூட மறந்துபோச்சு. சாந்தி முகூர்த்த சுருக்கில் – என்னத்தையோ ஒரு துணியில் சுற்றிக்கொண்டு நாலுபேர் வீட்டை விட்டுக் கிளம்பினதாய் நினைவில் ஒரு தோற்றம். தாது அடித்து மடிந்தது. அந்தச் சுமையைக் கூட அவன் தூக்கவில்லை. அவன் தகப்பனார் எடுத்துச் சென்ற ஞாபகம்.

அதற்குப் பின் லாபமுமில்லை, நஷ்டமுமில்லை. முதலில் நேர்ந்தால்தானே லாப நஷ்டத்திற்கு!

சுற்றம் விட்டுப் போகக்கூடாது என்று இந்தக் கூட்டத்திற்கே உள்ள பயத்தில் தனக்குள் தானே பின்னிக் குமைந்து இறங்கிவரும் தலைமுறையில், எந்தக் கிளை, இலையிலேனும் தாய்க்கு மகன் தாலி

கட்டி இருந்தாலும் அண்ணனுக்குத் தங்கை வாழ்க்கைப்பட்டிருந்தாலும் ஆச்சர்யமில்லை.

இப்படி வழிவழியாய்ச் சொத்து வரும் ரத்தத்தில், மலடுக்குப் பொறுப்பு யார் மேல் தனியாய்க் கட்டுவது? ஆண் மேலா பெண் மேலா?

அட, அப்படித்தான் விருத்தியாகாமல் என்னோடு அற்றுப்போனால் தான் என்ன? வாரிசு இல்லாமல் என்ன சொத்து பாழாப் போறது?

பொருளே முன்னால் எங்கிருந்து சேரும்? இந்த ஜாதிக்கே ஜாதகம் எங்கே சரி? சிவ சொத்தில் புழங்கி உருப்படுவது எது? தெரிந்து எடுத்தால் திருட்டு, தெரியாமல் நேர்ந்தால் பிழை என்று விளக்கம் தந்துவிடலாம். ஆனால் வினை ஒன்றுதானே ?

அறியாமல் செய்தேன் என்பதே ஒரு புளுகு. தேனை வழித்தவன் புறங்கையை நக்காமல் இருப்பானா? இருந்தால் அவன்தான் முதல் மோசடி... அவன் மேல்தான் முதலில் கல்லை எறிய வேண்டும் – என்னையேதான் சொல்லிக்கறேன். அந்த நாளில், எப்போதேனும் பக்கத்தூரில் உற்றார், உறவினர் வீட்டில் நேரும் ஒரு கல்யாணம் கார்த்திக்கு இவள் போட்டுக்கொள்ள, அம்பாள் கழுத்திலிருந்து அட்டிகையோ காசுமாலையோ கடன் வாங்கியிருக்கமாட்டேனா தர்மகர்த்தாவைக் கைக்குள் போட்டுக்கொண்டோ அவன் கண்ணில் மண்ணைத் தூவிவிட்டோ? அட்டிகையென்ன, ஒட்டியாணமே கூட.

எடுத்ததற்குப் பிராயச்சித்தம் வெள்ளிக்கிழமை ஸகஸ்ர நாமத்தைக் கொஞ்சம் கூட நிறுத்தி இன்னும் ராகமாய்ப் பாடி அர்ச்சனை, அவ்வளவுதானே!

ஆச்சு, என் அர்ச்சனைகளும் ஓஞ்சுபோச்சு. எனக்கு ஐம்பதை எட்டிப் பிடிக்கிறது. இவனுக்கு மாத்திரம் வயசு நின்னுட்டதா. வலது நெற்றிப்பொட்டில் நுரை அடையாய் ஓடுறது. உடம்பில் கூட பழைய நிறம் உதிர்ந்துபோச்சு.

ஆனால் அவள்... எனக்குத் தெரிந்து என் முப்பாட்டனுக்கும் மூணு தலைமுறைக்கு முன்னாலிருந்து நின்றவிடத்தில் அசையாமல் நின்று காத்திருக்காளே ஒருத்தி – அவள் தான் – அன்று கண்டமேனிக்கு அழிவில்லாமல் இருக்கிறாள். தினம் இரண்டு வேளையும் எண்ணெய்க் காப்பு. மொழுமொழுப்புக்கு என்ன குறைச்சல்! முகம்தான்..... லேசாய்...

ஆனால் தேயத் தேய அவளுக்கு மவுஸ் ஜாஸ்தி.

நமக்குத் தேய்ந்தால் நாம் கிழம். அப்புறம் நாமே குளோஸ்.

சுபாவமே பேச்சுக் குறைவு. காது மந்தம். வயதாக ஆக டமாரச்

செவிடு ஆனபின் எதற்கும் காதண்டை வந்து கத்திக் கத்தி அலுத்து அவளுக்கும் இப்போது வாய் ஓய்ஞ்சு போச்சு.

இப்பவோ அவனிடம் அவள் கை அபிநயம்தான். மற்றும் உதட்டசைவிலிருந்து அவன் யூகமாய்க் கண்டுகொள்வதும் அவன் சொல்லி அவள் செய்ய நேராமல் போவதுமாவே, தினப்படி அலுவல் கள் ஓர் ஒழுங்கில் விழுந்தாயிற்று.

பேசவே என்ன இருக்கிறது? பேசின பேச்சையே திரும்பத் திரும்பப் பேசி, போட்ட சண்டையே திரும்பத் திரும்பப் போட்டு, துப்பிய எச்சிலைத் திரும்ப உட்கொள்வது போல், சமரசமே அதே முறையில் திரும்பத் திரும்ப ஆகி, இருவர் உறவிலும் அது உடலோ, சொல்லோ, செயலோ இதுவரை சொல்லாதது, செய்யாதது, இல்லாதது இனிமேல் வரப்போவது, எதிர்பாராதது எனும் செயலூக்கியே இற்றுப் போயிற்று.

ஒன்றுடன் ஒன்று மோதி சம்பலத்தில் சம காயம் கண்டு பிரிந்த இரு விலங்குகள் அதனதன் காயங்களை அது அது நக்கிக்கொண்டு, ஒரே நீரோட்டத்தில் அதனதன் தன்ணீரைக் குடிப்பது போல், இப்போது இருவரும் முகர்வதுமின்றி மோதுவதுமின்றி, அவரவர் எண்ணத்தில் அவரவர் ஒருவரைப் பற்றி ஒருவர் எண்ணிக் கொண்டிருக்கும் எண்ணங்களே சரியா என்று எண்ணக்கூட அலுப்பு இல்லை. அலுப்பையும் மீறிய நிலை அலுப்பு என்று ஒன்று படக்கூட வலுவும் சுரணையும் செத்துப் போய் நெஞ்சில் பூஞ்சைக் காளானின் பூப்பு யந்திர வாழ்க்கையின் யந்திரத்தின் தேய்வு.

அரைத் தூக்கத்தின் மனசில் கொலுசில் மாட்டிக்கொண்டு நினைவின் அடிவாரத்திலிருந்து கொத்தும் குடலுமாய்க் கிளம்பும் இனம் தெரியா கொதிப்புகள், உருவக விகாரங்கள்...

லிங்கத்தின் நெற்றியில் காய்ந்த சந்தனத்தைக் கிள்ளிய இடத்தில் திடீரென முண்டிக்கொண்டு அசிங்கமாய் ஒரு ரத்தக்கட்டி.

கங்காளத்திலிருந்து மொண்டு லிங்கத்தின் மண்டைமீது ஊற்றியதும் குடத்திலிருந்து ஜலத்துக்குப் பதிலாக கொடகொடவென்று நுரை கக்கிக்கொண்டு ரத்தம். அம்பாள் சன்னதியில் விளக்குத் திரியைத் தூண்டப்போய் தீ விரலைச் சுட்டதும், அவன் உடலை சிவப்பு, நீலம், ஊதா, பச்சை, மஞ்சள் வர்ணங்கள் வெகு வேகமாய் அடுத்தடுத்து ஊடுருவி அந்தந்த நிறம், அவன் மாறி எரிந்து பஸ்பமாய்க் குமுங்கிக் குன்றி, பிசுபிசுவென்று உதிர்ந்துபோவதாய் அம்மன் பின்னால் மாட்டி இருக்கும் நிலைக்கண்ணாடியில் பிம்பம்.

அம்மனுக்கு இப்போ புல்லாக்குன்னா மாட்டினேன், மூக்கில் ஏன் சளி தொங்கறது?

அண்டா ஜலத்தில் கைக்கு ஏதோ வழவழவென தட்டுப்பட்டதும், நூலிழை தடுமனாய் உணர்ந்து, கைக்கடியிலேயே உடனே வளர்ந்து, கன வேகத்தில் மழமழவென ஆலமரத்தின் அடிமரப் பருமனுக்கு வீங்கி, இன்னும் வீங்கிக்கொண்டே, அதன் பிளந்த வாயுள் ஸ்வாமி அம்மன், கர்ப்பக்கிருஹம், கோபுரம் உள்பட, தான் உள்பட, விழுகையில் திடுக்கிட்டு விழித்துக்கொண்டதும் அந்த ராக்ஷஸ பாம்பு அவன் காலை உதைத்துக்கொண்டிருக்கும் தூணாய்ச் சமைந்தது.

திருட்டுத்தனமாய் வாயில் அள்ளிப் போட்டுக்கொண்டு ஆள் வருமுன் தின்கவுமுடியாமல் தவிக்கும் முறுக்கு சீடை போல் பரம் பரைப் பழக்க வாசனையில் அவனையுமறியாமல் வாயில் அவனறிந்த ரக்ஷாமந்திரங்களின் அக்ஷரங்கள் திடீரென நிறைகின்றன.

"அம்பா! தைய நாயகி! வைதீஸ்வரா!"

அம்மையும் அப்பனும் மௌன சாக்ஷியாய், சுட்டகல்லாய் அவரவர் இடத்தில் காலமாய் நிற்கிறார்கள்.

மற்றவர்க்கு அவரவர் இஷ்ட வரமருள் தெய்வம்; எனக்குக் கல்.

நட்ட பீஜத்தைக் குளிப்பாட்டி, அதன் தலையில் பூச்சுற்றி, தூபதீபம் காட்டுவதில் என் வயிற்றுப் பிழைப்பைப் போட்டிருக்கிறது. இந்தத் தெய்வங்களின் உடுவையை நாளுக்கிருமுறை களைந்து, உடுத்திப் பார்த்துப் பார்த்து என் ஆண்மையே அவிஞ்சு போச்சோ ?

கல்லைப் பூஜித்து பூஜித்து நானே கல்லாய் மாறிக்கொண்டிருக்கிறேன். வரவர மாரில் ஏதோ கனம் அழுத்தறாப் போலிருக்கு. தேடினால், மார்புத் துடிப்பு சட்டென்று கைக்கடியில் கிடைக்கவில்லை போலக்கூட சில சமயங்கள் தோணறது.

எனக்கே வேளை வந்துவிட்டதா?

அப்படியானால் அம்மாவுக்குக் கொடுத்த வாக்கை நிறைவேற்றியாக வேணுமே! ஏற்கனவே அம்மா என்னைத் தலையாட்டின்னு சொல்லி விட்டாள். அப்படி இல்லை என்று நான் ஒருதரமேனும் சொன்னதைச் செய்ய வேண்டாமா?

என்னையே எனக்கு நிரூபித்துக்கொள்வது எப்படி?

நாளைக்குக் காசி –

நாளை போய் இன்று வருகிறது.

நேற்று போன நாளையை ஏமாற்றிய இன்று.

இன்று போய் மறுபடி நாளை.

இன்று வந்த இன்றை மன்னித்துவிட்ட நாளை.

நேற்று, இன்று, நாளையாகத் தன் வாலைத்தான் தேடிப்பிடிக்கும். பூனைக் குட்டி போல் அன்றன்றாய், நாள் ஒவ்வொன்று.

நாளைக்குக் காசி.

அன்றொருத்தன் அப்படித்தான் நாளையைத் தேடினான்.

ஒவ்வொரு நாளும் நாளையாக மாறி, நெஞ்சில் நாளையின் கேலிக்கூத்து.

அவன் கனவுகளில் அம்மாவின் அஸ்திப் பானையில் இருந்து நடராஜன் தோன்றினான்.

ஊன்றிய பாதத்தினடியில் முயலகனுக்குப் பதில் அவன்.

விழிப்பு வந்ததும் வெகு நேரம் வரை ரண வலி போகவில்லை. பின்னே என்ன; ஆண்டவன் மிதித்தால் லேசா?

கனவு பலன்படி கனவில் தாண்டவம் கண்டால் யமன்.

காஞ்சியில் பிற,

கஞ்சியில் இற. காசிக்குப் போவோரில் சிலர், அதற்காகத்தானே அங்கு சாகப்போவது தேடி காத்துக் கிடக்கிறார்!

பிறக்கப் பத்து மாதம். சாகப் பத்து மாதம். அதென்ன சாஸ்திரமோ?

காரணமில்லாமல் சாஸ்திரமில்லை.

போனால் திரும்பக்கூடாது. மானத்தின் லட்சியம் அதுதான்.

ஆனால் போனால்தானே சாகலாம்?

எப்படியும் போகப் போற உசிரை அம்மா சுலபமா பணயம் வெச்சு வாக்கை வாங்கிண்டுட்டாள்.

ஆனால் காசி என்ன லேசா? கொல்லைப்புறமா?

காசு?

வெச்சு வாங்க இங்கே என்ன இருக்கு?

என் மாரில் சிக்குப் பூணூல். அவள் கழுத்தில் மஞ்சள் கயிறு.

இருப்பு, செலவு, பாக்கி எல்லாமே இவ்வளவுதான்.

வீட்டை அடமானம் வைக்கலாம்னா அதுவும் சொந்தம்னு

நிச்சயமில்லை. பழைய ஏடு எதையாவது ஏந்திண்டு எங்கிருந்தாவது ஒரு தாயாதி என் பங்குன்னு முளைச்சால்?

பங்குக்கு மாத்திரம் கிளை கிளையா கிளைக்குமே!

இன்னும் கொஞ்சம் ஆழமா தோண்டினால் இரண்டு பேருக்குமே யில்லை. வீடு, கோவில், சொத்துன்னு தீர்வையா சாசனமே கிடைத்து விடும்.

எல்லாம் என்னுடையது.

கடவுள் நியாயம். குரங்கு நியாயம். ரெண்டுக்கும் மிஞ்சின கோர்ட் அப்பீலே கிடையாது.

நாளைக்குக் காசி.

அப்போதுதான் குளித்துவிட்டு – இன்னும் சரியாகத் துவட்டிக் கொள்ளக்கூட இல்லை. வாசற்கதவை அவசரமாய்த் தட்டும் சத்தம் கேட்டது. புடவையைச் சுற்றிக்கொண்டு வந்து கதவைத் திறந்தாள். ஒரு ஆளை – பாதிக்கு மேல் அவன் உடல் பாரத்தை தான் தாங்கிக் கொண்டு அவள் கணவன் வாசலில் நின்றான்.

கதவை இன்னும் அகலத் திறந்ததும், உள்ளே தாண்டி வந்து கனத்தை கடைத்திண்ணையில் கிடத்தி, முகத்தில் தோய்ந்த மயிரை ஒதுக்கியதும் – சொல்லத் தேவையில்லை. கண்டாலே தெரிந்தது அங்கு அடிக்கும் ஜுரவேகம்.

உள்ளே போய்த் தலையணையை எடுத்து வந்தாள். அவள் கணவன் தலையைத் தூக்கிக்கொள்ள, அவள் தலையணையை அண்டக் கொடுத்ததும், அவன் தலையை அதன் மேல் இறக்கிவிட்டு இருவரும் ஒரு நிமிடம் அந்த முகத்தைக் கவனித்து நின்றனர். ஸ்மரணை யிருப்பதாகத் தெரியவில்லை.

அவள் கணவன் சென்ற பின்னரும் அவள் நகரவில்லை. அந்த முகத்தில் தாடி முட்கள் கருகருவென நின்றன. தலையில் காடு மாதிரி எவ்வளவு மயிர்! இப்போதைக்கு முகத்தை மூக்கும் முழியும் தான் அடைத்துக் கொண்டிருந்தன.

ஜுரவேகமாயுமிருக்கலாம்.

கொல்லைப்புறத்திலிருந்து அவள் கணவன் வந்தான். பறித்து வந்த மூலிகைகளைத் தோள் துண்டிலிருந்து திண்ணையில் கொட்டி, ஆய்வதற்கு உட்கார்ந்தான்.

"–த்வஜஸ்தம்பத்தடியில் குப்புறக் கிடந்தான். ரெண்டு சன்னதி பூஜையையும் முடிச்சிட்டு வந்தப்புறம்கூட ஆள் அப்படியே படுத்துட்டுக் கிடக்கான். நமஸ்காரம்னாகூட, இவ்வளவு நேரமா என்ன? கூப்பிட்டால் பேச்சு மூச்சு இல்லை. எனக்குப் பயமாப் போச்சு. புரட்டிப் பார்த்தால் உடம்பு உலையாய்க் காயுது. என்ன செய்யறது? அப்படியே விட்டுட்டு வர மனமில்லை."

அவன் சமாதானமாய்ச் சொல்லவில்லை. சமாச்சாரமாய்த்தான் சொல்லிக்கொண்டிருந்தான். அவள் ஒன்றும் சொல்லவில்லை. அவளுக் குப் பதில் பேசியே பழக்கமில்லை. "யார், ஏது, ஏன்? இந்த வீட்டில் கால் வைத்த நாள் முதல் அவள் எதற்கும் கேட்டதேயில்லை. அவளுக்குக் கேட்கவும் தெரியாது. அப்படிக் கேட்கும்படி நேர்ந்தது மில்லை. அந்த ஆளைக் கவனித்தபடி நின்றாள்.

அவள் தோளில் ஜலமுத்துக்கள் இன்னும் துளித்து நின்றன. குளிப்பில் மயிர்ப்பிரிகள் ஒன்றிரண்டு நனைந்து கன்னத்தில் ஒட்டிக் கொண்டு நின்றன. நெற்றியில் பற்றிய மஞ்சள் பளீரிட்டது.

நினைவு திரும்ப மூன்று நாட்கள் ஆயின. உடம்பு புரட்டினது புரட்டினபடி, மலஜலம் எடுத்து, உடை மாற்றி, வாயைத் திறந்து, கிட்டின் பல்லை நெகிழ்த்தி, ஔடதம் ஊற்றி, கண்விழித்து... இவன் யாரோ நான் யாரோ, ஜாதி என்னவோ? இத்தனை பாடும் இவன் மேல் இரக்கம் காரணமா, அல்ல, இவன் நம்மடியில் வாயைப் பிளந்து வச்சால் என்ன ஆகறது. என்கிற பயமா?

நட்டாற்றில் கரடியைக் கட்டிக்கொண்ட பிராம்மணன் போல் இவன் விதியுடன் எங்கள் விதியும் எப்படி விழைந்தது? ஏன் விழையணும்?

என ஆச்சர்யமுற, தோன்றக்கூட இப்போது நேரமில்லை.

நீர்த்துப்போன மூட்டத்தின்கீழ் மாட்டிக்கொண்ட ஒற்றைப் பொறியைச் சுடராக்க, மாற்றி மாற்றி ஊதும் போட்டியில் திணறுவது எங்கள் மூச்சா? இல்லை இவன் மூச்சா? யார் அவஸ்தை அதிகம்? என்று சிந்திக்க அந்த அவஸ்தையை நினைவு பூர்வமாய்ப் படுவதற்கு போது இல்லை.

மசியூற்றிலிருந்து பொங்கிவரும் இருள் பிந்துக்கள் மேல் கவிந்து கடலாய்ப் பெருகி அதில் மூழ்கிப்போனதுதான் கடைசி நினைப்பு. அதன் மேல் இருள் அலைகள் உடைந்து வீழ்ந்து அதைக் கடலின் நடுவயிற்றுள் இழுத்துக்கொண்டனவா, அல்ல ஏந்திச் சென்று கரையோரம் ஒதுக்கினவா?

அறிய நினைப்பில்லை.

எது கரை? கடலுக்கும் கரைக்கும், மலைக்கும் மடுவுக்கும் அடையாளம் அறிய நினைப்பில்லை.

அறிய நினைப்பில்லை என்று அறியத் தோன்றுவதே மீளும் நினைப்பின் முதல் ஊன்றுகோல்.

அறியத் தோன்றிய சர்வ அமைதியின்றி காதோடு காது வைத்த ரகஸ்யமாய், சீடனுக்குக் குருவின் உபதேச மந்திரமாய், மந்திரத்தின் உருப் புரியாது. ஆனால் உரு அதனுள் அடங்கியதாய்

ரீங்காரம்.

ஒன்று

குதித்தெழுகின்றது.

அந்த உயிரோசையில் நினைப்பு இல்லையென்ற நினைப்பு கவ்விக் கொண்டதும், எங்கும் சூழ்ந்த இருளில் விரிசல் ஓடி, இல்லை, இருக்கிறது எனும் தோன்றல்களின் இடைவிளிம்புகள் ஆங்காங்கே படர்ந்து, தோன்றி மறைந்து மீண்டும் தெரிவதே ஒளியின் உதயதரிசனம், அகத்தின் மாட்சி, நினைவின் மீட்சி.

அது நேரும் சமயம் அவள் அக்குளில் வேலையாய் இருந்தாள். அவன் கோவிலுக்குப் போயிருந்தான்.

முனகல் சத்தம் கேட்டு ஓடி வந்தாள்.

கரையில் தூக்கிப் போட்ட மீன் போல் நோயாளியின் வாய் திறந்து, மூடித் திறந்து ஏதோ சைகையில் தவித்தது. நாக்கு வறட்சி.

உலையில் இன்னும் அரிசி கொட்டவில்லை. வெந்நீரைப் பரக்கப் பரக்க கொட்டி ஆற்றி தம்ளரில் ஊற்றிக் கொண்டு வந்து உதட்டில் வைத்தாள்.

ஒரு முழுங்குதான் – அதுகூட இல்லை. இருமல் வந்து புரைக்கேறி விட்டது. இமை நேரத்தில் கருப்பு விழி இமைக்கூரைக்கு ஏறி விழி வெள்ளைக்குப் பின் மறைந்தது. மூச்சு நெஞ்சில் கடைய ஆரம்பித்து விட்டது.

“ஐயோ! ஐயோ! ஐயோ!”

தான் அலறினது – தெரியவில்லை. என்ன செய்தாள் என்றே தெரியாது. தலைக்கடியில் கையைக் கொடுத்துத் தூக்கி அவனைத் தன் மேல் சாற்றிக்கொண்டாள். மார்பைத் தடவிக்கொடுத்தாள்.

வரலாமா, வேண்டாமா என்று பார்த்துக் கொண்டு மெதுவாய்க் கருப்பு விழி கீழே இறங்கிற்று. மூச்சு மறுபடியும் முறையாகக் கோர்த்து வாங்கி நிலைப்படத் தலைப்பட்டது. விழிக்குழிகளிலிருந்து தணற் பிழம்புகள் அவள் மேல் ஊன்றுகையில் அவளுக்கு அடிவயிற்றில் ‘சுரீல்.’

வாசற்படியில் நிழல் தட்டி நிமிர்ந்தால், அவள் கணவன் முழங்கை யில் நைவேத்ய மூட்டையை மாற்றிக்கொண்டு நின்றான்.

அப்போதுதான் அவளுக்கே அவள் நிலை தெரிந்தது தன் முழங்கை வளைவில் நோயாளியின் தலை தாங்கியிருப்பது. உடல் வெலவெலத்துவிட்டது. அவனைக் கீழே இறக்கிவிட்டு எழுந்து அவ்விடம் விட்டு விடுவிடுவென்று போய்விட்டாள்.

அவளைத் தேடிச் சென்றபோது கொல்லைப்புறத்தில் புன்னை மரத்தடியில் முழங்காலைக் கட்டிக்கொண்டு உட்கார்ந்திருக்கக் கண்டான்.

“இங்கே வந்து குந்தியிருந்தால் என்ன அர்த்தம்?”

ஊம்–ஊம் எழுந்திரு. கஞ்சியைப் போடு. கஷாயச் சட்டியை அடுப்பில் வைத்துக் காயவை. இன்னிக்கு கஷாயத்தை மாத்தியாகணும். அந்தமட்டுக்கும் பரவாயில்லை. தப்பிச்சுட்டான்.

அவள் எழவில்லை. முகம் குங்குமமாய்க் கொதித்தது. விழிகள் தளும்பின.

“இப்போ என்ன ஆயிடுத்து? உனக்கு ஒரு தம்பியிருந்தால் செய்ய மாட்டையா? ஆபத்துக்குத் தோஷமில்லை. முதலில் நான் சொன்னதைக் கவனி.”

அவன் சொல்லிவிட்டுப் போய்விட்டான்.

அவன் அப்படிச் சொன்னதும் அழுகை பீறிட்டுக் கொண்டு வந்தது. விக்கி விக்கி அழுகை. அழ அழ இன்னும் அழுகை.

அவளுக்கு ஆச்சரியமாய் இருந்தது. இதுமாதிரி அவள் அழுததே யில்லை. அழுகையே மறந்துபோன பின் இது ஒரு புது அனுபவமாய் இருந்தது. அழுதால் இன்பமயமாய்க்கூட இருக்குமா என்ன? இது அழுகையில்லை. கண்ணீரில் குளிப்பு. எங்கெங்கோ ஏதேதோ அழுக்குகள், கறைகள், கனங்கள் கரைந்தோடி, உடலே லேசுபட்டு, குளிர்ந்து...

"உன் பேர் என்ன?"

நோயாளிக்குப் பேசச் சக்தியில்லை. தரையில் எழுதிக் காண்பித்தான்.

"காசி."

சருகு துளிர்ப்பது போல், நாள் ஆக ஆக, விலாசத்தை பிய்த்துவிடும் போல் பிதுங்கிய எலும்புகள் மூடி, கன்னத்துக் குழிகள் மூடி ...

ஒருநாள் வெந்நீரின் பதச் சூட்டில் குளிப்பாட்டி, அவள் கணவனே அவனுக்கு உடம்பு தேய்த்துவிட்டான். சுட்ட அரிசி அப்பளமும் ஆவிபறக்க மிளகு ரஸமும்...

ஒருநாள் காலை சொல்லிக்கொள்ளாமலேயே வெளியே போய் மயிர் வெட்டிக்கொண்டு, க்ஷவரம் பண்ணிக்கொண்டு வந்துவிட்டான். சட்டென முகம் அடையாளம் கண்டுபிடிக்க முடியவில்லை. அன்று முழுக்கத் திட்டிய வெசவுகளுக்கெல்லாம் ஒரே பதில் ஒரு அசட்டுச் சிரிப்பு.

ஆனால், அந்தச் சிரிப்பில் உண்மையில் அசடும் இல்லை. ஆனால் காசி ஒற்றைநாடிதான், குருவிபோல் சோற்றைக் கொறித்தான் என்றாலும், எவ்வளவு ஊட்டம் கொடுத்தாலும் சதை பற்றாது. அந்த உடம்பு வாகு அப்படி.

இரவில் குத்துவிளக்குச் சுடர் காட்டும் நிழலாட்டத்தில் அந்த முகத்தில் சதை மறைந்து வெளிப்படும் வெறும் முகக் கோட்டினுள் விழிகள் மட்டும் பற்றி எரிகையில் அவளுக்குச் சில சமயங்களில் பயமாவே யிருந்தது. தான் பார்ப்பது உட்கார்ந்த நிலையில், உயிர் பிரிந்த சவமா? அல்ல தான் புகுவதற்குத் தக்க சடலம் தேடிக் காத்திருக்கும் ஆவியா?

"காசி உன் முழுப் பேர் என்ன?"

"எனக்கே தெரியாது."

"உன் பேரே உனக்குத் தெரியாதா, நீ என்ன ஆளப்பா!"

"வாஸ்தவமா? அப்படித்தான் என்னை வளர்த்தவர்கள் என்னை காசியில் அவர்கள் தங்கிய மடத்தில் பத்து நாள் குழந்தையாக ஒரு கந்தைத் துணியில் சுற்றின மூட்டையில் கண்டெடுத்தார்களாம். அதே சாக்கில் என்னை காசியென்று அழைப்பார்கள். அதுதான் எனக்குத் தெரியும்."

"காசிக்குப் போயும் அவர்களுக்கு கர்மம் தொலையலையாக்கும்? என்றாள் அவள்.

காசி புன்னகை புரிந்தான்.

"கர்மத்தை அவர்களல்லவா தேடிக்கொண்டார்கள். என்னைக் கண்டதால் அவர்கள் கொண்டுவரணுமா? அவர்கள் அப்படி ஆரம்பித்து வைத்த தர்ம சங்கிலியின் கோர்வையாகத்தானே உங்கள் கணவர் என்னைக் கோவிலில் மறுபடியும் கண்டெடுத்து வந்தார்! இல்லாவிட்டால், காசியிலேயே நான் வேறு யாரேனும் எடுப்பார் கைப்பிள்ளையாக வளர்ந்து கங்கா நதியில் யாத்ரிகள் வீசியெறியும் காசை மூழ்கி எடுத்துக்கொண்டிருப்பேனோ, அல்லது என்னைச் சுற்றியிருந்த கந்தைத் துணியிலேயே விரைத்துப் போய் பிறந்த சுருக்கில் பிணமாய்க் கிடந்திருப்பேனோ, யார் கண்டது?"

எனக்கு என்னவோ மாதிரி சங்கடமாயிருந்தது. அவன் தோள் மேல் கைவைத்தேன்.

"காசி உனக்குச் சாவே கிடையாது" என்றேன்.

"அது எனக்கு நன்றாய்த் தெரிகிறது."

அப்படி அவன் சொன்னபோது அவனை நான் தொட்டுக்கொண்டிருப்பதாகவே எனக்கு இல்லை. என் தொடலுக்கு அவன் அகப்படவில்லையென்றே பட்டது. ஒவ்வொருவராய் இப்படி ஆசி கூறிக் கூறி அழிவேயில்லாமல் அடித்துவிடும் ஆசி உண்மையில் சாபம்தானோ?

எனக்குத் திடீரென்று வியப்பு உண்டாயிற்று. காசி பேசினது எனக்கு எப்படிக் காது கேட்டது? நானோ செவிடு. நான் அவனைத் தனியாய்க் கேட்கவில்லை. என் ஆச்சரியம் என் வாய்விட்டுத் தானே வந்துவிட்டது.

காசியின் புன்னகையில் ஏதோ புதிர் என் நெஞ்சுக்கு மட்டும் தட்டுகிறது. நானே இதைக் கவனித்தேன். பல கேள்விகளுக்குப் பதிலாய் அந்தப் புன்னகை வைத்திருக்கிறான். அது புன்னகையுமில்லை. நாக்கு நுனிவரை வந்துவிட்ட பேச்சை அங்கேயே தடுத்துவிட்டாற்போல் உதட்டின் உறைவு.

"குருக்களே, இரைச்சலைக் கேட்டுக் கேட்டு உங்களுக்குச் செவியடைச்சுப் போச்சு. ஆனால் நாம் எல்லோருமே ஓசைகள். ஓசைகளின் உருவங்களாகத்தான் மூச்சும் சதையுமாய் இயங்குகிறோம். இதை உயிர் உணர ஆரம்பித்ததுமே வாசல்கள் திறந்துகொள்கின்றன. அவ்வளவுதான்?"

"நீ என்ன சொல்கிறாய்? புரியல்லையே!"

"குருக்களே, நான் இல்லாததை உண்டாக்க முடியாது. என்னால் முடிந்தவரை ஏற்கனவே இருப்பதை உங்களை உங்களுக்கு நினைப்பு

மூட்டுகிறேன். அவ்வளவுதான்."

காசி சொல்வது சுவையாய் இருக்கிறது. புரியவில்லை. புரியாமலும் இல்லை. தலை கிர்ர்...

இவனை எனக்கு ரொம்பவும் பிடிச்சுப் போச்சு.

இவன் வந்த பிறகே வீட்டுக்கு கலர் மாறிவிட்டது. இது திடீர்னு நேர்ந்தது என்று சொல்ல மாட்டேன். ஆனால் திடீர்னு பார்த்தேனோ என்னவோ?

இந்த மாறுதலைக் கலராய்ப் பார்க்கறப்போதான் அதுவே புரியறாப் போலத் தோணறது. பார்க்கவும் அப்படித்தான் பிடிக்கிறது. ஐப்பசி மாதம் எட்டு நாள் விடாமழைக்குப் பின், வாக்களிப்பு போல், அங்கங்கே – எங்கெங்கோ – ஏதேதோ மப்புகள் கலையறாப்போல் என்னென்னவோ புதிசு புதிசா அசைவு கொடுக்கிறது.

காசி பசுமாட்டைக் குளிப்பாட்டிக்கொண்டிருக்கிறான். இதன் தாய் வயிற்றில் இது பிறந்து கன்றாகி, பசுவாகி இதுவும் தாயான நாள் முதல் இதுவும் நாங்களும் ஒருவரை ஒருவர் அறிவோம். ஆனால் அவன் பக்கத்தில் வந்தாலே அதற்கு ரோமாஞ்சலி ஏற்படுகிறது. அவன் அந்த உடம்பைத் தேய்த்துக்கொண்டிருக்கையிலேயே அவன் முகத்தை நக்கிக்கொடுக்கத் தலையைத் திருப்பித் திருப்பித் தவிக்கிறது.

அட, காசிக்கு மாடு கறக்கவும் தெரியுமா?

நிமிஷமாய்க் குவளையில் நுரை பொங்கி வழிகிறது.

"என்ன காசி, உன் கைப்பட்டதுமே பசுவுக்கு உடம்பெல்லாம் பாலாய் மாறிப் போச்சு என்ன சொக்குப் பொடி வெச்சிருக்கே."

"எல்லாம் குருக்கள் ஆசீர்வாதம்தான்!"

வந்தனம் தெரிவிக்கிறானா? ஏளனம் பண்ணுகிறானா? இன்று காலை மடி ஜலம் "கிளுக்கு, கிளுக்" என்று தளும்ப குடத்தை இடுப்பில் ஏந்தி ஈரப் புடவையை உடம்பில் சுற்றியபடி, கிணற்றடியிலிருந்து இவள் வருகையில் – "இது இவள்தானா? நிஜமாவே கண்ணைக் கசக்கிக்கொண்டேன்.

ஏதோ நினைப்பில் மோவாய்க் குழியில் புன்னகை உதயத்தில் முகத்தில் ஒரு தனி வெளிச்சம் உள்ளிருந்து பரவும் அவ்வொளியில் புருவத்தின் கவானும் மேல் உதட்டின் வில் வளைவும் தனி முருகு கொண்டன.

நான் அவளைக் கவனிப்பதைப் பார்த்துவிட்டாள். முகம் செவேலாகி விட்டது. இந்த வயசில் நாணமா? ஆனால் எந்த வயதிலும் சுயமான நாணம் நன்றாய்த்தானிருக்கிறது.

இவள் இடுப்பு வளைவில் பிசிர் உதிர்ந்திருப்பதாக என் மனசுக்குத் தான் தோற்றமா? இவள் சந்தோஷமாயிருப்பதைப் பார்த்தாலே எனக்கு சந்தோஷமாயிருக்கிறது. இருக்கட்டும், எங்கள் சந்தோஷத்துக்குத் தானே காசி வந்திருக்கிறான்!

அப்போதுதான் கோவிலிலிருந்து திரும்பி வந்தேன். கிணற்றடியில் அவனும் அவளும் அண்டாவுள் குனிந்து என்ன அவ்வளவு சுவாரஸ்ய மாகக் கவனிக்கிறார்கள்? நானும் அங்கு போனேன்.

அண்டாவில் ஜலம் கண்ணாடித் தகடுபோல் அசைவற்று நின்றது. வான பிம்பம். இவ்வளவு துலக்கமாய், அதுவும் இரவில் ஒருநாளும் தெரிந்ததில்லை. கலக்கம் எங்கள் கண்ணிலா, வானத்துக்கேவா?

தனித்தனியாய், சரம்சரமாய், பாளை வெடித்துச் சொரியும் முத்துக்களாய்; ஆனால், அத்தனையும் அதனதன் முழு உருவில், ரஸ குண்டு போல் தொங்கிக்கொண்டு இன்று எத்தனை நக்ஷத்திரங்கள்! என் எண்ணத்தின் எதிரொலிபோல் காசியின் குரல் வந்தது.

"இந்த பூமி மீது உலாவும் உயிர்களுக்கு அதிகமாய் நக்ஷத்திரங்கள் வாரி இறைந்து கிடக்கின்றன. சூரியனைக் காட்டிலும் மாபெரும் நக்ஷத்திரங்கள். ஆனால் இத்தனையிலும் பேர்கொண்டது இருபத்தி ஏழுதான். இது வேடிக்கையாயில்லை?

இந்த இருபத்து ஏழின் கதிகளுடன் இந்த உலகத்தின் ஜீவராசிகள் அனைத்தின் விதிகளையும் முடிச்சுப்போட்டு வைத்திருப்பது அதைவிட வேடிக்கையாயில்லை? விபரீதமாயில்லை? நான் நம்பமாட் டேன். பேரில்லாததால் இந்த நக்ஷத்திரங்கள், சூரியர்கள், சூரியனைக் காட்டிலும் பெரிய கிரஹங்கள் இல்லாமல் போய்விட்டனவா? இருபத்தி ஏழின் கொடுங்கோலாட்சிக்குள் மாட்டிக்கொண்டதாய் நாம் அதைரியப்பட வேண்டியதில்லை. நம்மை இவை ஆள்வதற்குப் பதில், நாம் இவைகளை ஆளக் கூடாது என்று எழுதியிருக்கிறதா? எழுதியிருந்தால்தான் என்ன? நம் விதியை மாற்றிக்கொள்ள நமக்குச் சக்தி உண்டு. என்ன முழிக்கிறேன். ரெண்டு பேரும்? – இதோ பாருங்கள்! பூ!"

அவன் ஜலத்தின் மேல் ஊதினதும் அண்டாவுள் மாட்டிக்கொண்ட வான் மண்டலம் கவிழ்ந்தது. நக்ஷத்திரங்கள் நிலைகுலைந்து ஒன்றன் மேல் ஒன்று கதிகலங்கிச் சரிந்தன.

"பார்த்தீர்களா? – மனமுண்டானால் இடமுண்டு – இன்று நிழலை ஆண்டால் நாளை நிஜத்தை ஆட்சிபுரிவோம். நம் விதி நம் கையில் தான் இருக்கிறது. எண்ணத்தில் தீவிரம் இருந்தால், இந்தப் பூமியின் கோளத்தையே, விழுங்கப்போகும் லேகிய உருண்டையாய் ஒருநாள் உள்ளங்கையில் ஏந்திவிடலாம். குருக்களே, என்ன சொல்கிறீர்கள்? என்ன சொல்கிறீர்கள்?"

பாம்பின் சீறல்போல் அவனின்று சிரிப்பு வெடித்தது.

அவனின்று வெளிப்பட்ட விஷயத்தின் மஹத்தைக் காட்டிலும், குரலில் தொனித்த வெறி, பேச்சில் ஏறிவிட்ட அதட்டல், முகத்தில் குழம்பிய ருத்ரம் அவனைப் பார்க்கவே அச்சமாயிருந்தது. அவன் தன் வசத்தில் இல்லை. மகுடி வசப்பட்ட பாம்பு போல், அவனை ஆட்கொண்டுவிட்ட ஆவேசத்தில் அவன் உடல் லேசாய் மிதப்ப லாடிற்று.

அவள் பின்னிடைந்தாள். அவள் அறியாமலே அவள் கை என் கையை நாடிற்று.

அன்று முழுவதும் அவன் பிறகு பேசவில்லை. சாப்பிடவுமில்லை. நாங்களும் அவன் வழிக்குப் போகவில்லை. நெற்றிப் பொட்டைத் தேய்த்துக்கொண்டு நெடுநேரம் படுக்கையில் உட்கார்ந்திருந்தான்.

இன்று காலை நாங்கள் கொல்லைப்புறத்தில் இருந்தோம். அவள் கிணற்றடியில் குடத்தைத் தேய்த்துக்கொண்டிருந்தாள். நான் அந்தரத்தில் தவித்துக் கொண்டிருந்த ஒரு அவரைக் கொடியை மாட்டுக் கொட்டகையின் ஓலைக்கூரை மீது ஏற்றிவிட, வாகான இடம் தேடிக்கொண்டிருந்தேன்.

முதுகில் பின்னால் கையைக் கட்டிக்கொண்டு காசி தரையில் என்னவோ தேடிக் கொண்டிருந்தான்.

மேலெழுந்தவாரியாய் மனம் இந்தக் காட்சியைத்தான் வாங்கிக் கொண்டிருந்தது. இதெல்லாமே பின்னால்தான் நினைவுக்கு வருகிறது.

காசி எதையோ குனிந்தெடுத்து சட்டென்று அண்ணாந்து ஆகாயத் தில் வீசியெறிந்தான். பிறகு அரைக்கணம் அல்ல. ஒருகணம் ஓடியிருக் குமோ என்னவோ தெரியாது. அடுத்து தேர்ந்த அதிர்ச்சிதான் எங்களுக்குத் தெரியும்.

பொத்தென்று மேலிருந்து ஏதோ பூமியில் விழுந்தது. வானுடன் ஒவ்விய நீல நிறத்தில், உரிக்காத மட்டை தேங்காயளவுக்கு ஒரு பக்ஷி,

அதன் உடலில் பொன்னும் வெள்ளியுமாய் வைத்த புள்ளிகளும் சிரக் கொண்டைக் கதிர்களும் பொன் வெயிலில் மின்னின.

கண்ணெதிரில் அதன் கண் கண்ணாடி ஆகிவிட்டது.

அதைச் சுட்டிக் காட்டியபடி காசி நாணறுந்த வில் போல் குதித்தான்.

"பார்த்தேளா, குருக்களே, பார்த்தேளா? உலகத்துக்கே பொதுவான உண்மை! பொருளுக்கும் நிழலுக்கும் உள்ள தொடர்பை! உலகத்தில் நிழலில்லாத பொருளே இல்லை. பொருளில்லாமல் நிழலும் இல்லை. எவ்வளவு உயரம் பறந்தாலும் அது அது அதனதன் நிழலுக்குள் விழுந்தாகணும்!"

எனக்கு உடம்பு வெலவெலத்து விட்டது.

அவளைப் பார்க்க சஹிக்கவில்லை. இரத்தமும், மஞ்சளும் சுண்ணாம்பும் முகத்தில் மாறி மாறிப் பாய்ந்து வாங்கி மறுபடியும் பாய்ந்தன. அடிவயிற்றைப் பிடித்துக்கொண்டு, குப்பை கொட்டும் எருக்குழியண்டை ஓடினாள். குமட்டி குமட்டி வாந்தி.

என் கால் கல்லாலடித்துப் போட்டாற்போல் ஆகிவிட்டது. அவனும் நகரவில்லை. நாங்கள் மௌனமாய், அவளையே கவனித்துக் கொண்டிருந்தோம்.

ஒருவாறு குமுட்டல் அடங்கி, எழுந்து திரும்பி எங்களை நோக்கி வருகையிலேயே, அவள் முகத்தில் தெரிந்த வேதனை, திகைப்பு, பயம், ஆச்சரியம் இவையாவற்றின் பின்னணியில் விசிறி விரித்தாற்போல் ஒரு கோபம் உதயமாவது கண்டேன். அவள் நெற்றியில் அது ஆரம்பித்து, வியாபித்து, முகம் பூரா, கழுத்து வரை குங்குமம் குழம்பிற்று. அவள் உடல் கிடுகிடென ஆடிற்று. அவள் கைகள் முஷ்டித்தன.

காசி.

எனக்கு உடல் வெலவெலத்துவிட்டது.

"போ! போயிடு! உடனே போயிடு!"

குரல் அடங்கித்தான் ஒலித்தது. ஆனால் அந்த அமுக்கிய எஃகுச் சுருள் விசிறிவிட்டாற் மொக்குமோறை காலி.

காசி அவளை வியப்புடன் நோக்கினான். அவளைப் பார்க்கவில்லை. அவளில், அவளைக் கவ்விக்கொண்டிருக்கும் சீற்றத்தில், ஏதோ இதுகாறும் நினைவடியில் புதைந்துபோன அல்லது இதுகாறும் அவன் தேடிக்கொண்டிருந்த ஏதோ உருவத்தை அடையாளம் கண்டுகொண்டாற் போல் அவ்விழிகளில் ஓர் ஆச்சரியம், உன் நினைவின் திடும் பூரிப்பு.

உடனே அலரிப்பு.

அவன் உள் கட்டடத்தின் கட்டவிழ்தலைக் கண்கூடாகக் காண முடிந்தது.

காசி பேசவேயில்லே. காசிக்கு என்ன நேர்ந்துவிட்டது? தலை கீழாய்த் தூக்கிப் பிடித்த பாம்பு போல் காசி திடீரெனப் பொலிவிழந்து போனான். நீர்த்தே போனான்.

பறவையைத் தூக்கித் தோளில் போட்டுக்கொண்டான். அவன் அதன் சடலத்தைத் தாங்குவது போல் இல்லை. ஏதோ சகுனத்தைத் தூக்கிக்கொண்டவன் போலிருந்தது. அவன் பிறப்பித்த சகுனத்தை அவனே சுமந்துகொண்டு இதோ போய்விடுவான். காசிக்கு இனி இங்கு வேலையில்லை. அது எனக்கே தெரிந்தது.

"எங்கே போகப் போறே?"

கேட்டது நான் அவனைப் பார்க்கப் பரிதாபமாயிருந்தது. இத்தனை 'சட்'டில் இவ்வளவு நீச்சமா? அதுவும் காசிக்கா?

"காசிக்கு."

ஏதோ பாடம் ஒப்பிப்பதுபோல் வாழ்வின் கனம் அமுக்கும் அசதி.

"நில்" – அவள் குரல் கணீரென்றது.

நின்றான். அவன் மேல் இப்போது ஊதினால், உதிர்ந்து போயிருப்பான்.

அவள் விடுவிடென உள்ளே சென்று ஒரு பானையை எடுத்து வந்து அவன் கைகளுள் திணித்தாள்.

"இதைக் கங்கையில் கரைச்சுடு."

வசியங்கண்ட பாம்பு போல் அவனுக்கு அவள் மேல் பதிந்த விழி மாறவில்லை. வேறு யாருக்கும் அவன் கண் இல்லை.

வாசற்புறம் சுட்டிக் காட்டினாள்.

"போ!"

ஒழுங்கைத் தாண்டி, உள்முற்றம் தாண்டி, தாழ்வாரம் தாண்டி, வாசல் தாண்டி....

ஆள் மறைந்ததும் திரையாடினாற்போல், காற்று ஒரு மூச்செறிந்தது.

அவள் போய் வாசற்கதவைத் தாழிட்டு வந்தாள். வந்து என்னெதிரே முகம் குனிந்து நின்றாள். முகம் ஏதோ ரகஸ்யத்தில் புன்னகை பூத்திருந்தது. அவள் மேல் படர்ந்திருந்த அந்த வெட்கத்தையும் ஆட்கொண்ட ஒரு வெற்றியில் அவள் தகதகத்தாள்.

இத்தனை பொலிவு இவளுக்கு எங்கிருந்து வந்தது?

கறந்த பால் - 1

ஸ்ரீமான் பாஸ்கரன், வழக்கப்படி விடிவெள்ளி வேளையில் சிந்தாமணி படித்துறையில் ஸ்நானம் செய்துகொண்டிருக்கையில், தண்ணீரில் காலடியில் கெட்டியாகத் தட்டுப்பட்டு, அதை எடுத்துப் பார்த்தால் – விக்ரஹம். அன்று வெள்ளிக்கிழமை. பாஸ்கர் புல்லரித்துப் போனார்.

வீடு திரும்பியதும் ரேணு வழக்கம்போல் அப்போதுதான் காபி யடுப்பைப் பற்ற வைத்துக்கொண்டிருந்தாள். அவளின் குளியல் எல்லாம், காபிக்கடை ஆனபின்தான்.

பாஸ்கரிடம் ஒரு விசேஷம். தன்னை எடைக்கல்லாக வைத்துக் கொண்டு, மற்றவர்களும் தன் எடையையே அவர்களுடைய செயலில் காட்ட வேண்டும் என்று எதிர்பார்ப்பதில்லை. கட்டாயப்படுத்துவது மில்லை. என் அம்மா சின்ன வயதிலிருந்தே என்னை, ப்ராத ஸ்நானம், சந்தியாவந்தனம், ஸ்தோத்திரம், ஜபம் என்று வளர்த்துவிட்டாள். எல்லாரும் அப்படி இருக்க முடியுமா? பல் குத்திக் கொண்டே அடுப்பு பற்ற வைக்காமலிருந்தால் சரி , அஞ்சுக்கு இரண்டு பழுதில்லையானால் வண்டியை ஓட்டு! என்று வாய்விட்டே சொல்லமாட்டார்.

அம்மா, சரியாகப் பிள்ளை தலையெடுக்கற சமயத்தில், வந்த வழி போய்ச் சேர்ந்துவிட்டாள். பாஸ்கர் அவளுக்கு ஒரு மகவு. ஆகையால் அவள் மறைந்ததும் அவர் ஒண்டிக்கட்டையாகிவிட்டார்.

ரேணு புத்தியில் அல்லது தேவையான சமயங்களில், உடல் சுறுசுறுப்பில், எள்ளளவும் குறைந்தவளல்லள். சக்திகள் வரவழைத்தாற்போல், உள்ளிருந்து சமயத்துக்கு ஆஜர். ஆனால் அவசரம் என்ன தட்டுக்

கெட்டுப் போறது? மணமாகி மூன்று வருடங்களாகின்றன. இன்னும் எதிரும் புதிருமாக இரண்டு பேர்தான்.

ரேணு மறுதாரம். அம்மா காலமான கையுடன், சுற்றியிருந்தவர்கள், இடம் பார்த்து, ஜாதகம் பார்த்து, பாஸ்கருக்கு மணம் செய்து வைத்தனர். மறு வருடமே, முதல் பிரசவத்திலேயே, அவர் மனைவி, தான் ஈன்ற மகவுடன் பூமிக்குத் தன் பாரத்தைக் குறைத்துக்கொண்டுவிட்டாள்.

வீட்டில் ஃப்ரிஜ், க்ரைண்டர், மிக்ஸி, ùas இத்யாதி நவீன உபகரணங்களுடன் பாஸ்கர் தானே சமைத்துச் சாப்பிட்டு, உத்யோகத்துக்கும் போய்க்கொண்டு ஐந்து வருடங்கள் ஓடிவிட்டன. ஆனால் இப்படியே எத்தனை நாள் நடத்த முடியும்? என்றேனும் ஒரு நாள் அலுப்புத் தட்டாதா? நேற்றைய குழம்பை, ஃப்ரிஜ்ஜிலிருந்து எடுத்துச் சுடவைத்துச் சாப்பிட்டுக்கொண்டிருந்தால் என்றேனும் அது வாடை காட்டாதா? அதன் மூலம் தன் வாழ்க்கையிலேயே வாடை அடித்துக்கொண்டிருப்பது தெரியாமலா போய்விடும்? எல்லாமே நாமே அடுக்கி மூடி வைத்துக்கொள்கிற சமாச்சாரம்தானே!

அத்துடன் வயதும் ஆகிவிடவில்லையே!

இச்சமயம் அண்டையார் உதவியை அவர் நாடவில்லை. தினசரிப் பத்திரிகையில் மணமகள் தேவை விளம்பரம் கொடுத்தார். கொடுத்தது தான் கொடுத்தார் – இத்தனை பதில்களா வரும்? பாஸ்கருக்குச் சிரிப்பு வந்தது. அன்று மாலை ஸ்நானம் செய்து, சந்தியாவந்தனம், காயத்திரி ஜபம் எல்லாம் முடித்துக்கொண்டு, குத்துவிளக்கை ஏற்றி, வந்த அத்தனை கவர்களையும் அடுக்கி அம்பாள் படத்துக்கெதிரே வைத்துத்தான் கண்ணை மூடிக்கொண்டு, அந்த அடுக்கிலிருந்து ஒரு கவரை எடுத்தார்.

விளைவு...

ரேணு கொடுத்து வைத்தாள்.

அப்போது ரேணு ஹாஸ்டலில் இருந்துகொண்டு ஒரு சிறிய பள்ளியில் ஆசிரியையாக இருந்தாள். கொடுத்து வைத்தாள் என்பதில் சந்தேகமா? கணவன் தோற்றத்தில் குறைவா? உத்தியோகப் பதவியில் குறைவா? அவருடைய மேல் அதிகாரிகள் இரண்டு முறை அவரை வெளிநாடு போகக் கோரி, மறுத்துவிட்டார். காரணம்? அவருடைய நேம், நிஷ்டை, அனுஷ்டானங்களுக்குத் தடை வரும் என்றுதான்.

போன இடம் எல்லாம் ஸ்நானத்திற்கு காவிரி கிடைக்காது. ஆனால் தினம் கோவில் தரிசனம் பண்ணாமல் அவரால் இருக்க முடியாது. ஹா, ஹு என்று சாலக்ராமம், கல்லுப்பிள்ளையார், ஆராதனை

இதெல்லாம் வைத்துக்கொள்ளவில்லை.

அம்பாள் படத்துக்கு லலிதா சஹஸ்ரநாமம் சொல்லி, வெள்ளிக் கிழமைதோறும், பாயஸ நைவேத்யம் பண்ணி, அதைக் குழந்தை களுக்குப் பங்கிட்டுக் கொடுப்பதில் இருக்கும் மகிழ்ச்சி, அனுபவித்த வருக்குத்தான் தெரியும். இதெல்லாம் அதனதன் ஐதீக வாசனையுடன் லண்டனிலோ, நியூயார்க்கிலோ கிடைக்குமா?

No, இந்தத் தங்கச் சங்கிலியை, அயல்நாட்டு வாசத்தில் சேதப்படுத்திக் கொள்ளவோ, கத்திரித்துக்கொள்ளவோ அவர் விரும்பவில்லை. இல்லை என்று அடித்தே சொல்லலாம். அவரால் முடியாது. சீலம் ரத்தத்தில் அப்படி ஊறிப் போயிருந்தது.

ஒவ்வொருத்தர் மாதிரி தினப்படியே பரபரப்பும், ஏதேனும் அசாதாரணம் நேர்ந்துகொண்டிராமல், பதற்றமற்ற அவருடைய வாழ்க்கையில் இந்த விக்ரஹம் கிடைத்தது அவருக்கு ஓர் அபூர்வமான சம்பவம்தானே?

நன்கு விடிந்த காலை வெளிச்சத்தில் விக்ரஹத்தைச் சோதித்துப் பார்த்தார். சுமார் ஏழங்குல உயரத்தில், நல்ல கனம். பஞ்ச உலோகங் களும் சேர்ந்திருக்குமோ? அம்பாள் தவத்திலிருப்பது போல் ஒரு அசாதாரண பிரதிஷ்டை. வலது காலை ஊசி மேல் ஊன்றியபடி, முழு காஷாயத்தில் தியானத்தில் ஆழ்ந்து நிற்கிறாள். அப்பா! என்ன அழகு! என்ன பொலிவு!

இந்த வடிவம் வீட்டில் வைத்துக்கொள்ள உரியதா அல்லது கோவிலில் சேர்த்துவிடலாமா? என்று சந்தேகம் தோன்றிற்று. நாளைக் குத் தீர்மானம் பண்ணலாம் என்று நாளை, நாளையாகத் தள்ளிப் போய், கண்டெடுக்கப்பட்டவள் ராஜராஜேஸ்வரி படத்தடியில் தங்கிவிட்டாள்.

தினப்படிக்கு மஹாநைவேத்யம் நைவேதயாமி. சுக்ரவாரம் பாயஸம்.

காஷாயணி

காத்யாயினி

தபஸ்வினி

கன்யாகுமரி

தேவி வந்தே வந்தே.

அவளுடைய ஆகர்ஷம் பிரமிக்கத்தக்கதாக இருந்தது. ஆபீசில் சிக்கலான ஃபைல் ஒன்றில் ஊன்றி இருக்கும்போது, பக்கங்களிடையே கரென்ஸி நோட்டில் water mark போல் அவள் வடிவம் தோன்றும். விஷயத்தின் கவனம் குலைந்து, சிந்தனை பூரா அவளிடம் நிலைத்துவிடும். ஒரு

தினுசான ஆனந்த நிலை. வியப்பு நிலை. வெகு காலம் பூஜையில் இருந்து, நிறைய உச்சாடனங்கள் ஏறிய நிலையிலிருந்துதான் விக்ரஹம் வந்திருக்கிறது. அதில் சந்தேகமேயில்லை. இல்லையேல் எங்கிருந்து இத்தனை சக்தி? இதற்கு எதிரில் என்னுடைய ஆராதனை எம்மட்டு? ஃபைலில் மறுபடி கவனத்தைத் திருப்புவார். என்ன ஆச்சரியம். அதன் சிக்கல் கலைந்து, தெளிவான முடிவு தோன்றும். அதைக் காட்டவேதான் வந்தாளோ? அப்படித் தோன்றுகையிலேயே, ஒரு பரவசம் அடுத்து சன்னதி பயம்.

நள்ளிரவில் அழைப்பு விடுத்தாற்போன்ற உணர்வில் விழிப்பு வரும்.

பக்கத்தில் ரேணு முனகிப் புரள்வாள். சில சமயங்களில் தூக்கத்தில் வீறிடுவாள்.

அடுத்த நாள் 'ரேணு, என்ன துர் சொப்பனம் உனக்கு?' என்று விசாரித்தால், 'எனக்கு ஒன்றும் நினைப்பு இல்லையே' என்று விழிப்பாள். வீறிட்டுக் கத்தினேனா என்ன?' என்று சிரித்து மழுப்புவாள்.

ரேணு சோம்பேறி. ஆனால் அழகி. அந்த ஜாலத்தில்தான் இவள் போன்ற பெண்கள் காலம் தள்ள வேண்டும். அதற்கு ரேணுவுக்கு இங்கு கஷ்டமில்லை. ஒரு மாமியார், இரண்டு நாத்தனார்மார்கள், நாலு ஓர்ப்படிகள் சேர்ந்த கூட்டுக்குடும்பத்தில் இவள் நிலை எப்படியிருக்குமோ? ஆனால் இதெல்லாம் உதவாத, ஒவ்வாத யோசனை. விட்டுத்தள்ளு.

குத்துவிளக்கை ஏற்றி பாஸ்கர் அமர்ந்துவிடுவார். எந்தக் கோயிலில் அல்லது மடத்தினின்று கழன்று வந்திருப்பாள்? காவிரியில் அகப் பட்டமையால் இவள் பூர்வோத்திரம் இந்த வட்டாரம்தான் என்று இவள் கொள்ள முடியுமா? இவள் பிரயாணம் இமயத்தில் ஆரம்பித்து, விந்தியம் தாண்டி ஏன் வந்திருக்க முடியாது? அதுவும் எத்தனை நாள் பயணமோ? ஒருநாளா, ஒரு வருடமா, எத்தனை ஆயுசுக்களோ? இவளை வடித்த சிற்பி எந்தக் காலம்? உண்மையில் இவள் வடித்தவளா? நித்யத்துவத்தின் அலைகள் ஒன்றில் சவாரி செய்துவந்து...

பாஸ்கர் மூர்ச்சையானார். பாஸ்கர் அப்படி ஒன்றும் கற்பனா சக்தி படைத்தவர் அல்லர். ஆகையால் இதுபோன்ற சிந்தனை, சிந்தனையினின்று தோற்றங்கள், தன்னிடமிருந்து எழுந்தன. எழக் கூடியவை என்பதை அவரால் தாங்கக்கூடியதாக இல்லை. முதலில் அவை அவருடையதாக இல்லை. அவள் வைக்கும் பொறி.

திடீரென்று பாஸ்கருக்கு உடல் பரபரத்தது. அடுத்த தருணம் ஏதோ அமானுஷ்யம், ஆச்சர்யம் நிகழப்போவது போன்ற உணர்வு. தியானத்தில் மூடியிருக்கும் அவள் கண்கள் திறக்கப்போகின்றனவா?

உடல் நடுங்க குத்துவிளக்கைத் தூக்கி விக்ரஹத்தின் முகத்துக்கெதிரே பிடித்தார். புன்னகையின் அரும்புதான் விரிந்திருந்தது.

பாஸ்கர் மாரைப் பிடித்துக்கொண்டார். அவள் கண் திறந்தால் நிச்சயம் என்னால் தாங்க முடியாது. விக்ரஹத்தைக் கையில் பிடித்துக் கொண்டு, பாஸ்கர் கங்கோத்ரியிலேயே ஸ்நானம் செய்தார். இங்கு இரு மலைச்சாரல்களிடையே குழந்தை போல் தவழ்கிறாள். பின்னால் தான், அல்லது முன்னாலா? சங்கரரின் சடை முடியே இலக்கான விக்ரஹம். அடுத்து மானசரோவர் ஏரி. ஹரித்வாரில் கங்கையின் குளிரே முதல் தொடலில் நெருப்பாய்ச் சுட்டது. அடுத்து, யமுனையின் சுழித்த கொந்தளிப்பில் திணறினார். கங்கை எவ்வளவோ தேவலை. பிரம்மபுத்திராவின் அலைகள், அவரைச் சின்னாபின்னமாக்க முயன்றன. ஆனால் அவளிருக்க பயமேது? காவிரி, தாமிரவருணி, முதலைகள் பக்கம் போகாவிட்டால், குழந்தை கூட குளிக்கலாம். குற்றால நீர்வீழ்ச்சி, மேலே பாலருவி, தேனருவி, கடைசியாக கன்யா குமரியில் முக்கூடல் கூடல்.

உட்கார்ந்த இடத்திலேயே இத்தனை அனுபவமும், நினைப்பு மீண்ட போது கீழ்த்திசையில் விடிவு பொலபொல, கண்டது. அத்தனை யும் கனவா? தோன்றவில்லை. நனவா? சாத்யமில்லை. இடையில் என்ன அது? உடம்பில் துளி அசதியில்லை. உற்சாகமே தெரிந்தது.

பாஸ்கர் பூசை புனஸ்காரத்தில் மும்முரமாகிவிட்டார்.

அவரால் அவளை ஆபீஸ் நேரத்துக்குக் கூட பிரிந்திருக்க முடிய வில்லை. இதுமாதிரியும் உண்டா? எனக்கு ஏன் இப்படி? என்று தன்னைத்தானே கேட்டுக்கொள்ளக்கூடத் தோன்றவில்லை. பூஜையில் கண்ணை மூடி அமர்ந்ததும் அவருடைய இதயக்கமலத்தில் வீற்றிருந்த படி, பின்னணியில் எழும் உதயஜோதியில் அவள் ஜ்வலித்தாள். பாஸ்கர் தன் மனோபக்குவ நிலையில் ஒரு தடம் தாண்டிவிட்டாரா?

உடனே அவர் உச்சிக்குடுமி வைத்துக்கொண்டு, பஞ்சகச்சம் கட்டிக் கொள்ளத் தேடவில்லை. ஒருவேளை அப்படிச் செய்திருந்தால், அவருடைய உடல்வாகுக்கு மேனிச் சிவப்புக்கு நன்றாகவே இருந்திருக்கும்.

இங்கே பக்கத்தில் எங்கே நந்தவனம்? தேடி விசாரித்து, தானே மலர்களை குடலை பொங்கப் பறித்து தொடுத்து சார்த்தி, அழகு பார்த்து மகிழ்வார். அபிஷேகத் திரவியங்களைச் சேகரித்து, அன்பு பொங்கக் குளிப்பாட்டுவார். உயர்ந்த பட்டுத் துணியில், பக்தியுடன் ஒற்றி, துடைத்து உடுத்தி, மலர் அணிவித்து, தூபதீபம் காட்டி, நேரம் போவதே தெரியவில்லை.

மகராஜி, அத்தனை ஆராதனைகளையும் ஏற்றுக்கொள்பவளாக இருந்தாள்!

அவர் உப்பு இல்லாமல் உபவாஸம் இருக்க முயலவில்லை. கிடக்கைக்கு மான் தோல் தேடவில்லை. அல்லது கட்டாந்தரையில் படுக்க ஆரம்பிக்கவில்லை. ஏன் என்று யாரேனும் கேட்டிருந்தால், எனக்கு அப்படியெல்லாம் தோன்றவில்லையே என்று உண்மையைத்தான் சொல்லியிருப்பார். அவருக்கு இதுபோல் ஆராதிப்பது பிடித்தது, ஆராதித்தார்.

தினம் முடியாவிட்டாலும், மாதம் ஒரு முறையேனும் அம்பாளுக்கு ஒரு சொம்பு நிறைய பாலாபிஷேகம் செய்து பார்க்க வேண்டும். இந்த ஆசையில் உள்ள நெஞ்சீரல் யாதெனில் சுத்தமான கறந்த பசும்பாலுக்கு எங்கே போவேன்? (குடம், பைப்பால் கிடைக்கலாம்) இது கலப்பட யுகம். ஒரு செம்பு நிறைய வழிய ஒரே மாட்டுப் பசும் பால்... டவுனில் எங்கே போவேன்?

நாளடைவில் இந்த நெஞ்சீரல் விசிறிக்கொண்டு, வீசிக்கொண்டு விபரீத ஆசைக்கனல் தகிக்கத் தலைப்பட்டது. நாமே ஒரு பசுமாடு வாங்கிவிட்டால் என்ன? பின் யோசனையில் டவுனில் வாடகை வீட்டில் மாடு வைத்துக்கொள்வது என்பது நடைமுறையில் சாத்யப்படு மெனத் தோன்றவில்லை.

ஆனால் அம்பாளுக்கு சுத்தமான பசும்பாலில் அபிஷேகம் செய்து விக்ரஹத்தின் மேல் பாலின் வெண்மையின் வழிதலினின்று அவ ளுடைய சிரித்த முகம் வெளிப்படுவதைப் பார்க்க வேணுமே!

அந்த அழகைப் பார்ப்பதற்கு எந்தப் பாலையேனும் ஊற்றிப் பார்க்கலாமே என்று ஒரு சமாதானம் மனதில் எழுந்தபோதிலும் அதே மனம் ஏற்க மறுத்தது. இப்படியும் ஒரு சபலம். உறுத்தலாகக் கிளம்பி, அதுவே படிப்படியாக ஒரு வெறியாக மாறுவது தெரியாமலே மாறும் அந்த அவஸ்தையில் பாஸ்கர் மாட்டிக்கொண்டுவிட்டார். அவஸ்தைநிலை. அவநிலையாக மாறிவிடுமோ போன்ற நிலை.

அவரைப் பார்த்து, தெரிந்தவர்கள் ஒருவருக்கொருவர் கண் சிமிட்டும் நிலை. பேர் எரிச்சலே படும் நிலை. குடிக்கக்கூடத் தண்ணி இல்லாமல் குடத்தைத் தூக்கிக்கொண்டு ஒவ்வொருத்தன் அலையறான். இந்த மனுஷன் சாமி மேல் கொட்டறானாம். பொம்மை மேல் கொட்டறத்துக்கு அவனும் குடத்தைத் தூக்கிக்கிட்டுப் பாலுக்கு அலையறானாம். எப்படியிருக்குது கதை!

“கூழுக்கு உப்பு இல்லை என்பார்க்கும், பாலுக்குச் சர்க்கரை இல்லை என்பார்க்கும்...”

பாட்டு எப்பவோ எழுதிப் போட்டாச்சு. இதுக்குத்தான்.

ரேணு? அவள் புருஷனை இப்படிப் புரளி செய்வது அவளுக்கு எப்படி இருந்தது. முதலில் இது என்ன அசட்டுக் கேள்வி. ஆனால் ரேணு விஷயத்தில் அந்தக் கேள்வி அசட்டுத்தனம்தானா? தோன்றக் கூடிய சந்தேகம்தான். கணவனுக்கேற்ற மனைவி. ஒருவர் வழியில் ஒருவர் குறுக்கிடுவதில்லை. இன்னிக்கு மஹா நைவேத்யத்துடன் வடை, பாயஸம் என்று ஒருமுறை சொல்லிவிட்டால் போதும் – பூஜை மணிச் சத்தம் கேட்டவுடனேயே தாமாக வந்துவிடும். மனம் தெய்வ ஆராதனையில் முனைந்தவுடன் கடை கண்ணி, வீட்டு வேலை, நிர்வாகம் படிப்படியாக அவள் பங்குக்குச் சேர்ந்து விட்டது.

அதனால் என்ன? இந்த நாளில்தான் பாதிக்கு மேல் ஆண்பிள்ளை வேலைகளைப் பெண்கள்தானே கவனித்துக்கொள்கிறார்கள், தாங்களும் உத்யோகமும் பண்ணிக்கொண்டு அவள் பாட்டுக்குப் போவாள். வருவாள். எங்க போனாய், ஏன் போனாய், எப்போ திரும்புவாய் – கேட்கமாட்டார். பாஸ்கர் சுபாவம் அப்படி. அவளும் தானாக போன் வந்த விவரங்களைச் சொல்லமாட்டாள். தேவையில்லை. அநேகமாக இன்றைய எல்லாக் குடும்பங்களும் இப்படித்தானே நடக்கின்றன. அதில் கூடப் புதுமை ஏது?

ரேணு ரோசத்தைப் பற்றி அல்லவா கேள்வி! அநேகமாகக் கேள்விக்குப் பதில் 'ப்ளாங்கி' தான். அண்டை வீட்டு எதிர்வீட்டு சகவாசம் என்று ரேணு கொண்டாடுவதில்லை. அவளைத் தேடிவரும்படியாகவும் வைத்துக்கொள்வதில்லை. தனி ஜீவி? கிட்டத்தட்ட அப்படித்தான். மழுங்குணி மாங்கட்டை?

அழுத்தக்காரி. ஆபத்தான கேள்வி. என்னைக் கேட்டால் நமக்கேன் பாடு என்று இருந்தாளா? இருக்கலாம். நமக்கேன் பாடு என்பதே நடைமுறைத் தத்துவமாக இந்நாளில் விளங்குகிறது.

ஒருநாள் வாடிக்கை பால்காரக் கிழவன் (எருமைப்பால்) வந்தான். "சாமி, இன்னிக்கு சாயந்திரம் பசுமாடு வீட்டுக்குக் கொண்டுவந்து கறக்கறேன். ஒருவேளைதான். வாடிக்கைக்கார சேட் பம்பாய் போயிருக்கார். நாளை ப்ளேனில் திரும்பிவிடுவார். இஷ்டமா? ஒருவேளைதான்?"

'பரவாயில்லை. ஒண்ணரை லிட்டர் கறக்கும் ஜாதி மாடு, பால் தடிப்புத்தான்.'

வீட்டு வாசலில் ஒரு மூலையில் எருமை மாட்டைக் கிழவன் கறக்கிறான். அது தினப்படி வீட்டுச் செலவுக்கு, ரேணு பாத்திரத்துடன் அவன் எதிரே நிற்கிறாள்.

மறுகோடியில் பாஸ்கர் ஒரு எவர்சில்வர் தூக்குடன், (கொஞ்சம் பெரிய தூக்குத்தான்) கறவல் அத்தனையும் அப்படியே வாங்கிக் கொள்வதாகப் பேச்சு.

பால் நுரையோடு, குவளையில் உயர்ந்துகொண்டே வருவதைப் பார்க்கிறார். நுரை தளும்புகிறது. கொஞ்சம் குவளையினின்று தப்பி, காற்றில் அலைந்து பறக்கிறது. நன்றாய்த்தானிருக்கும் போலிருக்கும்.

– 'சேட் நாளைக்கும் பம்பாயிலே தங்கிவிட்டால் எவ்வளவு நன்னா யிருக்கும்!'

– 'சேட் பம்பாயிலேயே தங்கிவிடக்கூடாதா?'

பாஸ்கர் தனக்கு வந்த சிரிப்பை அடக்கிக்கொண்டார். எத்தனை வயதானால் என்ன? மனிதனைச் சுரண்டினால் அடியில் சிறுபிள்ளைத் தனம்தான்!

"ஆ! கறந்த பால் தேடற ஐயாவா? அது நீங்கதானா? வேறு யாரோன்னா பார்த்தேன்!"

பாஸ்கர் பதில் பேசவில்லை. அவருக்கு வழக்கம் கிடையாது. கிழவன் பிள்ளை full ஆ போட்டிருக்கிறான். பாஸ்கர் எப்பவுமே அனாவசியமாக வாயைக் கொடுக்கமாட்டார். அவருடன் சம்பாஷணை அநேகமாக ஒருதலையாகத்தான் அமையும். அதற்குக்கூட ஒரு knack வேணுமில்லே?

"ஐயாகிட்டே ஒண்ணு சொல்லணும்னு ரொம்ப நாளா எனக்கு எண்ணம். என் அப்பன் எதிரே இருக்கான். இருந்தாலும் சொல்றேன். நான் நல்லா போட்டிருக்கேன். எனக்குத் தெரியும். ஆனால் நான் போட்டிருக்கப்பத்தான் நான் சொல்ல நினைச்சதைச் சொல்ல முடியும். ஐயா, உலகத்திலே கறந்த பாலே கிடையாது. அடிச்சு சொல்றேன். கடவுளுக்கே அந்த எண்ணம் கிடையாது. அம்மா, நீ என்ன சொல்ற?"

ரேணு முகம் வெளுத்து, சிவந்து, நீலமாகி, மறுபடியும் வெளுத்து, இதென்ன டெக்னி கலர் – பாஸ்கருக்கு வியப்பு.

"ஐயா கறந்த பால்னா என்ன தெரியுமா? ஏமாந்தாங்கொள்ளி."

அவளுடைய நெற்றி நரம்புகளில் பச்சைக்கொடி ஓடிற்று. விழிகளில் ஏன் அப்படி ஒரு திகில்?

"அம்மா, நாளைக்கு வெள்ளிக்கிழமை இல்லே?"

அவள் விழிகள் வெளியில் பிதுங்கிவிடும்போல் ஆகிவிட்டன.

"அம்மா நாகம்மா என் உடன் பிறந்தா..."

புதிர் மேல் புதிர் ரேணுவுக்குத் திடீர் களைப்பில் விழிகள் சொருகின. சட்டென உள்ளே போய்விட்டாள். கிழவன் பாதி கறவலினின்று வெடுக்கென எழுந்து வந்து அணை கயிற்றினாலேயே பையனை வீறுவீறு என்று வீறினான். "அடி செருப்பாலே, ஸுவர். உன்னை எவன் விளக்கம் கேட்டான்?"

பையன் வைதுகொண்டே எழுந்து ஓடினான். குவளை அப்படியே தரையில் உருண்டது.

"டேய் ராத்திரி நீ வீட்டுக்கு வரமாட்டே? அரிவாளோடு காத் திட்டிருக்கேன், வா."

கிழவன் ஒல்லி, மூச்சு இரைத்தது. வயிறு முதுகோடு ஒட்டித் துருத்தி வாங்கிற்று.

பூமியின் பால் தேசப்படம் வரைந்து இன்னும் விரிந்துகொண்டே போயிற்று.

"முழுத் தூய்மையான பண்டம் யாருக்குமே கிடையாது என்று ஆண்டவன் விதியோ?"

"உன் முயற்சிகளை என்னிடம் கொண்டுவா. உன் முயற்சிகளில் நீ தோல்வியுற்றால் உன் தோல்வியை என்னிடம் கொண்டுவா."

– இது கீதையினின்று ஒரு வாக்கியம். ஆங்கில மொழிபெயர்ப்பன்று. பாஸ்கருடைய மனதில் சொந்தத் தமிழ் மொழிபெயர்ப்பு கீதையுடன் அவருக்கு இன்னும் அதிக பழக்கமில்லை. ஆனால், இந்த அடி இப்போது தோன்றுவானேன்?

கணவன் – மனைவி இடையே பலப்பரீட்சை முறையில்லைதான். அவளும் அவருடைய அந்தக் கேள்விக்கு, ஒரே கேள்விக்குக் காத் திருந்தாள். இல்லை காத்திருந்தாளா?

அந்தக் கேள்வியைக் கேட்டிருந்தால், உடனே ஒரு நுனியைப் பிடித்து இழுத்தால் அத்தனை முடிச்சுகளும் அவிழ்வதுபோல் புதிர் பிரிந்திருக்கும். இல்லை பிரிந்திருக்குமா?

அவருடைய நடமாட்டத்தை, செயல்களை, அவள் விழிகள் தொடர்வதை, அவர் முதுகைத் துருவுவதை பாஸ்கர் உணர்ந்தார். என்னவோ நேர்ந்துகொண்டிருக்கிறது. ஆனால் பாஸ்கர் அந்தக் கேள்வியைக் கேட்க மாட்டார். தானாகக் கனியாததைத் தடியால் அடிக்கமாட்டேன்.

பாஸ்கர் மழுங்குணி மாங்கட்டையா? அல்ல அழுத்தக்காரரா? அல்ல நமக்கேன்பாடு நடைமுறைத் தத்துவத்தின் கடைப்பிடிப்பா? இப்படி

இருப்பது சரியில்லை என்று எனக்கே தெரிகிறது. ஆனால் ஏன் இப்படி இருக்கிறேன்? புரியவில்லையே!

சமையல் கட்டு வேலை முடிந்தபின்னர் ரேணு ஒரு தலையணையையும், ஜமக்காளத்தையும் எடுத்துக்கொண்டு பக்கத்தறைக்குச் சென்றுவிட்டாள். இது அவர்களிடையே புதுசு. இது ஒரு சவால்தான், அந்தக் கேள்வியைக் கேட்க No. I won't குறுக்கிடுவது வறட்டுக் கௌரவமா? எலியுடன் பூனை விளையாட்டா? ஈசுவரி நீதான் சஞ்சலத்தைத் தீர்க்கணும்.

நள்ளிரவில் எழுந்து பூஜையறைக்குச் சென்றார். குத்துவிளக்கில் சுடர் முத்தாட்டம் எரிந்துகொண்டு அசைவற்று நின்று, அது எரிந்த ஒளியின் நிழலாட்டத்தில் அவள், அவளுடைய அற்புதமான மந்த ஹாசத்தைப் புரிந்துகொண்டு கண்களை மூடி தவத்தில் இருக்கிறாள். உள்ளே திரும்பிவிட்ட பார்வைக்கு அவளுக்கு என்ன தெரிகிறது. இல்லாவிட்டால் ஏன் இந்த அற்புதமான புன்னகை? மந்தஹாசினி.

அவள் கட்டை விரல் ஊசி முனையை அழுத்திக்கொண்டிருக் கிறது. பாஸ்கர் குனிந்து உற்றுநோக்கினார். இன்றுதான் புதிதாகப் பார்ப்பதுபோல் தோன்றிற்று. இந்த விக்ரஹத்தைச் செதுக்கிய சிற்பியே ஒரு அவதார புருஷனாகத்தான் இருந்திருக்க வேண்டும். எவ்வளவு சன்னமான ஊசி! ஆனால் என்ன திடம்? தேவியை அவள் தவத்தில் அவளைத் தூங்கவிடாமல் ஸதா தவத்தில், தவமெனும் நெருப்பில் அவளைக் காப்பாற்றிக் கொண்டிருக்கிறது. அப்போது ஊசி முனை அவள் தவ உலகத்தையே தாங்குமெனில், நம் கவலைகள் எவ்வளவு அற்பம். அவளிடம் கொண்டுபோய் வைப்பதற்கே லாயக்கில்லை.

மறுநாள் ஆபீசிலிருந்து பாஸ்கர் திரும்புகையில் ரேணு வாசலில் காத்திருந்தாள். வாசற்கதவு பூட்டியிருந்த சாவியை அவரிடம் கொடுத்தாள். இதுவும் அவர்களிடையே புதுசு.

"வாங்கோ போகலாம்."

எங்கே, ஏன்? கேட்கமாட்டார்.

இருவரும் நடந்தனர்.

யாரேனும் கவனித்திருக்கிறீர்களா? சில சமயங்களில் பார்வைக்கு ஒரு திடீர் பளிங்கு ஏற்படுகிறது அல்லது அப்படித் தோன்றுகிறது. அதில் அதுவரை பல கால விஷயாதிகள் ஒரு புதுப் பரிணாம அர்த்தத்தை, தோற்றத்தைக் கூட அடைகின்றன. ஆச்சர்யமாயில்லை? இதுவரை எப்படி இதற்கு நான் குருடாக இருந்தேன்?

இவள் முகத்தில் எப்படி இயற்கையே துடைத்துவிட்டாற்போல் இந்த அதிசுத்தம்? அவள் கூந்தலைக் கொண்டையிட்டுக் கொண்டிருந்

தாள். பொய்க் கொண்டை போட்டிருந்த மாதிரி கூந்தலின் நிஜம். இப்படியே நடந்துகொண்டேயிருக்கலாமா?

அவர்கள் மேல் இறங்கிய ஏதோ ஒரு அமைதியின் சிறகணைப்பில் இருவரும் பேசவில்லை. ரேணு மெதுவாகத்தான் நடந்தாள், இரு சாரிகளையும் பார்த்துக்கொண்டு. சட்டை உரித்தாற்போன்று உடல்வாகில் அடக்கிய துடிப்பு. புலியின் சோம்பல் நடை. புதிதாகப் பார்ப்பது போலும். அல்லது கடைசியாகப் பார்ப்பது போலும்!

எவ்வளவு தூரம் நடந்திருப்போம்? அக்கறையில்லை. ரேணு திடீரென ஒரு வீட்டெதிரே நின்று கதவை மெதுவாக விரல்கணுவால் தட்டினாள். கதவு திறந்தது.

ஒரு கப்பல் பாஸ்கரைப் பார்த்ததும் அந்த ஸ்திரீயின் முகம் மாறிற்று.

“நாகம்மா, இவர்தான் என் வீட்டுக்காரர்.”

“வாங்கய்யா, வாங்க. உள்ளே வாங்க – இந்தாங்க, இந்த விசுப் பலகையில் குத்துங்க.”

“நாகம்மா? டீ செய்து கொண்டு வா” ஒரு கீச்சுக்குரல்.

இது யார்? பாஸ்கர் உத்தரவு வரும் திசையில் திரும்பினார்.

விட்டத்திலிருந்து ஒரு கிளிக்கூண்டு ஊஞ்சலாடிற்று. அதன் மேல் துணி மூடியிருந்தது. பாஸ்கருக்கு சிரிப்பு வந்துவிட்டது. நாகம்மா சமையலறைக்குள் சென்றாள். இரண்டு விநாடிகளுக்கெல்லாம் சமையலறையிலிருந்து ஒரு மின்னல் சுடர் பாய்ந்து வந்து ரேணுவைக் கட்டிக் கொண்டது.

“இது லல்லி. இவருக்கு நமஸ்தே சொல்லு. எனக்கு நாகம்மாதான் பிரசவம் பார்த்தாள்.”

தோற்றுப் போயிருந்த மின்சாரம் அப்பொழுதுதான் மீண்டது. விசிறி சுழலத் தலைப்பட்டு, பாஸ்கர் நெற்றி வேர்வையை ஒற்றிற்று. உள்ளேயே கொஞ்சம் புழுக்கம்தான்.

“லல்லி என் தவறு – இல்லை, இல்லை” தவடையில் ஒரு கையால் மாற்றி மாற்றித் தட்டிக்கொண்டாள். “தவறு செய்தவள் நான். ஏமாந்துபோனவள் நான். சின்ன வயசில் பெத்தவா ரெண்டு பேரையும் இழந்துட்டு தனியாக வாழ நேரிடும் என் போன்றவர்கள் கதி, இப்படித்தான். என்னை ஏமாத்தினவரைக் குத்தம் சொல்லி என்ன பயன்? ஏமாந்தவள் நான். அன்னிக்குக் கூடப் பார்த்தேன் அவனை. அவன் என்னைப் பார்க்கவில்லை. யாரோடேயோ போய்க் கொண்டிருந்தான். பெண்டாட்டியா? இன்னொரு ஏமாளியா? யார்

கண்டது? ஒழுங்காய் வாழ்ந்தால் சரி. யாருக்குத்தான் ஆசை இல்லை? உங்கள் விளம்பரம் கண்டதும் வாழ்க்கையில் என் அந்தஸ்தை மீண்டும் பெற ஒரு சபலம். லல்லி பிரச்சினையை எந்தமாதிரி தீர்த்துக்கொள்வது என்று அப்போது தெரியாது. என்றேனும் ஒருநாள் – அதுவரை நாகம்மா. அவ்வளவுதான், அந்தச் சமயத்துக்கு முக்கியமாய்த் தெரிந்தது என் மீட்சி – அவ்வளவுதான்."

ரேணு புன்னகை புரிந்தாள்.

நாகம்மா வெளியே வந்தாள். அவள் இரு கைகளிலும் ஏந்திய தட்டில் இரு கோப்பைகளில் இருந்து மணமான ஆவி பறந்தது.

பாஸ்கர் டீயை மெதுவாக அனுபவித்துப் பருகினார். ஜன்னலுக்கு வெளியே சர்வ நிசப்தம். சந்துதான், ஆனாலும் சர்வசுத்தம்.

ரேணு டீ சாப்பிடவில்லை. அவள் கைகள் அவள் மடியில் அமைதியான சிறகுகளாய் ஒன்றன் மேல் ஒன்றாய் உறங்கிக்கொண்டிருந்தன.

அவள் காலடியில் லல்லிதானே தன்னுடன் ஏதோ பேசிக்கொண்டு ஏதோ விளையாடிக்கொண்டிருந்தாள்.

பாஸ்கர் எழுந்து நின்று – என்ன உயரம்! – குனிந்து லல்லியைத் தூக்கிக்கொண்டார். சாவியை ரேணுவிடம் மறுபடி ஒப்படைத்தார்.

"போவோமா?"

"Thanks நாகம்மா" – கூண்டுக்கிளி.

கூடத்தின் அந்த இருளில், திடீரென பாஸ்கர் கன்னத்தில் உதடுகள் உராய்ந்தன. பாஸ்கர் மார்புள் பாறை ஏதோ உருகி உடைந்தாற் போன்ற பயங்கர இன்பம். கல்லா? பனியா? நெய்யா? 'நீங்களா கறந்த பாலைத் தேடறேள்?' – அவள் விழிகள் ஸ்படிகத்தில் பளபளத்தன. கல் கண்ணீர் கசிந்தால் இவ்வளவு அழகா?

மறுநாள் மாலை பாஸ்கர், ஆபீசிலிருந்து திரும்பி, உடுப்புகளைக் கழற்றி, உடம்பைச் சுத்தி செய்து கொண்டு பூஜையறையில் நுழைந்தால் –

– விக்ரஹத்தைக் காணோம். ரேணு குத்துவிளக்கை ஏற்றிக்கொண்டிருந்தாள்.

"எனக்கு ரொம்ப நாளாகவே எண்ணம். இந்த மாதிரியான பிரதிஷ்டை, நமக்கு வழிபாடு வழிதெரியாமல் சம்சாரி வீட்டில் நீடித்திருப்பது சரியல்ல. அதனால் இன்று அவள் வந்த இடத்திலேயே கொண்டு போய் விட்டுவிட்டேன்."

ஒரு கணம் ஒரு யுகம் கண்ணுக்குக் கண், கருவிழிக்குக் கருவிழி

நேருக்கு நேர் சலசல. பாஸ்கர் முதுகு திரும்பினார். அவருக்குத் தெரிகிறதோ இல்லையோ, முதுகுக்கு உசிதம் தெரியும்.

ஆமாம், அவள் சொல்லுவதும் வாஸ்தவம்தான். அடுத்து, கொடுத்து வைத்தவனுக்கு கண் திறந்துவிட அவள் போக வேண்டாமா?

அவர் கைவிரலுடன் இரண்டு பிஞ்சு விரல்கள் கோத்துக்கொண்டன.

“அப்பா...”

கறந்த பால் - 2

அண்ணா சதுக்கம் வந்ததும் எனக்குக் கால் கெஞ்சல் தாங்க முடியவில்லை. ஸான்தோமிலிருந்து நடக்கிறோம்.

"ஸ்ரீகாந்த், இங்கே உள்ளே போய் மணலில் உட்காருவோம்."

புன்னகை புரிந்தான். "கோட்டை வரை போவதாக அல்லவா நம் ப்ளான்?"

"இப்போ என்னால் முடியல்லே. என்ன சொல்றே?" எனக்கு எரிச்சலாக வந்தது. "நான் கிழவனில்லை. நீ வயசுப் பிள்ளை. குவாட்டுக்கே நடந்து போயிடுவே."

அவன் முகம் லேசாகக் கறுத்தது.

"நான் மட்டும் நடந்துட்டு வரேன். நீங்கள் இங்கேயே இருங்கோ."

"நோ. நீயும் என்னோடு வா. வயதானவர்களுக்கு இளைஞர்களைத் துன்புறுத்துவதில் ஒரு மகிழ்ச்சி என்று அந்தக் கூட்டம் வாதிக்கும். சரி, அது எங்கள் வயதின் நியாயம். மூச்சைப் பிடித்துக்கொண்டு சென்று கரையோரம் ஒரு படகின் அடியில் துண்டை விரித்துப் படுத்துவிட்டேன்.

எல்லாம் மெரீனாதான். ஆனால் இங்கு ஜன நடமாட்டம் சற்று மட்டுத்தான். காற்றின் தன்மை இமைகளின் மேல் திண்ணமாய்த் தெரிந்தது. விழிகள் களைப்பின் சுகத்தில் செருகின. வானீலமும், அலைகளுக்கப்பால் கடல் விளிம்பும் அமைதியில் இழைந்தன. என் அரைக்கண்ணில் ஸ்ரீகாந்த் என் அருகே உட்கார்ந்தபடி மணலை அளைந்துகொண்டிருந்தான். அவரவர் சிந்தனையில் அவரவர். ஸ்ரீகாந்துக்குக் கொஞ்சம் மந்த முகம் என்று என் அபிப்பிராயம்.

அவன் அம்மை அவனைக் கறந்த பால் என்கிறாள். அவ்வளவு வெள்ளை மனசாம். பிள்ளைகள் ஒவ்வொருத்தனையும் அப்படித்தான் சொல்லிக்கொண்டிருந்தாள். ஒரு அண்ணன் டாட்டாவில் வேலை பார்க்கிறான். மற்றவன் எச்.எம்டி. இரண்டு பேரும் நல்ல சம்பளம் வாங்குகிறார்கள். ஆனால் இரண்டு பேருக்கும் போதவில்லை. இல்லை பாட்டு மன்னர்கள். அவனவனுக்கு அவனவன் குடும்பம். அந்தத் தத்தளிப்பில் தகப்பனாவது, தாயாவது, தம்பியாவது? பாவம், அவள்தான் அங்கலாய்ப்பாள் சில சமயங்களில். ஆனால் வேர்கள் விட்டுப்போய்விடுகின்றனவே?

“மாமா! முறுக்கு வாங்கிக்கறேளா?”

எனக்குச் சிந்தனை கலைந்தது. அரை நினைவு சுகம் கலைந்தது. எரிச்சலாக வந்தது. ஆனால் என் நெற்றிக் கண்ணெதிரே நின்ற தோற்றத்தைக் கண்டதும் அடைந்த வியப்பில் எழுந்து உட்கார்ந்தேன். ஒரு தகர டப்பாவை இடுப்பில் இடுக்கிக்கொண்டு நின்றாள். ஒரு அலுமினியத் தூக்கு. ஒரு பெரியவர் அவள் அருகே நின்றார். என் வயதிருக்கும். முகத்தில் லேசான ஒரு அசட்டுச் சிரிப்பு. உறைந்து போன சிரிப்பு.

முந்தா நேற்று ஒரு கலியாணப் பரிசு வாங்க மவுண்ட் ரோடு போயிருந்தேன். என்னென்னவோ கடையில் வைத்திருக்கிறான். என்னால் முடியுமா? ஏதேதோ கண்டான் முண்டான்களுடன் சுண்டு விரல் நீளத்துக்கு ஒரு லக்ஷ்மி விக்ரஹம் அலட்சியமாகக் கிடந்தது. அதில் தொங்கும் Tag-ஐக் கவனிக்காமலே எடுத்து என்ன விலை என்று கேட்டேன்.

ரூ. 1825. எஸ்.டி. தனி.

இப்போதெல்லாம் எங்குமே, யார் முகத்திலும் ஒரு கேலி நகை மிளிர்கிறது. ரெண்டு கன்னத்திலும் அறைகிற அறையில் அதை எடுத்துவிட்டால், வாழ்க்கையில் பாதி விடிவு உலகத்துக்கே கிடைத்துவிடும்.

– ஆனால் இந்த விக்ரஹம் ஏன் முறுக்கு விற்கிறது?

“மாமா, ஆத்திலேயே பண்ணினது. கைமுறுக்கு. நாலு சுத்து.”

ஆளுக்கு ரெண்டு வாங்கினேன். பரவாயில்லை. டால்டா வாசனை லேசா.

“மாமா, ஆத்துக்கு ஒரு பொட்டலம்? கட்டட்டுமா? எத்தனை?”

ஆள் கில்லேடிதான்,

“ஒரு நாலஞ்சு கட்டேன். இங்கே இன்னும் ரெண்டு கொடு.”

அவளுக்கு உற்சாகம் வந்துவிட்டது. டின்னைக் கீழே இறக்கினாள். முகம் இன்னும் அழகிட்டது. இவள் பேசாமல் சினிமாவில் சேர்ந்தால் நடுப்பகலில் இவள் தனியாக ரோடில் நடக்க லாயக்கில்லை. ரெண்டு ரௌடிகள் திடும் என வந்து ஒரு ஆட்டோ ரிக்ஷாவில் அள்ளிப் போட்டுக்கொண்டு... அப்புறம் நாலுநாளோ, ஒரு வாரமோ கழித்து கோயமுத்தூரிலோ, ஜபல்பூரிலோ – நாளிருக்கும் கொடுமையை நினைக்கவே பயமாயிருக்கிறது.

"ஸார், ரெண்டு பொட்டலம் சுண்டல் வாங்கிக்கறேளா? சூடாயிருக்கு."

இப்போதுதான் அவர் முகத்தை ஊன்றிக் கவனித்தேன். குரல் எங்கோ கேட்ட மாதிரி, மண்டையோட்டுக்குள் தேன் கூட்டு லட்சோப லட்ச அறைகளுள் எதோ ஒரு அறையில் மணி அடித்தது. என்னையும் அறியாது நெற்றிப் பொட்டைத் தேய்த்துக்கொண்டேன்.

"நீங்கள்–நீங்கள்–தீர்த்தராமன் இல்லையோ?"

அவர் முகம் மிரண்டு – உள்வாங்கிற்று.

"ஸார் யார்?"

"என்னைத் தெரியல்லியா? மீர்சாப்பேட்டை – பெசன்ட் ரோடு. உங்கள் வீட்டு எண் 13. நான் எதிர் வீடு–87. நான் யக்ஞராமன். நீங்கள் தீர்த்தராமன். அதுவே நம் குடும்பங்களுக்கிடையே வேடிக்கைப் பேச்சில்லையா? அப்போ இவள் பங்கஜம் இல்லையா?"

ஏன் மனுஷன் முகத்தில் அடையாளத்தின் சந்தோஷம் இல்லை? சந்தோஷம் போகட்டும், ஏன் அடையாளம் கூட இல்லை?

அவள் ஏற்கனவே கோதுமையின் பொன்னிறம். முகம் இப்போ தகதகத்தது.

என் திகைப்புக்குச் சமாதானமாக, "அப்பாவுக்குக் கண் தெரியாது. ஒரு கண் ஆபரேஷன் பண்ணி ரெண்டு கண்ணும் போயிடுத்து" என்றாள்.

இப்போ புரிந்தது அந்த உறைந்த புன்னகை. உறைவின் அசடு. ஆம்; அப்பவே கூழாங்கல் கண்ணாடி.

"சரி பங்கஜம், போவோமா?"

எனக்கு 'சுருக்'கென்றது. "தீர்த்தராமன், நம் சந்திப்பு உங்களுக்குப் பிடிக்கவில்லை."

"சரிஞ்சபின் தெரிஞ்சவா கண்ணில் பட்ட கஷ்டமாத்தானிருக்கு."

“நீங்கள் சொல்றது எனக்குப் புரியறது. ஆனால் என்னைப்பற்றி நீங்கள் அப்படி நினைக்கக்கூடாதுன்னு நான் கேட்டுக்கத்தான் முடியும். நம் குடும்பங்கள் அப்படியா இருந்தோம்? உங்களைப் பார்த்தேன் என்று இன்று போய் வீட்டில் சொன்னால் அவள் அப்படி சந்தோஷப்படுவாள். ஏன் விலாசம் விசாரிக்கலேன்னு கோபிப்பாள். மங்களம் எப்படியிருக்காள்?”

“சாமி எளுந்திருங்க.”

– நாலு மீனவர்கள் – திடும் என நாங்கள் நகரும்வரைகூடக் காத்திருக்கமாட்டார்கள் போல இருக்க... அப்போதுதான் மீண்டு கொண்டிருக்கும் ஒரு அலை மேல் நாலு பேரும் படகை வாகாய்த் தள்ளி, அலைபாய்ந்து, அலைதாண்டி, ஏறி உட்கார்ந்துகொண்டு நிமிஷமா தூரமாப் போயும் விட்டான்கள். ராப்பூரா மீன் பிடிப்பார்கள். விடியற்காலையிலோ அல்லது எப்போது மீள்கிறார்களோ – மீண்டால்தான் மீட்சி.

என்னை அறியாமலே என் பிள்ளை மேல் என் பார்வை சென்றது. இன்னும் ஒரு வாரமோ, பத்து நாளோ குவாயிட் போக இருக்கிறான். இங்கே வேலை வாய்ப்பு இல்லை. குறைந்தது அஞ்சு வருட ஒப்பந்தத் தில் போனால், திரும்பி வரும்போது வயது 33 ஆகிவிடும். எப்படி வருவானோ? அஞ்சு வருடங்களில் என்ன வேண்டுமானாலும் நேரலாம். சிறகு முளைத்தவுடனேயே கூட்டைப் பிரிக்கும் பட்சி வாழ்க்கைதான். But Such is life.

“மங்களம் எப்படியிருக்கிறாள்?” தடைபட்டுப்போன கேள்வியை மீண்டும் கேட்டேன்.

“அம்மா செத்துப்போயிட்டா. பத்து வருஷமாச்சு.” அவள் முகத்தில் குங்குமம் கொதித்தது. அவர் விழிகள் துளும்பின.

இன்று எனக்கு ராசியில்லை, கேள்வி என் வயப்பட்டு அசடாக வெளிப்படுகிறது.

“அப்படிச் சொன்னால் போதுமா? மங்களம் மனசு உடைஞ்சு செத்தாள்.” தொனிப்பில் லேசாக வசமிழந்த லேசான வெறி! அவள் அவரைக் கவலையோடு நோக்கினாள்.

“பழசெல்லாம் என்னத்துக்கு இப்போ அப்பா? உங்களுக்கு உடம்புக்காகாது.”

“இல்லை பங்கஜம். எங்கள் குடும்பங்கள் எவ்வளவு ஒற்றுமையாய் இருந்தது என்று உனக்குத் தெரியாது. நீ அப்போ குழந்தை என்ன யக்ஞராமன், நாம் பிரிஞ்சு 15, 18 வருடங்கள் ஆகியிருக்குமா?”

"தாராளமா. நாம் பழகினதென்னவோ ரெண்டு வருடங்களுக்கும் குறைச்சல்தான். அப்புறம் என்னை வடக்கே எங்கோ அத்து வானத்தில் தள்ளிப்பிட்டான். ஏதோ நாலஞ்சு கடிதங்கள் பரிமாறிக்கொண்டிருப் போமா..? அப்புறம் அதுவும் விட்டுப்போச்சு."

"அதுதான் வாழ்க்கை. யாரும் யாரையும் குற்றம் சொல்வதற்கு இல்லை."

ஆனால் இருந்தவரை எவ்வளவு நன்றாக இருந்தது! மொட்டை மாடியில் எத்தனை நிலாச் சாப்பாடு... சறுக்கி விழுந்தால் விருந்து பிக்னிக், கச்சேரி, டிராமா எல்லாமே சேர்ந்திருக்க ஒரு சாக்குத்தானே! Ah, that was a beautiful life. அழகான வாழ்க்கை எனும் நேர் தமிழ் நேர் அர்த்தத்தைக் கொண்டுவரவில்லை.

"நம் ஆபீசுகள் கூட லிங்கிச் செட்டித் தெருவில் எதிரும் புதிருமாக வாய்க்கணுமா? நான் பாங்க், நீங்கள் இன்ஷூரன்ஸ்."

எல்ஐசி. அணைத்த இரு உள்ளங்கைகளுக்கிடையே சுடர். அழகான சின்னம். ஆயிரம் காத்தும் ஏமாந்துவிடுவோமோ? ஆதங்கப்படுகிறோம். ஆனால் பட்டுக்கொண்டால், சுட்டுக்கொள்ள வேண்டியதுதான். சுடரே, சுடரே, நீ மட்டும் காக்கிற கையைக் கடிக்கலாமோ?

"ஒரே பால்காரன்" என்று தொடர்ந்தார்.

"ஆனால் எங்களுக்கு மட்டும் அவன் பால் பச்சைத் தண்ணி."

புன்னகை புரிந்தார். "பால்காரனில் தண்ணிவிடாதவன் கூட உண்டா?"

"இல்லை. அவன் வீட்டில்தானே நீங்கள் குடியிருந்தீர்கள்! அதுக்காவது இடதுகண் வலதுகண்..."

க்ண்ணுப் பிள்ளையை மனசில் வரவழைத்துப் பார்க்கிறேன்.

கையில் குவளை, தோள் மேல் அணை கயிறு. மாலை வேளையில் தெருவில் மாட்டை ஓட்டிக்கொண்டு போகிறான். அந்த முற்முஞ்சிக் கும் குத்து மீசைக்கும் பீப்பா வயிறுக்கும் அசல் மாயா பஜார் ராட்சஸன்தான்.

"அவனால்தான் என் குடும்பத்துக்கே உலை வந்தது."

நான் பதில் பேசவில்லை. பேச என்ன இருக்கிறது. கடலைப் பார்க்கிறேன். அலைகள் உருவெடுக்கின்றன. கரை நோக்கிச் சீறி வருகின்றன; கரை மீது அறைகின்றன; படம் விரிகின்றன ; கோபம் குலைகின்றன; பெருமூச்செறிகின்றன; மீள்கின்றன. கரைமேல் நுரைகள் நலுங்குகின்றன. பிரிகின்றன, காற்றில் கலைந்து அலைந்து பூ நுரைகள் எங்கெங்கோ மிதந்து சென்று எட்ட எட்ட மறைகின்றன.

அடிவானத்தில் முகில்கள் திரள்கின்றன; குமைகின்றன.

ராக் மால்கவுன்ஸ்; மல்ஹர்.

அவர் முகத்தில் ஜ்வரம்; அங்கே 'தீபக்.'

"நீங்கள் மாற்றிப் போன பிறகு கூட ரொம்ப நாள் அதே வீட்டில்தான் குடியிருந்தோம். நீங்கள் இருந்த இடத்தில் யார் யார் வந்தார்கள்; இருந்தார்கள்; போனார்கள். நாங்கள் அதிகம் சகவாசம் வெச்சுக்கல்லே. இந்தப் பிடிப்பு எங்களுக்குக் கிடைக்கவில்லை.

நீங்கள் போய் சுமார் இரண்டு வருஷமாயிருக்கும். ஒரு நகை வாங்கினேன். அதிலிருந்துதான் ஆரம்பம் எனக்குச் சனி. அவளுக்கு யமன்.

கண் அவிஞ்ச பிறகு, வழக்கப் பிரகாரம் எல்லாம் தெரிஞ்சவா, தங்கள் தெரிஞ்சனத்தைக்காட்டிண்டா.

அதுபோல நகையெல்லாம், மலிவா வரதேன்னு, முன்பின் விசாரிக்காமல் வாங்கக்கூடாது. அந்தப் பையனை எனக்குத் தெரியும். உதவாக்கரைதான். ஆனால் ஜமீன் வீட்டுப்பிள்ளை. லேசா ராஜ் ரத்தம் கூட. அது மாதிரி பரம்பரைச் சொத்தில் குடும்ப சாபம் எங்கேனும் கலந்திருக்கும். ஆனால், அப்படி யாரேனும் வாங்கும்போது தடுத்திருந்தாலும் நான் கேட்டிருக்கமாட்டேன். மலிவா வந்தது. பாங்கில் வெச்சிருந்தான்–வீட்டில் இருந்து திருடியோ, அடித்துப் பிடுங்கியோ. சுருக்க மீட்டுவிடலாம்னு எண்ணியிருப்பான். ஆனால் மீறிப்போச்சு. வெச்சபின் மீட்பதாவது! ஏலத்துக்கு விட்டால் பேர் 'கொல்' ஆகிவிடும். அவனே விற்பதாக அவனிடம் எழுதி வாங்கிக் கொண்டு, பாங்க் நகையை விற்றுவிட்டது. அதற்கு அசலும் வட்டியும் செலவும் போக, மிஞ்சியது *200, 300* என்னிடமிருந்து அவனுக்குக் கைமாறியதும் அங்கிருந்தே கிண்டிக்கு டாக்ஸி பிடிச்சுட்டான். மைனர் அவசரமே தனிதான்.

எட்டு பவுன், ரெட்டைவடம் கோதுமைச் சங்கிலி. கலியாணமாகிப் பத்து வருஷத்துக்குப்பின், மங்களத்துக்கு நான் சொந்தமாக வாங்கும் முதல் பரிசு. அதுவரை எங்கே – சாண் ஏறினால் – பழமொழி பழசுதான். ஆனால் மாற்று இன்னும் கண்டுபிடிக்கவில்லையே! அஞ்சு அக்கா தங்கை நடுவே நான் ஒரே பிள்ளை. சின்ன வயதிலேயே அப்பாவை இழந்துவிட்டேன். பூர்வீகமும் இல்லை. வேறு விளக்கம் தேவையில்லை. என் கடமையைச் செலுத்துவதற்குள் அவள் பூட்டிக்கொண்டு வந்ததே ஒண்ணு ரெண்டு குடும்பத்தில் பறிபோயிடுத்து. அவளுக்கும் சொல்லும்படியாக இல்லை. அப்படி நான் எடுத்துக்கொண்டதற்கும் அவள் எதிர் பேசவில்லை. அவள் மனசை சுருக்க அறிய முடியாது.

அழுத்தப் பேர்வழி. சந்தோஷமோ கஷ்டமோ, வெளியே காட்டிக் கொள்ளமாட்டாள். எண்ணங்களைப் பதுக்கிவிடுவாள்.

மாலை வீடு திரும்பியதும், அவள் சமையலறையில் காபி கலந்து கொண்டிருக்கையில் பின்பக்கமாக நான் வந்து அவள் கழுத்தில் போட்டபோது அவள் சொன்னது என்ன தெரியுமா? சத்தியமா சொல்றேன். மாமா மாமி இங்கிருந்தால், இது தெரிஞ்சாலே எவ்வளவு சந்தோஷப்படுவா?'

ஆனால் என் பெண்டாட்டி நகைமேல் ஆசையுள்ள பொம்மனாட்டி என்றாலும், போட்டுக்கொண்டு புழங்க மனசு இல்லாதவள். தொட்டுத் தொட்டுப் பார்த்து, பத்திரம் பண்ணிவிடுவாள். நான் ஆரம்பத்தில் கேலி செய்தபோது, 'நானே பூட்டிண்டு தேய்ச்சுடணுமா? நமக்கு ஒரு பெண் இருக்கே' என்றாள். அவளே ஒரு போக்கு. திடீரென்று ஒரு நாள் ஒரே அலங்ருதையாகக் காட்சி அளிப்பாள். அடுத்த வேளையே, ஒன்றுமேயில்லாமல், கையில் வளையல் கூட இல்லாமல், வெறும் ஒரு சுங்கடி, ஒரு வெள்ளை ரவிக்கை, வகிடுகூடக் கலைத்து மேலுக்கு அழுந்தக் கூந்தலை வாரிக் கொண்டையிட்டு – மொழு மொழு என்று இருப்பாள். அதுவும் அவளுக்கு அழகுதான்."

உள்ளொளியில் அவர் முகம் பொலிவுற்றது. அவர் வர்ணித்த மங்களத்தை நான் பங்கஜத்திடம் பார்த்துக்கொண்டிருந்தேன். அவரோ தன் கண்ணுள் மங்களத்தையே பார்த்துக்கொண்டிருந்தார். திடீரென்று வீட்டில் பாலும் தயிரும் கொஞ்சம்கூடப் பெருக ஆரம்பித்தது; பால் கணக்கு ஏறாமலே! தரம் திடீரென்று திடமாயிற்று. காபி, தனி மணம் வீசிக்கொண்டு ஏ ஒன். என் காபிப் பைத்தியம் உங்களுக்கே தெரியும். நானே பார்த்தேன், மாட்டைக் கொணர்ந்து நேரே கறக்காவிட்டாலும், அவன் இரண்டு விரல்களால் நுரையைத் தடுத்துக்கொண்டு ஊற்றுகையில், குவளையிலிருந்து பால் சேறாய், மங்களம் ஏந்தும் ஏனத்தில் இறங்குவதை.

'என்ன கண்ணுப்பிள்ளே, உடம்பு கிடம்பு சரியிருக்கையா?'

அவனுக்குத் திக்கெனத் தூக்கிவாரிப் போட்டது. திருதிருவென விழித்தான். 'ஏன் சாமி அப்பிடி கேக்கறிங்க?'

'உன் பால் சாதாவா நீலமாயிருக்கும், துணி அலசற மாதிரி. ஆனால் ஒரு மாதமா, 'பெஸ்லா' வெள்ளையாயிருக்கு, தடிப்பாயிருக்கு!

சிரித்தான். லேசா தீர்த்தம் போட்டிருக்கான். அந்தப் பழக்கத்துக்கு வேளையா, பொழுதா?

'என்னவோன்னு பயந்துட்டேனுங்க. இப்போ வீட்டிலே மாடு

ரெண்டுகூடக் கறக்குது. வீட்டுக் கன்னுக்குட்டிங்களை மாமியார் வீட்டிலே இத்தினி நாள் விட்டு வெச்சிருந்தேன். மச்சான் கலியாணத் துக்குப் போனேனில்ல, ஓட்டியாந்துட்டேன். அப்புறம், ஒரு சமயம் போலவே எப்பவும் இருக்க முடியுமா? இருக்கலாமா? அம்மாவை எங்கள் குலதெய்வமாக நினைக்கிறேனுங்க. ஐயாவும், அம்மாவும், கொளந்தையும் எப்பவும் நல்லா இருக்கணும். எல்லாம் நல்லபடியா நடந்தால் கொளந்தை கலியாணத்துக்குச் சீதனமா பசு ஒண்ணை ஓட்டப்போறேனுங்க!'

'மங்களம், நமக்கென்ன குறைச்சல் போ!'

ஆனால் மங்களம் குறைந்துகொண்டிருந்தாள். திடுக்கென்று இன்னிக்கும் நாளைக்கும் தெரியறாப் போலில்லை. நாளுக்கு நாள் இம்மி இம்மியா, கண்ணுக்கெதிரே கண்ணுக்குத் தெரியாமல் ஒரு இளைப்பு. அவளே கொஞ்சம் அழுத்தம். வெளியில் காட்டிக்கொள்ள மாட்டாள். இப்போ பேச்சு இன்னும் குறைந்து போய், முகத்தில் ஏதோ யோசனை யோசனை நாளடைவில் கவலையாக மாறிற்றோ? எனக்குச் சொல்லத் தெரியவில்லை. கண்ணில் ஏதோ திகில் தெரிந் ததோ? எதையோ எதிர்பார்த்துக் கொண்டிருப்பது போல்! ஆனால் நானும் பெரிதாகப் பாவிக்கவில்லை. எனக்கு ஆபீசில் ஆயிரம் பிடுங்கல். கூடக் கண் உபத்திரவம். திடீரென்று பொருள்கள் விசுவரூபம் அடிக்கிறது. உடனே ஒரேடியாகச் சிறுத்துவிடும். கண் டாக்டரிடம் போகப் பயம். எல்லாம் பைசாதான். அவன் என்னத்தையேனும் சொல்லிவிட்டு, இருக்கிறதெல்லாம் கொண்டுவா என்றால்?

ஆனால் ஒருநாள் காலை அவசரச் சாப்பாட்டில் அவள் பரிமாறு கையில் அவளுடைய ஒட்டிய கன்னமும் தூக்கிய தோள் எலும்பும் சட்டெனக் கண் பட்டதும் நெஞ்சு பக்கென்றது.

'என்ன மங்களம் உடம்பு டாக்டரிடம் போவோமா?'

'எனக்கு ஒரு கேடுமில்லை. டாக்டரிடம் எதுக்கு? நமக்குக் காசு கொழுத்துக் கிடக்கா? முதலில் உங்கள் கண்ணைப் பார்த்துக் கொள்ளுங்கள்.'

ஒருநாள் காலை பால் வரவில்லை. அந்த வேளைக்குக் காபி குடிக்காவிட்டால் மண்டையிடிதான். பால்காரன் வீடு பக்கத்துத் தெருதான். சொம்பைத் தூக்கிக்கொண்டு போனேன். வாசலில் பெரும் கூட்டம். உள்ளே ஒப்பாரி. உள்ளே போய்ப் பார்த்தால் நடுக்கூடத்தில் வெட்டிச் சாய்த்த மரம் போல் ஆள் மல்லாந்து கிடக்கான். அப்போதுதான் கால் மணி நேரத்துக்கு முன்னால் மாரடைப்பு. வாஸ்தவம். அவ்வளவு பெரிய சரீரத்துக்குக் கைக்குத்தளவு

இதயம் எத்தனை நாள் எவ்வளவு பாய்ச்சல் தாங்க முடியும்?

மங்களத்திடம் வந்து சொன்னதும், 'ஆ என்ன?' – இடிந்துபோய் உட்கார்ந்துவிட்டாள்.

'மங்களம் அதிர்ச்சியாகத்தான் இருக்கும்; வருத்தமாத்தானிருக்கும். இத்தனை நாள் பழகிவிட்டோமே! ஆனால் நாம் செய்யக்கூடியது என்ன இருக்கு? கஷ்டம். பெற்ற தாயார் வேற இருக்காள். Such is life.' நான் சொன்னது அவளுக்குச் சரியாகக் கேட்டதோ இல்லையோ, பாவம். ஆனால் எனக்குச் சிந்திக்க நேரம் இல்லை. அன்றிரவு நான் டில்லி பயணம் H.O.வில் மூணு வாரம் ட்ரெயினிங்.

ஆனால் நான் டில்லி சேர்ந்து ஒரு வாரம் ஆகவில்லை. அவளிடம் இருந்து கடிதமுமில்லை; தந்தி :

'Mangalam sinking. start.
Dr.Prabhakaran.'

இதென்ன தலையா, காலா? சென்னை வந்து சேர்ந்தால் வீடு பூட்டிக் கிடக்கு. அக்கம்பக்கத்தில் இருப்பவர்கள் ஆஸ்பத்திரிக்கு அழைத்துச் சென்றார்கள். என்னைக் கண்டதும் டாக்டர் பிரபாகரன் முகம் சுளித்தார்.

'உங்களுக்கிடையில் என்னவோ எனக்குத் தெரியாது. ஆனால் அந்த அம்மா உடம்பை என்னவோ மெஸ் பண்ணிண்டுட்டாங்க. நீங்களும் கவனிக்கல்லே. நாம் எல்லாம் படிச்சவங்க. உங்களுக்காக உசிரைப் பிடிச்சுட்டு இருக்காங்க. ஸாரி, மிஸ்டர், 24 அவர்ஸ் தாண்டணும்.'

அவர்கள் தீர்ப்பு விதிக்கும் விதமே அப்படித்தான். மிஸ்டர் யக்ஞராமன், கதை எப்படியிருக்கு பார்த்தேளா?

கட்டிலில், மங்களமா அது? கட்டில் கொள்ளவில்லை. எக்கண்டமா ஊதியிருந்தாள். கண்கள் கீறிய கோடு. பின்னால் தெரியவந்தது. ஊதுகாமாலையாம். சட்டென்று ரத்தம் பூரா ஒரே அடியா முறிந்து விட்டதாம். ஆனால் இத்தனை சுருக்காவா? குழந்தை கட்டிலண்டை பேயறைஞ்ச மாதிரி நிக்கிறாள். அவளுக்குத் தாங்கற வயசா? புரிஞ்சுக்கற வயசா? இப்படியெல்லாம் பாக்கற வயசா?

'வாங்கோ, உட்காருங்கோ, இதோ – இங்கே – கிட்டக்க.' குரலில் அசாத்திய தீர்க்கம். என் கையைப் பிடித்துக்கொண்டாள். 'உஷ் – நேரம் அதிகமில்லே. நீங்கள் மன்னிச்சாலும் மன்னிக்காவிட்டாலும் நான் சொல்றதைச் சொல்லியாகணும். நான் உங்களுக்குத் துரோகம் இழைச்சுட்டேன்.'

எனக்கு வயிற்றில் புளியைக் கரைத்தது. 'என்னடி மங்களம், பெரிய வார்த்தையாய்ப் பேசறே?'

'ஆமாம் அப்பிடித்தான். நீங்கள் எனக்குச் சங்கிலி வாங்கினேன் பாருங்கோ. ரெண்டு மாசத்துக்கு முன்னால் நம் பால்காரன் கண்ணுப் பிள்ளை, தன் மச்சினன் கலியாணத்துக்கு பெண்டாட்டி கழுத்தில் போட்டுண்டு போக, என்னிடம் ஒரு வாரத்துக்குக் கடன் வாங்கிண்டு போனவன் அப்புறம் திருப்பியே தரல்லே. ஒரு வாரம்தானேன்னு உங்கள் காதில் போட அவசியம் தோணல்லே. இதோ இப்போ தரேன், அதோ அப்போன்னு வாரம் வாரமா தள்ளிண்டு போகவும், உங்களிடம் சொல்ல பயம் வந்துடுத்து. ஆனால் எப்படியும் கொடுத்துடு வான்னு நம்பிண்டிருந்தேன். அவனும் செத்துப் போயிடவே, அப்புறம் தான் நான் செய்த துரோகம் எனக்கு முழுசாத் தெரிஞ்சது.'

'அடி அசடே, நகை போச்சேன்னு உன் தலையைச் சீவிடுவேன்னு நீ என்னைப் பத்தி எப்படி நினைக்கலாம்? நகை போனால் ம...ர் போச்சு. நீ எழுந்து உட்காரணும்.'

சிரிக்க முயன்றாள். 'நீங்கள் சொல்வது வாஸ்தவமாயிருக்கலாம். ஆனால் எனக்கு இருக்கப் பிடிக்கல்லே. என் நெஞ்சு என்னை அறுக்கறதே! இத்தனையும் நேர்ந்திருக்க வேண்டாம்னு இப்போ தெரிஞ்சு என்ன பண்றது? கண்ணைக் கவனிச்சுக்கோங்கோ.'

கண் மூடினாள். கண் மூடியவள்தான்.

எனக்கு நெற்றிப் பொட்டில் ஏதோ நரம்பு அறுந்த மாதிரியிருந்தது. கண்ணை இருட்டிற்று. மடேரென்று விழுந்துவிட்டேன். மூணுமாதம் கழித்து வேறு எங்கேயோ விழித்தேன். விழிப்பாவது! பார்வை அத்தரதையாப் போயிடுத்து. அவன்களும் மாத்தி மாத்தி ஆப்ரேஷன் செய்து பார்த்துக் கடைசியில் கைவிரிச்சுட்டான்கள்.

கண் போச்சு. வேலையும் போச்சு.

நான் ஆஸ்பத்திரியில் கிடந்தபோதும், அப்புறமும் கொஞ்ச காலம் பங்கஜம் அவள் மாமன் வீட்டில் வளர்ந்தாள். அங்கேயும் வளம் இல்லை. பெண் போன பிறகு பிடிப்புக்கும் வழியில்லை. அப்புறம் தெரிஞ்சது, கண்ணுப்பிள்ளை தர்பார் வெறும் காற்று அடைத்த பொட்டலம்னு. அவனுக்கே கொஞ்ச நாளா வியாபாரத்தில் நஷ்டமாம். கோமாரியில், ரெண்டு மூணு மாடு சேதம். கலியாணத் திலிருந்து திரும்பினதும் நகையை அவரே வாங்கிக்கிட்டாரு என்று அவன் பெண்டாட்டி அடித்துச் சொல்லிவிட்டாள். நிஜமோ, பொய்யோ? நகையைக் கண்டதும் அவனுக்குப் புத்தி எப்படி

ஓடிற்றோ? அவசரத் துக்குச் சமாளிக்கலாம்னு நெனச்சிருப்பான். முழுசா அப்படியே முழுங்கிடலாம்னு அவனுக்குத் தோணியிருக்கும்னு நான் நினைக் கல்லே. எந்த மார்வாடியிடம் அடகு வெச்சானோ? ஏற்கனவே வாங்கினதுக்கு எந்த ஈட்டிக்காரனுக்கு ஈடு கொடுத்தானோ? இல்லே, வீட்டிலேயே அமுக்கிட்டான்களோ? குடும்பத்தில் பூசல். தாயார், பிள்ளை, பிள்ளைக்குப் பிள்ளை... வீடு மூணு அடுப்பா பிரிஞ்சாச்சு. இப்போ அந்த நகை இன்னும் நகையா இருந்தால், இருக்கிற இடத்தில் எந்தக் குடும்பத்தை அழிச்சிண்டிருக்கோ?

வேலையை விட்டு நிறுத்தும்போது பாங்கு கைக்குக் கொடுக்கும் பணம் எத்தனை நாள் நிற்கும்? எனக்கோ ராஜ வைத்தியம். உட்கார்ந்து தின்னால் குன்றும் குந்துமணி என் சர்வீஸுக்கு எனக்குக் குன்றாய்ச் சேரவில்லை. என்னிடம் இப்போ அந்தக் குந்துமணி கூட இல்லை. இந்தச் சுண்டலும் முறுக்கும் சீடையிலும் கூட முழுக்க வயிறு அலம்ப முடியுமா? விசேஷங்களுக்குப் பங்கஜம் சமைக்கப் போவாள். சுற்றுக்காரியங்கள் செய்வாள். ஒன்றிரண்டு குழந்தைகளைப் பள்ளிக்குக் கொண்டுபோய் விடுகிறாள். சமயத்துக்கு ஏன் என்கிறாள். இப்பிடித்தான் பிழைப்பு – நடக்கிற வரைக்கும், நடக்கிறபடி. இப்போ என் ஊன்றுகோல், சுமைதாங்கி, கண் எல்லாமே அவள்தான். ஆனால் அதற்காக என் ஆயுசுக்கும் அவளை என்னோடே நிறுத்திக் கொள்ள முடியுமா? எனக்குப் பின்? ஆண்டவன் என்ன மாதிரி கண் திறக்கப்போறானோ, இதுவரை தெரியல்லே! அவளுக்குப் படிப்பு ஏறல்லே. பங்கஜம், சொல்றேனேன்னு கோவமோ?"

சிரித்தாள்.

"என்னோடு குவாட்டுக்கு வரயா?"

நாங்கள் மூவரும் திடுக்கிட்டுத் திரும்பினோம். அவன் இருப்பதையே மறந்துவிட்டேன்.

அவன் விழிகள் அவள் மேல் பதிந்திருந்தன. அவளுக்கு மட்டுமே.

சிறிசுகள் என்கிறோம். ஒன்றும் தெரியாதவர்கள் என்கிறோம். கறந்த பால் என்கிறோம். ஆனால் அவர்கள் சிக்கறுக்கும் வழியே தனி. எனக்குப் பேச என்ன இருக்கிறது?

மேகங்களைப் பிளந்துகொண்டு திடீரென்று சந்திரன் வெளிப் பட்டான். பௌர்ணமி நிலா.

கடல், பாற்கடலாகிக்கொண்டிருந்தது.

விடைபெற நில்

குருக்கள் திடுதிப்பென ஆரம்பித்தார். 'அதோ அந்த வீட்டைப் பார்த்தியா?'

பார்த்தேன். அவர் சுட்டிக் காண்பித்த பக்கம் ஒரே வயற்காடு. ஒட்டி ஏரிக்கரை கரைமேட்டில் காவல் காக்கும் பனைகள், பனங்குலை களுக்குக் காவல் யார்? வான விளிம்பில் சாயும் வெயிலில் அதற்குப் பால், ஆற்றுமணல் மின்னிற்று. ஒன்றிரண்டு பம்பு செட்டுகள் 'ஜக் ஜக் ஜக்' ஒட்டுக் கேட்டால் சத்தம் எட்டும். ஆனால் வீடு? ஏதும் காணோம்.

"அதாண்டா! அதோ மூணு மெத்தை வீடு! மெத்தை வீடு தெரியல்லே? என்னடா கண் அது? கண்ணுக்கு வேறே கண்! மெத்தை வீடு தெரியாமல் நேற்றுப் பையன் முளிக்கறியே!"

இருந்தாலல்லோ தெரியும்? ஆனால் நான் மறுத்துப் பேசவில்லை. தெரிந்ததைப் போல் தலையைப் பலமாக ஆட்டினேன். 'நேற்றைப் பையனுக்கு நடப்பது அறுபத்திநாலு. ஆனால் நாலு வருடங்களாக குருக்களுக்கு அவர் வாயாலேயே தொண்ணூறு. அவரை மறுக்க எனக்குக் கட்டுப்படி ஆகாது. கண்ணாடிக் குருக்கள் கதைச் சுரங்கம். ஒரு பக்கம் கயிறு கட்டி காதில் சுற்றிச் சரிந்த கண்ணாடியில் ஒரு ஃப்ரேம் ஒட்டை. எனக்குத் தெரிந்து பதினைந்து வருடங்களாக வீம்பாக இதே அலங்காரம்தான். ஒருமுறை கண்ணாடியை மாற்றித் தர ஜாடையாக முன்வந்து வாங்கிக் கட்டிக்கொண்டேன். அப்புறம் அந்த வழிக்குப் போவதில்லை. ஆனால் இல்லாததைப் பார்ப்பவருக்குக்

கண்ணாடி எதற்கு? ஆனால் கண்ணாடியை மாட்டிக்கொள்ளா விட்டால் திண்டாடுவார்.

“என்ன ஒப்புக்குத் தலையாட்டறே? அட போடா மண்டு!” உடனே பதறிப்போய், “ராமாமிருதம், ராமாமிருதம், என்னை மன்னிச்சுடு பழைய நினைப்பில் ஏதோ உளறிட்டேன். மன்னிச்சிடப்பா, வயஸாச்சு. மனசு ஒரு நினைப்பில் இல்லே!”

“மாமா, நான் பழைய ராமாமிருதம்தான்!”

“அதெப்படி? நல்ல உத்தியோகம் பார்த்திருக்கே! எவ்வளவு படிச்சிருப்பே? உலகத்தை எத்தனை சுத்திப் பாத்திருப்பே! பழைய ஞாபகத்தை வெச்சிண்டு எங்களைப் பாக்க வரதே பெரிசு! கதை கிதை வேறே எழுதறியாம்! எங்களுக்கு எவ்வளவு பெருமை தெரியுமா? எனக்குக் கண் போச்சு. எனக்குப் பகல் ராத்திரி ரெண்டும் ராத்திரிதான். சங்கரன் படிச்சுக் காண்பிச்சால் உண்டு. உன்னை விட அவன் நாலு வயது கூடுதல் இல்லே? நீ, நளா, அவன்...” விரல்கணுக்களில் எண்ணி ஏதோ ஒரு பேர் சொன்னார். எனக்கு மறந்துபோச்சு.

“நீ அவன்கிட்ட சொல்லாதே!”

“என்னத்தை மாமா?”

“உன்னை ஏகவசனமா பேசினதை, எனக்கு வார்த்தை பிரண்டு போனதை.” எழுந்து சாஷ்டாங்கமாக மாமா காலில் விழுந்தேன்.

“தீர்க்காயுஷ்மான் பவா! குருக்கள் உச்சந்தலையைத் தடவிக் கொடுத்தார்.

அவர் விரல் நுனிகளில் அன்பு சொட்டிற்று. குருக்களுக்கு உள்ளூர சந்தோஷம்.

குருக்கள் மடியிலிருந்து காயிதப் பொட்டலத்தை எடுத்துப் பிரித்து, தாம்பூலத்தை உரலில் போட்டு இடிக்க ஆரம்பித்தார். அவருக்கு இடித்துத் தருவதற்காக, இரண்டையும் அவர் கைகளிலிருந்து கழற்ற முயன்றேன்.

“ணோம் வேணாம்! உனக்கு இந்தப் பக்குவம் தெரிய நியாயமில்லே. நீங்கள்ளாம் உத்தியோக ரீதியிலேயே அக்னி ஹோத்ரம் பண்ணறவாள்? நான் மருந்துக்குக்கூடப் புகைபிடிப்பதில்லை. அது எப்படியிருக்கு மென்றுகூட எனக்குத் தெரியாது. அது அவருக்கும் தெரியும் என்று எனக்குத் தெரியும். ஆனால் இப்படியெல்லாம் இடிப்பது குற்றமாக குருக்களுக்குப் படவில்லை. ஆனால் நானும் மறுக்கவில்லை. பெரியவர் களின் அற்ப சந்தோஷத்தைக் கெடுப்பானேன்! என் பிள்ளைகளையும், நானும் இதேபோல், என் கொடுமையை அனுபவிப்பதற்காகக் கொட்டி,

அந்தக் கற்கண்டு குயில்களைக் கடுவாம்பூனைகளாக்கி, பிறகு பதிலுக்கு ஒருமுறையேனும், அவர்கள் திருப்பிக் கடித்தால், வலி பொறுக்காமல் சகட்டுக்கு இளைய தலைமுறையையே சபிக்கிறேனோ என்னவோ?

"யாரு, கூனப்ப முதலியாரா? வாங்க!" வந்த ஆள் ஆறடி இரண்டங்குலம். ஆஜானுபாகு. அப்பளக்குடுமி. குருக்கள் வழங்கிய விபூதியைப் பக்தியாய் வாங்கி நெற்றியில் உடம்பில் பூசிக்கொண்டான். அப்படியே நான் யார், அவ்விடத்தில் எனக்கென்ன ஜோலி என்று கண்ணால் வினாவினான்.

"இவர் யாரு தெரியுதா? தெரியல்லே? எட்மாஸ்டர் பிள்ளை! சப்தரிஷி ஐயர் குமாரன்." அப்போ பள்ளிக்கூடத்தில் ஆறாவது வரைதான்! இப்போத்தான் பத்துக்கும் மேலே போவுதே! இப்போ எட்மாஸ்டர். இவர் நினைப்பிருக்கணும். எனக்கிருந்து என்ன பிரயோசனம்?

"ஐயரே, நாளைக்கு சஷ்டி!" மூணு ஒற்றை ரூபாய் நோட்டுக்களை அவர் கையில் திணித்தான். "ஊசி போட்டுக்க ஆஸ்பத்திரிக்கு நாளை காஞ்சிபுரம் போவணும். விடிகாலையிலேயே அபிஷேகத்தை முடிச்சுக் கொடுத்துடுங்க!"

"அப்படியே செய்துட்டாப் போவுது!"

அவன் என்னைக் கண்டுகொண்டதாகவே காட்டிக்கொள்ளவில்லை. போய்விட்டான். கண்ணாடியின் பின்னாலிருந்து, குருக்களின் திரைபூத்த கண்கள். பின்னுக்கு வாங்கிக்கொண்டே போகும் அவன் முதுகின் மேல் விஷம் கக்கின.

"தந்து! தந்து!" பல்லைக் கடித்தார். மூணு தலைமுறையா இதே மூணு ரூவாதான்! அன்னிக்கு வெள்ளி விக்டோரியா! இன்னிக்குக் காயிதச் சிங்கம் – ஒண்ணுக்கு மூணு. அதில் குறைச்சலில்லை. அந்தப் பொம்மனாட்டி தலைக்கு இவன் கேட்டது. ஏன், அதுக்கு மேலேயே மூணு ரூபாய்க்குக் கிடைச்சுண்டிருந்தது!

இன்னிக்கு இவள் மேல் அடுக்கக் கால்வரைக்கும் வரட்டி மூணு ரூபாய்க்குக் கிடைக்குமா? மூணு ரூபாய் கொடுக்கறான். பொங்கலில் முந்திரிப்பருப்பு இல்லை என்கிறான்! முருகப்பெருமான் வேணுமானால் இவனை ஆசீர்வதிக்கட்டும். முதலியாரே, கையைப் பிடிங்கன்னு அர்ச்சனைக்குத் தத்தம் குத்தறப்போ எனக்குச் சபிக்கத்தான் வரது! ஆனால் நான் எங்கே இப்போ பூஜை அர்ச்சனையெல்லாம் பண்ணறேன்? சங்கரன் பென்சின் கொடுத்துட்டானே! சம்பளமில்லாத பென்சின். ராமாமிருதம் உனக்குப் பென்ஷனா? மொத்தமா வாங்கிட்டியா?"

குருக்கள் இஷ்டப்பட்டால் ஒழுங்காய் உச்சரிப்பார் என்று தெரிகிறது. பென்ஷனுக்கும், பிளஃப் – க்கும் வித்தியாசம் தெரியும் என்று தெரிகிறது.

"இந்தக் கோயிலுக்குக் காலையில் ஒரு கால பூஜை. அந்தத் தண்ணியை அவன் கொட்டிடறான். சாயங்காலம் ஏதோ கொஞ்சம் காத்தாட இங்கே ஒக்காந்துட்டு விளக்கைப் போட்டுட்டுப் போறேனே அத்தோடு சரி. அதுவுமில்லாட்டி உக்காந்து உக்காந்து மரத்துப்போன கால் விழுந்துடுமோனு பயமாயிருக்கு. விழுந்துட்டா கொள்ளுப் பேரன்மாருக்கு வந்திருக்கறவா வென்னீரடுப்புக்கு வெச்சிடுவா! அவாளைச் சொல்லிக் குத்தமில்லே! குழந்தைகள்தானே. வெளியிடம் வேறு! சதையா, ரத்தமா தானாடா!"

இடித்ததை உரலிலிருந்து எடுத்து, இடது உள்ளங்கையில் வைத்து, வலது கையால் பிள்ளையார் பிடித்து, பிறகு பிள்ளையாரை உருண்டை யாக்கினார். அந்தச் சடங்கு நேரம் பிடித்தது. அதுவரை மௌனம். உருண்டையை உள்வாயுள் வைத்துக்கொண்டார்.

"ஏன் ஊரிலிருக்கிற வியாதியெல்லாம் பிடுங்கித் தின்னாது?" குருக்கள் தொடர்ந்து பொரிந்தார். "உடம்பில் சர்க்கரை, ரத்தக்கொதிப்பு, வயிற்றுவலி! பார்க்கத்தான் பகட்டு. மாத்திரையை பக்ஷணமா தின்னுண்டிருக்கான். ஊசி போட்டுப் போட்டு ரெண்டு தோளும் கையும் சல்லடைக்கண். எங்கெங்கோ வெளிநாட்டிலிருந்து வரவழைக் கிறான். ஏழை வயித்தை அடிச்சு மிச்சம் பிடிச்சால்? இப்படித்தான். போகும். ஆனால் இவனுக்குப் போ மாட்டேன்கறதே! விழுந்து விழுந்து தவங்கிடக்கோம். அந்தச் சண்டாளியும் நம்மைக் கண்ணெடுத்துப் பார்க்கிறாளா? இவன் மாட்டுக் கொட்டிலைப் பெருக்கிண்டேனும் இவன் கிட்டத்தான் இருப்பேங்கறா!"

மறுபடியும் சற்று நேரம் மௌனம். சிவபுரி நெடி சுகம் உள்ளே வேலை செய்யத் தொடங்கியிருக்கிறது.

"அம்பி! – (இது யார்?) – போட்டுக்கற மாதிரி பிடிக்கிறது இருக்குமோ?"

"நான் போட்டுண்டதில்லியே!"

"Never mind" அட! குருக்கள் இஷ்டப்பட்டால் பல்லவியில் ... என்னென்ன அடங்குமோ? கோவில் குளத்தின் மேல் (குட்டை! அந்த நாளிலேயே வருடத்துக்கு ஆறு மாதம் வறட்சி. மழுங்கப் பெருக்கி நெல் உலர்த்தி என் பையன் பருவத்தில் நானே பார்த்திருக்கிறேன்.) ஒரு மீன்கொத்தி அந்தரத்தில் அதே நிலையில் பாதம் மாற்றி மாற்றி நர்த்தனமாடிற்று. அதற்கு மேல் ஒரு பருந்து நீந்திற்று. பின்னணியில்

மேகப் பொதிகள் கம்பீரமாகச் சாய்ந்தன.

"இந்த தந்து யார் தெரியறதா? தெரியல்லே? ஒரிஜினல் கூனப்ப முதலியின் கொள்ளுப்பேரன்!"

"ஒரிஜினல் கூனப்பன் யார்?"

"இப்பத்தானே காட்டினேன். அதுக்குள்ளே மறந்துட்டியே" இப்போ காட்டின் திசை வேறு. ஆனால் அதுவும் மேற்படிதான். "அதோ! அதோ!"

மூன்றாவது அடுக்கு மொட்டை மாடியில் மூலைக்கு மூலை கட்டியிருந்த சிவப்புப் பட்டுப்புடவை காற்றில் படபடத்தது. அப்படிப் பார்த்தால்தான் குருக்களுக்குத் திருப்தி. பெரியவாள் மனசைப் புண்படுத்தப்படாது.

"ஆனால் அப்போ மனைதான் உண்டு. மனையில் இவன் குடிசை, கிணறுகூடக் கிடையாது. அவன் பெண்டாட்டி, வாசலுக்குச் சாணி தெளிக்கக்கூட கோவில் கிணற்றில்தான் மொண்டு வரணும் என்று போவாள். அப்போல்லாம் வேலையை வேலையாப் பாவிக்கிறதில்லே. நாம் விடற மூச்சைக் கவனிச்சா விடறோம். கவனிச்சால் மூச்சு தடைபடும். திணறும். அதுபாட்டுக்கு செய்துண்டேயிருக்க வேண்டியதுதான். இப்போத்தான் தொட்டதெல்லாம் வேலை. வேலைக்காரி தேச்சுப் போட்ட பாத்திரத்தைக் கவிழ்க்கிறது ஒரு வேலை. தோச்சிப் போட்ட காஞ்ச துணியை எடுத்து மடிக்கிறது ஒரு வேலை. படுத்த படுக்கையைச் சுருட்டறது ஒரு வேலை. எத்தனை அக்ரமங்களுக்குக் கண்ணை மூடிண்டு போகவேண்டியிருக்கு தெரியுமா? அதே சமயத்தில் இன்னிக்கு டி.வி.யில் 'மனோகரா'ன்னு சொல்லு. குடல் தெறிக்க ஓடுங்கள். லுங்கியிலிருந்து கொசாம் வரைக்கும் நாய் தோத்தது. நாளடைவில் பல் தேய்க்கறது ஒரு வேலை, அநாகரிகம் விட்டுத் தள்ளு. மிருகங்கள் பல் தேய்க்கறதுகளா? அதுகளுக்குப் பால் வெளுப்பு கெட்டுப் போச்சா? அப்யஞ்ஞன ஸ்னானம் அவசியமான்னு ஒரு சர்ச்சையாமே!"

பேஷ்! குருக்கள் ஃபார்முக்கு வந்திருக்கார்.

"எனக்குக் கூட என் அம்மா வயிற்றில் இருக்கறப்போ கனாக் கண்டமாதிரியிருக்கு. ஏதோ ஏதோ ஊமக்கோடுகள் மட்டும் லேசாய்... அப்பவே வயசானவன்தான். ஆட்டுக்குத்தாடி வளர்ந்தால் மோவாய்க் கட்டையில் மயிர் பிசிர் பிசிராத் தொங்கும். பெரிய கூன். ஆமாம், அந்த நாள் தறியில் கைநாடா அப்படியும் இப்படியுமா குறுக்கே நாடாவைக் கையாலயே தள்ளிப் பாய்ச்சி ஒவ்வொரு நூலா முடைஞ்சாகணும். தறிமேல் குனிஞ்சு குனிஞ்சி ஆளுக்கு இடுப்பே வளைஞ்சு போச்சு. குமரப்ப முதலி கூனப்ப முதலி ஆயிட்டான். கொள்ளுப்

பேரனும் கூனப்ப முதலி. இவன் வெட்கப்படறான். என்ன பண்றது? பேர்ராசி விட்டுப் போகப் பயப்படறான்."

குடிசை. நாலு சுவர் மேல் ஓலைக்கூரை. அடுக்களையைப் பிரிக்க குறுக்கே இடுப்பளவுக்குக் குறுக்குச் சுவர், அடுக்களையில் ஒரு மூலையில் நெல் குதிர். காலி அடுப்பு. குளிருக்கு அடக்கமா. ஆளே அதன் மேல் படுக்கலாம். அடுக்காய்ப் பானைகள் இத்தியாதி! இந்தப் பக்கம் தறியும் தறிக்குழியும் பாதிக்கு மேல் அடைத்தது. இதற்கிடையில் இடத்தில்தான் படுத்து பெத்து பெருகி ஈயத்தைப் பார்த்துப் பித்தளை சிரிச்சதாம். நான் என்ன வாழ்ந்தேன். இந்தத் தொண்ணூறு வயதுக்குள் மூணு தாரம். அதற்கேற்றபடி புத்ரசந்தானம். அது அது பிழைக்க எங்கெங்கேயோ நாலா திக்கும் சிதறியாச்சு.

குருக்கள் இஷ்டப்பட்டால் பதஸா–பதஸாரிகஸா–ஆலமரமும் கிள்ளுக்கீரை.

"ஏழைக்குப் பொழுதுபோக்கு ப்ரஜா விர்த்தி!"

ஒண்ணு. இரவு எந்நேரமானாலும் ஒருநாள் கூட தவறாது. கூனப்ப முதலி கோட்டம் வந்து திருநீறு வாங்கிப் போவான். பேசமாட்டான். வாய்விட்டு வேண்டமாட்டான். நாடக பாணியில் கருடாழ்வான் போல் சாமிக்கெதிரே இரண்டு கைகளையும் ஏந்தி எதுவும் தோத்தரிக்க மாட்டான். அவனுக்காகவே கதவைத் திறந்து வைத்துக்கொண்டு காத்திருப்பதும் உண்டாம். அது காலம் வேறப்பா. பூஜை ஆபீஸ் வேலையா மாறல்லே. ஓடி கிடையாது! நேரத்தைப் பற்றி அக்கறையா யாருக்கும் யாராலும் ஆகவேண்டியதில்லை. ஒரு நியதி தானாகவே ஏற்பட்டுவிட்டாலும்கூட அதைக் காப்பாற்றியாகணும். அதுதான் பிரதானம். வேலையும் நேரமும் வேள்வி. கடிகார முள் அல்ல. ஸர்வே ஜனா சுகினோ பவந்து."

குருக்களுக்கு ஸம்ஸ்க்ரும் என்றால் ரொம்பப் பிரியம்.

"அத்தனைகளுக்கும் அவன் ஒருவன் சம்பாதனையில் எப்படிப் பண்ணிப் பண்ணிப் போட்டாளோ மஹராஜி. ஆனால் இரண்டு வருடங்களுக்கு ஒருமுறை சொல்லிவைத்தாற்போல் அந்த அம்மாவுக்கு வயிறு சாய்ந்துவிடும்."

கூனப்ப முதலி முதுகோடு வயிறு ஒட்டி தறிமேல் கவிழ்ந்து நாடாவைத் தள்ளுவான்.

ஒரு வெள்ளிக்கிழமை காலை பத்து, பத்தரை இருக்கும். வீட்டில் அவனைத் தவிர யாருமில்லை. சாதாரணமாக அப்படி நேராது. ஒரு வாண்டேனும் அழுதுகொண்டிருக்கும். ஆனால் அன்றைக்கில்லை.

அழகம்மை அடுப்பில் உலையைப் போட்டுவிட்டு, தண்ணி மொள்ளப் போயிட்டாள். பேறுகளில் ஒண்ணு ரெண்டு கொடுக்காப்புளிக்காய் அடிக்கப் போயிருக்கும். ரெண்டு மூணு எங்கேனும் எருமை மாடு சவாரிக்குப் போயிருக்கும். மூணு, நாலு பள்ளிக்கூடமே போயிருக்கும். நாலு, அஞ்சு எனக்குத் தலை சுத்தறது. இது என்ன கணக்கோ விடப்பா!

வாசற்பக்கம் நிழல் தட்டிற்று. தறியிலிருந்து நிமிர்ந்து பார்த்தால் ஒரு பொம்மனாட்டி, முப்பத்தி அஞ்சிலிருந்து அறுபதுக்குள் இருக்கும்.

வெடுக்கென எனக்கு முதுகு நிமிர்ந்தது. இந்த மனுஷன் என்ன குத்துமதிப்புப் போடறான்? எதிராளியைச் சாய்க்கிறானா? யார் கேட்கிறது?

செக்கச் செவேல்னு நிறம். சிவப்புப் புடவை உடுத்திண்டு சிரிச்சா முகம்.

“ரொம்ப நாக்கை வரட்டுது.” குரலில் சற்று ஆண்கலப்பு இரட்டைத் தந்தி. சௌடய்யா பிடில்.

கூனப்பன் அடுக்களைப் பக்கமாகத் தலை சாய்த்தான். தறியிலிருந்து எழுந்து வருவதற்கில்லை. இக்கட்டான கட்டம் இழையறுந்து நுனியைத் தேடித் தவிச்சிண்டிருக்கான். கேட்டவளுக்கு அவனே தண்ணி யெடுத்து தரல்லியேன்னு யாரும் குற்றம் சொல்லமாட்டார்கள். நெசவுத் தொழில் அப்படி. பிராணாவஸ்தை. மூச்சு இழையோடிண்டிருந்ததுன்னு வசனமே பின் எப்படி வந்தது?

ஆனால் அவள் அடுக்களைக்குள் நடந்து சென்ற விதம் வேடிக்கையாக இருந்தது. பிறகு வியப்பு. அவனுக்கு முதுகைக் காட்டாமல் அவனுக்கு நேர்முகமாக, பக்கவாட்டில் நகர்ந்துகொண்டே போய், அவன் மேல் வைத்த கண் மாறாமல், பானையிலிருந்து மொண்டு குடித்தாள். பார்வைக்கு இவ்வளவு நல்லா இருக்கா, பாவம் வலிப்பா, வாதமா?

இல்லை, தாகம் தணிந்த பின் அவனை நோக்கி வந்தாள். ஆண் பிள்ளை நடை. வாட்டசாட்டமான தேகவாகு. “அந்த... அந்த.”

குருக்கள் தடுமாறித் தவித்தார்.

“ஹூம் ஹூம் வேண்டாம். சிறுபிள்ளைத்தனமா நான் உன்னிடம் பேசப்படாது. ஆனால் இந்தக் காலத்தில் உள்ளது அந்தக் காலத்திலும் உண்டு. எந்தக் காலத்துக்கும் இருக்கும், இருக்கணும். ஆனால் அப்போ, பேச்சு நடைமுறை எல்லாவற்றிலும் ஒளிவு மறைவு. நிழல் காட்டிய கோடு எதிலும், அதிலும் ஆத்மார்த்தமான தேடல். கிட்டும். ஆனால் தெரிவதில்லை. கண்டுகொண்டதோடு சரி, பார்த்துவிட்டேனே!

இல்லை. நான் சொல்றதை, சொல்ல வரதை நீ புரிஞ்சிண்டால் சரி. புரிஞ்சுக்காட்டாப் போ."

குருக்களுக்குத் திடீரென்று ஏன் கோபம்?

தறியண்டை நின்றாள்.

"வந்திருக்கேன்!"

விழித்தான்.

"உன்னோடு இருக்கப்போறேன்."

விழித்தான்.

சிரித்தாள்.

நல்லாயிருக்கா. உயர்ந்த ஜாதியாத் தோணுது, என்ன பினாத்தறா? மறை லூஸா? அடைச்ச இடத்திலிருந்து தப்பிச்சு ஓடியாந்துட்டுதா? தொப்புளைக் கொடி சுற்றி, சுருள் கலைந்தது.

திட்டியவண்ணம் அழகம்மை குரல் குடிசையை நெருங்கிக் கொண்டிருக்கிறது. முருகா! அவனுக்கு வயிற்றில் புளியைக் கரைத்தது. வந்தவளுக்கும் கேட்டுவிட்டது.

அழகம்மைக்கென்ன சின்னக்குரலா? வேலைப்பாடு போகவர அவளுக்குக் கத்திண்டே இருக்கணும். அவள் வந்த வளம், வாழ்க்கைப் பட்ட வழி, குடும்பத்தின் அவலம், இதற்கெல்லாம் காரணம் யார்?

குருக்கள் எழுந்து எட்டப் போய் புகையிலைச் சாற்றைத் துப்பிவிட்டு வந்தார்.

"பெண்களுக்குக் கலியாணமான புதுசில் ஆம்படையான் மேல் ஆசை. நாள் ஆக ஆக வெறுப்பு. இருவருக்கும் வயசு முற்ற முற்ற அவன் ஒரு வஸ்து. இப்போத்தான் திண்ணையில் உட்கார்ந்திண்டிருந்தது. எப்பவோ குளத்தங்கரைக்குப் போச்சு... செத்துப் போன பிறகு பேசுவதற்கு ஒரு விஷயம். அதிலும் அவள்தான் ஹீரோயின். அப்புறம் அதுவும் இல்லை. 'ஆண்டவனே! இன்னும் எத்தனை நாள் இங்கே பிடிச்சுப் போட்டிருக்கையோ? தன்னை மறந்து கன்னத்தில் போட்டுக் கொண்டாள். கண் கலங்கிற்று. இடுப்புத் தவலையில் ஜலம் தளும்ப, வைதுகொண்டே நுழைந்தாள். 'உலை சுண்டுதே தெரியல்லே? நான் தான் இல்லியே. களைஞ்சு போட்டால் உன் மீசைக்குப் பங்கம் வந்துடுமோ? அடுப்பண்டை வந்ததும் அழகம்மை அலறினாள். குரல் VIBGYOR ஆக உடைந்தது."

"ஐயோ வாயேன்! இங்கே வந்து பாரேன்!"

கூனப்பன் சிரமத்துடன் அவசரமாக தறியினின்று தன்னைக் கழற்றிக் கொண்டு வந்தான். சோற்றுப்பானையில் விளிம்பு கட்டி பால் பொங்கிக்கொண்டிருந்தது. ஆனால் ஒரு சொட்டுக்கூட வழிய வில்லை .

வீடு பூரா, பால் மணத்துடன், சந்தனம், புஷ்பம் 'கம்' குழறிக்கொண்டே அழகம்மை வெளியே ஓடினாள்.

கூனப்பன், நெற்றிக் கொப்புளிப்பை வழித்தபடி, தற்செயலாகத் தறிப்பக்கம் திரும்பினான். தறியில் 20 நெ மோட்டா நூலில் வளர்ந்து கொண்டிருக்கும் துணியில் கட்டான்களில் திடீரென்று பளிச்சென்று முகம் துடைத்த ஒரு மினுக்கல். அத்தனையும் பட்டு.

அதென்னவோ கூனப்பனுக்கு இப்போ அதிசயமாயில்லே. சினிமாக் கொட்டாயில் உருவங்கள் ஆடிக்கொண்டிருக்கும் திரை சட்டென வெறும் திரையாகி இடைவேளைக்கு லைட் வந்த மாதிரியிருந்ததோ என்னவோ?

வந்தவள் நெல் குதிரிலிருந்து இறங்கி, பக்கத்தில் வந்து நின்றாள்.

"வந்திருக்கேன்."

தலையசைத்தான்.

"அவளை வெளியில் அனுப்புவதற்காக என்னைக் காட்டிக் கொள்ளும்படி ஆயிட்டுது."

"அவள் இருந்தாள் என்ன?"

அவள் பதில் பேசவில்லை. புன்னகை புரிந்தாள். என்ன அர்த்தமோ?

"இதோ வந்திடுவா, கும்பலைக் கூட்டிண்டு."

"அவள் வருவதற்குச் சற்று நேரமாகும். அந்த ஏற்பாட்டில்தான் அவளை அனுப்பியிருக்கிறேன்."

கூனப்ப முதலி தலையை ஆட்டினான்.

"நான் உன்னோடு இருக்கப்போறேன்."

"இரு. இரு. எப்பவமே நீ இங்கே இருக்கணும். கையடிச்சுக் கொடு." கையை நீட்டினான்.

"அதெப்படி? நான் உன்னைத் தொட முடியாது. எனக்குப் புருஷன் இருக்கான். என் வாசம் என்னவோ வேளைக்கு வேளை வீட்டுக்கு வீடு மாறிக்கொண்டிருந்தாலும், இங்கேயே நிலைச்சிருப்பது நடவாத காரியம். இடம் மாறிக்கிட்டேயிருப்பதுதான் என் வாழ்வே."

“சரி ஒண்ணு செய். போறப்போ என்கிட்ட சொல்லிக்கிட்டுப் போவணும்.”

“ம்–ம்–ம்” சற்று யோசித்து “சரி, அதில் உனக்கென்ன லாபம்? கேக்கப்போனால் முன்கூட்டித் தெரிஞ்சால் கஷ்டமாயிருக்குமே!”

“அதைவிடு. போறப்போ சொல்லிட்டுப் போற மரியாதை கிடையாதா?”

“அதுவும் சரி, அப்படியே ஆகட்டும். உன் பெண்டாட்டி குரல் கேக்குது.” முதுகு காட்டாமல் பின்பக்கமாகவே ஓடி அரிசிப் பானைக் குள் புகுந்து கொண்டாள்.

“அவ்வளவுதாம்பா. கூனப்ப முதலிக்கு திடீர்னு செல்வம் அப்படி எப்படிக் கொழிச்சுது. என்னைக் கேட்காதே. யாரைக் கேட்டாலும் சொல்லமுடியாது. வீட்டில் ஈசானிய மூலையில் புதையல் கிடைச்சுதா? அலாவுதீன் பூதம் கொண்டுவந்து கொடுத்ததா? யாரேனும் உறவு ஆஸ்தியை எழுதி வெச்சுட்டு மண்டையைப் போட்டானா? அவன் நெய்த துணிக்குத் திடீர்னு மவுசு வந்துடுத்தா?

“அத்தனையும் கேள்விகள்தான். அத்தனைக்கும் பதில்கள் உண்டு. ஆனால் நமக்குத் தெரியாது. நமக்குப் புரியாது. அது கூனப்ப முதலிக்கே தெரியாது. எல்லாவற்றையும் மீறி எல்லாக் கேள்விகளுக்கும் ஒரே பதில் ஒண்ணு உண்டு. கொடுக்கிற தெய்வம்...”

“கூரையைப் பிய்ச்சுண்டு கொடுக்கும்” என்று நான் முடித்தேன்.

“ஆ! அதுதான். அது இரண்டே வருஷத்தில் குடிசை மறைஞ்சு கட்டடம் எழும்பிடுத்து.”

கூனப்பன் இரண்டு பிள்ளையார் கோவில் கோபுரத்தைப் புதுப்பிச் சுக் கும்பாபிஷேகம் நடத்தி இந்தக் கட்டளையை ஏற்படுத்தினான். மூணு ரூபாயில் அப்போ வாணவேடிக்கை கூட நடத்தியிருப்பார்கள். இப்போ பொங்கலுக்கு வெல்லமே தகறார். வெல்லம் இல்லாமல் பொங்கல் செய்வது எப்படி? இப்போ பெட்ரோலுக்கு மாத்துத் தேடறாங்களாமே, அத்தோடு இதையும் ஒரு விஞ்ஞான பிரச்சினை யாகச் சேர்த்துக்கொள்ள வேண்டியதுதான். பாரத நாடு ஆஸ்திக நாடு, பொங்கல் போட்டே ஆகணும்.

கூனப்ப முதலியின் பிள்ளைகள், பேரன்மார்கள் எல்லோரும் உட்கார்ந்து தின்று தின்று, தொந்தியும் தொப்பையுமாய், குண்டப்ப முதலிகளாகிவிட்டார்கள்.

ஆனால் கூனப்பன் மட்டும் சுக்கங்காயாய் வற்றி வயிறோடு முதுகு ஒட்டி...

ஒருநாள் கூடத்தில் ஊஞ்சலில் படுத்திருந்தான். பிற்பகல் மணி மூன்றிருக்கும். வீட்டில் ஒருவருமில்லை. ஆனால், அது இப்போதெல் லாம் புதுசில்லை. வீட்டிலிருப்பவருக்கு (பெண்கள் உள்பட) வீட்டுக்கு வெளியேதான் ஜோலி. காலம் மாறிண்டே வரதோன்னோ?

தூக்கமல்ல; ஒரு தினுசான மயக்க சுகம். அரைக் கண் செருகல். ஒரு பொம்மனாட்டி – சிவப்புப் புடவை, சிரிச்ச முகம். வயது அறுபத்தி அஞ்சிலிருந்து முப்பதுக்குள் (ஓஹோ, இதுதான் Left Handஆக்கும்) எதிரே நிற்கிறாள்.

"நான் போற வேளை வந்தாச்சு. சொன்னபடி உன்னிடம் சொல்லிக் கொள்ள வந்திருக்கேன்."

கூனப்பனுக்கு வெடுக்கென விழிப்பு வந்துவிட்டது. அவசரமாக எழுந்து இடுப்பில் நெகிழ்ந்திருந்த வேட்டியைச் சரியாகச் சொருகிக் கொண்டான்.

"இரு. இதோ வந்துட்டேன். அவசரம்." வாத்தியாரிடம் பையன் மாதிரி, ஒற்றை விரலைக் காட்டிவிட்டு வேகமாக வாசலுக்கு வந்து தெருவைக் கடந்து, எதிர் வீட்டுக்குள் நுழைந்து அந்தப் புழக்கடை வழி அடுத்த தெரு. மறுபடியும் இன்னொரு புழக்கடை, இன்னொரு தெரு அப்படி இப்படி அங்கே திரும்பி, குமரன் கோவிலுக்கு வந்து கதவா, மண்ணா – மண்டபத்தில் உட்கார்ந்துவிட்டான். மூச்சுவாங்க யோசிக்கக் கொஞ்ச நேரம் வேண்டாமா?

கூனப்ப முதலி வீட்டில், அவன் திரும்புவதற்காகக் காத்திருப்பவள் சற்று நேரம் சுவரில் காலண்டர்களை வேடிக்கை பார்த்துக்கொண்டி ருந்தாள். அப்பவே காலண்டர்களில் ஸ்டார்கள், சுவாமிகள் இடத்தைப் பிடிக்க ஆரம்பிச்சாச்சு.

வாசலில் பெண்கள் குரல் கேட்கவும் உக்கிராண உள்ளில் ஓடி பழைய ப்ரகாரம் அரிசிப் பானைக்குள் புகுந்துகொண்டாள்.

மறுநாள் விடிகாலை யாரோ குமரன் கோவில் கிணற்றில் ஜலம் மொள்ள வந்தபோது கூனப்ப முதலி வெற்றியுடன் இளித்தபடி கிணற்றில் மிதந்துகொண்டிருந்தான்.

"இரவில் யாரும் தேடவில்லையா என்று கேட்கிறாயா? அதெல்லாம் அந்தக் காலம்."

"கிழம் எங்கானும் இன்னொரு கிழத்தோடு பேசப் போய் அப்படியே திண்ணையிலே முடங்கியிருக்கும்."

அரைகுறை அவனைத் தேடியிருக்கக்கூடியவளைத்தான் – வையறத் துக்கானும் அவளுக்கு ஆள் வேணும். எப்பவோ கட்டின தாலியும் மஞ்சளுமாய் உச்சி வேளைக்குக் கொண்டு போய் பாலாற்றங்கரை மணலில் வெச்சாச்சே!"

கவனம் சற்று ஏமாந்திருந்தால், "உயிரோடவா?" என்று கேட்கும்படி யிருந்தது குருக்கள் சொன்ன விதம்.

"அட, இருட்டிப் போச்சே , சித்தே வீட்டில் கொண்டுபோய் விட்டுறியா? சாயங்காலம் வந்தால் பார்வை சுத்த சூன்யம்."

"ஒரு சந்தேகம்."

"என்ன?"

"தந்து தந்து என்றால் என்ன?"

"பேஷ்! நான் கதை சொன்ன லக்ஷணம். நீ கண்டமிச்சம் இதுதானா? முன்னாலே 'வி' சேர்த்துக்கோ. சரி, போவோமா?"

ராசாத்தி கிணறு

மலையிலிருந்து இறங்கி வீட்டு வாசற்படி ஏறும்போதே இன்னிக்கு விபரீதம் நிச்சயம்னு தெரிஞ்சுபோச்சு. ஆனா மத்த நாள் ஒரு மாதிரியா வவுறு கதிகலங்கும். இன்னிக்கு அப்படியில்லே. ஒரு மாதிரியா சுறுசுறுப்பா உற்சாகமாகவேயிருந்தது. புரியல்லே.

அவள் புருஷன் சின்னத் திண்ணையில் குந்தியிருந்தான். நெடு நெடுன்னு சாட்டை உருவம். வயது எழுபது. அதுக்கு மேலே எத்தனியாச்சோ யார் கண்டது, அவனுக்கே வெளிச்சம் இல்லே. அவனுக்கே வெளிச்சமிருக்காது. கிராமத்திலே அதெல்லாம் அப்பிடி எடைக்கணக்கிலே கண்டுக்க மாட்டாங்க. தெரியாது. ஏதோ குத்து மதிப்பிலிருக்கும். "ஐயா போய் சேர்ந்துட்டாரு. எல்லாம் கணக்கிலே தான் போயிருப்பாரு. அவனுக்குத் தெரியாதது நமக்கென்ன?" என்று மறைவைக் கண்டுக்கிட்டு வயதை மறந்துவிடுவாங்க. ஆளும் நாளடைவில் அவ்வளவுதான். போன வருடம் ஏர்பிடிக்க ஒரு ஆள் இருந்தது. இன்னிக்கு இல்லே. அதனால் என்ன? பையன்தான் தயாரா யிட்டானே இடத்தை நிரப்ப. ஆள் வந்தாச்சு. தட்டுப்படாம வேலை நடக்குதா பாரு. "பையா, அப்பன் பேரை விளங்கப்பாரு. உன் அப்பன் சித்துளியாட்டம் இருப்பான். ஆனால் மத்தவங்களைக் காட்டிலும் இரண்டங்குலம் ஆழம் கூடத்தான் இருக்குமே ஒழிய குறையாது."

அவர்கள் வழி உயர்ந்தது. விவேகம் கொண்டது. உழப்பல் இல்லாதது. மேல்காரியத்துக்கு அடுத்தாற்போல் பிள்ளை வீட்டார் பெண் கேட்க வரும்போதுதான் விழித்துக்கொள்வார்கள். 'ஏலே நீ சோலைமலைப் புள்ளேயில்லே?' அஞ்சு தலைமுறையா ஒரே மவன்லேதானேயிருக்கே.

என் மவளை உங்க வீட்டிலே கொடுத்தால் ஒத்தைக்காச்சியா வச்சுப்புடுவேயேன்னு கவலையாயிருக்குது. ஆனால் உனக்கும் கலியாணம் ஆவணும். தப்புத்தண்டா இல்லாத நிலம், நல்ல பூமி. என்னிக்குமே தோத்ததில்லே. எங்கியோ யார் கண்ணுக்கும் அறியாமே பூமிக்கடியிலே ஊத்து பாயுது.

"நல்லா நிறைய மக்களைப் பெத்துக்கோப்பா. அப்பத்தான் பயிர் பெருகும். நமக்குப் பயிர் பரம்பரைத் தொழிலாப் போச்சு பாரு. இதுக்கு எத்தினி பேரு இருந்தாலும் விதைக்கு நெல் வீசறப்போ, தண்ணி பாய்ச்சறதுலே, நாத்து நடத்துலே, அறுப்புலே, களத்து மேட்டுலே, நெல்லு தூத்தறத்துல எத்தினிபேர் இருந்தாலும் காணாது. பெண்ணை சரியா காப்பாத்துவே இல்லே? சரி. நாள் குறிச்சுடலாம்."

"இந்தா, விபூதி குங்குமம் தரிச்சுக்கோ" என்று பூ வெத்திலை பழத்துடன் தட்டை நீட்டியபோது, அவனும் சாதுவாத்தான் இரண்டையும் இட்டுக்கொண்டான்.

"இன்னும் குகையில், அந்த ஆளோட ஜல்ஸா பண்ணிட்டுத்தானே வரே? இன்னிக்கு என்ன படையல்?"

"வாயிலே வந்தபடி பேசாதே. நாக்கு அழுகிப்போயிடும்."

"அட, சட் வாயை மூடு பிள்ளே. எத்தினிவாட்டி சொல்லியிருக் கிறேன். அந்த ஆளோடு சகவாசம் வெச்சுக்காதே. என் மானம் போவுது. கோவணம் கூட கட்டாதே பிறந்தமேனியோடு திரியறானே!'"

"அவர் குகையைவிட்டு வெளியிலே வரதில்லியே!"

"வராட்டி என்ன? ஒருநாள் வெளியிலே நிக்கறதைப் பார்த்தேன். பத்தாதா? அந்தக் கோலத்தைப் பார்க்க ஆயிரம் கண் வேணுமா? ஊர்லே நாலு ஆளைக் கூட்டி ஊரைவிட்டே விரட்டி அடிக்கணும்னு நெனச்சிட்டிருக்கேன். இன்னும் வேளை கூடல்லே. நிச்சயம் ஒருநாள் நடக்கத்தான் போவுது. ஆனால், நிச்சயம் நீ அவன்கிட்ட கூடப் போவக் கூடாது. எத்தினிவாட்டி சொல்றேனோ எனக்குக் கணக்கு மறந்துபோச்சு. ஆனால், அதுதான் உனக்கு ஆவத்து தெரிஞ்சுக்க! இன்னிக்கு ஆளுக்கு என்ன படையல்?"

"மிளகுப் பொங்கல் கொஞ்சம் ஆக்கிக்கொண்டு போனேன். பாத்தா பாவமாயிருக்குது."

"இருக்கும்! இருக்கும்!"

"ஒண்ணுமே தின்ன மாட்டேன்றாரே. தானாவும் கேக்க மாட்டாரு. கொடுத்தாலும் இரை எடுக்க மாட்டேன்னாரு. அப்புறம் நொம்ப

கஸ்டப்பட்டு ஏதோ நம் கஸ்டத்துக்காகக் கொஞ்சம். லேசா சிரிச்சுக் கிட்டே காத்தையே உண்டுகிட்டு சில பேர் தவங்கிடப்பாங்களாம்."

"நீ சொல்றே! ஆள் குகை இருட்டிலே எந்தக் கோழியை ரக்கையைக் கூடப் பிய்க்காமே உள்ளே தள்ளறானோ?"

அவளுக்குக் கண்கள் பெருகின. "உன் பேச்சை இத்தினி கேட்டது னாலேயே எந்தப் பாவத்துலே போறேனோ?"

"நிறுத்தும்மே!" சீறினான். "நானும் பாத்துட்டேன். எங்கே நாலு பொட்டச்சி சேர்ந்துட்டாங்களோ இந்த சாமியார் பாடுங்க கொண் டாட்டந்தான். அதுவும் சடையும் முடியும் தொப்புள் வரை தாடியுமாச் சுன்னா இன்னும் மஜாக்குதான். ஏதோ இந்தக் கிராமம் சின்னதா மலையடிவாரத்துல யார் வம்பும் தும்புமில்லாமே தன் பயிர் தன் மக்களுண்டுன்னு இருந்தோம்னா – ஆனால் மலை வழியா எப்படித் தான் காலரா, வாந்திபேதி, பெரியம்மை மாதிரி வந்து சேர்ந்தாங்களோ தெரியவில்லையே. ஊர் நிம்மதியே கெட்டுப்போச்சே!"

அவன் விழிகள் ஏற்கனவே மேடு. கோவைப்பழமாகச் சிவந்துவிட்டன. கோபம்தானே முறுக்கேறிக்கொண்டுவிட்டது.

"உனக்கு நல்லவங்களுக்கும் மத்தவங்களுக்கும் வித்யாசம் தெரியாது. நீ இப்படித்தான் புலம்பிட்டிருப்பேன்."

"சத்தே வழிவிடறயா மருமக அடுப்பண்டே ஓண்டியாத் திண்டா டிக்கிட்டிருப்பா. இன்னிக்கு அஞ்சு மரக்கா புழுக்கியாவணும்."

அவனுக்குக் கோபம் தலைக்கேறி மண்டை 'கிரிட்டது. அப்புறம் நேர்ந்தவை ஏதோ கனாவில் அழிந்த கோடுகள் போலத் தெரிந்து மில்லை. தெரியாதுமில்லை. அவள் அவனைத் தாண்டுகையில் அவள் இடுப்பில் தன் முழங்கையால் தன் முழு பலத்துடன் ஒரு இடி இடித்தான்.

"அம்மாடி!" அந்தக் குரல் கேட்டு அத்தேன்னு எதிர்க் குரல் கொடுத்துக் கொண்டு உள்ளிருந்து மருமகள் ஓடிவந்தாள். அத்தை குமுங்கிய பஸ்பமாய் உட்கார்ந்து காலை நீட்டி, அடுத்து உடம்பையும் நீட்டியவள்தான். பிறகு அசையவே இல்லை. உஸ் என்று ஒரு மூச்சு அவளிடமிருந்து சுழன்றது. எத்தனை நாள் காத்திருந்த மூச்சோ! அத்துடன் சரி.

"என்ன மாமா! என்னத்தைச் செய்துட்டிங்க!" அலறிக்கொண்டே அத்தையண்டை உட்கார்ந்தாள்.

"இன்னிக்கு இத்தோடு நிக்கல்லே மவளே. இன்னும் ஒண்ணு பாக்கி

நிக்குதே!" கூரையிலிருந்து அரிவாளைப் பிடுங்கிக்கொண்டு மலையை நோக்கி நடந்தான். அவனைத் தடுப்பார் யாருமில்லை. தைரியம் யாருக்குமில்லை. கும்பலும் கூச்சலும் வாசலைச் சுற்றிக் கூடிவிட்டன. இன்னமும் கூடிக்கொண்டிருந்தன.

குகை வாசலினின்று கூவினான்.

"டேய், ஒன் சாதிக்குப் பிறக்காதவனே. வாடா வெளியே காட்டிக் கிட்டு திரியறயே. இன்னிக்கு உன் குஞ்சை மிளகாய்த்தூளில் தோய்ச்சு உன் தலையைச் சீவ வந்திருக்கேன்."

"ஒரு பாவமும் அறியாத ஒரு பெண் பிள்ளையைக் கொலை வாங்கிட்டே!"

"யாராலேடா, வாடா வெளியே."

"தாராளமா வரேன். ஆனால் நீ என்னை ஒண்ணும் செய்ய முடியாது. உன் கையை எனக்கெதிரே தூக்கிப் பார். தூக்காது."

அந்த ஆள் சொன்னபடியே வெளிப்பட்டான். கிழவன் திகைப்பாகி விட்டான். கையைத் தூக்க முடியவில்லை. அரிவாள் கை நழுவி விழுந்து பாறாங்கல்லில் தடுக்கி இரண்டு மூன்று தடவை குதித்து அடிவாரத்தை அடைந்து அங்கு பரிதாபமாய்க் கிடந்தது. காலை வெய்யிலில் கூர் பளபளத்தது.

"என் பெண்சாதி சாவ யாருடா காரணம்?"

"நானும் இருக்கலாம். இல்லைன்னு சொல்ல, எல்லாந் தெரிஞ்சவனா லும் சொல்ல முடியாது. ஒருத்தருக்கொருத்தர் முகாந்தரமானாலே நல்லது பொல்லாதது ரெண்டுத்துக்குமே சம்பந்தப்பட்டவங்க எல்லா ருமே காரணம்தான்."

"உன் பாஷையைப் போட்டுக் குழப்பாதே. அது ஒண்ணுதான் பாக்கி. ஆனால் அந்தச் சாமர்த்தியமெல்லாம் என்னண்டை செல்லாது. தெரிஞ்சுக்க. அரிவாள் போச்சுன்னா நீ தப்பிச்சுட மாட்டே. இந்த ரெண்டு கை இருக்குதே பார்த்தியா? ஏர் பிடிச்ச கை. மாட்டுக் கொம்பை கொம்போடு புடுங்கின கை. தெரிஞ்சுக்க ஆமா. இது சும்மா சவால் இல்லே. என்னைப் பாத்தவங்க சாட்சி இருக்காங்க. உனக்கென்னடா நானு சாட்சி சம்மன் வெக்கறது. ஏண்டா சோமாரி. மொதல்லே ஏண்டா இங்கே வந்தே? எங்க நிம்மதிய சாவடிக்க, இன்னும் பொந்துக்குள்ள வெளவாலாட்டம் எத்தினிபேர் குகைக் குள்ள ஒளிஞ்சிட்டிருக்கீங்க? வெளவால் கடி பெரிய விசக்கடியாச்சே. ஊரே கூட்டியாந்து இன்னிக்குள்ளே உன்னை வெரட்டியாகணும்.

எத்தினி பேருடா இருக்கீங்க?"

"நானே இங்கே வரவேண்டியவன் இல்லே தம்பி. என்னவோ வழி தப்பி இந்தப் பாறையில் ஒரு சந்துலேருந்து மீள வெளிச்சம் தெரியாமே இங்கேயே சுத்திக்கிட்டு கிடக்கேன்."

"ஏன், உன் பில்லி சூனியம் எல்லாம் வேவலியா?"

"இது நீ நெனக்கற மாதிரியில்லே தம்பி."

"நீ முறை போட்டு அழைக்க வேணாம்!" கிழவன் சீறினான்.

"நமக்குத் தெரிஞ்சாலும் தெரியாட்டியும் எல்லாரும் முறைதான் சரி, உனக்கு வேணாம்னா விடு. அது உன்கிட்டே நான் பேசவல்லே. நான் இங்கே மாட்டிக்கிட்டு இருக்கறது என் விதி. வேளை வந்தால் விதி தானே பிரிஞ்சுடும். நான் போயிடுவேன்."

"இப்போ என் பெண்சாதி அநியாயமா செத்துப்போனதுக்கு என்ன பதில் சொல்றே?"

"நீ கொன்னுட்டு என்னைப் பதில் கேட்டா நான் என்ன சொல்ல முடியும்? ஆனால் ஒண்ணு சொல்லலாம்."

"அப்படின்னா விளங்கச் சொல்லுடா. பட்டி மவனே."

"ஒரு காரியம் என்னை நிறுத்தி வெச்சிருக்குன்னு சொன்னேனே. அதுக்கு அவளும் காரணமாயிருக்கலாம். ஒரு காரியம் கூடணும்னு அது ஒருத்தராலே மட்டுமில்லே. முன்னது பின்னது நமக்குத் தெரியாதது எல்லாமே சம்பந்தப்பட்டுத்தான் உரு ஆவுது."

"என்னடா சொல்றே தா.....ழி. மண்டை கொதிக்குது."

"வேளை வந்துட்டுது. நீயே என்னிடம் வருவே. அப்போ சொல்றேன்." உள்ளே போய் இருளோடு கரைந்துபோய்விட்டான்.

கிழவனுக்கு வாயில் நுரை கக்கிற்று. நெற்றியைத் தட்டிக்கொண்டு கீழே போனான்.

அதற்குள் வாசல் பெருந்திண்ணையில் அவன் பெண்சாதியை வளர்த்தாச்சு. குளிப்பாட்டி புதுசு உடுத்தி, நெத்தியில் பலாகாயாட்டம் குங்குமமிட்டு முவத்திலும் வாயிலும் அப்படி மஞ்சள் பத்தி முந்தானை யிலே மஞ்சளும் தேங்காயும் முடிச்சு சுத்திக் குந்திக்கிட்டு பாட்டு வெச்சு அழுவாளுங்க. வாசல்லே ஜேஜேன்னு பொம்பளைங்களும் ஆம்பளைங்களும் துண்டை உதறிப் போட்டுக்கொண்டு திண்ணையில் உட்கார்ந்தான்.

அவனைக் கண்டதும் அழுபவர் பொட்டென அடங்கிப்போயினர். கையிலே கத்தியைக் காணோம். இன்னும் என்ன பண்ணிக்கிட்டு வந்திருக்கானோ தெரியல்லையே! பார்த்தாலே பயம்மாயிருக்கே. ஒவ்வொருத்தராய் நழுவத் தொடங்கினர். கடைசியில் சில்லறையாக ஒரு சிலரே தங்கினர்.

அந்த முகத்தில் இடிபட்ட நோவு தெரியவில்லை. அமைதியே தெரிந்தது. எதையோ கண்டுவிட்ட அமைதி. ஏ புள்ளே, இதுவரை எத்தினிவாட்டி ஒன்னை மொத்தியிருப்பேன். அப்போல்லாம் ஒண்ணு மில்லே. இப்போ இடுப்பிலே மொத்தினதா உனக்கு யமனா வாய்ச்சுட் டுது! எனக்கு விளங்கவேயில்லையே!

கண்கள் மிளகாய்ப் பழமாக எரிந்தன. ஆனா ஒரு சொட்டுக் கண்ணீர்கூட வல்லே. வர மறுத்துவிட்டது. அத்தினியும் வறண்டு போச்சு. உடம்பு திகுதிகுவென எரிந்தது. ம்ஹும், கண்ணீரைக் காணோம். உடல் பூரா எரிச்சல் தாங்க முடியவில்லை.

அவளைத் தூக்கிக்கொண்டு போய்விட்டார்கள். அவனும் மகனும் மருமகளும் கூடப் போனார்கள். அதிகமாக அழுகை கூட இல்லே. அழுவதற்கு ஆளில்லை. அவனால் அங்கு சூழ்ந்துகொண்ட பயம். கழனிக் காட்டின் நடுவே பொரியும் மண்ணில் சிதை எரிவதைப் பார்க்கக்கூட ஆட்கள் நிற்கவில்லை. நழுவி விட்டார்கள்.

அவனும் மகனும் மருமகளும் மாத்ரம். அவள் பஸ்பமாவதைப் பார்த்துக்கொண்டு நின்றனர்.

அங்கெல்லாம் இம்மாதிரி விஷயங்களைப் பெரிசுபடுத்த மாட் டார்கள். முதலில் மலையடிவாரத்தில் குக்கிராமம். இப்படி நேர்வ தெல்லாம் அபூர்வம். போலீஸ் விசாரணை இம்மாதிரி வந்து அடிக்கடி துன்புறுத்தலுக்குப் பழக்கப்படாதவர்கள். பயம். பொதுவாகவே கிழவன் மேல் யாருக்குமே ஆத்திரம், குரோதம் கிடையாது. அவன் சுபாவத்துலே நல்லவன்தான். முன்கோபம் கொஞ்சம் ஜாஸ்தி ஒப்புக்க வேண்டியது. ஆனால் இதுவரை பெரிய தப்புத்தண்டா நடந்ததில்லை. இப்படி நடந்தது அவனுடைய போறாத வேளைன்னுதான் சொல்லணும். அதுக்கு அவனே அனுபவிக்கப்போறான். நாம் ஏன் வம்பு சேர்க்கணும். மகன் தங்கமான பையன். மருமகள் அதுக்கு மேலே நல்லவள். ரெண்டு பேருமே நல்லாப் பாத்துக்குவாங்க. இருந்தாலும் சாயந்திரம் உழுதுட்டுக் கழனிக்கட்டுலேருந்து வந்ததும் வெந்நீரை எதவா விளாவி முதுகைச் சுரண்டித் தேய்க்கப் பெண்சாதி மாதிரி ஆவுமா? அவனே கண்டுக்கப்போறான். ஆனால் மொத்தத்தில் இந்த சந்நியாசிங்க வந்து ஊரே கெட்டுப்போச்சு. கிழவனையும் முழுக்கக் குத்தம் சொல்லறதுக்கில்லே.

இப்படி அவர்களே சமாதானம் சொல்லிக்கொண்டு விஷயத்தை ஆரவாரமில்லாமல் அமுக்கிவிடுவதே அவர்களுக்குச் சுளுவாயிருந்தது, பாந்தமாயிருந்தது. அதில் எல்லோருடைய ஒத்துழைப்புமிருந்தது. ஏதோ நியாயம் கூட இருந்தது.

கிழவன் நீளத்திண்ணையில் படுத்துப் புரண்டுகொண்டிருந்தவன் என்ன தோன்றிற்றோ, எழுந்து, மலையேறி குகைக்கெதிரே நின்றான்.

“அண்ணாத்தே!”

உள் அடர்ந்த கருமையிலிருந்து நிர்வாணப் பரதேசி உருவானான்.

“தூக்கமில்லாட்டாப் போவுது. இமை மூட மாட்டேன்குது. நீதான் வழி சொல்லணும். இப்பவே பைத்தியம் பிடிக்கிற மாதிரிதான் இருக்குது. இன்னும் காலத்துக்கும் என்ன செய்யப் போறேனோ தெரியல்லியே!” பரதேசி குகை வாசலில் அமர்ந்து கிழவனையும் பக்கத்தில் குந்தச் சொன்னான். இருவரும் மௌனத்திலிருந்தனர். சூழ்ந்த பாறைகள் அவர்களுடன் ஏதோ பேச முயன்றன. ஆனால் கிழவனுக்கு அவை களின் பேச்சு கேட்கவில்லை.

“கண்ணீர் வறண்டு போச்சி. இன்னும் எத்தினி நாளைக்கு இப்படி யிருக்கும்?”

“அந்தப் பெண் பிள்ளை ஒரு தப்பும் செய்யாமலே நல்ல மாதிரியில் லேயே மாண்டுட்டா. உன் செய்கையினாலே அவள் சாவுக்குச் சேரவேண்டிய துக்கமும் அழுகையும் போய்ச் சேரல்லே. நாளா வட்டத்துல நீயா உன் தவறை உணர்ற வேளைவருமே. இந்தக் காலத் தவணை எல்லாம் சேர்த்து ஒரு வழியா உத்தேசமா தீருமே அதுவரைக்கும் உனக்குத் தூக்கம் கிடையாது. கண்ணீர் கிடையாது. எல்லாம் புதுசா ஊறணும்.”

“என்னய்யா உன்னைப் பரிகாரம் கேட்க வந்தால் சாபம் உடறயே!” கிழவனுக்கு வயிற்றில் புளியைக் கரைத்தது.

“பரிகாரமா? பரிகாரமே கிடையாது மகனே அது மாதிரி ஒண்ணு இந்த வாழ்க்கையிலே இல்லை. மக்கள் தாங்களே தங்களை ஏமாத்திக்க கற்பிச்சுக்கிட்ட பொய். யாரும் காரியத்தின் விளைவிலிருந்து தப்பவே முடியாது. கடவுளே தப்பிக்க முடியாது. எல்லாக் காரியத்தோடயும் எல்லாரும் சம்பந்தப்பட்டவங்கதான். அதனாலேயே காரியத்தின் விளைவிலிருந்து யாருமே தப்ப முடியாது. நானும் தப்ப முடியாது. என்னைக் காரணம் காட்டித்தானே அவளைக் கொலை வாங்கியிருக் குது. அதனாலேயே அந்தத் துக்கம் பாதிக்குது. இது மாதிரி அறிஞ்சும் அறியாமயும் யார் யார் கஸ்டமோ நாங்கள் படறோம். எங்கள் ஜாதி

தனி ஜாதி. உங்களுக்குச் சொன்னால் புரியாது. அதோ தெரியுதே அது என்ன சிதையா?"

"ஆமா, அவளுடையதுதான். ஆனால் எரிஞ்சு போயிருக்கும். தெரியுதே அதன் கணகணப்புத்தான். அதுகூட பாதிக்கு மேல் சாம்பலாயிருக்கும். மிச்சம் தணல். அதுவே அப்படி ஜொலிக்குது." அவன் குரலில் அவனுடைய வியப்பு தெரிந்தது.

"மலைச்சரிவிலே ஊர் இருக்குதுன்னு பேரே தவிர நான் பார்த்த வரை ஊரு சூடுதான்" என்றான் பரதேசி. "மழை பேஞ்சால் தண்ணி நிக்கற மாதிரியில்லை. சரிஞ்சு ஓடிடுது. தேக்கம் ஒண்ணும் பெரிசாக் காணோம். ஆனால் மக்கள் இங்கேயும் வாழத்தான் செய்யறாங்க. விவசாயம் செய்யறாங்க. எங்கேயிருந்தாலும் வாழ்ந்துதானே ஆவணும். தலைமுறைங்க ஆரம்ப நாளில் கண்ட சௌகரியத்துலே இல்லாட்டி புதுமையில் இங்கே தங்கிட்டா அப்புறம் இங்கிருந்து தப்பிச்சுப் போவ அவர்களுக்குத் தோணாது. கஸ்டமோ நிஸ் டூரமோ மக்கள் வாழாத இடம் இல்லை."

"ஏன்? உங்க மாதிரி ஆளுங்க வாழப்ப மத்தவங்க வாழமாட்டாங்களா?"

"எங்கள் வாழ்க்கை, வாழ்க்கையா இது? ஒரு இடத்துலே தங்க மாட்டோம். தங்கக்கூடாது. பசிக்குதுன்னு வாய் திறந்து யாரையும் கேட்கக்கூடாது. கேட்கமாட்டோம். எங்களுக்குக் கட்டுப்பாடு எத்தினியோ இருக்குது. எங்களுக்கும் குருநாதருங்க இருக்குறாங்க. அவர்களுடைய பலத்துல நாங்க பசியைத் துன்னுட்டோம். காத்துதான் எங்க உணவு."

"அண்ணாத்தே. நீ சொல்றது நம்பும்படியா இருக்குதா?"

"அதனாலதான் அதைப் பத்தி நான் உங்கிட்டப் பேசவும் கூடாது. அந்தக் காரணத்துனாலேயே உன் பெண்சாதி கொடுத்த பொங்கலை வேணாமின்னு தள்ளவும் முடியல்லே. ஏத்துக்கவும் முடியல்லே. அதுலே எல்லாம் உண்மையில் எங்களுக்கு நாட்டமும் இல்லை!"

"ஆச்சரியமா இருக்குதே. எப்படி ஐயா?"

"இது ஓயாத கதை. நாளாவட்டத்தில், அவள் கொண்டுவந்த படையல்லே கொஞ்சம் கொஞ்சமா காரணமில்லாத சந்தேகம் நீ பட்டு, அந்தச் சந்தேகம் முத்திப்போய், அவள் கொலையிலே முடிஞ்சுபோய், நான் காரணமேயில்லாமல் காரணமாயிட்டேன். அந்த வினையும் என்னை விடாது. உன் கேள்விக்குப் பதிலோ சமாதானமோ சொல்றதுக்கு நான் இங்கே இல்லை. நான் சொல்றதைக் கேட்கறதுக்குத்தான் இந்த நடுராத்திரியிலே வந்திருக்கே. ஆமா, நீ ஏன் இங்கு ஒரு கிணறு தோண்டக்கூடாது?"

“கிணறா? நடக்கிற காரியமா?”

“நடக்கிற காரியமா இல்லாட்டி இந்த வாயிலே வராது. ஆ, எனக்குப் புரிஞ்சுப் போச்சு. உன்னிடத்தில் இந்த சேதி தெரிவிக்கத்தான் இந்தக் குகையிலே மாட்டிட்டிருக்கேன். இந்தக் காரியம் முடிஞ்ச வொடனே எனக்கு இங்கிருந்து விடுதலை கிடைச்சுடும் மகனே. பரம்பொருளின் சேதி எப்படி இருந்தாலும் சரி. அதை வெளியிடுவதற்கு நம் அங்கங்களை... அது எப்படியேனும் பயன்படுத்தும். அதில் யார், எது? எப்போன்னு ஆளும் சமயமும் ஏன்னு தேர்ந்தெடுக்கற தெல்லாம் நமக்குத் தெரியாது. அதுக்குத்தான் தெரியும். இந்தக் கிணறு தோண்டற விஷயத்துல மூணுபேர் சம்பந்தப்பட்டிருக்கோம். நீ, உன் பெண்சாதி, தபால்காரன் மாதிரி நான்.”

கிழவன் வசியம் கண்டவனாய்க் கேட்டுக்கொண்டிருந்தான்.

“உன் பெண்சாதியை மசானம் வெச்சிருக்கே அந்த இடத்துலே தோண்டறே. ஒண்ணு உனக்கு முக்கியமா சொல்லணும். மறக்காம எப்பவும் நினைப்பிலேயே வெச்சுக்க. ஆமா, கிணறைத் தோண்டிட்ட தனாலேயே உன் பெண்சாதியைக் கொன்ன பாவத்தைக் கழுவிட்டதாக கனவு காணாதே. அதுக்கும் இதுக்கும் சம்பந்தம் காணாதே. கிணத்தைக் கிணத்துக்காகவே தோண்டறதா நினைச்சுக்க. தண்ணியில்லாம் கஸ்டப்படறாங்களே மக்கள். அவங்களுக்காகத் தோண்டறதா நெனைச்சுக்க. இல்லே அவள் பேரையும் நெனைச்சுக்கலாம். அதுல ஒண்ணும் தப்பில்லே தண்ணி காணுவோமா இல்லையான்னு சந்தேகம் படக் கூடாது. சந்தேகமே பாதி பலத்தை வாங்கிடும். தண்ணி காணுவே நிச்சயம். அது எனக்குத் தெரியும் அதுக்கெல்லாம் கவுளி எனக்கு அடிக்க வேணாம்.” ஆவேசம் கண்டவனாய் பரதேசி பேசினான். “என்னிக்கு எப்போன்னு சோசியம் எல்லாம் கேக்காதே. தோண்டியே செத்துப்போ. ஒருத்தரும் அறியாமல் உன் பெண்சாதி உன் கையா லேயே மாளல்லயா? அதை நெனைச்சுக்கோ. அதுதான் இப்போ உன்னுடைய பலம். காரியத்தை ஆரம்பிச்சுட்டு பாதியிலே விட் டேன்னா, உன் பாவம் உனக்குக் கூடுது. வேறென்னத்தை நான் சொல்ல? இந்த மாதிரி கோழைங்களாலேதான் உலகத்துலே பாவம் கூடுது. உலகம் இயங்கிக்கிட்டே போவுது. எத்தனை நல்லவங்க உலகத்தின் நல்லதுக்காகவே பிறந்து பாடுபட்டு உழைத்துச் செத்தாலும் என்ன பிரயோசனம்?”

கிழவனுக்கு எல்லாமே புரிந்ததோ இல்லையோ. பரதேசியின் வேகம்' தன்னுள் புகுந்து பரவுவதை உணர்ந்தான். நிமிர்ந்து பார்க்கையில் பரதேசியைக் காணோம். இருளில் கரைந்துபோய்விட்டான்.

மறுநாள் காலை, சோறும் தண்ணியும் உண்ணுட்டு ஒரு தோளில்

கடப்பாரையும் மறுகையில் மம்முட்டியும், அக்குளில் கோடாரியையும் அடக்கிவிட்டுக் கிளம்பினான். மருமகளும் மகனும் சற்று எட்டக் கவலையுடன் பின்தொடர்ந்தனர். 'மாமா இப்போ என்ன செய்யப் போறாரு தெரியல்லையே! மாமா நேத்தியிலிருந்து பேசவே இல்லை. பேச்சுக் கொடுக்கவும் பயம்மாயிருந்தது. மாமா மாறிட்டாரு, மருமகள் தன் கையிலே சின்னச் சொம்பில் பாலு வெச்சிருந்தா. பால் கிடைக்கறது சுலபமாயில்லை. நிறைய பச்சைத் தண்ணி இருந்தாலும் இன்னிக்குப் பாலாச்சே! ஊத்தியாவணுமில்லே! இந்தக் கோடாரியை எங்கேருந்து பிடிச்சாரு. இந்தப் பக்கத்துலே நான் பார்த்ததில்லே. புது மோஸ்த்தரா ரெண்டு பக்கமும் கூரிலே வளைஞ்சு, நம்பள்ளம் மரம் வெட்டற கோடரி ஒரு பக்கம் கூரோடு கனமாதான் பார்த்திருக்கோம். இது நமக்கேன் பாடு.

ஆயுதங்களைக் கீழே எறிந்துவிட்டு கிழவன் சிதை எதிரே குந்திட்டு உட்கார்ந்து அதைச் சிந்தித்தபடி இருந்தான்.

சற்று நேரம் பொறுத்து அவள் அவனருகே சென்று சொம்பை நீட்டினாள். அவனும் சட்டென ஞாபகம் வந்தவனாய் பாலை சிதை மேல் ஊற்றினான். சாம்பல் கொஞ்சம் பறந்தது. ஆனால் நெருப்பு பூரா அவிந்துவிட்டது.

"மாமா, என்ன காரியமா ஆயுதங்களுடன் வந்திருக்கீங்க? இனிமேல் செய்யறதுக்கு என்ன இருக்கு? என்ன செய்யமுடியும்? போனவங்க போயிட்டாங்க. அத்தை பூவாடையிலே பூந்துட்டாங்க. வீட்டு அரிசிச் சாலுல இருந்துக்கிட்டு நம்மைக் காப்பாத்துவாங்க. நீங்க கவலைப் படாதீங்க. உங்க புள்ளையும் மருமகப் பொண்ணும் நல்லா கவனிச்சுப் போம். இந்த வூட்டுல என்ன குறைவாயிருக்குது. நீங்க திண்ணையில் குந்திக்கிட்டு நிம்மதியாயிருங்க."

"இல்லை மவளே, இனிமேல் தான் நான் செய்யவேண்டியதெல்லாம் இருக்குது. நான் இங்கே ஒரு கிணறு தோண்டப் போறேன். உன் அத்தையை எரிச்ச இடத்துலே."

"கிணறா? என்ன அவசியம்? நம் பங்குக்கு வர்ற தண்ணி நமக்குத்தான் பத்துமே. அப்படியே குறைஞ்சாலும் என் அப்பன் கொடுப்பாரே!"

"இது வயல்காட்டுக்கில்லே மவளே. ஊர் மக்களுக்கு. அவங்க தாகம் தணியறதுக்கு."

"ஓ அதுவும் நல்ல யோசனைதான். அத்தை பேருல கிணறு கேக்க சந்தோசமாயிருக்குது. நல்ல ரோசனை. அதுக்கு நீ மம்முட்டியும் கடப்பாறையும் தூக்கியாந்தால் எப்படி? வெடி வெச்சுத் தண்ணியை வரவழைச்சாப் போச்சு. துட்டுக்குப் பாக்காதீங்க மாமா. அப்பாரு

ஒரு வடம் அஞ்சு பவுனுலே கல்யாணத்துக்குப் போட்டிருக்காரே, இந்த மாதிரி சமயத்துக்கு, விவசாயிக்கு உதவறதுக்குத்தான்."

"அதெல்லாம் நல்ல பேச்சுத்தானம்மா. ஆனால் இந்தக் காரியத்தை நான் என் கையாலேயே எந்தக் கை அவளைக் கொன்னுச்சோ, அத்தாலேயேதான் செய்தாக வேண்டும்."

"மாமா இந்த வயசுலே இந்த சவாலெல்லாம் உங்களுக்கு வேணாம் ஏ பக்கத்துலே கல்லாட்டம் நின்னுட்டிருக்கையே. வாயைத் திறந்து நீயும் எதாச்சும் சொல்லேன்."

"ஏ பொண்ணே, அவன் மேலே ஏன் அனாவசியமா பாயறே. அவன் தாயை இழந்துட்டு தவிச்சுட்டு இருக்கான். இதை நான் இப்படி என் கையாலேயேதான் செய்தாவணும். எனக்கப்படி உத்தரவு ஆயிருக்குது."

"உங்களுக்கு யாரு உத்தரவு கொடுத்தது?"

"உனக்கேன் அந்தக் கவலையெல்லாம் தவிர, வெடி வெச்சால் இருக்கற தண்ணியையும் இழுத்துக்கிட்டுப் போயிடும். சரி, அதெல்லாம் உனக்கெதுக்கு?"

கிழவன் அஸ்தியிலிருந்து சற்று நீளமாய்க் கிடைத்த எலும்புத்துண்டு ஒன்றைப் பொறுக்கி ஆச்சர்யத்துடன் பார்த்துவிட்டு, அதைச் சிதை நடுவில் சாம்பலை ஒதுக்கிவிட்டு அங்கு கிடைத்த தரையில் அதன் கழுத்து தெரியும் வரை நட்டான். பிறகு அவன் கணக்கிலே ஏதோ சதுரமும் வட்டமுமாய்ச் சேர்ந்து ஏதோ ஒரு கணக்கு கோடாரியின் கூரில் ஒரு பெரிய சுற்றளவை வரைந்தான். அவன் ஏற்படுத்திக் கொண்ட உருவ எல்லையைச் சற்று நேரம் சிந்தித்துப் பார்த்துவிட்டு ஏதோ திருப்தியில் பெருமூச்செறிந்தான்.

அவன் காரியத்தில் முனைந்துவிட, இனி அவனைக் கலைக்க முடியாதென்பது தெரிந்துவிட்ட மருமகள் ஓடிவந்து அவன் காலில் விழுந்தாள். அவள் குரலில் அழுகை வந்தது.

"மாமா மாமா, நீங்கள் எங்களுக்கு வேணும் மாமா. என் வவுத்துலே மூணு மாசமா வளந்துட்டிருக்கிற பூச்சிக்கு பாட்டா வேணும். அது மேலே இரக்கம் பாருங்க. வீட்டுக்குப் பெரியவங்க உங்களைத் தோத்துட்டு நாங்க எப்படி இருப்போம்?"

வவுத்துப் பூச்சியா? முதலில் புரியாமல் கிழவன் பின்னடைந்து, அடுத்து புரிவு உள்விடிந்ததும் அவன் நெற்றி அதன் பிரகாசத்தில் உயர்ந்து விசாலித்தது.

"அடி மவளே!" மருமகளை ஆதரவுடன் தூக்கிவிட்டான். "அப்ப

டியா சமாச்சாரம்? ஒரு நல்ல காரியம் துவக்கு முன்னால் நீ சொன்ன சேதியைவிட நல்ல ஜகுனம் வேண்டாம். என் ராஜாத்தி தெய்வம்தான். இப்படித்தான் நடக்கப் போவுதுன்னு முன்னாலேயே தெரிஞ்சுக்கிட்டு, இந்த வீட்டை விட்டுப் போவக்கூடாதுன்னுட்டு உன் வவுத்துல பூந்துட்டாளா? கிட்ட வா. உன் வவுத்தைத் தொட்டுப் பாக்குறேன். எனக்கு அப்புறம் நேரம் இருக்காது. ஆமா. நிச்சயமா அவளேதான். உனக்கு ராசாத்தி தான் பிறக்கப் போவுறா. அதனாலேதான் இந்தக் கிணத்தைத் தோண்டியாவணும். நான்தான் தோண்டனும். சேதி நிச்சயமாயுட்டுது. சரி, நீங்க ரெண்டு பேரும் போங்க. வூட்டுல எவ்வளவோ வேலை காத்துக்கிடக்கும் ராஜாத்தி வேலையும் சேர்த்து. இனிமே நீ சொன்னா, யார் சொன்னாலும் கேக்க மாட்டேன். இனி நான் வேறே கிணறு வேறே இல்லை."

கிழவன் கோடாரியால் பூமி மேல் போட்ட முதல் வெட்டில், அது பாறாங்கல்லில் பட்டு, அந்த அதிர்ச்சியின் வேகத்தில் அவன் ஒரு பக்கம், கோடாரி ஒரு பக்கம் என வீழ்ந்தான். ஆசை தப்பித்தது. ஒரு கண்ணிலேனும் கல் சிதர்தெறித்துக் கண் போயிருக்கும் கோடாரியையும் தன்னையும் கிழவன் பொறுக்கிக்கொண்டு அப்புறம் எச்சரிக்கையாய் கொத்திக் கொத்தி பள்ளத்தை அகலமாக்க ஆரம்பித் தான்.

பரதேசி, குகையிலிருந்து வெளியே வந்து கிழவன் படும்பாட்டை சற்று நேரம் பார்த்துவிட்டு உள்ளே சென்றுவிட்டான்.

தம்மை அகழ்வாரைத் தாங்கும் நிலம் போல...

குறளையும் குட்டையும் கிழவனுக்குத் தெரியாது. அவனுக்குத் தேவையுமில்லை. இந்தக் கதையும் சொல்லும் எனக்குத் தெரிஞ்ச பாசையையும் சொருகிவிட்டால் பெரியவனாய் விடுவேனா? இங்கே என்ன நடக்குது தெரியுமில்லே. இல்லே, உங்களுக்குத் தெரியப் போவதுமில்லே. எனக்கும் அதன் பெரிசு தெரியப்போவதில்லே. இங்கே நடக்கறது தவம்.

தண்ணி பேரிலே தோண்டறேன். தண்ணி வருமோ வராதோ தெரியாது. ஆனால் தோண்டியாவணும். அப்படிப் போற உசிர் போவணும்னா போவட்டும். தோண்டியே போவட்டும் பரதேசி சொன்னது கொஞ்சம் புரியறாப்பல இருக்குது. தண்ணி முக்கியமில்லே. தோண்டறதுதான் பெரிசு. நான் தோண்டியிருக்கறது பூமியின் வவுறா ராசாத்தியின் வவுறா? போகப் போகத்தான் தெரியணும்.

வழிப்போக்கர், தெரிஞ்சவங்க, தெரியாதவங்க, வேணைய பேர்

எட்டிப் பார்த்தனர். அவன் மறுத்ததனால் அவன் கோபத்தை சம்பாதித்துக்கொண்டனர். ஏளனத்தையும் ஏற்றுக்கொள்வதைத் தவிர வேறு வழியில்லை. ஐயா கிணறு வெட்டி ஓயறதுக்குள்ளே அவருக்கு உள்ளேயே வழிதப்பிப் போயிடப் போறாரு. கிணறு வெட்டற நேரம், வயசைப் பாரு! வேறு சமயமாயிருந்தால் அவர் களுடைய ஏளனச் சிரிப்புக்குக் கைகலப்பு நேர்ந்திருக்கும். இப்போ வாயடைச்சுப் போய், காதடைச்சுப் போய், காரியம், நம் உண்மையான காரியத்தைக் கவனிக்க வேண்டியதைத் தவிர நான் வேறேதும் கவனிக்கக்கூடாது.

அவ்வப்போது மனத்தைத் திடம் பண்ணிக்கொண்டு காரியத்தில் முனைந்தான்.

ஏ புள்ளே, எனக்கு நெனப்பு தெரிஞ்சு உன்னை மொத்தினதைத் தவிர வேறு மொத்தமா எனக்கு நியாபகம் இல்லை. நம்ம உறவே இப்படித்தான் வளர்ந்திருக்கோன்னு எனக்குக் குழப்பம். அப்போல்லாம் இல்லாத ரோஷம் உனக்கு இப்போ செத்துப்போம்படி என்னடி வந்தது? ஒரு தடவை உன்னை அடிச்சதுக்கு உன் புள்ளே என்னைக் கண்டிக்க வந்தபோது, நீ அவளோடு சண்டைக்குப் போயிட்டே. "என் புருஷன் என்னை அடிக்கிறான். அதைக் கேட்க நீ யாருன்னு." நான் செய்தது தப்பு எனக்குத் தெரியுது. உனக்குத் தெரியல்லையா?

அப்படியில்லை மச்சான் – நீ அடிக்காட்டி உனக்கு ஏன் மேல இருக்கற அக்கறையின் ஆத்திரம் எப்படி விளங்கறது? எங்களை அப்பப்போ அடிக்க வேண்டியதுதான். நீ என்ன குடிச்சுட்டு வந்து அடிக்கற புருசனா? உனக்குக் குடி, பீடி, கூத்தி இந்தப் பழக்கமெல்லாம் கிடையாதே. இல்லாதவரை நீ அடிக்கறத்துல என்ன தப்பு. எனக்கும் அப்போ தாங்கிக்கற வயசுதானே? ஓங்க நியாயமெல்லாம் ஒரே மாதிரி இருக்கறதில்லே. அதனால் நுகத்தடி சரியாப் பிடிக்க முடியல்லே.

பின்னோக்கில் அவனுக்குச் சற்று வியப்பாகவே இருந்தது. அவள் மேல் ஆத்திரமும், அவளைப் பற்றிய பொறாமையும் அவனுக்கு அளவுக்கு மீறி இருந்தாலும் அவர்கள் உடல் உறவு அப்படி நெருக்கமாக வும் அடிக்கடியாகவும் வாய்க்கவில்லை. அடிப்பதிலும் அவளை வசை பேசுவதிலும் உறவு திரும்பிவிட்டது என்று நினைக்கும்படி இருந்தது.

மதியம் சோறை மகன் எடுத்தாருவான். அப்போ வேலையின் மேல் கருத்தாயிருந்தால் உண்ண மறந்துடுவான். அதை விறைப்பாய் வூட்டுக்குக் கொணர்ந்து விடுவதைவிட வேறு வழி? அப்புறம் மருமகள் புதுஸ்ஸா வடிச்ச குளம்பு விட்டுப் பிசைஞ்சு, ஒக்காத்தி வெச்சு உண்டை உண்டையா உள்ளங்கையிலே வெச்சு, அதை முழுங்கறப்ப, அப்பவும் நெனைப்பு எங்கேயோ இருந்தாலும் நல்ல பொருள் உள்ளே போகுதுங்கறவரை தெரிஞ்சுது. மருமகளுக்கும் கால் பதியறச்சே பூமி

யிலே கனத்துப் போச்சு. இடுப்பு அகண்டுகிட்டே வருது. ராசாத்தி உள்ளேயிருந்து சிரிக்கறயா? அது குழந்தை; முதலா சுமக்குது. அவ மேலே லேசாயிரு தெரியுதா? நீ கனமில்லே. இருந்தாலும்.....

ஒருநாள் திடீரெனப் புதுஸ்ஸா முளிச்சுக்கிட்டாப் போல, தான் தோண்டின் பள்ளம் – இவ்வளவு அகலம் ஆழமா? அவனுக்கு வெகு ஆச்சர்யமாயிருந்தது. அகலம் ஆழம் மட்டுமல்ல, வட்டம் சுத்தமாயிருந்தது. நாளை எண்ண மறந்து போச்சி. அதனால் என்ன, ஆரம்பத்துல கஸ்டமாய்த்தானிருந்தது. கண்ணு ரொம்ப ஏடாகூடம் பண்ணிச்சு. ஆனால் போவப் போவ பூமி மசிஞ்சு கொடுத்திருக்குது. எப்படின்னா ஒரு மட்டம் ஒரே பாறாங்கல். அடுத்த மட்டம் முழு மண் இல்லை. ஆனால் அவ்வளவு கஸ்டமாயில்லை. அதன் கீழே மறுபடி மோட்டா. இப்படி மாறி மாறி ஒரு வாய்ப்பு. நானும் என் நினைப்பு நாளுலேயிருந்து ஏர் பிடிச்சுத்தான் வரேன். ஆனால் இதுமாதிரி ஒரு திட்டம் பார்க்கல்லே. பரதேசி என்னவோ தெரிஞ்சு வெச்சுக்கிட்டுத்தான் இங்கே தோண்டச் சொல்லியிருக்கான். ஆனால் கல்லையும் மண்ணையும் மூங்கில் தட்டு வாரியாந்து மேலே வந்து கொட்டறதுதான் கஸ்டமாயிருக்குது. ஆழம் கூடக்கூட கஸ்டமும் கூடுது. மேலே ஒரு ஆளை வெச்சு, தட்டைக் கவுத்துலே கட்டி வெச்சு மேலே அனுப்பலாமுன்னு பார்த்தா அது அப்பிடி செஞ்சா தப்பு நேர்ந்துடுமோன்னு பயமாயிருக்குதே! எல்லாமே உன் கையாலேதான் ஆவணும்னு பரதேசி திட்டம் போட்டுட்டானே. அவன்கிட்டே போய் சலுகை கேட்க ரோசமாயிருக்குது. அத்தோட அந்த ஆளுக்கு திட்டம் சொல்லத்தான் அதிகாரம், மாத்த அதிகாரம் கிடையாதுன்னு எனக்குத் தெரியப்படுத்தறான். அடி ராசாத்தி, நீ பண்ற கூத்தைப் பாத்தியா?

நான் பண்ணற கூத்தா? நீ பண்ணிக்கிட்ட கூத்துன்னு திருத்திக்கோ. உன்னாலே முடியலைன்னா இப்படியே நின்னுக்கோ. உன்னை யாரு கையைப் பிடிக்கறாங்க.

ஆ. ஆரம்பிச்சுட்டையா? உன் சோளப்பட்டாணி குதிப்புக்கு. மகளே உன்னைக் கையால் பிடிக்க முடிஞ்சா உன்னை – உன்னை –

அவன் உள்ளே அவள் சிரிப்பு கேட்டது.

கொஞ்ச நாளாகவே தன்னுள் ஏதோ மாறுதல் நடந்துகொண்டி ருப்பதாகவே அவனுக்குத் தோன்றிற்று. இல்லை தெரிந்தது. பல் விளக்குவது, குளிப்பது, துணி மாத்துவது போன்ற கடன்களில் அக்கறையில்லை. ஆமாம், எந்த விவசாயி காலை நேரத்துல பல் விளக்குறான். தோப்புக்குப் போறப்ப பல்லுலே வேப்பங்குச்சியை மாட்டிக்கிட்டா அப்புறம் கழனிக்கட்டிலிருந்து வீடு திரும்பி காலைப்

பழயதுக்கு முன்னாலே கால் அலம்பறப்போ துப்பறதோடு சரி.

பல் விளக்கறது கிடக்கட்டும். அவனுக்கு வயிற்றுப் பசிமேல் அக்கறை யில்லை. வயிற்றுப்பசி தெரியவில்லை. ஆனால் அதனால் உடம்பில் களைப்போ பலகீனமோ இல்லை. தூக்கம் இல்லை. சோறு இல்லை. என்ன இது வியப்பாயிருக்குதே. குளிக்கல்லே. ஆனால் உடலில் நாற்றமில்லை. எப்போ இதெல்லாமில்லையோ வூட்டுக்குப்போய் படுத்திட்டிருக்க என்ன தேவை?

அவன் வெளியிட்டுவிட்ட நிலைமையை அனுசரிப்பது போல், அன்றிலிருந்து கல்லோ மண்ணோ அதிகம் உதிர்வதில்லை. ஆழமும் வேகமாக ஏற்படவில்லை. அதைப்பத்தி எனக்கென்ன? தோண்டிக் கிட்டேயிருக்க வேண்டியதுதான். தேய்ச்ச பித்தளை தேவுசா போல, கிணற்றின் உள்சுவர் அடியிலிருந்து அண்ணாந்து பார்க்கையில், சுரண்டியெடுத்தாப்பிலே அத்தனை சுத்தமான ப்ரமை தட்டிற்று. இத்தனை சுத்தமாத் தோண்ட முடியுமா? கண்ணைக் கசக்கிக்கொண் டான். இனி தோண்டறதுக்கு ஆழம் இல்லியோ என்னவோ? இங் கிருந்து பார்த்தா அம்பது அடிக்குக் குறையாதுன்னு தோணுதே! கவுறு உள்ளே விட்டுத்தான் நான் வெளியில் வரமுடியும் போலத் தோணுதே!

கேள்வி தோன்றிற்றே ஒழிய கவலை தோன்றவில்லை.

நேரம் போனது தெரியாமல் எத்தினி நேரமிருந்தானோ?

நக்ஷத்ர வேடு கலைஞ்சு சத்தே இருண்ட மாதிரியில்லே?

சற்றுக் கருக்கல் கண்டதே காட்டி உடனே தெளிஞ்சு போச்சு. வித்தை காட்டறியா? காட்டு, காட்டு. எனக்கென்ன வந்தது? இவ்ளோ ஆழம் தோண்டினதே அன்னி, கல்லில் கடுகு கூட ஈரம் இல்லே. மண்ணில் கசிவேயில்லை. புத்து மண்ணாட்டம் பிசுபிசுன்னு உதிருது. இங்கிருந்து பார்த்தா கிணறு ஒரு பெரிய கல் ஜாடியாட்டமில்லே! அந்த உவமைக்கு அவனுக்குச் சிரிப்பு வந்துவிட்டது. கிணற்றின் பக்கவாட்டை அன்போடு தடவினான். விரலில் ‘சுருக்.’

இது ஒண்ணுதான் பாக்கி. விரலை வாயுள் வைத்துச் சப்பினான். உப்புக் கரித்தது. ரத்தமே புறப்பட்டுடுச்சா? ஆனால் மயக்கம் இல்லை. அப்போது நல்லா விடிஞ்சுட்டுது. ஆள் நடமாட்ட, பேச்சு சத்தம் நல்லா கேக்குது.

தன்னைக் குத்தின் இடத்தில் விரலை விட்டுப் பெரிசாக்கிச் சற்று ஆழமாவே தோண்டினான். என்னவோ பளபளன்னு, கைக்குக் கணிசமா, பிடிப்புக்குக் கெட்டியா – அதான் என்னடா சீறல்லையேன்னு

பார்த்தேன்! வெடுக்குன்னு வேகமாகவே பிடுங்கினான். அங்கிருந்து 'சர்ர்னு பீச்சியடித்தது மூஞ்சியில், வாயில் கல்கண்டா இனிக்குது. கண்ணில் பாஞ்சதுமே குளுமை – அம்மாடி! இதனால்தான் இதுக்கு இத்தினி நாள் காத்திருந்தேனா?

கையில் இருப்பதையே கண்ணின் புதுப் பளிச்சுடன் அப்பத்தான் பார்க்க முடிஞ்சுது.

சிலை. அம்மன் சிலை, கைப்பிடியில், மேல் பிடியில் இடுப்புவரை, பிடியின் கீழ், பீடமும் தெரிந்தது. வலது கால் கட்டை விரலை, ஊசிமுனை மேல் அழுந்த பதித்த வண்ணம் ஆத்தா தவத்திலிருக்கா. அந்த இளஞ்சிரிப்பு – அம்மாடி – கண் கூசுது. இதுக்குள் வெள்ளம் பிதுபிதுன்னு பொங்கிடுச்சு. நுரை கக்கிக்கிட்டு ஒரு பக்கமா வெளியே வளிஞ்சு ஓடுது. கிழவனையும் ஏந்திக்கிட்டு மேலே கொண்டு வருவது போல் வந்து, மறுபடியும் கீழே இழுத்துக்கிட்டுப் போயிட்டுது.

கிணத்துலே தண்ணி பொங்குது. அக்கம் பக்கத்துலே நிமிஷமா பத்திக்கிச்சி. கிணத்தைச் சுத்தி ஒரே கும்பல். கொல்! கீழே சரிஞ்ச தண்ணியை அள்ளிக் குடிச்சுட்டு "அடே தேனுடோய். இதுமாதிரி எங் கனாச்சும் கிடைக்குமா? நொம்ப புண்ணியம், நொம்ப புண்ணியம்!" தண்ணியும் குடிக்கறவங்களுக்கு வஞ்சனையில்லாமல் வழிவிடுது.

அப்போது பார்த்தவங்க பின்னாலே சொன்னாங்க. அப்பிடி சொல்றவங்க எப்படியும் ஒவ்வொருத்தர் ஒவ்வொரு மாதிரியாத் தானிருக்கும். பாக்கற கோணம்.

தனி வட்டத்துலே பருந்தாட்டம், றெக்கையாட்டம் ரெண்டு கையையும் விரிச்சிக்கிட்டு காத்துலே நீஞ்சி வந்து நேரே கிணத்துள்ளே விழுந்தான் பாரு, குஹையிலிருந்தே நேரே வந்தானா, இல்லே நடுவுலே பாறையிலே ரெண்டாவது 'தம்' பிடிச்சானா. எப்படியிருந்தாலும் சரி. வெறும் பழக்கத்தாலே அந்த மாதிரி கிணத்துலே நேரே 'டைவ்' அடிக்க முடியாது. வேறு சித்தியெல்லாம் தெரிஞ்சு வெச்சிட்டிருக்கணும்.

பாத்தவங்க பின்னாலே சொன்னாங்க. கிழவனைக் காப்பாத்தத்தான், மீன் கொத்தியாட்டம் பறந்து கிணத்துக்குள் பாய்ஞ்சிருக்கதா நெனச் சோம். ஆனால் அப்படியில்லே. நேரே கிழவன் கைச்சிலையைப் பிடுங்கத்தான் முயற்சி செய்தான். ஆனால் கிழவன் பிடி சாவுப்பிடி யாச்சே, விட்டுடுமா? அதுக்குள்ளே ஒரு அலை கிளம்பி சுவராட்டம் அவங்க ரெண்டு பேர் மேலேயும் இடிஞ்சி விழுந்து, தன் சுழியிலே ரெண்டு பேரையும் உள்ளே இழுத்துக்கிட்டுப் போயிட்டுது.

கிணத்தைச் சுத்தித் தேர்த் திருவிழாவாட்டம் கும்பலும் கூப்பாடும் தெரியுது. தண்ணி கிணறும் கோவம் தணியாமே சீறிக்கிட்டு இருக்கற துலேயே. உள்ளே மாட்டிண்டிருக்கறவங்க விதி இன்னும் தெரியாமல் இருக்கறத்துலேயே குடமும் தாம்புக்கயிறுமா வந்துட்டவங்க எத்தினி பேர்! கிடச்ச மட்டும் ஆதாயம்!

ஒரு வழியா பொங்கலும் சீறலும் அடங்கி, தண்ணி தன் மட்டம் காண ஆரம்பிச்சுட்டுது. கண்டுதானே ஆவணும்!

ஒரு சின்ன அலை எழும்பி ரெண்டு பொணங்களையும்தானே கக்கிட்டுது.

கிழவன் முகம் சாந்தமா, எத்தினியோ நாளா காத்திருந்த எதையோ கண்டுவிட்ட சந்தோஷம். சாவறதுக்கு முன்னாலேயே கிழவன் உள்ளுக்குக் குளிர்ந்துபோயிருந்தான்.

பரதேசி முகத்துலே ஒரு அலக்ஷியம். எதுக்கும் கலங்காமல் "பூ, இவ்வளவுதானா?" என்கிற மாதிரி.

ஆகவே ராசாத்தி கிணறு பிறக்கறத்துலேயே மூணு காவு வாங்கிருக்கு. கிழவிக்கும் கிழவனுக்கும் காரணம் யாருங்கறதும் தெரிஞ்ச விஷயம். ஆனால் இந்தப் பரதேசி ? பரதேசிக்கும் கிணத்துக்கும் நிச்சயம் சம்பந்தம் இருக்குது. நான் சொல்றேன். யோசித்துப் பாருங்க. கிழவன் பரதேசி சாதா ஆள் இல்லை. காரணம், காலம், காரியம் மூணுமே தெரிஞ்சு வெச்சிருப்பான்.

கிணறு எங்கே தோண்டனும்னுகூட பரதேசிதான் கிழவனுக்குச் சொல்லியிருப்பான். கிழவனுக்கு அம்மாம் மூளை ஏது? அங்கே தண்ணி இருக்குது தோண்டினால் வரும்னு அவனுக்குத் தெரியும். அதுமட்டுமில்லை. அங்கே சிலையிருக்குதுன்னு முன்கூட்டியே அவனுக்குத் தெரியும். அந்தச் சிலையைத் தான் அடையணும் – இதுதான் பரதேசியின் அடிப்படைச் சூழ்ச்சி. இல்லாட்டி அவ்வளவு கணக்கா அந்தச் சமயத்துக்கு அவன் வருவானேன்? பரதேசி சாதா ஆள் இல்லை.

ரெண்டு பேரையும் ஒரே பள்ளத்தில்தான் புதைச்சாங்க. எரிக்கறது தான் பழக்கம்னாலும் இவங்களை சாமியார்லே சேர்த்துட்டாங்க போல்! மக்களுக்கு மனம் எந்தச் சமயம் எப்படித் தோணுதுன்னு காண முடியாது!

தண்டல் பண்ணி கட்டடம் கூட எழுப்பிட்டாங்க. சமாதி மேலே கோவில், கோவில் லே ஒரு வயசான பெண்பிள்ளை சிலை நினைப்பிலே

அமைச்சிருக்காங்க. ராசாத்தி அடையாளமேயில்லை. எல்லாம் நெனைப்புத்தானே!

சின்ன ராசாத்தியை இடுப்பில் தூக்கிட்டு, மருமகள் மாலை மாலை விளக்கேத்த எண்ணெயுடன் கோயிலுக்கு வரும். அந்த முதல் பெண் குழந்தைக்கப்புறம் இன்னொரு குட்டி ராசாத்தி, அப்புறம் ரெண்டும் ஆம்புளப்பசங்க – குடும்பத்துக்கு எந்தக் குறையுமில்லை. எப்படி வரும்? ஊருக்கே கிணறு வெட்டிக் கொடுத்தவங்களாச்சே! ராசாத்தி, குடும்பம் என்னிக்கும் நல்லாயிருக்கணும்.

முதல்லே ஒரு வாரம், பத்து நாளைக்குக் கிணத்தண்டை யாரும் போவல்லே. ஆவிங்க சுத்துமோன்னு பயம். ஆனால் எத்தினி நாள் முடியும்? தண்ணி தேவைப்படுதே. கிணறு புழக்கத்துக்கு வர ஆரம்பிச்சாச்சு. ராட்டினம் போட்டாச்சு. எடுக்க எடுக்க அமிர்தம், ஊத்தினுள் கூடுது.

ஆமாம், எல்லாம் சரிதான், அந்தச் சிலை என்னவாச்சு?

கேள்வி நல்ல கேள்விதான். ஆனால் அதுக்குப் பதில் இல்லை.

கிணத்துலேயே, அந்த சொல்ப நேரத்துக்கு, யாருக்குப் பார்க்கக் கொடுத்து வெச்சுதோ, அத்தோடு சரி. ரெண்டு பொணங்களும் மேலே மிதந்தப்போ, யார்கிட்டேயும் விசாரத்துக்கு இடம் இல்லை. எப்படி நழுவிடுச்சோ. உள்ளேயே எந்தச் சந்து பொந்துலே – பாறைக் கிணத்துலே, அதுக்கா குறைவு? எந்தப் பொந்திலோ தங்கி, யார் கண்ணுக்கும் படாமல் தண்ணிலே தன் தவத்தில் இருந்துகிட்டு – ஜகத்துக்கே ஆத்தாளாச்சே! தன் குழந்தைகளுக்கு அருள் புரிஞ்சுக் கிட்டிருக்காளோ?

ஆத்தா, நீ வாழ்க!

உத்தராயணம்

அஜந்தா கொண்டைக்கு எல்லாருக்கும் கூந்தல் கொடுப்பனை இருக்காது.

நெற்றியிலிருந்து பின்னுக்கு இழுத்து, அழுந்த வாரி இறுகப் பிணைத்து எழுப்பி, கொண்டையின் கோபுரம் நெஞ்சை முட்டுகிறது. ஸ்தூபி போல் உச்சியில் ஒரு குமிழ் வேறே, சீப்பைத் தப்பிவிட்ட பிடரிச் சுருள்கள் நினைவில் குறுகுறுக்கின்றன.

பிறப்போடு வந்துவிட்டாற்போல் உடலோடு ஒட்டி வெள்ளை ரோஜா நிறத்தில் கடல்நுரையில் நெய்த ஆடையினூடே மார்க்கச்சு விண்ணென்று தெறித்துத் தெரிகின்றது. ரவிக்கை பூணாது, திரண்ட பனித்தோள் குமிழ்கள், கழுத்தின் விலாசம், யார் இவள் முகம் பார்க்குமுன்...?

"வயதானவர் மொட்டை மாடியில் படுக்கக் கூடாதுன்னு எத்தனையோ தடவை சொல்லியாச்சு. கேக்கமாட்டேன்கறேள் அப்பா....!"

தோளைக் குலுக்கும் கையைத் தூக்கக் கலக்கத்தில் திமிறப் பார்க்கிறேன். தூக்கம் கலையவில்லை, கனவு கலைந்துவிட்டது.

"எழுந்திருங்கோ அப்பான்னா!"

முடியை அள்ளிச் செருகிக்கொண்டு சாந்தா முகத்தில் தான் இன்று முதல் முழி. வெட்டுக்கிளி போல் லேசாக ஆகாயத்தைப் பார்த்து அஞ்சலி செய்யும் நாசி நுனியில், குந்துமணி. மண்ணைப் பிசைந்தவன் கிள்ளியெறிந்துவிட்டதால் மூக்கு சற்று மொண்ணை

முகத்தில் வெண்ணெய் பளபளக்கிறது. அவளும் பாவம் மாற்றி மாற்றிச் சந்தனத்தை அரைத்துப் போடுகிறாள்; மனமில்லாமல் மஞ் சளைப் பூசிக்கொள்கிறாள்; வீக்கோ டர்மரிக், கிளியரஸில், அப்பப்போ வர்த்தக ஒலிபரப்பில் என்னென்ன விளம்பரம் கேட் கிறாளோ அத்தனையும் வாங்கியாகிறது. இன்று அமுங்கினாற்போல் இருந்தது; நாளைக் காலை எழுந்து கண்ணாடியில் பார்த்தால் கிளைத்திருக்கிறது; உடனே உற்சாகம், அடுத்து உடனே அயர்வு. கொஞ்ச நாட்களாய் அவள் காலம் இப்படித்தான் தள்ளுகிறது. ஆயினும் பரந்த முகத்தில் பேரழகு ஒன்று உண்டு.

விடி வேளையின் அயர்த்தலில் கண்டது தோற்றம்!

இதன் தெளிந்த நிழல்தானோ?

கையை ஆட்டிவிட்டு சாந்தா இறங்கிப் போயாச்சு.

கீழ்வானத்தில் பெரிய யாகம் நடந்துகொண்டிருக்கிறது. மேகப் பாறைகள் நெகிழ்ந்து உடைந்து கரைந்து, ஆஹுதியில் கவிழ்கின்றன. தழல் ஆட்டம், வான் பூரா பரவுகிறது. சூடு உறைக்கவே நானும் எழுந்து இறங்குகிறேன்.

ஏணியிலிருந்து கால் தரையிறங்கினதுமே 'சுருக்' பல்லுக்கிடையில் தோன்றிய சாபத்தைக் கடித்து விழுங்குகிறேன். சேகரின் உபயம். பொழுது போகவில்லை. சொல்லச் சொல்ல வேளையோடும், வேளை யில்லாமலும் முள்வேலிக்கு முடி வெட்டி (அவன் முடி சொல்லச் சொல்லத் தோளில் புரள்கிறது) மீசை ஒதுக்கி, வெட்டி வீழ்த்திய முள்ளை வென்னீரடுப்புக்காக, ஏணியடியில் சுவரோரம் சேர்த்து வைத்திருக்கிறான். வெய்யிலில் காய்வதற்காகத் தட்டிக் கொட்டிப் பரப்பி வைத்திருக்கிறான். வென்னீரடுப்புக்கும் அதை எரிக்கப்போவதில்லை. எனக்குத் தெரியும் முள்ளைக் கையில் குத்திக் கொள்ளாமல் எரிக்கத் தனிப் பொறுமை, சிரத்தை, knack வேண்டும்.

கிணற்றடியில் வாழை இலைகள் காற்றில் நர்த்தனமாடி வரவேற் கின்றன. சத்தியமா (விட்டேன்) அவை என்னை அடையாளம் கண்டு கொண்டுதான் அப்படிச் செய்கின்றன. மாலையில் ஒன்றிரண்டு வாளிகள் நான் இழுத்துக் கொட்டுவதைக் கொண்டு, இலை ஒவ்வொன்றும் ஆள் படுக்கலாம். அல்ல பாவாடை கட்டிக்கலாம். என்ன ஜாதியோ தெரியவில்லை. தாருக்கு இன்னும் எத்தனை நாள் போகணுமோ?

எங்களை இலையைத் தொடக்கூடாதுன்னு பழியா நிக்கறேள், மத்யானம் பாருங்கோ, பாளம் பாளமாக் காத்து கிழிச்சுடறதே, என்ன சொல்றேள்?

காற்றுக்கு அலங்கோலமாக அதற்கு இஷ்டம், அதற்காக உன் கத்திக்கிரையாகக் காத்திருக்குமா?

– நான் சொல்லவில்லை, வாய்திறந்து சொல்லிவிட்டால் பந்து என் மேலேயே திரும்பி வந்து மோதும்.

"பிராம்மணனுக்கு வயசுக்கேத்த பேச்சா இருக்கா பாரு!" கண்ட கனவுக்கேற்ற வயது கடந்து எத்தனையோ வயதாகிவிட்ட போதிலும் வயதுக்கேற்ற கனவு என்று காண வருமோ?

நடுப்பிள்ளையும் அடுத்தவனும் பல் தேய்த்துக்கொண்டிருக்கிறான்கள்.

"இந்த வீட்டில் ஒரு பேஸ்டா, மண்ணா, ஒண்ணு உண்டா? எப்புவம் மாசக்கடைசிதானா?"

"ஏன், மண் இருக்கே."

இவனுக்கு அவன், அவனுக்கு இவன், சமயத்துக்கேற்ப ஒருவனுக்கு ஒருவன் உடுக்கடி; இவர்கள் பாஷையில் Boss.

Tommy வாலையாட்டிக் காலை வந்தனம் தெரிவித்துக்கொள்கிறது. எங்கிருந்தோ, என்றோ வந்தது. எங்கோ போகிறது, வருகிறது. திடீரென்று நினைத்துக்கொண்டு கனகாரியமாக ஓடுகிறது. எங்கு போனாலும், வந்தாலும் இரவு இங்குதான். எல்லாம் பகல் பத்து மணிக்கும். இரவு பத்து மணி வாக்கிலும், கிணற்றடியில் வைக்கும் ஒரு கவளம் சோறு பண்ணும் வேலை. "தொதோ" கூடக் கொட்ட வேண்டாம், எங்கிருந்தாலும் பறந்தோடி வந்துவிடுகிறது. சொறிபிடிக்கறது, சொறி உதிர்கிறது. ஆனால் கண்களில் மட்டும் உள்ளொளியின் அழகு மங்கவில்லை. வாலையாட்டிக்கொண்டு நாக்கைத் தொங்கப் போட்டுக்கொண்டு, 'நான் இருக்கிறேன் உனக்கென்ன கவலை?' என்று கண்கள் பேசுகின்றன.

"சனியனே எட்டிப்போ! காலைச்சுத்திண்டு!"

உதையை வாங்கிக்கொண்டு, குரைக்கக்கூட இல்லை. தென்னை மரத்தடியில், தான் ஏற்கனவே பறித்து வைத்திருக்கும் பள்ளத்துக்குப் போய்ப் படுத்துக்கொள்கிறது.

"டே, ரொம்பப் பொறுமையா இருக்குடா!"

"Yes. Yes, முன்ஜன்மத்தில் ஸ்வாமிஜியா இருந்திருக்கு மோடா?"

ஈதெல்லாம் நாயைக் குறிப்பிடுவன அல்ல. என் காது கேட்க என்னைக் கேலி பண்ணுகிறார்களாம். தனிப்பட்ட முறையில் அப்பாவை அல்ல, தலைமுறை தலைமுறையின் பழிப்பு, எங்களை அவர்கள் பங்கப்படுத்துகிறார்கள்.

நடுப்பிள்ளை என்னைக் கேட்கிறான். 'என்ன அப்பா, வாரம் ஒருநாள் மௌனவிரதம் என்று வாயை அடைச்சுட்டு கண்ணால் பேசிக்கொண்டிருக்கிறாய், பேசுகிறாயா சுட்டெரிக்கிறாய். ஒரு கதவை மூடிவிட்டு இன்னொரு கதவைத் திறந்துவிடுகிறாய். அவ்வளவுதானே! இப்படிக் கண்ணால் கரிப்பதற்குப் பதிலாக வாயைத் திறந்து எங்களைத் திட்டிவிடலாம். ஆமாம், நாங்கள் கொம்மாளம்தான் அடிப்போம். ரேடியோ சிலோன்தான் கேட்போம். முழு வால்யூமில்தான் முடக்கி விடுவோம். சினிமாப் பேச்சுத்தான் பேசுவோம். நீ பொறுத்துண்டு தானிருக்கணும். இல்லாட்டி இதென்ன மௌனம்? உனக்கு ததரினன் னான்னா எங்களுக்கு "லலலலா." நாங்கள் நீயா? வேலையும் கிடைக்கமாட்டேன்கிறது. எங்களுக்குப் பொழுதுபோக்குக்கு என்னதான் வழி? வீட்டுக்கு வீடு போய்ப் பாருங்கள். சத்தம் உங்களுக்கு B.P. எங்கள் பீதிக்கு அதுதான் மறதி, வழித்துணி. கடன் வாங்கியோ, திருடியோ கலகலப்பாய் இன்னிக்கு இன்றையோடு போச்சா? நாளையை நாங்கள் எங்கே கண்டோம். உங்களுக்கு நாளை இருந்தது.'

நான் பதில் பேசவில்லை. பேசுவதில்லை, பேச்சு நியாயம் எப்பவோ தாண்டியாச்சு.

கண்ணன் அந்த நாளிலேயே செல்லம். கொடுத்த சலுகைகளுடன், தானாக எடுத்துக்கொண்ட உரிமைகளும் இப்போ சேர்ந்துவிட்டன. அவன் தம்பி மௌனமாய் எனக்கு விழும் சாட்டையடியைப் பார்த்துக்கொண்டு நிற்கிறான். Boss - ன் hatchet man.

நான் இன்னும் வெறுக்கவில்லை. ஆனால், இவர்கள் உலகத்தை வெறுத்தாச்சு.

நட்ட பயிர் அம்புகளாய்க் காய்க்கிறது. சரப்படுக்கையில் படுத்து, உன் உத்தராயணத்துக்குக் காத்திரு.

"கிருஷ்ணா! அது எங்கே கிருஷ்ணா என்று கத்துகிறது? அருவருப் பான, அபஸ்வர அழுகையின் தேம்பல் போன்ற ஒரு சத்தம். ஆனால், அதைக் கேட்டதும் ஹரிணி பாதி பேசும் படத்தை மார்பில் கவிழ்த்துக் கொண்டு படுத்த வண்ணமே கன்னத்தில் போட்டுக்கொள்கிறாள். உண்மையிலேயே பக்தி சுபாவம் உள்ளவள்தான். அதுவும் இதுபோன்று நோகாமல் புண்ணியம் சம்பாதிப்பதில் பலே கெட்டிக்காரி.

காலைக்கும் மதியத்துக்கும் எவ்வளவு வித்தியாசம்!

இங்கேயே தெளித்தாற்போல் எட்ட எட்டத்தான் வீடுகள். மனைகளை வாங்கிப் போட்டவர்களுக்கு வீடு கட்ட இன்னும் வசதி கிட்டவில்லை. உச்சி வெய்யிலில் பூமி பாளம் பாளமாக வெடித்திருக்கிறது. தூர தூரக் கட்டடங்கள் கானலில் நடுங்குகின்றன. இதுவரை இரண்டு

தடவை கிணற்றிலிருந்து மொண்டு மேலே கொட்டிக் கொண்டாச்சு. காய்ஞ்சாச்சு. ஆனால் உடல் வாணலியாய்ப் பொரிகிறது. இனிமேல் ஈரம்பட்டால் இந்த வயதுக்கு மார்பில் கொலுசுதான். ஒரு தினுசான மயக்கமா? மதிய உறக்கமா?

அந்தந்த நாளுக்கு அதன் போக்கை நடாத்த தேவதை உண்டோ? உண்டெனில் அவள்தான் இன்று காலை எனக்குத் தன்னை வெளிப்படுத்திக்கொண்டனளோ?

சூரியனிடமிருந்து லகானை வாங்கிக்கொண்டா? பிடுங்கிக்கொண்டா? ரதத்தை அவள்தான் நடத்துகிறாளோ? இவன் பொக்கை வாயை இளித்துக்கொண்டு பக்கத்தில் உட்கார்ந்திருப்பான். ஒருவேளை, இந்த வேளைக்கு ட்யூட்டி மாறி, தேவதையே வேறோ? நமக்குத்தான் காலடியில் இடறும் கூழாங்கல்லெல்லாம் சாமியாச்சே? அதனால்தான் வெய்யில் இப்படிக் காய்கிறதோ? இல்லை, நான் தப்பாய் நினைக்கிறேன். காயத்தானே வெய்யிலே.

வாழையடியில் ஒரே அமளி. எட்டிப்பார்க்கிறேன்.

இரு கழுத்துகளும் ஒரு கழுத்தாய்ப் பின்னிக்கொண்டு ஈருடல் இரு தலையில் ஒரு புதுப் பட்சியை உருவாக்கிக்கொண்டு இரு வான்கோழிகள் சண்டையில் உருள்கின்றன. கழுத்துகளை லேசில் விடுவித்துக்கொள்ள முடியவில்லை போலும்! அந்த உருவிலேயே புரண்டு புரண்டு முள்வேலியில் ஒரு சந்தின் வழி வெளியேறி, அப்பாடா! எப்படியோ ஒன்றினின்று ஒன்று விடுபட்டு உருவம் பிளந்து, தொப்பைப் பாட்டிகள் போல் லொங்கு லொங்கென்று ஓடுகின்றன.

பின்னால் ஒரு குடிசையில் ஒரு ஸாஹிபா வளர்க்கிறாள். ஆனால் அவற்றிற்கு வேட்டைக்காடு இங்கேதான். மல்லிச் செடியை மிதித்துக் கொண்டு கொத்தமல்லி விதையைக் கொத்திக்கொண்டு, கறிவேப் பிலைக் கன்றை வேரோடு சாய்த்து – ஹரிணி வாய்விட்டு அழுதே விட்டாள். கண்ட சேற்றை மிதித்துக்கொண்டு ஏமாந்தால் சமையலறைவரை நீளும் கால்கள்.

Tommy தென்னங்கன்றடியில் அதுவே பறித்துக்கொண்ட குழியில் படுத்திருக்கிறது. வெய்யில் தாங்காது வயிறு கொல்லன் துருத்தி போல் குபுக் குபுக். என்றைக்கு ஒருநாள் மண்டை கலங்கி வெடுக் கென்று பிடுங்கப்போகிறதோ? இப்போது அதற்குக் கோழிகளைத் துரத்தக் கூடத் தெம்பு இல்ல. எனக்குத் தெரிந்தவரை இது குரைக்கிற நாயுமல்ல, கடிக்கிற நாயுமில்லை. நாய்களில் ஊமை உண்டோ? அப்போ இதன் பிறவிப் பயன்தான் என்ன? ஒரு காரியமுமில்லாமல்

கனகாரியமாக குடுகுடுவென்று ஓடுவதும்... ஓடுவதும்... ஓடுவதும் அவ்வளவுதானா?

அலமாரியிலிருந்து கைக்குத் தட்டுப்பட்ட புத்தகத்தை இழுத்துப் புரட்டுகிறேன். மத்வாச்சாரியரின் "சங்கர திக் விஜயம்." வயதுக்கேற்ற புத்தகம்தான். ஆனால் இந்த வேளைக்கு மண்டையில் ஏறுமா? ஏதாவது ஜேம்ஸ் பாண்ட் வரும் என்று நினைத்தது போக! தோல்வி காணாத பாண்ட் அடி, வெட்டு, குத்து, சுடு , 007 சட்ட பயமில்லாமல் யாரை வேணுமானாலும் கொல்லலாம். சூப்பர் மேன் பாண்ட்.

மண்டை இடிக்கிறது, பெருமாள் எப்பவோ வந்து தயாராக வைத்திருந்த ஏனத்தில் பாலை ஊற்றிவிட்டுப் போய்விட்டான். ஹரிணி தயவு பண்ணணும். ஆனால் அவள் அயர்ந்து தூங்குகிறாள்.

பிற்பகல் வாடைக்காற்று கிளம்பிவிட்டது. வாசலுக்கு வெளியே புல் தரையில் சாய்வு நாற்காலியைக் கொணர்ந்து போட்டுக்கொள் கிறேன். வானத்துக்கும் வெய்யிலுக்கும் காற்றின் மத்யஸ்தம் நடந்து கொண்டிருக்கிறது. வெறிச்சிட்டுக் கிடந்த வான வீதியில் போக்குவரத்து தொடங்கிவிட்டது. மேகங்களின் பவனி, பட்சி ஜாலங்களின் விதவித மான வரிசைக்கட்டுக்கள். ஆட்டத்தில் கையிலிருந்து துள்ளிக் கம்பளத் தில் விழும் சீட்டில் காண்பது போல, பட்சிக்கூட்டங்கள் மேகத்தின் பின்னணியில் விதவிதமான பொட்டுகள் வைக்கின்றன. மேற்கு, மணக் கோலம் பூணுகிறது. பெண்ணுக்கு எந்தப் புடவையும் பிடிக்கவில்லை. அவிழ்த்துப் போட்ட புடவைகள், விதவிதமாய் போர் போராய்க் குவிகின்றன. ஜரிகைகள், கலர்கள், மோஸ்தர்கள் மிளிர்கின்றன.

வானத்தின் கவானில் லேசாய் ஒரு தேமல் படர்ந்திருக்கிறது.

கிணற்றடியிலிருந்து, வாய் குழறியபடி எங்கேயோ சுட்டிக் காட்டிக் கொண்டு ஹரிணி ஓடிவருகிறாள். போய்ப் பார்க்கிறேன். தோய்க்கிற கல்லின் கீழ் விட்டிருக்கும் சந்தில் பாம்புச் சட்டை.

ஹரிணி குதிக்கிறாள். துள்ளுகிறாள், துடிக்கிறாள், முற்றுப்புள்ளியில் லாமல் கத்துகிறாள். "அத்வானம் பிடிச்ச இந்த இடத்தில் வீட்டை வாங்கிப் போட்டுட்டு, ஒரு நாளை பார்த்தாப்போல் நான் வயத்தில் நெருப்பைக் கட்டிண்டு... ஐயையோ என்னால் இனிமேல் முடியாதது. உங்கள் வீட்டை நீங்கள் காவல் காத்துண்டு கிடங்கோ. எங்களை எங்காணும் மயிலாப்பூரில் குடிவெச்சுடுங்கோ" – மூச்சுவிடாமல் வார்த்தைகளின் கோவை கூட சரியாகப் புரியாமல் இன்னும் ஏதேதோ குளறுபடி.

"ஆமாம் அதென்ன மயிலாப்பூர் கணக்கு மாம்பலம், சைதாப்பேட்டை, வடபழனி, சாலிக்ராமம், நங்கநல்லூர் வேளச்சேரி... பேர்களுக்கா

குறைச்சல்? இடம்தான் ஊசிமுனைக்குக் கூட வழியில்லை.

“நான்தான் லபலபலபன்னு அடிச்சுக்கிறேன். ஆனால் அழுத்தமா உங்களுக்கு எல்லாத்துக்கும் ஒரு பதில்தானே! மௌனம் ஸர்வார்த்த ஸாதகம்...”

தைரியத்துக்கு அவள் முதுகில் ஒரு ஷொட்டு கொடுக்கிறேன். அவளுக்கு முகக்கடுப்பு இதற்கு மேல் சாத்தியமா? என் கையை உதறுகிறாள்.

“காடு வாவா என்கிறது. என்ன வேண்டிக்கிடக்கு?” ஹரிணிக்கு என்றைக்குமே ஒருவழிப்பாதைதான். வீட்டுக்கு வந்த புதிதில், அந்த முகக்கடுப்பே அவளுக்கு ஒரு களை கொடுத்தது. அவள் வீட்டில் ஆறு அண்ணன் தம்பிகளுக்கிடையில் அவள் ஒரே பெண். உடன் பிறந்தான்கள் எல்லாம் நல்ல நிலையில் இருக்கிறார்கள். அந்தச் செல்லம் அவளுக்கு இன்னமும் செல்கிறது. அந்தக் கோபத்தின் அழகே என் நெஞ்சை எத்தனை முறை அள்ளியிருக்கிறது. ஆனால் இப்பவோ...

தோளை வியர்த்தத்தில் தூக்குவதைத் தவிர என்னிடம் வேறு பதில் இல்லை. வெய்யிலடித்தால், மழை பெய்தால், பாம்பு சட்டை உரித்தால், அசல் வீட்டுக் கோழி இங்கு மேய்ந்தால், Tommy–க்கு என்றேனும் பைத்தியம் பிடித்தால், சைக்கிளைப் போட்டுக் கொண்டு கறிவேப்பிலைக் கொத்துக்குக் காய்கறிக் கடைக்குப் போனால் அங்கு கடைக்காரன் கைவிரித்தால், வழியில் சைக்கிள் பங்க்ச்சர். ஆனால், வேலைக்காரி ஒரு வேளைக்கு வராவிட்டால், சினிமாவுக்குக் கிளம்பிப் போய்ச் சேருவதற்கு முன் படம் ஆரம்பித்துவிட்டால், தையல் மெஷின் ரிப்பேர் ஆனால், திடீரென்று மின்சாரம் தோற்றுவிட்டால் எல்லாம் என் குற்றம்தான். “அத்வானம் பிடித்த பல்லவிக்கு ஈதெல்லாம், இன்னும் சொல்ல விட்டுப்போனதெல்லாம் சரணங்கள்தாம்.

“மொட்டை மாடியில் காத்து வாங்கலாம்னா படி கிடையாது. என்ன வீடு கட்டி வாழறோமா?”

மாடிப்படி கட்டுவதற்குள், பணம் போண்டி. அப்படியும் விடவில்லை. ஏணி வைத்து ஏறுகிறோம்.

“பிராமணன் bar விளையாடற வயசைப் பார்! ஹரிணிக்கு ஏணியில் ஏறமுடியாத எரிச்சல் என்றுமே அவளுக்கு எல்லாரைக் காட்டிலும் உசிர் வெல்லம். உடம்பு வேறே தடித்துவிட்டது.

ஆனால் அவள் பயங்களை மறுப்பதற்கில்லை. இங்கு இயற்கை, தன் ஆட்சியைப் பட்டண வாசத்தின் தடங்கலின்றிச் செலுத்துகிறது. வீட்டைச் சுற்றி முள்வேலி, பூமியில் வளைகள், எதிலிருந்து எது

வேண்டுமானாலும் வரலாம். என்னைக் கேட்டால்? பூமியென்றிருந் தால், வளைகள், குழிகள், வெடிப்புகள் ஏன் இங்கிருந்து மயிலாப்பூரில் அப்பர் சாமி கோவில் தெரு, பழைய நெ.20, அடுக்குள் தொட்டி முற்றத்தில் ஜலதாரைவரை சுரங்கமே ஓட வழியுண்டு, நான் என்ன செய்ய?

பாட்டி ஆசையாகப் பேரக் குழந்தைகளுக்கு, வடாம் வற்றல் வறுத்து பொட்டலங்கட்டி அங்கு போட்டால் அந்தப் பக்கம் மேடாயிருந்தால், அந்த மேடு ஒரே சீராய் இந்தப் பக்கம் தாழ இறங்கினால் – எந்த மூஞ்சூறைக் கேட்பேன்? உஷ் வேண்டாம். தமாஷுக்கு அங்கும் லாயக்கில்லை. இங்கும் லாயக்கில்லை! சிரிக்கத் தெரிந்திருப்பது எவ்வளவு பெரிய பாக்கியம்?

சென்ற மூன்று வருடங்களாக சென்னைக்கும் லண்டன் வெதர் வந்துவிட்டது. 'திடீர்' கோபம் திடீர் அழுகை. திடீர் மூக்கைச் சிந்திப்போடு. உடனே சிரி எல்லாம் நம் மாதிரிதான்.

நெற்றி கொப்பளிக்கிறது. இந்தத் திடீர் மூட்டம் எப்படி வந்தது. புழுக்கம் எனக்கு மூச்சுத்திணறுகிறது. காற்றின் ஓட்டத்தை ஆகாயப் போலீஸ்காரன் 'ஹோல்ட் ஆன்' பண்ணிவிட்டு என்ன கேஸ் எழுதுகிறான்?

தரையிலிருந்த குப்பை எல்லாம் வாரி, முகத்தில் தூவிக்கொண்டு ஒரு பெருமூச்சுக் கிளம்பி, சுழல் காற்றாக மாறுகிறது. ரஸகுண்டு போல் நீர் கோர்த்துக்கொண்ட மேகங்கள் ஒன்றுடன் ஒன்று இடித்துச் சீர்குலைகின்றன. ஒன்றிரண்டு புஷ்பங்கள் கூட மேலே உதிர்கின்றன. வானம் ஒரேயடியாய் இருக்கின்றது. இதோ ஆகாச கங்கை அவிழப் போகிறாள். ஈஸிச்சேரை மடக்கிட வேண்டியதுதானா?

இல்லை. ஆர்ப்பாட்டத்துடன் சரி. எண்ணெய்க் கடைச் செட்டியார் சத்தம் போடாத சிரிப்பில் முகம், தோள், தொந்தியெல்லாம் பிசைந்த மாவாய்க் குலுங்குவது போல், தனக்கே உரிய ரகசியச் சிரிப்பில் மூட்டம் கலைந்துவிட்டது. வானத்தில் இங்குமங்குமாய்ப் பிசுபிசு பஞ்சுமிட்டாய்ப் படர்ச்சிகள். புலுபுலு ரோஜா மொக்குகள். கசங்கிய மானியங்கள் சிதறிக் கிடக்கின்றன. இருளை இதமாய் நல்ல வார்த்தை சொல்லி ஒதுக்கிவிட்டு மலர்ந்த மினுமினு வெளிச்சம், இடத்துக்கே தண்ணொளியை வர்ணமாய்த் தீட்டுகிறது. ஏதோ ஒரு abstract ஓவியம் உருவாகிக்கொண்டிருக்கிறது.

பகல் கனிந்து பழம் போல் நழுவி இருளின் திறந்த வாய்க்குள் விழப்போகும் ஒரு தினுசான அச்சம் தரும் இசைகேடான முகூர்த்தம். கயிறு மேல், கழைக்கூத்தாடியின் கர்ணத் தருணம் எனக்குச் சொல்லத் தெரியவில்லை. சமயங்கள் ஒருங்குகின்றன. சாமக்ரியைகள்

சேர்கின்றன. காத்திருந்த ஓரையும் வருகின்றது. நேர்கிறது, கடக்கிறது, கழிகிறது. இருளும் ஒளியும் கலந்த வேளை, ஆனால் இதோ இரவு தோன்றி விட்டேன் என்னும் அந்தக் கலவை நேர்ந்த அந்த அசல் சமயம், அந்த ரஸாயனம், நம் இத்தனை காவலையும் நழுவிவிடும் ஜாலம் என்ன?

ஆனால், இதெல்லாம் என்ன அசட்டு யோசனை? யாருக்கு என்ன பயன் எனச் செவிட்டில் அறைந்து விளக்குவது போல் புறப்பாடுகள் ஆரம்பமாகிவிட்டன.

கண்ணன் Bond Box. உடன் நிற்கிறான். எப்போ கையில் பெட்டி யைத் தூக்கிவிட்டானோ இரவு வீடு திரும்பப் போவதில்லை என்று அர்த்தம். பாட்டி வீடோ, மாம்பலத்தில். ரவியோ மூன்றாம் காட்சி பார்த்துவிட்டு மிச்சம் போதுக்குத் தலைக்கு அணை, பெட்டியை வைத்துக்கொண்டு ப்ளாட்பாரத்தில் தூங்கினால் எனக்கென்ன? அவர்களும் அதைத்தான் விரும்புகிறார்கள். தங்களுடைய சந்தோஷம். தங்களுக்குச் செலுத்திக்கொள்ளும் முதல் கடமை. மிச்சமெல்லாம் துச்சம் எனப் பாவிக்கும் அவர்கள் தத்துவத்தில் “எங்கே போகிறாய்? எப்போ வருவாய்?” எனும் கேள்வியே அவர்களுடைய அல்வாத் துண்டில் மயிர் சிக்கினாற்போல். எனக்கும் வயிற்றைக் குமட்டுகிறது.

கண்ணன் என் எதிரே நின்றுகொண்டிருக்கையிலேயே சேகர் அவனைத் தாண்டி அவசரமாகப் போகிறான். BOSS அவனுக்கும் சேர்த்துச் சொல்லிவிட்டதாக அதனுடைய அர்த்தம். ஆகையால் அவன் தனியாகச் செலவு பெற்றுக் கொள்ளத் தேவையில்லை.

இப்போ எனக்கு நினைவு வருகிறது. எல்லாம் ஏற்கனவே நினைப்பில் இருப்பவைதான். படங்கள் திடுக்கென்று எகிறுகின்றன.

இப்போதான் மூன்று வருடங்களுக்கு முன் என் தாய் காலமானாள்.

நான் வழக்கமாய் வீடு திரும்பும் வேளைக்குச் சற்று நேரம் தப்பி வந்தாலும் வாசற்படியில் வந்து உட்கார்ந்துவிடுவாள்.

“என்னம்மா இங்கே உட்கார்ந்திருக்கே?”

“ஒன்றுமில்லை. உள்ளே புழுக்கமாயிருந்தது. ஏதோ காத்து சில்லுனு வராதேன்னு...”

நானும் பக்கத்தில் அமர்கிறேன். பாஷையே பரிபாஷை. உண்மைக் காரணம் எங்களுக்குத் தெரியும். ஆனால் வெளிப்படுத்திக்கொள்ள மாட்டோம். உள்ளேயிருந்து குரல்கள் வேணுமென்றே எங்களுக்குக் கேட்கும்படி கிசுகிசுக்கின்றன.

"அம்மாவும் பிள்ளையும் பேசிக்கறா பார்த்தையா?"

நாங்கள் எங்கே பேசிக்கிறோம்? எங்களைப் பிணைக்கும் மௌனச் சரடே எங்கள் பேச்சென்றால் நாங்கள் நிறையப் பேசுகிறோம்.

'அம்மாவும் பிள்ளையும்' என்கிறார்கள். ஆனால் அவர்கள் பொருள் படுத்துவது வேறு, பல்லைக் கடித்துக் கொண்டு 'கிழங்கள்! அசடுகள்!'

அட, இங்கே இன்னொரு செட் கிளம்புகிறதே!

சாந்தா, தோள்பட்டையில் மேலாக்கு மடிகளைச் சீண்டிய வண்ணம், "அப்பா, கட்டை தொட்டி நாடார் டி.வி. செட் புதுசா வாங்கி யிருக்கார். எங்களை வரச் சொன்னா. போயிட்டு வரோம்."

என் புருவங்கள் என்னையுமறியாமல் கேள்வியில் உயர்ந்திருக்க வேண்டும். ஏனெனில், காட்சி முடிந்து திரும்பப் பத்து, பத்தரை ஆகிவிடுமே! தனி வழி, பெண்டுகள், இரவு வேளை...

"அதெல்லாம் ஒண்ணுமில்லை," வெடுக்கென்கிறாள். இத்தனைக்கும் நான் வாய்திறக்கவில்லை. ஆனால் சாந்தா இந்த வருடம் 10+1... ஏற்கனவே நிறைய மார்க்கு வாங்குவாள். ஆகையால் நான் வாய் திறக்குமளவுக்கு அவள் மக்கு இல்லை. என் வாயை அடைக்கவும் அவளுக்குத் தெரியும். பக்கபலம் வேறு இருக்கிறதே!

"முன் நிலாத்தான். நியூஸ் வரைக்கும் இருக்க மாட்டோம். மெயின் முடிஞ்சவுடனே திரும்பிடறோம். அப்பா, நீங்கள் டி.வி. வாங்கி யிருந்தால், பிறத்தியார் வீட்டில் எங்களுக்கென்ன வேலை?"

ஹரிணி, கொண்டையைத் தொட்டுப் பார்த்துக்கொண்டே "மோருஞ் சாதம் கரைச்சு, பழையது மூலையில் வெச்சிருக்கேன். வீடு ஜாக்கிரதை!"

இப்போ வீட்டில் நான் மட்டும்தான். அரணை ஒன்று என் காலில் உராய்ந்து விழுந்தடித்துக்கொண்டு ஓடுகிறது. ஒன்று திடீரெனப் புலனாகிறது. மனிதனைத் தவிர மற்றெந்தப் பிராணியும் எப்பவும் ஏதோ ஒரு ஜோலியில் ஈடுபட்டுத்தானிருக்கிறது. பொழுது போக வில்லையே எனும் நிலை அதற்கில்லை. காலப்ரமாணத்தில் மிகச் சிறிய அளவைக்கூட அதன் முழுமைக்கு வாழ்வதனால், அதற்குப் பொழுது போதவில்லை. மனிதன் தான், மோவாயைக் கைக் கிண்ணத்தில் ஏந்திக்கொண்டு, காலைக் கால் மேல் மடித்துப் போட்டுக் கொண்டு, அல்லது ஒடுக்கிக்கொண்டு Rodin அப்படியே, ஒரு சிலை வடித்து, அதையே காயமான நியாயமாகச் சாதித்துக்கொண்டு,

நான் இப்போது உணர்வது என் தனிமையையா வெறுமையையா!

வானத்துத் தேமல் நிலவாகப் பூத்துவிட்டது. ஆனால் என் கண்ணில் சதையால் பார்வையின் சிதைவில், எட்டாய் விண்டு தெரிகிறது. பூசணி பத்தைகள்.

முள்வேலியில் காட்டாமணிச் செடி, இடையிடையே பூவரசு, நுணா, ஒதிகை மரங்கள் நெருக்கமாக இலை பின்னிக்கொண்டு, நான் ஒரு குஞ்சு போல், ராஷஸக் கூட்டில் காத்திருக்கிறேன். எதற்கு?

கொஞ்ச நேரம் மொட்டை மாடியில் காற்று வாங்குவோமா!

ஏன் கனத்தடியில் ஏணி படிக்குப்படி முனகுகிறது.

மாடியில் உடம்பை நீட்டுகிறேன். ஆ! இஸ் திஸ் பியூட்டி புல்!

தோள் மேல் சுதந்திரமாய்ப் போட்ட கைபோல், தண்டவாளம், எட்ட, தொடுவானை அணைத்து ஓடுகிறது.

திடீரென வானத்தில் பூக்கள் மண்டிக் கிடக்கின்றன. மொட்டுக்கள், மலர்கள், பிய்ந்த இதழ்கள், மூச்சுவிடும் விண்மீன்கள், சின்னதும் பெரிதுமாய்ச் சீனாக்கற்கண்டு கட்டிகள், வைரச் சிதறல்கள், உறைந்து போன கண்ணீர்த் துளிகள், இதய உதிரிகள் இவற்றிலிருந்து இழுத்த ஜிகினாச்சரடுகளில் ஏதேதோ நினைவுகள், தோற்றங்கள் சம்பந்தா சம்பந்தமில்லாமல் கோவிலில் விதவிதமான காய்கறிகளைக் கட்டித் தொங்கவிட்டு ஒரு உற்சவமாமே! அந்த மாதிரி...

– என் பையல் பருவத்தில், நான் வளர்த்த ஒரு குச்சு நாயின் சடைமறைத்த முகம்,

– இளம் வயதில் மரித்த என் தம்பி, ரீதிகௌளையின் ஒரு சொகுஸ் வளைவு; ஹரிணி கொடியாயிருந்த நாளில் அவள் கூந்தலிலிருந்து பிய்த்தெறிந்த தாழம்பூ மடல்;

– இரவு வேளை கடலோரம் அலைகள் மோதி மீள்கையில் விட்டுச் செல்லும் நுரைத்துளிகள். பொரியும் முத்துக் கொதிகள்.

– டெலிபோன் மணியோசை;

– தச்சன் இழைப்புளியிலிருந்து கூடம்பூரா சிதறும் மரச்சுருள்கள்;

– குப்பையில் மாணிக்கக் கற்கள்

– கண்ணீரும் கம்பலையுமாக அம்மாவின் முகம்; (என்?)

– கன்யாகுமரியின் மூக்குத்தி

இன்னும் ஏதேதோ சொல்லுக்குள் அடங்கினவை, அடங்காதவை. திடீரென இதுவரை எப்படியும் தோன்றாத எண்ணம் ஒன்று அதன்

பெருமிதத்தில் தானே உடல் விம்முவதாகத் தோன்றுகிறது. இந்த மொட்டை மாடியின் அடைப்பில் அடங்கிய வானவரைக்குள் அடங்கிய இத்தனை சொத்துக்களும் என்னுடையதுதானே?

சரி, என்ன செய்யப் போகிறாய்! அத்தனை நட்சத்திரங்களையும் வாரிக் கூடையில் அள்ளிப் போட்டுக்கொண்டு, பீச்சில் சுண்டல் விற்கப் போகிறாயா? அல்லது நட்சத்திரப் பூக்கள் தொடுக்கப் போகிறாயா!

இந்த எண்ணத்தின் மிதப்பே அரை மயக்கம். கால் தூக்கம். கால் நினைவில் எல்லாம் ஒன்றிக் குழம்பி விழித்துக்கொண்டிருந்தேனா, மயங்கிக் கிடந்தேனா, தூங்கியே போய்விட்டேனோ? திடீரென Brindavan Express இன் அறைகூவலில்தான் நினைவின் இயக்கம், தடுத்த நீர் வீழ்ச்சி போல் தடதடவென என் மேல் இறங்கிற்று.

புகைப் போக்கியின் வழி சமையலறையில் ஏதோ பண்டம் உருளும் சப்தம்.

இரண்டு நாட்களாக ஒரு மஞ்சள் பூனையின் நடமாட்டம் இருக்கிறது என்று எனக்குத் தெரியும்.

ஏணிப்படியில் கால் வைத்ததும் –

ஏணிதான் தரையில் சரியாகப் பதிந்ததில்லையோ,

ஏற்கனவே நைந்து, கட்டு முறிந்ததோ,

இசைகேடாய், தூக்கக் கலக்கத்தில் நான்தான் ஒரு பக்கமாய்ச் சாய்ந்துவிட்டேனோ?

ஏணி நிலை பிசகி, ஏணியோடு, சேகர் வெட்டிச் சுவரோரமாய் பரப்பி வைத்திருக்கும் முள் படுக்கையில் சுமார் இருபது அடி உயரத்திலிருந்து...

முட்கள் வாழைப்பழத்தில் ஏறுவது போல் முதுகில், பின் மண்டையில், சப்பையில் நுழைகையில் என்னையறியாமல் வீறலில் வாய்திறந்தது. ஆனால் சத்தம் வரவில்லை. ஒருக்களிக்க முயன்றேன். முடியவில்லை. இடது பக்கம் மறுத்துவிட்டது. Oh my God. வாய் பொத்திய நிசப்தம் பயத்தில் இலைகூட அசையவில்லை. எனக்கு என்ன நேர்ந்துவிட்டது. No. No, No.

பல்லி வாயில் தும்பிபோல், வார்த்தைகள், அலறல்கள் தொண்டைக் குள் இறக்கையடித்துக்கொண்டன.

இனி என்ன?

சாந்தியும் ஹரிணியும் வரும்வரை இங்கேதானா?

வந்தாலும் அவர்கள் என்னை அவர்களிடையே தூக்கிக்கொண்டு போய் உள்ளே சேர்க்க முடியுமா?

முடியாவிட்டால், இரவு பூரா இங்கேயே இப்படித்தானா?

Tommy எங்கிருந்தோ ஓடிவந்து என் முகத்தை ஓரிரு தடவை முகர்ந்து பார்த்துப் பிறகு தலைமாட்டில் உட்கார்ந்து, மூக்கை வானத்துக்கு நீட்டி ஒரு நீண்ட ஊளை...

இதுவேதான் என் உத்தராயணமா?

தூரத்தில் சிரிப்பு கேட்கிறது.

ராம தர்மம்

ஏதோ அந்தச் சமயத்தின் உள்ள நெகிழ்ச்சியில் அவளாக அளித்த வரத்தின் விளைவு, அந்தப் பிராமணர் இன்றுவரை கால்நடையாகவே பூதலத்தைச் சுற்றி வந்திருக்கும் தூரமும் நேரமும், தடவைகளும், அதனதன் பக்கம் தாண்டி, கணக்கும் தன்னில் மூழ்கிவிட்டது.

தற்சமயம் – ஏன், எச்சமயமும் அவர் அறிந்த பூமி , அவன் பாதம் பட்ட பூமி. அயோத்தியிலிருந்து தண்டகாரண்யம், தண்டகாரண்யத்திலிருந்து இலங்கை வரை ஜபித்து ஜபித்து ராம நாம நாமகோடி கோடி நாமகோடி கோடி ராமகோடி நாம் கோடி நாமமும் மூச்சும் இரண்டறக் கலந்தபின், எது நாமம் எது ஸ்மரணை என தனக்கே தெரியாது, தனக்கே புரியாது, தன்னில் இருக்கும் தனி , நாமஸ்மரணை யாகவே ஆகிவிட்ட நிலையில்,

இன்னமும் அலைந்து கொண்டிருக்கிறார் – ராம ராம ராம ராம ராம்..!

அவர்தான் அனுமன். சிரஞ்சீவி வரத்தால் யுகங்களைத் தாண்டி சஞ் சரித்துக் கொண்டிருக்கிறார். பிரம்ம ஞானங்களை ராம நாமத்தினா லேயே தெரிந்து கொண்ட பிராம்மணனாக... வயதைக் கடந்த கிழவராக

எதிர்ப்பட்ட ஒரு பாறாங்கல் மீது கிழவர் அமர்ந்தார். அசதிகூட சொல்லும்படி இல்லை. வாய்க்கால் வழி பாசன நீர் போல் பாயும் எண்ண ஓட்டத்தின் சுவாரஸ்யம். கங்கையிலிருந்து காவிரி, தாமிர பரணி ஜீவ நதிகளின் ஜலம் வாய்க்கால் வழி பயிர்களுக்குப் பாயும் கிளுகிளுப்பில், குளுகுளுவில், சலசலவில், ஜிலுஜிலுவில், தளதள

நெளி நெளி – இத்தனையும் சேர்ந்த கொலுஸில்தானே, தேவியின் தண்டையோசையைக் காப்பாற்றித் தருகிறது!

அள்ளிச் சுற்றிப் போர்த்திக்கொண்ட சால்வை போலும். வாடை கிளம்பி, சுழன்று வந்து, நெற்றியை ஒற்றிற்று. தந்தைக்கு மகன் மேல் பரிவு – வாயுவுக்குப் புத்ரனான ஆஞ்சநேயன் மீது. "எனக்கு ஒதுக்கியிருக்கும் பணியால் எனக்கு வயதில்லை. உனக்கு வரத்தால் வயதில்லை. ஆனால் எவ்வளவு வயதாகிவிட்டாய்!" – பெருமூச்செறிந்தது.

எங்கோ செடியினின்று கழன்று, மாருதவாக்கில், அந்தரத்தில் அலைந்து, புல்லிலும் முள்ளிலும் கல்லிலும் தரையிலும் புரண்டு உருண்டு, மறுபடியும் காற்றின் எற்றலில் தத்தித் தத்தி அலைந்து வந்த ஒரு மலர், கிழவரின் கால் விரல்களுக்கிடையில் சிக்குண்டது.

நீலச் சங்கு புஷ்பம் – ராமன் நிறம்!

பிராட்டியின் பாத மலர்கள் செந்தாமரை, நினைவின் இவ்வளவு தூரத்திலும் ஒளி கண்ணைப் பறித்தது. பாதமே இப்படியெனில் முகம் எப்படி? தேவி முகம்தான் பார்த்ததில்லை என்று சொல்வதற்கில்லை. ஆனாலும் அது அசோகவனத்தில் கண்ட முகம், அமுதமுகம், ஆர்யபுத்ரனுக்கு ஏங்கி ஏங்கிச் சுண்டிய முகம். அதைச் சுயமுகம் என்று சொல்வதெங்ஙனம்? ஆகையால் தானும் ஸௌமித்ரி போலத்தான், நேரில் சுயமுகத்தை நிமிர்ந்து பார்க்க இஷ்டமுமில்லை. ஏன்?

"ராமா!"

கிழவர் திடுக்கிட்டு எழுந்து சுற்றும் முற்றும் நோக்கினார். நினைவின் எதிரொலிதான் என்று தெளிந்ததும் மீண்டும் அலர்ந்தார். அது அக்னி பகவானின் பழைய குரல்...

"ராமா, இவள் மாசற்றவள்..."

கோதண்டத்தின் மணி தானாகவே அலறிற்று. கபந்தங்கள் கூத்தாடும் அந்த யுத்த பயங்கரத்தில், உயிர்களைக் குடித்துக் குடித்து மாளாமல், காலதேவன் வயிறு திணறும் இந்த நாசகளத்தில். 'இன்று போய் நாளை வா' என்று சொல்லவல்ல அமைதிகாக்கும் சாந்தபிரான் வலது புருவம் வியப்பில் உயர்ந்தது. கோதண்டத்துக்குப் பயமா? ஆம்! இது பயம்; வேறு பயம், அக்னிதேவன் தரும் ப்ரமாணிக்கம் அல்லவா?

"இவளுடைய கற்பின் தகிப்பு என்னால் தாளவில்லை" – ஏந்த முடியாத தழலை எப்படியோ அவனிடம் சேர்த்துவிட்டான்.

அவர் பார்வை, கண்ணுக்கெட்டியவரை நீலமலரைத் தொடர்ந்தது.

அப்படிப்பட்டவளை, பாவம் ஓரிடம், பழி ஓரிடமாக மீண்டும் கானகம் அனுப்பியதற்குப் பிராயச்சித்தமாக, இதோ, இப்படி, அங்க ப்ரதட்சணம் செய்துகொண்டிருக்கிறான்.

லீலா, அப்போது இழைத்த தவறுக்கு அப்போதே தண்டனை இல்லை; இழைக்கும் முன்னரே தவறும் தீர்ப்பும் சேர்ந்து தாமே பதிவாகிவிடும் ரகசிய ஏடுகள். மேல் வரும் வரை அந்த நியதியை வகுத்த ஆண்டவனுக்கும் எட்டாமல், அவனும் தவறுக்கும் தீர்ப்புக்கும் விலக்கு இல்லை என்பதால், அவனுக்கும் அப்பாற்பட்டு எந்தப் பேழையில் பூட்டிக்கொள்கின்றன? அந்தப் பேழையும் எங்கே? இதுதான் யாரையும் ஆளும் விதி.

"அண்ணன் இல்லாத சமயத்தில் என்னைப் பெண்டாளப் பார்க்கிறாயா?"

அனுமன் செவிகளைப் பொத்திக் கொண்டார். உடல் குலுங்கிற்று. இதற்கு அனுபவிக்கத்தான், வண்ணான் வண்ணாத்தி சாக்கில், வட்டியும் முதலும் போல் பிள்ளைத்தாச்சியாகப் பிராட்டி மீண்டும் கானகம்...

கொழுந்தனைச் சீறட்டும். அலுத்துக்கொள்ளட்டும். திட்டட்டும். ஆனால் இப்படி வக்ரமாக, இவ்வளவு ஈன பாஷை எப்படி ராஜரிஷி மகள் வாயில் வந்தது? அதுதான் விந்தை, திகைப்பு. வாயை எத்துணை முறையேனும் அலம்பல் வேண்டும்.

அன்றொரு நாள் மாலை...

வழக்கம்போல் கிஷ்கிந்தையிலிருந்து ராகவனைத் தரிசிக்க வந்திருந்த போது,

நந்தவனத்தில் அமைத்திருந்த வேனில் பந்தலின் இதமான இருளில் இருவரும் அமர்ந்து அளவளாவிக்கொண்டிருக்கையில், எட்ட நந்தவனத்தின் மற்றொரு மூலையில், தேவி தோழிகளுடன் பந்து ஆடிக்கொண்டிருக்கையில், ராகவனுக்கு அன்று மனமிருந்த நிலை, ஏதோ பேச்சுவாக்கில்,

"ஆஞ்சனேயா, இவளைப்பற்றி நாம் ஏதறிவோம். உண்மையில், மண்ணிலே கிடைத்தாள் என்பதன்றி?"

வாய்விட்டு இவ்வாறு சொல்லவில்லை. பாஷையென்பது வாய்ச் சொல்லுக்கு அடங்கியதல்ல. கண்ணோக்கு, வேறு சைகைகளுக்கும் கட்டுப்பட்டதல்ல. பாஷையென்பது இவைகளே அல்ல. வாய் தாண்டி, கண் தாண்டி, சைகை தாண்டி, மனம் தாண்டி, மூலத்தின்

தியானக்கடலில், அங்கும் அதற்குரிய தொடுவானம் விளிம்பைத் தொட்ட அமைதியில், கடலிலேயே எழுந்து, கடலிலேயே விழும் துள்ளு மீன் – எழுகையில் கேள்வி, விழுகையில் பதில் – பரஸ்பர நிலை, நெஞ்சோடு நெஞ்சு கிளத்தல் எனும் தாது பாஷை இருக்கிறது; இதனினும் நுண்ணிய அடுத்த நிலை தெரியும்வரை.

அனுமனின் அதரங்கள் அவரையும் அறியாமல், புன்னகையில் இளகிற்று.

யாவும் விதிக்கப்பட்டவை; ஆதலின், நிகழ்வதென்பது ஒருமுறை; ஒரே முறைதான். இன்னும் நெருக்கிச் சொல்லின் நிகழ்ந்தது நிகழ்ந்த தோடு சரி; மறுமுறை என்பது அதற்கில்லை. முதல்போலும் நிழல்கள், நிழல்கள், அவைகளின் ஆட்டம் உண்டேயின்றி, முதல் மீண்டும் வருவதில்லை. அது சன்னிதானமாகிவிட்டது. அதன் முகூர்த்தத்தி னின்று இனி அது இறங்கி வராது. அல்லேல் மகிமையேது, மானமேது, சத்யமேது? நேர்ந்தது சரித்திரம், மற்றவை கதை.

ஆகவே அவரவர் பக்குவத்துக்கேற்ப, தியானமும், பக்தியும். கற்பனையும், ஞானமும், சாமர்த்தியமும் சமத்காரமும் காட்டிய வையை வடித்தவர்களேயல்லாது, காவியர்கள் ராமாயண ரகசியங் களைப் பூராவும் என்ன கண்டார்கள்? கண்டவர்கள் ராம சரிதத்தில் பங்கு கொண்ட நாங்கள். விண்டதையே விண்டு கொண்டிருப்பவர் இவர். இந்தச் சிதைவே, காவியங்கள் இழைக்கும் முதல் பாவம். இதைச் சுற்றி நெய்த பாஷ்யங்கள், அர்த்தங்கள், அனர்த்தங்கள் இத்தியாதி வடிகால்கள் மூலம் மறு பாவங்கள், பிற பாவங்கள் இழைக்கப்படுகின்றன. கர்மாவை யாராலும் தடுக்க முடியாது.

ஆகவே, அன்று ராகவனும் அனுமனும் (இங்கு நான் என்று என்னை பாஷை பற்றாமையில் நேரும் பாவத்தில், தனிப்படக் குறிக்க அஞ்சுகிறேன்.) இருந்த அந்தரங்க நிலையை நூல்களில் காண முடியாது. நூல் தாங்காத அத்துணை நுட்பம், இன்பம், சத்யம். தவிர எல்லாமே எல்லார்க்குமல்ல. இதுதான் தியானத்தின் முதல் உபதேசம்:

"வாயுபுத்ர, நான் விஷ்ணு, அவள் லஷ்மி, ராவண சம்ஹார நிமித்தம் ராமாவதாரம், ஈதெல்லாம் சுயநலம், சொக்கட்டானில் சோழி குலுக்கல். வேணும்போது அவதாரம், மிச்சத்துக்கு நரன் எனப் பேசுவது நீசம். நேர்மையற்ற தர்க்கம்.

நான் கேட்கிறேன்– "யார் அவதாரமில்லை? நீ யார் மாதிரி. என் பலத்தை நான் ராவணனிடம் நிரூபிக்கவில்லை. இவளிடம்தான் இன்னமும் நிரூபித்துக்கொண்டிருக்கிறேன். இதுவே என் பாடு."

ராகவன் குரலில் தொனித்தது கவலையா? விரக்தியா? அதையும் தாண்டிய விசனமா? பிறவியின் விசனம் பிறவி விசனம் பிறவியே விசனம் – ஸத் ஸரிக் கமக பமகா...

ஸங்கீத கூடத்தில் இசைக்கும் ஏதோ ஒரு யாழ், சிந்தனாஸ்வரத்தை எடுத்துக்கொள்கிறது.

“அவதாரமாம்! என்ன அவதாரம்? பலப்பரீட்சையில் தோளைத் தட்டிக் கொள்வதற்குத்தானா அவதாரம்? என் பிறவியின் எல்லைகள் என்னை அவ்வப்போது மட்டம் தட்டிதான் வைத்திருந்தன. ஆயிரம் ராமர்களும் உனக்கு ஈடாவரோ?’ என்று குஹன் பரதனைச் சிலாகித்த போதே நான் மட்டுப்பட்டுவிட்டேன். பெண் புத்தி பின்புத்தியில் மயங்கி மானைத் தொடர்ந்து ஏமாந்தேன். அதன் விளைவாக எத்தனையோ பேர் வினைகளுக்கு இடம் கொடுத்தேன்.

வாலியை நான் மறைந்து கொன்ற பழி, நான் மறைந்த பின்னரும் என்னைக் கருவறுத்துக்கொண்டிருக்கப்போகிறது. இவ்வுலகம் உள்ளளவும் அதில் தெய்வ நம்பிக்கைகளும் இதிஹாஸ புராணங்கள் பேசப்படும் வரையிலும், துஷ்ட நிக்ரஹம் சிஷ்ட பரிபாலனம் என்று என் அவதார மஹிமைக்குள், வாதங்கள் என்னை ஒளித்து வைத்தாலும், மனிதப்பிறவியின் சுயநலம், அதனால் செய்த கொலை அது இல்லையென்று சொல்ல முடியுமா? சீதை மயக்கம் அப்பா, சீதை மயக்கம்!”

ஸ்ரீராமன் தற்கெலியில் சிரித்தான்.

“மற்றும், வாலி அரசைப் பிடுங்கி சுக்ரீவனுக்குக் கொடுக்க நான் யார்? அதேபோல், ராவணன் இருக்கையிலேயே இந்த விபீஷணா, லங்காபுரி ராஜ்யம்” என்று வாரி வழங்கிவிட்டேன். இதுதான் கடைத் தேங்காயை எடுத்து வழிப்பிள்ளையாருக்கு உடைத்தல். இதில் இன்னொரு வேடிக்கை பார். என் அரசே எனக்கில்லை. இன்னும்தான் அது எனக்குச் சொந்தமில்லை. என்ன விழிக்கிறாய்? இது பரத ராஜ்யம்தான். ராமராஜ்யமில்லை. ‘என் மகன் நாடாளணும், ராமன் காட்டுக்குப் போக வேண்டும்’ என்று என் மாற்றந்தாய் எண்ணினாளா? நீ ஸாக்ஷாத் பரமேசுவரனின் அவதாரம் முன் பின் நடுவற்று, ஏற்கனவே அழிவற்ற உனக்கு அவள் வழங்கியிருக்கும் சிரஞ் சீவி வரம் இந்த ஜன்மாவை நீ அலங்கரித்துக்கொண்டிருப்பதற்கு உன் காதில் தொங்கும் குண்டலம் ஒன்று தவிர அதற்குத் தனிப் பலிதம் இல்லை என்றே சொல்வேன். நிமித்தமாகப் பிறந்தோ, அல்ல பிறந்தபின் நிமித்தத்தைத் தேடியோ முனைவதில் ஈடுபடும் எந்தப் பிறவியும் அவதாரமே.

அசுரர்களை ஏமாற்றி, அவர்களும் சேர்ந்து கடைந்தெடுத்த அமிர்தத்தைக் குடித்துவிட்டு, மந்தர்களாகிய தேவர்களைக் காட்டிலும், சுயமுயற்சியில், விடாமுயற்சியில் பிறவியின் அர்த்தத்தைத் தேடும் மனித ஜன்மம் மாண்புடைத்தது. நரணை நிரூபிக்கவே நான் வந்தேன்.

என் பிறவியின் நிமித்தம் ராவண ஸம்ஹாரம் அல்ல. அது இடை வந்தது. அதற்கென்றே, அவன் குலத்தை வேருடன் அறுக்கவே அவள் தோன்றினாள். சீதை பிறக்க லங்கை அழிய." நந்தவனத்தின் மற்றோரத்தினின்று சிரிப்புக் கொத்துக்களுக்கிடையே, அந்தரத்தில் எழும்பி அங்கு நேரத்துக்கு மேல் சோம்பினாற்போல் நொடியிலும் நொடி கூட நின்ற பந்தின் மேல் ராகவனின் நாட்டம் லேசாய்ச் சாய்ந்தது.

ராமன் முகத்தில் சட்டென்று புன்னகை தவழ்ந்தது.

“இதுபோல், கன்னி மாடத்தில் அவள் பந்தாடுகையில் சிவதனுசடியில் ஓடிவிட்ட பந்தையெடுக்க, வில்லை ஒரு கையால் தூக்கியதைத் தற்செயலாகப் பார்த்துவிட்ட என் மாமனார், எப்படி அரண்டு போயிருப்பார் என்பதை நினைத்துக்கொண்டேன். கலப்பையில் தட்டுப்பட்ட பெட்டியில் நான் கண்டெடுத்தது பேயா, ராக்ஷஸியா? இவளிடமிருந்து முன்னால் நம்மைக் கழற்றிக்கொள்ள வேண்டும்' என்கிற தீவிர பயம் அப்போதுதான் அவருக்குத் தோன்றியிருக்கும். ஆனால் இவளைச் சமாளிக்கத் தக்கனராய் ஆண் இருக்க வேணும் என்பதற்காகத்தான் வில்லை முறிக்கும் நிபந்தனையைக் கொணர்ந்தார். உண்மையில் அது சுயம்வரமா? நிபந்தனை வரம். ஒரு தினுசில் கட்டாய வரம். விதி வரம்.

மாருதி, இவள் மண் யாவும் விளைவதும் இவளில்தான். வளம் பெறுவதும் இவளில்தான். ஆனால் அத்தனையையும் விழுங்குபவளும் இவள்தான். இவள் பயங்கரி. நான் கருவில் வளர்ந்து ஜனித்தேன். இவள் கர்ப்பவாஸமே அற்றவள். காலவரையே அற்ற வயதைக் கடந்து இப்பிறவியில் எனக்கு தாரம் சீதையென்று உருக்கொண்டிருக்கிறாள். இவள் என்னிலும் மிக மிக மூத்தவள். இவள் உறவை என்னென்று நிர்ணயிப்பது? நெருப்புக் குளியல் இவளுக்கு நிலாக் குளியல். கேட்ட இரு வரங்களில் வனவாச வரம் நிஜமானால் மற்ற வரம் பொய்யாகிவிடுமா? என் தம்பி நல்லவன். எனக்கு நாட்டைக் கொடுத்துவிட்டான் என்பதால், நாடு எனக்குச் சொந்தமாகிவிடுமா? அப்போது எனக்காக அவன் பாதுகாத்தான். இப்போது அவன் தருமத்தில் நான் அவன் சிம்மாசனத்தில் உட்கார்ந்துகொண்டிருக்கிறேன்.

ராஜதர்மத்தில் 'உனக்கு என்ன வரம் வேண்டும்?' என்று என் தந்தையே முன்வந்து கேட்ட அன்றே வரங்கள் கொடுக்கப்பட்டு விட்டன.

விவரங்கள் அப்போதே தெரிவிக்கப்படவில்லை; அவ்வளவு தான். உண்மையில் அவை பிறகு வரங்களேயில்லை. என் தாய், என் தந்தை யிடம் விட்டு வைத்திருந்த கடன்.

சேதுபந்தனத்துக்கு அனுமதிக்கு மூன்று நாள் தவம் கிடந்தேனே, ஸமுத்ர ராஜன் மதித்தானா? வில்லைக் காட்டின் பின்னர்தானே வழிக்கு வந்தான்!

ராவண ஸம்ஹாரம் என்று பிரும்மஹத்தி இழைத்தேன். ராமேசு வரத்தில் லிங்கத்துக்குப் பூஜை செய்துவிட்டால் தோஷம் போய்விடாது. பச்சாதாபத்துக்குப் பூஜை ஒரு வடிகால், அவ்வளவே. இந்த ராவண ஸம்ஹாரம், சுந்தர, நீயல்லால் சாத்தியமா?

“அது காரணம், ராகவ தரிசனம் எங்கள் பாக்கியம்” கைகள் ராமனின் பாதங்களைத் தேடின.

இரண்டு மைனாக்கள், ஒன்றையொன்று துரத்தி விளையாடும் வெறியில் பந்தலுள் நுழைந்து அவர்கள் தலை மீது வட்டமிட்டுவிட்டு மீண்டும் வெளியே பறந்து போயின.

“கிர்ச் கிர்ச் கிர்ச் கிர்ச்...”

“இந்த ராவண ஸம்ஹாரத்துக்கு அணிலிலிருந்து ஆஞ்சனேயன் வரை போதாதென, எதிரியின் மர்மங்களை வெளியிட எதிரியின் பாசறை யிலிருந்து அவன் தம்பி... என்ன பெருமை வேண்டியிருக்கிறது. செத்த பாம்பை அடித்து, வாகை சூடுவதில்? ‘ராமா ராவணனை அழித்தது பெரிதல்ல. அதைவிட இந்திரஜித்தின் ஸம்ஹாரம்தான் மகத்தானது. இது என் வார்த்தையல்ல. அஹஸ்திய முனிவரின் வார்த்தைகள்.’

ஆம்; அவர் சரியாகத்தான் சொன்னார். இந்த ராவணன் ஏற்கனவே பல இடங்களில் அடிபட்டவன்தானே? அங்கதன் தொட்டிலில் பொம்மையாகத் தொங்கியவன்தானே? நினைத்தால் வாலி அவனை அப்பவே நசுக்கியிருக்க முடியாதா? சீதை இவனை ஒரு பார்வையா லேயே எரித்திருக்க முடியாதா? ஏன், உன் முன் அவன் எம்மாத்திரம் வாயுபுத்ர, உன் பெருந்தன்மையில், ராமாயணத்துக்காக அவனை விட்டு வைத்தாய். இப்போது உன்னை நான் வணங்குகிறேன்.”

“ராமா ராமா!” – கிழவர் செவிகளைப் பொத்திக்கொண்டார்.

மனிதப் பிறவியின் சுமை என்னென்று கண்டாயா? வெளியில் காட்டிக்கொள்ளாத முடியாத புழுக்கங்கள். இவைகளைத் தாங்கிக் கொள்ளத் தன்னைக் காட்டிலும் பெரும் பாரத்தை ஒண்டியாக இழுக்கும் எறும்பின் பலம் வேண்டியிருக்கிறது.

அனுமன் ஆறுதலாக அவர் பாதங்களைத் தொட்டு வருடினான். அது இல்லாமல் அவனால் முடியாது.

“ரகு வீரா, ஒன்று கேட்கிறேன். ராவண ஸம்ஹாரம் இல்லையெனில், உங்கள் பிறவியின் நிமித்தம்தான் என்ன?”

“பிதுர்வாக்ய பரிபாலனம்” – வார்த்தைகள் அமைதியாகத்தான் வந்தன. ஆனால் அக்ஷரத்துக்கு அக்ஷரம் ஒரு முழுமை, உருண்டை வடிவம் பெற்று, என்ன அழுத்தம், தீர்மானம், கம்பீரம்!

“அப்பா!”

அனுமனுக்கு ரோமங்கள் குத்திட்டன.

தென்றலா? தசரதனின் ஆசி மூச்சா?

ததாஸ்து.

தரிசனம் என்று தனியாக இல்லை. நித்யத்துவத்தினின்று சொட்டென ஒரு தருணம் உதிர்ந்து தொட்டுவிட்டு நகர்கின்றதே அதுதான் தரிசனம். ததாஸ்து.

அந்தக் காலப்ரமாணம் ஸீதையையும் கவ்விற்று. பந்தாட்டத்தின் நடுவில் திடீரென்று பந்தைத் தேடிக்கொண்டு தோழிகள் அனைவரும் மூலைக்கொருவராய்ப் போய்விட தான் தனித்து நிற்பதை உணர்ந்தாள். இது பழக்கமான தனிமை இல்லை. அவள் தனிமையாகயில்லை. வயிற்றில் திடீரென ஒரு முத்துப் பொறி வைத்தாற் போன்ற உணர்ச்சி.

“ஓ!”

மனம் சட்டென ஆர்யபுத்திரனை நாடிற்று. தனக்குத் திடீரெனப் புரிந்ததைக் கணவனிடம் சொல்லிக்கொள்ள ஓடி வந்தாள்.

பந்தலுள் தம்மை மறந்த இரண்டு சிலைகளைக் கண்டாள்.

அரவான்

குழந்தையின் வீறலைக் கேட்டு, கிணற்றின் பிடிச்சுவரின் மேல் தவலையுடன் தாம்புக் கயிற்றை அப்படியே போட்டுவிட்டு உள்ளே ஓடிவந்து குழந்தையை வாரினான். பொங்கி வழியும் வியர்வை, மூலவர் மேல் பூசிய எண்ணெய் போல் அவன் கறுப்புடல் மேல் பளபளத்தது.

அவனுடைய பரந்த கைகளினிடையில் குழந்தை சின்ன மாவு பொம்மை போல்தானிருந்தது. இழுத்துப் பழக்கமில்லாததால் தாம்புக் கயிறு உள்ளங்கைகளை வீறுவீறாய் அறுத்திருந்தது.

அணைத்துக் குலுக்கி அதன் அழுகையை அடக்க முயன்றான். ஆசைப் பெருக்கில் அர்த்தமற்ற சப்தங்கள் அவன் வாயினின்று பிறந்தன. ஆயினும் குழந்தையைத் தேற்ற அவை வகையற்றுப் போயின.

அதன் கத்தல் இன்னமும் அதிகரித்தது.

"என்ன! தாயில்லாக் குளந்தையா?"

அவனுக்குத் தூக்கிவாரிப் போட்டது. ஏற்கெனவே உள்ளூர வேதனைப் பட்டுக்கொண்டிருக்கிறான். "காலையில் வேலை பார்க்கப் போன பெண்பிள்ளை – சூரியன் உச்சிக்குப் போயிட்டுது – இன்னமும் திரும்பினபாடில்லே. இந்தப் பட்டணத்திலே ஊருக்குப் புதுசு. ஆண் புள்ளைக்கே இத்தனை மோட்டார் வண்டிக்கும் டிராம் வண்டிக்கும் சடுக்கா வண்டிக்கும் ரிக்ஷா வண்டிக்கும் நடுவுலே ஆளைப் பம்பரம் சுத்திவிட்டாப் போலே இருக்குது. அவளை எது வாரி வாயிலே போட்டுக்குதோ? யார் இந்த ஆள் அவசகுனி மாதிரி?..."

அந்த ஆள் எதிர்த் திண்ணையிலே உட்கார்ந்துகொண்டு ஒரு துண்டு பீடியைப் பிடித்துக்கொண்டிருந்தான். அவன் முகத்தைப் பார்த்து வயதையோ அந்தஸ்தையோ, நிர்ணயிப்பதற்கில்லை. கால் மேல் காலை மடித்துப் போட்டு உட்கார்ந்து கொண்டு வெகு ஆத்திரத்துடன் பீடியைக் குடித்துக்கொண்டிருந்தான்.

“இல்லே; காலைலே போனா – இன்னும் வரல்லே – குளந்தை வவுத்திலே ஒண்ணுமில்லே.”

“யார் வவுத்திலேதானய்யா இப்போ என்ன இருக்குது? எரிச்சல் தானிருக்குது. ஊருக்குப் புதிசா? ஏதேனும் வேண்டுதலையா?”

“இல்லை; பட்டணத்துக்குப் புளைக்க வந்தோம்.”

அந்த ஆள் ஆத்திரத்துடன் பீடியை விசிறி எறிந்தான்.

“ஆமாய்யா, வெளியூரிலே இருக்கிறவன் புளைக்கறதுக்குப் பட்டணத்துக்கு வந்துடுங்க. பட்டணத்திலேயே இருக்கிறவன் பட்டினி கிடக்கட்டும்! ஊரிலே இருக்கிறவனுக்கு இடமில்லை; வந்துடறாங்க வரிஞ்சு கட்டிக்கினு – புளைக்கறத்துக்கு.”

‘மனுசனுக்கு மனுசன் ஏன் இப்படி இருக்குதுன்னு புரியில்லே. யார் யாருக்குத் தீங்கு இளைச்சுட்டது என்ன? அவன் யாரோ நான் யாரோ, இவனுக்கு என் மேலே என்னத்துக்குக் கோவம்? இந்த மாதிரி இடத்துலே தன்னந்தனியா மாட்டிக்கிட்டு எப்படிப் புளைக்கறது? ஊரிலே ஒரு மாதிரி கஷ்டமின்னா, ஒண்டவந்த இடம் இப்படி இருக்குது. துணையுமில்லே, துப்புமில்லே. ஒண்ணும் புரியவும் மாட்டேன்னுதே...’

அவள் படும் வேதனையும் குழந்தையின் ஓயாத அழுகையும் ஆத்திரத் தைத்தான் விளைவித்தன. இதும் களுத்தை முறிச்சுப் போட்டுடவா? ஒருவளியா ஒளிஞ்சுது ஒரு தொந்தரவு.

‘போனா போனா, காலைலே போனா – படிக்கப் போன வேலையை வேரோடு புடிங்கிக்கிட்டு வந்துடற மாதிரி – என்னடாது ஆண்புள்ளெ கிட்டே குளந்தையை விட்டுட்டுப் போனமே, வேளா வேளைக்கு அவன் என்ன பண்ணுவானின்னு நெஞ்சிலே பயமிருக்கணும். ஊரைச் சுத்தணும்னா போதும் இந்தப் பொம்பு ளெங்களுக்கே...’

அவன் பொருமிக்கொண்டிருக்கையிலே நிழல் வாசற்படியில் தட்டியது.

“வந்துட்டியா?”

“வராமே? சாக்கடைத் தண்ணிக்குப் போக்கெடம் ஏது? என்னா கொளந்தையெ அளவிட்டுட்டியே. இதான் சாமர்த்தியமா? கொடு இப்படி.”

கோபம் அவன் வாயை அடைத்துவிட்டது. 'ஆளைத் தூக்கி எறிஞ்சு பேசறதுலே அவுங்களுக்கு நிகர் அவுங்கதான். ஒண்ணு முதுகிலே வெச்சா சரியாப் போயிடும். என்ன தைரியமா கேக்கறா பாரு! இருக்கட்டும். இப்பொ கொளந்தைக்கிப் பசி அடங்கட்டும். அதான் இப்பொ முக்கியம். அவளுக்குத்தான் அந்த எண்ணமில்லேன்னா நமக்குக் கூடவா இல்லே! நான் பெத்த மகன்.'

அந்த 'ஆள்' அப்பொழுதே போய்விட்டான். அவள் திண்ணையில் உட்கார்ந்துகொண்டு குழந்தையை எடுத்துவிட்டுக்கொண்டே கேட்டாள்:

"நீ எங்கயாவது புளைப்புத் தேடினயா? என்னவாச்சு?"

அவள் கேள்விக்குப் பதில், அவன் முகவாட்டத்திலேயே கிடைத்து விட்டது.

"இன்னக்கி கடைத் தெருவைச் சுத்தினேன். சித்தாள் வேணுமான்னு கடைகடையா ஏறிக் கேட்டேன். ஒவ்வொருத்தன் என்னென்ன சொல்றான்கறே? – ஏதோ வேலையில்லேன்னு சொல்லிக் களிச்சால் போச்சு. எடக்காப் பேசறான்!

'சித்தாள் வேலையா? இங்கே இருக்கிறவனே ஈ ஓட்டறான்! யுத்தம் வந்தாலும் வந்தது, என்ன சாமான் இங்கே இருக்குது வியாபாரம் பண்ண?' என்கிறான் ஒருத்தன்.

ஒரு கடைக்காரன் வேலையில்லேன்னு சொல்லிட்டு நான் படியிறங் கினப்புறம் என்னை மெனக்கெட்டு மறுபடியும் கூப்பிட்டு, 'நான்தான் கடைக்காரன் – நான் இங்கே என்னாத்துக்குக் குந்திக்கிட்டு இருக்கேன் தெரியுமா?'ன்னு கேட்டான்.

'தெரியாதே' இன்னேன். எனக்கெப்படித் தெரியும்?

'சாமான் வாங்க வரவங்களுக்கெல்லாம் அது இல்லே, இது இல்லேன்னு சொல்லியனுப்பத்தான் குந்திக்கிட்டு இருக்கேன். இல்லை, இல்லை இன்னும் கத்திக் கத்தித் தொண்டை வத்திப்போச்சு. இல்லை பாட்டுப் பாடத்தான் இனிமேல் ஒரு ஆள் போட்டுக்கணும் போல் தோணுது. போப்பா, புளைக்க மாட்டாதவனே! பொட்டலங் கட்டக் கூட காயிதமில்லாத காலமிது – அதுகூட யுத்தத்துக்கு வேணுமாம் – நீ கூடப் போறதுதானே!' இன்னு சொல்றான்.

இந்தப் பட்டணத்துப் பேச்சு நமக்குப் புரியமாட்டேன்னுது, எல்லாத்துக்கும் எடக்காப் பேசறாங்க. கொஞ்ச நேரத்துக்கு முன்னாலே தான் ஒரு ஆள் என்னை ஒரு காரணமுமில்லாமலே விரட்டிட்டுப் போனான். அத்தோடே கொளந்தையெத் தனியா விட்டுட்டு எவ்வளவு நேரம் வெளிலே சுத்த முடியுது? உன் மாதிரியா? காலைலே போன

பொம்புள்ளே, திரும்பி வர இத்தனை நேரமாச்சுதுன்னா என்னாத்தைச் சொல்றது!"

"என்னாத்தை சொல்லப்போற? யாராவது இஸ்துக்கிட்டு ஓடிட்டாங்கன்னு பாத்தியா?"

அவன் மனம் 'சுருக்'கென்றது. 'வயித்துக்குக் கஷ்டம் வந்துட்டுதுன்னா, கொண்டவளுக்குக்கூட இவ்வளவு எளக்காரமாய் போயிடுமா?'

குழந்தை மறுபடியும் கத்த ஆரம்பித்துவிட்டது. அவன் கண்கள் ஜ்வலிக்க ஆரம்பித்தன. 'இன்னைக்கு அவன் மனம் நோவடிக்கறதிலேயே அவளுக்குச் சந்தோசமா?'

"ஏன் அதுக்குள்ளேயும் விலகிட்டே?"

"சரிதான்! என் புளைப்பும் உன் புளைப்பும் அதிலேதானிருக்குது."

"என்ன அம்மே, வந்ததே மொதக் கொண்டு ஒரு மாதிரியாயிருக்கே. புதிர் போட்டுப் பேசுறே. என்ன? உடம்புக்கு பூசைக்காப்பு போடணுமா?"

அவள் குழந்தையை இடுப்பில் வைத்துக் குலுக்கிய வண்ணம் திண்ணையில் உலவியபடி, சமாதானப்படுத்த முயன்றுகொண்டே சொன்னாள்.

"கொஞ்சம் அவசரப்படாமெ நான் சொல்றதைக் கேளு. இன்னி காலையிலே இப்படிப் போனேனா – இந்த ரோட்டோட போனேன். அப்புறம் ஒரு சந்துலே நுளைஞ்சேன். ஆனால் அது சந்தில்லே. ஆள் நடமாட்டம் அதிகமாயில்லே. ரெண்டு பக்கமும் தனித்தனியா பங்களாவுங்க இருந்திச்சு. அப்புறம் அப்படித் திரும்பினேன். இப்படித் திரும்பினேன். எனக்கு வழி மறந்து போச்சு. சுத்து முத்தும் பாத்தா ஒருத்தருமில்லே. எனக்கு ஒரே அளுகையா வந்திட்டுது. நான் ரோட்டோரமா நின்னிட்டு அளுதுகிட்டு இருந்தேன்.

அப்போ ஒரு ஆள் அந்தப் பக்கமா வந்தான். என்னைத் தாண்டிப் போனான். அப்புறம் திரும்பிப் பார்த்தான். நின்னான். மேலே இன்னும் கொஞ்சம் நடந்து போனான். மறுபடியும் என்னை முளிச்சுப் பார்த்தான். அவன் பார்வை ஒரு மாதிரியாயிருந்திச்சு. என் முகத்தைப் பாக்கல்லே. களுத்துக்குக் கீளே. இடுப்பு வரைக்கும்தான் கண்ணோட்டம் நின்னுது. அப்புறம் எண்ணத்தை என்னவோ திடம் பண்ணிக்கிட்டுத் திரும்பி நேரே வந்தான்.

'ஏன் அழுவறே? எந்த ஊர்?'

'ஐயா, ஊருக்குப் புதிசு. நாட்டுப்புறம். வளி தப்பிப் போச்சு இன்னேன் விக்கிக்கிட்டே.'

‘ஏன் வந்தே இந்த ஊருக்கு?’

‘புளைக்க வந்தேனுங்க. எங்கேயாச்சும் பத்துப் பாத்திரம் துலக்கிப் போட்டு வாசக்கூட்டி வேலையவப்பட்டா போதுங்க.’

அந்த ஆள் என் கழுத்தைப் பார்த்துக்கிட்டே ‘கலியாணம் ஆயிட்டுதா’ன்னு கேட்டான்.

‘கையிலே ஒரு குளந்தையிருக்குதுங்க. என் எசமானர்கிட்டே விட்டுட்டு வந்திருக்கேனுங்க.’

‘எத்தனை வயசு?’

‘இரண்டு மாசங்க.’

‘சரி வா. உன்னதிர்ஷ்டம் இந்தப் பக்கமா நான் வந்தேன். உனக்கு வேலை வாங்கித் தரேன். என்னோடு வா.’ இன்னுட்டு நடந்தான். எனக்குக் கொஞ்சம் பயமாய்த்தானிருந்திச்சு. இருந்தாலும் ஆள் நடமாட்டமிருக்கிற இடமா வந்து சேர்ந்துட்டா சமாளிச்சுக்கலாம்னு மனசைத் தைரியம் பண்ணிக்கிட்டுப் பின்னாலே போனேன்.

நீ முளிக்காதே! அவன் ஒண்ணும் தப்பா நடந்துக்கல்லே. ஒரு பங்களாக்குள்ளார நுளைஞ்சோம். பெரிய தோட்டம். பூவும் செடியும் பாத்தியும் பச்சையும் எங்கே பார்த்தாலும் ஒரே குளுமையாயிருந்திச்சு. கன்னுக்குட்டியாட்டமா ஒரு பெரிய நாய் என்னைப் பாத்து ஓடி வந்துது. அந்த ஆள் அதை விரட்டிட்டு என்னை வாசத் தாவாரத்திலே நிறுத்தி வச்சுட்டு உள்ளே போனான்.

கொஞ்ச நேரம் பொறுத்து மூணு பொம்புள்ளைங்க உள்ளேருந்து வந்தாங்க. பாப்பாரு! பணக்காரு. நகையும் நட்டும் நல்ல புடவையும் கட்டிக்கிட்டு இருந்தாங்க. அவுங்களுக்குள்ளே என்னவோ வெள்ளைக்காரன் பாஷைலே பேசிக்கிட்டாங்க. அவுங்களுக்குள்ளே ஒரு பெரிய அம்மா இருந்தாங்க. அந்த ஆள் என்னை மொதமொதல்லே விசாரிச்ச மாதிரியே அவுங்களும் விசாரிச்சாங்க. இன்னும் ஒண்ணு ரெண்டு பொம்புள்ளே விஷயங்கூட விசாரிச்சாங்க. அப்புறம் அங்கேயே குந்த வெச்சு ஆளு வந்து சோறு போட்டான். குளுகுளுன்னு பழஞ்சோறு, என் வயிறு குளுந்தது. ஒன்னே நெனச்சுக்கிட்டேன்.

கை களுவி, தண்ணியேந்திக் குடிச்சுட்டு, முந்தானையிலே கையைத் தொடச்சிக்கிட்டேன். உடனே இங்கிலீஸ்லே என்னவோ பேசினாங்க. பொம்புள்ளைங்க ஆம்புள்ளே மாதிரி இங்கிலீஸ் பேசி இன்னக்கித்தான் நான் பாத்தேன். உடனே ஒரு அம்மா உள்ளே போய் ஒரு குளந்தையை ஏந்தி வந்து என் மடியிலே வெச்சு, ‘பாலைக் கொடு’ இன்னாங்க.

எப்படி மாட்டேன்றது? சோறு போட்டிருக்காங்களே! உப்புத் தண்ணியும் உலர்ந்த வயத்திலே ஊத்தியிருக்காங்களே!

குளந்தையா அது? நம்ம ஊரிலே முருங்கமரத்துலே இடையன் கொம்பு ஊதல்லே? அது மாதிரி ஒரே குச்சியா உயிர் தொண்டையிலே நூலாட்டமா ஓடிக்கிட்டிருக்குது. தொடவே அச்சமாயிருந்திச்சு.

'தாய்ப்பாலில்லே. குழந்தைக்கி வேறே குத்தம் இல்லே. உனக்கு ரெண்டு வேளை சோறு, ரெண்டு வேளை தீனி, மாசம் எட்டு ரூபாய் கொடுக்கறேன். இங்கே இருந்து இந்தக் குழந்தையை நீ காப்பாத்தணும். வீட்டுக்கு ஒரே பிள்ளை இது. இருந்திருந்து பெத்த மகன். நீ இருந்து காப்பாத்தணும்' இன்னாங்க அந்தப் பெரியம்மா.

'அம்மா என் குளந்தை?' – நானறியாமலே அந்தக் கேள்வி என் வாயிலேருந்து வந்திட்டுது.

"உன் குழந்தைக்கு மாவு கரைச்சுக் கொடு மாவு நான் கொடுக்கறேன். இந்தக் குழந்தைக்கு வயிற்றிலே கட்டி விழறது. உன் குழந்தை இது மாதிரி மோசமாயிருக்காது. என்ன சொல்றே? சட்டுபுட்டுனு உன் புருஷன் கிட்டே சொல்லிட்டு வந்துடு. காலையிலே ஒருவேளை, சாயந்தரம் ஒருவேளை ஒன் குழந்தையையும் பார்த்துட்டு வா. நான் ஒண்ணும் அப்படியாப்பட்ட பாவி இல்லே. என்ன சொல்றே?"

"நான் என்ன சொல்றது? எத்தனையோ விசயம் கவனிக்க வேண்டி யிருக்குது. நம்ப புளைக்க வந்துட்டோம். உனக்கு சரியா புளைப்புக் கிட்டற வரைக்கும் வவுத்தெ ரெண்டு பேரும் கட்டிப்போட்டுக் கிட்டிருக்க முடியுமா? என் வவுத்தெ அவுங்க வீட்டிலே களுவிட்டாலும் என் சம்பளம் உனக்கு மிச்சம்தானே. நான் ஒப்புக்கிட்டேன்."

மௌனம் இருவரிடையிலும் தேங்கியது. சத்திரத்தில் மூட்டையும் முடிச்சுமாய் இறங்குபவரும் வெளியே போவாருமாய்ச் சண்டை போடுபவரும், கொட்டமடிப்பவருமாய் இரைச்சல் காதைப் பொளிந் தது. ஆயினும் இவ்விருவருக்கு மாத்திரம் அது தூரத்துச் சத்தமாய்த் தானிருந்தது.

"நீ ஒப்புக்கிட்டது தப்பு" என்றான் அவன்.

"அப்படியானால் நாம் இங்கே வந்ததே தப்பு."

"நாம்ப புளைக்க வந்ததே தப்பானால், நம்ப ஊரிலே மொத மொதல்லே ஒருத்தரையொருத்தர் சந்திச்சோமே, அதுவே தப்பு."

"இப்படி ஒருத்தரையொருத்தவர் கசந்துகிட்டுப் பேசினால் என்ன பிரயோசனம். புளைக்க வந்துட்டோம். புளைச்சு ஆகணும். இந்தா,

மூணு ரூபா முன் பணம் வாங்கி வந்திருக்கேன். செலவுக்கு வெச்சுக்க."

"இதென்ன, நீ எனக்குச் சோறு போடணும்னா நான் ஆண் புள்ளையா பிறந்துட்டு இருக்கேன்! என்னான்னு நினைச்சுட்டே உன் மனசிலே என்னை?"

அவள் தொண்டை கம்மியது.

"நீ வேறே நான் வேறேன்னு துட்டு வாங்கறப்போ என் நெனைப்புலே படல்லே!"

"ஆமா, அப்போ நம்ம ரெண்டு பேரும் கூடிப் பொறந்த கொளந்தென் தான் வேறாப் போயிட்டுது இல்லியா?"

கரையினின்று திரும்பும் அலைகள் போல் நினைவுகள் பின்னோக்கிச் சுருண்டன.

"நல்லபடியா நாலு பேர் பேசி முடிச்சுத் தாலி கட்டின கலியாணமா யிருந்தால் இத்தனை கஷ்டம் ஏன் படணும்? ஒரு இமைப் பொழுது வெறியிலே ஏமாந்து போன தோசத்துக்காக, ஊரைவிட்டு ஓடிவந்து இங்கே இருக்க இடமும் புழைக்க வழியுமில்லாமே அல்லாடறோம்..."

வாய்வழி புறப்படாத விதவிதமான கேள்விகள் அவரவர் மனசை இடித்தன.

"நம்ம ஊரே நல்ல ஊர்."

"நான் பாட்டுக்கு நிம்மதியா ஊருக்கு முதலாளி வெச்சிருக்கும் மளிகைக் கடையிலே வேலை செஞ்சுக்கிட்டு வேளாவேளைக்கு அவர் வீட்டிலேயே சாப்பிட்டு வேட்டியுடுத்திக்கிட்டு கைச்செலவுக்கு நெதம் கால் ரூவா கல்லாப்பெட்டியிலேருந்து எடுத்துக்கிட்டு ராசா மாதிரியிருந்தேன்."

"எனக்கு மாத்திரம் என்னா கொறவு? வீட்டு வேலையை செஞ்சிக் கிட்டு அவுங்க கொளந்தையெ கொஞ்சிக்கிட்டு குசாலாய்த்தானேயிருந் தேன்! அப்பன் ஆயி இல்லேன்னு ஒரு நாளாவது நெனச்சிருப்பேனா! அந்த ஊட்டு அம்மாதான் எனக்கு எல்லாமா இருந்தாங்களே!"

"இருந்து என்ன பிரயோசனம்? உன்னை எங்கேயாவது கட்டிக் கொடுத்து ஓழிச்சிருக்கணும்!"

"ஐயோ, பண்ணையிலே ஒரு ஆளுக்குத்தான் என்னை முடிச்சுப் போட்டு வெச்சிருந்தாங்களே. அதுக்குள்ளார நீதானே என் மேலே கண்ணெப் போட்டே!"

"நீ மாத்திரம் சும்மாயிருந்தியா? அடிக்கடி கடைக்கு வந்து கடிச்சுக்க ஒரு துண்டு கட்டைப் புகையிலே கொடுன்னு என் கையை இடிச்சு

வாங்கிப் போனையே மறந்து போச்சா?"

"ஒருத்தரையொருத்தர் ஏன் குத்தம் சொல்லணும்? ஏமாந்து போனோம். அவ்வளவுதான்."

"எல்லாந்தான் போச்சு. அன்னக்கி என்னவோ சீக்கிரமாக் கடையைக் கட்டிக்கிட்டு அன்னக்கின்னு ரயில் டேஷனுக்குப் போற வழியிலே நான் ஏன் வரணும்? நீ கடலைக்காய் கொல்லையிலே காவல் காத்துட்டு, நான் வந்தவழியே நீ ஏன் வரணும்?"

"களத்து மேட்டிலே வக்கிறதுக்கு முத்திரையைக் கொடுத்திட்டு வந்தேன்."

"வந்ததுதான் வந்தியே, சும்மாப் போனியா? மடிலேருந்து பிடி கடலைக்காயை எடுத்து இந்தான்னே, சிரிச்சுக்கிட்டே நான் நினைவு மங்கிப் போய் உன் கையைப் பிடிச்சேனே! கையை உதறி என் கன்னத்திலே ஏன் ஒண்ணுவிடலே? அப்படியே என் தோள் மேலே சாஞ்சுட்டே அன்னக்கின்னு நெலவு ஏன் அப்படிக் காயணும்! ஆத்தோரத்துக்கப்பால் சினிமாக் கொட்டகைலேருந்து அம்பிகாபதி பாட்டு காதண்டை மோதி ஆளை ஏன் அப்படிச் சொக்கடிக்கணும்!"

"நான் என்னாத்தெக் கண்டேன்? பிள்ளைப் பூச்சி உடனே கடிச்சுடும்னா கண்டேன்! இந்தப் புள்ளையப்பத்தி அப்பொ நெனச்சமா? வவுத்தெ எத்தனை நாள் மறைச்சு வைக்க முடியும்?"

"உடலும் மனசும் ஒண்ணாக் கொழஞ்சு நாம் ஆசையாப் பெத்த குளந்தைய உலகத்துலே எல்லோரும் பெத்து வளக்கற மாதிரி வளக்க முடியல்லே. களுத்துலே மஞ்சக்கவுறு ஏர்றதுக்கு முன்னாலே வவுத்தலேருந்து இறங்கற குளந்தையெ யார் மதிக்கிறாங்க? திருட்டுப் புள்ளைன்னு ஊரெல்லாம் சிரிக்க மானம் போய், உசிர் போகாம ஊரைவிட்டு ஓடியாந்துட்டோம். வந்து இங்கே மாட்டிக்கிட்டோம்."

"விதி... விதி."

மனத்தின் பேச்சுக்கு முடிவே கிடையாது.

2

அந்தக் குழந்தையின் பசியை ஆண்பிள்ளை தானாக எவ்வளவு தூரம் சமாளிக்க முடியும். அவள் மாலையில் வந்து ஒருவேளை ஊட்டுவாள்; காலையில் மாவையும் தண்ணீரையும் கரைத்துப் புட்டியில் போட்டுவிட்டுப் போவாள். புட்டியை எந்தப் பக்கம் குழந்தையின் வாயில் வைப்பது என்றுகூட அவனுக்குத் தெரியாது.

"காலைலே வேலைக்கு அலையணும். கொளந்தையைத் தனியா விட்டுட்டு எத்தனை நேரம் வெளியிலே சுத்த முடியும்? மாலை வர்றது எப்போ? அவள் வர்றது எப்போ? அந்தக் கொளந்தையை அவள் மார்மேலே அணைப்பது எப்போ? தொண்டையைக் கிளிச்சுக்கிட்டு ஓயாமெ அலறும் அதன் அலறல் ஓயறது எப்போ? ஒரே வேளையானாலும் பெரிய வேளை!"

இன்று அவள் குழந்தை தலைமீது மேலாக்கைப் போட்டு மூடியும் அதன் கத்தல் ஓயவில்லை. அவனுக்கு வயிறு கொதித்தது.

"ஏன் ஏமாத்தறே? நீ வந்து ஊட்டறது ஒரு வேளை. அதிலே ஏன் வஞ்சனை பண்ணறே? பங்களா வீட்டுப் பையன் மாதிரியில்லையா நீ பெத்த மவன்?"

"ஏன் இப்படியெல்லாம் பேசறே? நான் என்ன பண்ணுவேன்? அந்தப் பையன் என்னை அட்டை மாதிரி உறிஞ்சிப் போடுதே. ஊறக்ககூட நேரம் விடமாட்டேன்னுதே. மூக்காலே பாலு வந்தாலும் வச்ச வாய்க்கடி விடமாட்டேன்னுதே!"

"இங்கேயும் இருக்குதேன்னு கொஞ்சம் வெச்சுக்கிட்டு வர்றது."

"அவங்கதான் என் எதிரேயே உக்காந்து கவனிக்கிறாங்களே! மடியிலே புள்ளையை விட்டுட்டு அந்தப் பெரியம்மா என் எதிரே சட்டமா குந்திக்கறாங்க. 'கொடுடீ கொடுடீ, குழந்தைக்குக் கொடுடீ. இந்தப் பக்கம் வத்திப் போனா அந்தப் பக்கம் மாத்திப் போட்டுக்கோன்னு ஈவு இரக்கமில்லாமெ பேசறாங்க."

"சோத்திலே நெய்யைக் கைநிறையா அள்ளித்தானே விடறேன்! ஆப்பிள் பழமும் ஆரஞ்சிப்பழமுமா வாங்கி வாங்கிக் கொடுக்கல்லே! என் எதிரிலேயே உரிச்சித் தின்னுடணும். என் குழந்தைக்கு ஊறும் பாலை என் குழந்தைதான் குடிக்கணும். என் வீட்டுக்கே ஒரு குழந்தைடீ."

"அவுங்க விதவிதமாத் தீனி வாங்கிப் போடறாங்க; சொகம் சேக்கறாங்க. ஆசை உனக்கு அங்கேதான் பொங்குதாக்கும்!"

"ஏன் இப்படிச் சொல்றே? அங்கே துண்றது விஷமாயிருக்குது போதாதுன்னு நீ வேற இங்கே வந்தா விஷத்தைக் கக்கணுமா? என் வவுத்திலே சுமந்த என் குளந்தையை நான் மறந்துட்டேன்னு நீ எனக்கு போதிக்க வேணாம்."

"அடிப்போடீ பாவி."

3

அவன் தெருவில் மனம் போனபடி போய்க்கொண்டிருந்தான்.

அந்த ஒரு வாரத்துக்குள் அவனுக்கும் அவளுக்கும் பேச்சு பட்டென அறுந்து போயிற்று. அவன் கண்ணெதிரே படிப்படியாய் அவன் குழந்தை தேய்ந்து போகும் கோரம் காணக் காண அவனுக்குச் சகிக்க முடியவில்லை. அவள் மேல் குற்றமில்லை என்று அவன் மனம் புரியாமலே அறிந்தது. இருந்தும் அவள் தனக்காகச் செய்யும் தியாகம் அருவருப்பையும் பயங்கரத்தையும்தான் விளைவித்தது. அவ்விருவருக் காக அக்குழந்தை தியாகம்...

ஒரொரு சமயம் அவள் அவ்வீட்டில் எஞ்சிய ஆகாரங்களை அவன் சாப்பிடுவதற்காகக் கொண்டு வருவாள். அதைச் சிந்தக்கூட அவன் மனம் சிலிர்க்க ஆரம்பித்துவிட்டது.

சீ! இதுவும் ஒரு புளைப்பா! இப்படி இந்த உசிரையும் உடலையும் ஒண்ணாத்தான் வெச்சு வாளாமே இருந்தாதான் என்ன?"

"டேய், நாட்டுப்புறம்! எங்கே பார்த்துக்கிட்டுப் போறே? வண்டியிலே மாட்டிக்கிட்டு சாவறதுக்கா? சாவணும்னா சண்டையிலே போய்ச் சாவறதுதானே!"

டாணாக்காரன் போட்ட அதட்டல் அவன் மனசில் அசரீரி மாதிரி பாய்ந்தது. இந்த யோசனை எனக்கு ஏன் அப்பவே தோணலே! சம்பளத்தை அவ பேருக்கு எளுதி வெச்சோம்னா அவ அந்த வீட்டிலே போய் சாகவேணாம். சம்பளத்தை வாங்கிச் சாப்பிட்டுக்கிட்டு அவ நிம்மதியாயிருப்பார். நம்ப மவனாவது புளைப்பான். திரும்பி வந்தா பார்ப்போமில்லியா–

'திரும்பி வராமெ போனா?'

திரும்பி வராமெ போனாலும் நம்ப மவன் இருப்பான் இல்லியா?

அவன் மனசிலேயே ஒரு பெரும் கனம் குறைந்தது. சந்தோஷம் கூடப் பிறந்தது. அந்த போலீஸ்காரனை அணுகினான்.

"சண்டையிலே சேக்கற ஆபீஸுக்கு வளி எந்தப் பக்கம்?"

4

அவன் திரும்பிவரும் வேளைக்குள் அஸ்தமித்துவிட்டது. குழந்தையை நினைத்துக்கொண்டே அவன் ஓடோடி வந்தான். இன்றைக்கென்று அவள் அவனுக்கு முன்னாலேயே வந்திருந்தாள்; அவனை எதிர்

பார்த்துக்கொண்டிருந்தாள். அவனுக்கு முகம் மலர்ந்தது. ஆனால் அவள் முகம் மாறித் திகில் பிடித்துப் போயிருந்தது. “ஐயோ, கொளந்தையைப் பாரேன்!” என்றாள் கையைப் பிசைந்துகொண்டே அவனுக்கு அடிவயிற்றில் சுரீலென்று ஜில்லிட்டது. உள்ளே ஓடினான். அதன் காதில் ஒரு நூல் ரத்தம் வழிந்திருந்தது. வயிறு உப்பி...

அதன் அருகே உட்கார்ந்தான். அவளும் குழந்தையின் அந்தண்டைப் பக்கம் உட்கார்ந்துகொண்டாள். ஆனால் அதை அவன் உணர்ந்தானே யொழிய, காணவில்லை. அவன் பார்வை குழந்தையின் மேல் நிலை குத்திப் போயிருந்தது.

“என்ன சுருக்கனா வந்துட்டே?”

“எனக்கு இன்னிக்கு மனம் தாளலே. சண்டை போட்டுக்கிட்டு வந்துட்டேன்.”

அவளும் சண்டை போட்டுக்கொண்டு வந்துவிட்டாள். அவனும் சண்டையிலே போய்ச் சேர்ந்துவிட்டான். ஆனால் பிரயோசனம் என்ன? ஒன்றுமில்லை. குழந்தையைப் பார்த்தவுடனேயே அவனுக்குத் தெரிந்து போய்விட்டது. அதற்கு மூச்சு சத்தம் போட ஆரம்பித்து விட்டது, ‘கொர் கொர்’ என்று. அவள் வயிற்றிலேயும் வாயிலேயும் அடித்துக்கொண்டு அழுகிறாள். ஆயினும் அவன் மனம் பளிங்கெனத் தெளிந்து சிந்திக்க ஆரம்பித்துவிட்டது.

எல்லாம் பாரதயுத்தம் மாதிரிதான், ஊரிலே தருமராஜா கோவுல்லே காப்புக்கட்டி பாரதம் உபன்யாசம் வெச்சாங்களே. எல்லாரும் தோத்தாங்க. எல்லாரும் ஜெயிச்சாங்க. தோத்தவனும் கஷ்டப்பட்டான்; ஜெயிச்சவனும் சொகப்படல்லே. என்னவோ காரியம் சாதிக்கிறாப்போல் சண்டை போட்டதிலே கொறைச்சலில்லே, நாள் பாத்ததிலே கொறைச்சலில்லே, பலி போட்டதிலே கொறைச்சலில்லே, அரவான் பலி!'

“கொர்... கொர்ர்...”

‘மொதல்லே புளைக்கிற வளியைக் கண்டுட்ட மாதிரி குளந்தையைப் பலி வெச்சோம். அப்புறம் அதுக்கு மேலே ஓசத்திக் காரியம் பண்றாப் போல சண்டையிலே போய்ச் சேர்ந்தாச்சு. இனிமேல் தப்ப முடியாது. கைநாட்டுக் கொடுத்தாச்சு. நாளை மத்தியான வண்டிக்குப் புறப்படணும். அப்புறம் அந்த வண்டியிலே எங்கே போய்த் தள்ளறானோ. போவாமே இருந்தோம்னா நாளைக்கு கைக்கு விலங்கோட வந்துடு வான். பூட்டு மேல் பூட்டு. புளைக்கற வளி என்ன? சாவுற வளிதான்.’

'சண்டைக்குப் போய் சேந்த சமாசாரத்தை இவகிட்டே சொல்லலே. அது வேறே பாக்கியிருக்குது. குளந்தையைப் புதைச்சுட்டு வந்தப்புறம் இருக்குது அந்த ரகளை.'

'ஆனால் சண்டையிலே போய்ச் சாவறதுக்குன்னு ஒரு சாவு பாக்கியில் லே; இப்போ நான் செத்துப் போயாச்சு. உசிரோடு இருக்கிறது உசிரில்லே, உடல்தான். இதுவும் மடியறது இன்னக்கில்லாட்டி நாளைக்கு; நாளைக்கில்லாட்டி நாளன்னக்கி, அன்னக்கிமில்லாட்டி அதுக்கு மறுநாள்.'

விடியிருட்டில்தான் குழந்தையின் 'கொர் கொர்' சத்தம் அடங்கியது. அவள் முகத்தை அவன் பார்க்க முடியவில்லை. அவள் கன்னத்தை ஒரு தடவை வருடினான். அவன் மனம் நெகிழ்ந்தது. குழந்தையை அதன் கந்தையில் சுற்றிக்கொண்டு கிளம்பினான்.

வெளியிலும் இருட்டு. ஒரு பீடிப்பொறி மாத்திரம் தெரிந்தது.

"யாரய்யா?"

"நான்தான் பட்டணம்." குரலிலிருந்து தன் மேல் சீறி விழுந்த ஆள் என அறிந்தான்.

"சுடுகாட்டுக்குப் போற வளி எது ஐயா?"

அந்த நெருப்புப் பொறி எழுந்தது. "நான் காண்பிக்கிறேன் வா."

'பட்டணம்' காண்பித்த வழியூடே அவன் பின்பற்றிச் சென்றான்.

பச்சைக் கனவு

முதுகு பச்சையாய்க் கன்றிப் போகக் காயும் வெய்யிலில் உட்கார்ந்து கொண்டு நேற்றிரவு கண்ட கனவை மறுபடியும் நினைவில் எழுப்ப முயன்றான். கனவற்ற தூக்கமே என்றுமில்லை எனினும் விடிந்ததும் அக்கனவுகள் மறந்துவிடும். ஆயினும் நேற்றிரவு கண்ட கனவு அப்படியல்ல. பச்சைக் கனவு.

உடல்மேல் உரோமம் அடர்ந்தது போன்று, பசும் புற்றரை போர்த்து நின்ற நான்கு மண் குன்றுகள். அவை நடுவில் தாமரை இலைகளும் கொடிகளும் நெருங்கிப் படர்ந்த ஒரு குளம். சில்லிட்ட தண்ணீரில் காலை நனைத்துக்கொண்டு அண்ணாந்து படுத்திருந்தான். கைக்கெட்டிய தூரத்தில் பச்சைக் கத்தாழையும் அதன் பக்கத்தில் சப்பாத்திப் புதரும். சப்பாத்தியில் இரத்தக்கட்டி போன்ற பூவின் மேல், ஒரு பச்சை வண்டு ரீங்காரித்துக் கொண்டே வந்து மோதிற்று...

"ராமா ராமா ராமா, இன்னிக்கென்ன உங்களுக்கு? இப்போத்தானே கூடத்தில் உட்கார வைத்துவிட்டுப் போனேன். மறுபடியும் வெய்யிலிலே குந்திக்கொண்டிருக்கிறீர்களே! உங்களுக்கென்ன நிலாக் காயதா?"

'நிலா' என்றதும் மற்றும் ஒரு நினைவு எழுந்தது. நடு நிலவில் வாசலில் கயிற்றுக் கட்டிலில் காத்துக்கொண்டு படுத்திருக்கையில், காத்திருந்த கைப்பிடி அவன் கைமேல் விழுவதும், தெருவின் திருப்பத்தில் நான்கு மண் குன்றுகளின் நடுவில் தேங்கிய குளத்திற்கு அழைத்துச்சென்ற எத்தனையோ முறைகளும், பாதத்தினடியில் தெருவின் பொடி மண் பதிவதும், பச்சையாடை காற்றில் 'படபட' என்று அடித்துக்கொண்டு அவன் மேல் மோதுவதும் இப்பொழுது போலிருந்தது.

"நிலவு பச்சைதானே?"

"பச்சையா? யார் சொன்னா, வெண்ணிலாயில்லையோ?"

"முழு வெள்ளையா?"

"சுண்ணாம்பு வெள்ளையென்று சொல்ல முடியுமா? ஒரு தினுசான வெண் பச்சை."

"ஆ, அப்படிச் சொல்லு..."

அது வேண்டுமானால் வெண் பச்சையாயிருக்கட்டும். ஆனால் அவன் அதை முழுப் பச்சையாய்ப் பாவிக்கச் சற்று இடங்கொடுத்தாலும் போதும்.

கசக்கிப் பிழிந்த இலைச்சாறு போல், நிலவு குன்றுகளின் மீதும், புற்றரைமீதும், தாமரை வாவியின் மேலும் பச்சையோடு பச்சையாய் வழிவதாக நினைத்துக்கொள்வதில் ஒரு திருப்தி, அந்நினைவில் சற்று நேரம் திளைத்துக்கொண்டிருந்துவிட்டு,

"வெய்யில் எப்படி இருக்கிறது?" என்று கேட்டான்.

"ஐயையோ இன்னிக்கு ஏன் ஒரு தினுசாயிருக்கேள்? வெய்யில் வெளுப்பாய்த்தானிருக்கும். உள்ளே வாங்கோ...."

"முழு வெளுப்பா?"

"முழு வெளுப்பு."

ஆம், அவனுக்கு நினைவு தெரிந்தவரைகூட வெய்யில் வெளுப்புத்தான். அத்துடன் தகிப்பும் கூட. வெய்யிலும் பச்சையாயிருந்தால்!

சற்று நேரம் பொறுத்து அவன் எண்ணத்தை எதிரொலிப்பது போன்று, அவன் மனைவி கண்ணைப் பலமாய் சிமிட்டிக்கொண்டு,

"வெய்யில் பச்சையாயிருக்கும் வேளைகூட உண்டு..." என்றாள்.

அவனுக்கு உள்ளூர அவா துடித்தது, வெய்யில் பச்சையாயிருப்ப தில் தன் தலையையே நம்பியிருப்பது போல்.

அவன் மனைவி கண்ணைச் சிமிட்டும் சிமிட்டலில், ரப்பைகள் எகிறிவிடும் போல் துடித்தன.

"பச்சையான பச்சை! இலைப்பச்சை! நேற்று சாயங்காலந்தான் உங்கள் மச்சினன், பதினாலு ரூபாய் போட்டு வாங்கி வந்தான்; இதைப் போட்டுண்டு பாருங்கள்."

"என்ன இது?"

"போட்டுக்கொள்ளுங்களேன் சொல்றேன் – வெய்யிலுக்குக் குளுகுளு வென்று பச்சைக் கண்ணாடி, எல்லாம் பச்சையாய்த் தெரியறதோ?"

அவனுக்கு ஒன்றும் தெரியவில்லை. எப்பொழுதும் போல் அந்தகாரமாய்த்தானிருந்தது.

"அட! உங்களுக்கு ஜோராயிருக்கே!"

"என்ன?"

"மூக்குக்கண்ணாடி போட்டுக்கொண்டால் உங்களைக் குருடு என்று யார் சொல்லுவா?"

அவ்வார்த்தை சுருக்கென்று தைத்தது. உள்ளதைச் சொன்னாலும், எவ்வளவு தூரம் தன்னைக் கேலி பண்ணுகிறாள் என்று புரியவில்லை. கண்ணாடியைக் கழற்றி வீசியெறிந்தான். அது கட்டாந்தரையில் பட்டுத் தெறித்து உடையும் சத்தம் இனிமையாய் ஒலித்தது.

"ஐயோ பதினாலு ரூபாய் என்னத்தைச் சொல்லிவிட்டேன் இவ்வளவு ஆத்திரம் பொங்க ! இந்த வயசிலே உங்களுக்கு இத்தனை ஆங்காரம் வேண்டாம்!"

எந்த வயதிலே? வயதுண்டோ தனக்கு? அவள் நெறித்த சொடுக்குகள் விரல்களினின்று சொட சொடவென்று உதிர்ந்தன. "தன்னாலே ஒண்ணும் ஆகாவிட்டாலும் கோபம் மாத்திரம் மூக்கைப் பொத்துக் கொண்டு வருகிறது. காலையிலே கண்ணைத் திறந்தால் ராத்திரி கண்மூடறவரை, சகலத்துக்கும் கை பிடித்தே கொண்டு போய் விட்ட வேண்டிருக்கிறது. இத்தனை சிசுருஷையின் நடுவில் இத்தனையும் போறாது போல் வேளையில் பாதி நேரம் ஊமை , வாயைத் திறந்தால் நிலா பச்சையாயிருக்கா? வெய்யில் பச்சையாயிருக்கான்னு தத்துப் பித்தென்று கைக்குழந்தை மாதிரி கேள்வி..."

அவள் பழிப்பதெல்லாம் அவன் காதில் விழுந்ததா என்று சந்தேகம். அவன் நினைவு சட்டென்று இன்னொரு எண்ணத்தைத் தொட்டு அதில் முனைந்துவிட்டது.

ஊமையென்றதும் நினைவு, நேற்றிரவு கண்ட கனவில் ஊசிபோல் மறுபடியும் ஏறியது. மேற்கூறியவாறு, அவனாய்க் கற்பித்துக்கொண்ட பட்டைவீறும் பச்சை வெய்யிலில் பசும்புற்றரையில் நீட்டிய கால் தாமரைக் குளத்தில் சில் தண்ணீரில் நனைய அண்ணாந்து படுத்திருந்தான். அவன் பக்கத்தில் அவன் உறுப்பு உறுப்பாய்த் தொட்டு உள்ளந்திரிபு அற உணர்ந்ததோர் உருவம் படுத்திருந்தது. கட்டவிழ்ந்து சரிந்த பசுங்கூந்தலிலிருந்து முகத்தில் அலைமோதும் பிரி இது.

அவனையே அள்ளி உண்ணும், பசுமை நிறைந்து, தாமரைக்குளம் போன்ற கண்கள் இவை.

நீங்காத மௌனம் நிறைந்து அம் மௌனத்திலேயே முழுகிப்போன வாய் இது.

அகன்ற மனதில் கிளர்ந்த ஆசை, வெளியும் வர இயலாது உள்ளும் அடங்க இயலாது, முண்டிய மார்பு இது. பச்சை மேலாக்கினடியில் பட்டுப்போன்ற வயிறு இது.

அவர்களிருவரின் ஆயுளின் இன்பத்தையும் துன்பத்தையும் ஒரே மூச்சில் அளந்துவிட முயலுவது போன்ற ஆலிங்கனத்தின் அவஸ்தை இது...

"பச்சைக்குழந்தை? பச்சைக்குழந்தை!"

அவன் மனைவி அவன் கையைக் கரகரவென்று பிடித்திழுத்து, கூடத்து ஊஞ்சலில் உட்கார வைத்துவிட்டு உள்ளே சென்றாள். அப்படியே அவள் மெதுவாய்ப் படுக்கையாய்ச் சாய்ந்து, அவனை உட்கார வைத்த அதிர்ச்சியில் ஆடும் ஊஞ்சலுடன் மனதையும் அசைய விட்டுக்கொண்டு, பச்சையைப் பற்றி எடுத்த எண்ணத்தைத் தொடர் முயன்றான்.

அவன் கண்ணிருக்கையில் கடைசியாய்க் கண்ட நிறம் பச்சை. அக்காரணம் பற்றியே அந்த வர்ணம் அவனுக்குப் பிடித்த வர்ணமாய், மனதைக் கெட்டியாய்ப் பற்றிக் கொண்டுவிட்டது. அக்குன்றுகளிடையில் குளக்கரையில் அவன் பச்சையைப் பெற்று பார்வையையிழந்ததை நினைத்தான். அப்பொழுது என்ன வயதிருக்கும். பத்திருக்குமா? அவ்வளவுதான்.

மல்லாந்து படுத்தவண்ணம் சூரியனைச் சற்று நேரம் நோக்கிக் கொண்டிருந்துவிட்டு பிறகு சுற்றும் முற்றும் இருப்பதைப் பச்சையாய்க் காணக் காண அவனுக்கு வியப்பாயிருக்கும். சூரிய ஜோதியில் கண்ணைத் திறந்து காண்பித்துவிட்டு புத்தகத்தை எடுத்துப் பிரித்தால் எழுத்துக்கள் பச்சை பச்சையாய்க் குதிக்கும் பொடி மணல் பச்சைப் பளீரடிக்கும். அது அப்பொழுது அவனுக்கு ஆனந்தமாயிருந்தது. யாருமறியா ஒரு புது விளையாட்டைத் தான் கண்டுபிடித்ததாய் நினைத்துக் கொண்டு விட்டான், அதைத் தானே தன்னந்தனியாய் அனுபவித்தான். அப்பொழுதுதான் ஒரு மாதத்திற்கு முன் தாயை இழந்த துக்கத்தைச் சற்றேனும் மறக்க இவ்விளையாட்டு அவனுக்கு ஆறுதலாயிருந்தது. ஆயினும் அவன் கண்டுபிடித்த மூன்றாம் நாளே மாவிளையாட்டு தானே முடிவடைந்தது. சூர்ய கோளம் தாம்பாளம் போல் சுழன்றுகொண்டே விட்டுவிட்டு மின்னுவதை ஆச்சர்யத்துடன் பார்த்துக்கொண்டிருக்கையில், கண் திடீரென்று இருண்டு பார்வை இழந்தது. சப்பாத்தியிலும் கத்தாழையிலும் விழுந்து எழுந்து தட்டுத் தடுமாறி உடலெல்லாம் முள்ளாய் அழுதுகொண்டே வீடு வந்து சேர்ந்தது இன்னமும் நினைவிருக்கிறது.

தலைவாழை இலையில் விளக்கெண்ணெயைத் தடவி அவனை அதில் வளர விட்டிருக்கையில், அப்பா மண்டையிலடித்துக்கொண்டே கூடத்தில் முன்னும் பின்னுமாக உலாவுவது ஞாபகமிருக்கிறது. "மர்க் கடம். மார்க்கடம்! உன்னைப் பெற்றாளே உன் தாயும்!"

என்னென்ன வைத்தியமோ பண்ணியும் பார்வை மீளவில்லை. ஏற்கெனவே கண்ணில் கோளாறு இருந்திருக்கிறது, இனியொன்றும் இயலாது என்று பட்டணத்து வைத்தியனும் கைவிட்டுவிட்டான். செயலற்ற விழிகளை வெடுத்தவண்ணம் அவன் கூடத்துத் தூணில் சாய்ந்து கொண்டிருக்கையில், அப்பா மண்டையில் மறுபடியும் திரும்பத் திரும்ப அடித்துக்கொண்டார்.

"நன்னா வந்து சேர்ந்ததையா நமக்கென்று; என்ன பண்ணினாய்?" "சூரியனைப் பார்த்துக்கொண்டிருந்தேன்!" நாக்கைப் பழிக்கிறார் – "வர ஆத்திரத்தில் உன்னை அப்படியே தூக்கிச் சுவரில் அறைந்து விடலாம் போலிருக்கிறது. உனக்கென்று எல்லாம் தேடி வருகிறதே! சூரியனைப் பார்க்கிற விளையாட்டு யார் சொல்லிக் கொடுத்தா, நம்ம சம்பந்திக்காரன்தானே! பெண்ணைத் தள்ளி வைச்சோம் என்கிற வயிற்றெரிச்சலில் என்ன வேணுமானாலும் செய்வான் அவன். மாப்பிளையும் சரியான பித்துக்கொள்ளி – சொல்லு – நிஜத்தைச் சொல்லு – குட்டிச்சுவரே! என்ன பாவத்தைப் பண்ணினேனோ!"

பாபம் பச்சையாயிருக்காதே?

பார்வையிழந்தது முதல் பச்சையுடன் புழுங்கிப் புழுங்கி அவனுக்கே சொந்தமான தனி அனுபவத்தில் அவன் அவ்வர்ணத்திற்கே ஒரு தனி உயிர், உரு, குணம், உயர்வு எல்லாம் நிர்மானித்துக்கொண்டு விட்டான்.

அழகுப் பச்சையழகு!

எல்லோருக்கும் தெளியச் சொல்ல வரவில்லை. சொன்னாலும் யாரும் சிரிப்பார்கள், இப்பொழுது இவள் சிரிப்பது போல்.

அவள் அடுப்பில் கொள்ளிக் கட்டையைச் சரியாய்த் தள்ளிவிட்டுக் கொண்டிருந்தாள். கட்டையினின்றும் சிதறும் தணல் போல் அவள் மனம் கொதித்துக்கொண்டிருந்தது. ஊஞ்சலில் அவள் கணவன் அனாதை போல் ஒடுங்கிப் படுத்திருக்கும் நிலைமை கண்டு ஒரு பக்கம் பரிதவித்தது. வாய் மூடியவண்ணம் அவரைச் சூழ்ந்த அந்தகாரத்தில் உறைந்துபோய்விடுகிறார். தூங்குகிறாரா அல்லது யோசனை பண்ணிக்கொண்டிருக்கிறாரா? அப்படி என்ன ஒரு யோசனையோ?

ஏதோ, ஒரு சமயமில்லாவிட்டால் ஒரு சமயம் எரிச்சல் வந்தாலும் அவரால் ஒரு சமயமும் ஒருவிதமான துன்பமுமில்லை, கண் அவிந்தது முதல் ஒருவிதத்தில் வளர்ச்சி நின்றுவிட்டது போலும். எல்லோரைப் போல, கண்ணால் உலகைக் கண்டு அதனுடன் மூப்படையும் அநுபவம் அவருக்கில்லை. அதனாலேயே அவர் கேள்விகளும் செயல்களும் சில சமயங்களில், சமயமற்று சலிப்பை விளைவித்தன.

தாழ்வாரத்திலிட்ட பிரம்பு நாற்காலியில் சாய்ந்துகொண்டு குனிந்த தலை நிமிராது யோகத்தில் ஆழ்ந்தது போல் உட்கார்ந்திருக்கிறார். என்ன இருக்கிறது இவ்வளவு யோசனை பண்ண? கண்ணிருந்தாலே பொழுதுபோகமாட்டேன்கிறது. இவருக்குப் பார்வையில்லாமல், பேச்சுமில்லாமல் எப்படிப் பொழுதுபோகிறது?

மாலை முதிர்ந்து இருள், தோட்டத்தில் வாழை மரங்களிலும் வைக்கோற்போரிலும் கிணற்றடியிலும் வழிய ஆரம்பித்தது. வானம் அப்பொழுதுதான் தூக்கம் கலைந்தது போல், அதன் பல்லாயிரம் கண்கள் ஒவ்வொன்றாயும், ஒருங்கொருங்காயும் விழித்துச் சிமிட்ட ஆரம்பித்தன.

"கலத்தில் சாதம் போட்டிருக்கேன்; சாப்பிட வாங்கோ."

"ஊஹூம்."

"சாப்பிடாதபடி என்ன நடந்துவிட்டது? கண்ணாடி போனால் பீடை தொலைஞ்சது. நீங்க வாங்கோ."

"இல்லை, எனக்கு வேண்டியில்லை, வற்புறுத்தாதே; நான் மாடிக்குப் போகிறேன்."

அவன் படிப்படியாய்த் தொட்டு மாடியேறுவதைப் பார்த்துக் கொண்டிருந்தாள். ஏதேது, இந்தத் தடவை கோபம் மீறிவிட்டாப் போல இருக்கு! சமாதானப்படுத்த வேண்டியதுதான்.

மாடிக்குப் போய் ஜன்னலண்டை போட்டிருக்கும் குறிச்சியில் சாய்ந்தான். தென்றல் நெற்றி வியர்வையை ஒற்றியது.

"கீச்... கீச்..."

இரவில் கண்ணிழந்து அவனைப் போலவே தன்னந் தனியான பறவை இடந்தேடியலைகிறது.

"கீச்... கீச்... கீச்"

கிளி. 'பச்சை'க்கிளி.

அவள் மாடியேறிவரும் சத்தம் கேட்டது.

எதிரே மேஜை மீது டம்ளரை வைத்தாள்.

என்னது? பால். பசும்பால், பச்சைப்பால். அவன் குறிச்சிகையைப் பிடித்தவாறு மண்டியிட்டாற்போல் அவன் காலடியில் உட்கார்ந்தாள். அவள் விரல்கள் அவன் கைமேல் பட்டன.

மெதுவாய், "கோபமா?"

"இல்லையே!" நிஜமாகவே இல்லைதான். நேற்றிரவு கண்ட கனவு எழுப்பிய நினைவுகளுக்கு அவள் என்ன செய்வாள்?

"பின்னே ஏன் ஒரு மாதிரியாயிருக்கேன்?"

"நான் நேற்றிரவு ஒரு கனாக்கண்டேன். உன் மேல் கோபமேயில்லை யென்றால் நம்பு. தப்பு என் மேல்."

"இல்லை என் மேல்தான். உங்களுக்கே தெரியும்."

"இல்லை, ஒருத்தருக்கொருத்தர் இப்படிப் பரிமாறிக்கொள்வதற்காக நான் சொல்லலில்லை. என்னைச் சமாளிப்பது கொஞ்சம் கஷ்டம் தான். நீயும் உன் தம்பியும் இப்படிக் கொஞ்சம் இடமாற்றலாய் எங்கேயாவது போய் இருந்துவிட்டு வாருங்களேன்."

"அடேயப்பா, ரொம்ப ரொம்பக் கோவம் போல இருக்கு! எனக்குப் புகலிடம் ஏது? உங்களுக்கே தெரியும் நானும் தம்பியும் அனாதை யென்று."

"அந்த ஒரே காரணத்தால் உன்னை நான் கலியாணம் பண்ணிக் கொண்டது தப்புத்தானே! எனக்கு ஆதரவை முக்கியமாய் நினைத்து உன்னை மணந்தது உன்னை ஏமாற்றியது போல் தானே! உனக்குத் திக்கில்லாததை என் சௌகரியத்திற்காக உபயோகித்துக் கொண்டுவிட் டேன். ஆனால் நானும் திக்கில்லாதவன்தான். அதனால் என் காரியம் எனக்கே தெரியவில்லை."

"அதெல்லாம் ஒண்ணுமில்லை" என்றாள். குருடனைக் கலியாணம் பண்ணிக்கொள்ள திக்கென்றுதானிருந்தது. ஆயினும் அவளும் அவள் தம்பியும் மானமாய்க் காலம் தள்ளுவதே தவிப்பாயிருந்த சமயத்தில் தனக்கு இடம் அந்தஸ்து எல்லாம் கொடுத்துதவியதை மறக்க முடியுமா? எவ்வளவு நல்லவர்! கண்ணொன்றில்லை தவிர மற்றெதில் அவரிடம் குறை?

ஆயினும் அவள் மனதில் தோன்றியது நன்றியா அல்லது ஆசையா?

சே, என்ன சங்கடமான கேள்வியெல்லாம் கேட்கிறது இந்தக் குழந்தை!

கொஞ்ச நாழி ஜன்னலுக்கு வெளிப்பக்கமாய் முகத்தைத் திருப்பிக் கொண்டிருந்தாள்.

"உனக்கு ஒரு மூத்தாள் இருந்தாள் என்று உனக்குத் தெரியுமோ?"

அவளுக்குத் தூக்கிவாரிப் போட்டது. தனக்கு மூத்தாளிருக்கும்படி அவருக்கு அவ்வளவு வயதாகிவிடவில்லையே! இன்னமும் இருக் கிறாளா? அவளைப்பற்றி அவளுக்கென்ன தெரியும்?

"எங்கள் கலியாணம் கிராமாந்தரக் கலியாணம். அவள் பிறந்த வீடு அடுத்த தெருவுதான். எனக்குக் கண் போவதற்கு முன்னாலேயே கலியாணம் நடந்துவிட்டது. என் தகப்பனார் வைதீகம். சாரதா சட்டம் அமலுக்கு வருமுன்னர் அதைச் சபித்துக்கொண்டு நடந்த அவசரக் கலியாணம். எனக்கு அவளை என் கண்ணிருக்கையிலேயே சரியாய்க் கண்ட நினைவில்லை. எல்லாவற்றையும் மறைத்த ஓமப்புகை யும் வைதீகக் கூட்டமும்தான் ஞாபகமிருக்கிறது.

ஆனால் கலியாணமான பிறகுதான் குட்டு வெளியாயிற்று. பெண்ணுக்குப் பேச்சுக் கொச்சையாய்க்கூட வரவில்லை. படு ஊமை. அத்துடன் படு செவிடு. குண்டு போட்டாலும் காது கேட்காது. அவள் பண்ணின பாவம். ஏக பாப ஜன்மங்கள்!

அப்பாவுக்கு சம்பந்திமேல் குரோதம் பிறந்துவிட்டது. தன் அவசரத் துக்குத் தகுந்தாப்போல், தன்னை சம்பந்தி ஏமாற்றிவிட்டதாக எண்ணிக்கொண்டுவிட்டார். சீர்வரிசையெல்லாம் அப்படியே திருப்பினார். பெண்ணோ, பெண் வீட்டாரோ தன் வாசல்படி மிதிக்கக்கூடாது என்று தீர்த்துச் சொல்லிவிட்டார். எங்கப்பா முரடு. கிராமத்துக்குப் பெரிய மனுஷன் என்றும் பெயர். அப்புறம் கேட்பானேன்!

எனக்கென்ன அப்போ தெரியும்? அப்பா எனக்கு மறுமணம் செய்வ தாய்க்கூட யோசித்துவிட்டார். ஆனால் அதற்குள் நான் என் கண்ணை அவித்துக்கொண்டது, அவர் மூக்கை அறுத்தாற்போலாயிற்று.

என் மாமனாருக்கும் சந்தோஷந்தானோ என்னவோ, 'வேணும் அந்தப் பயலுக்கு குருட்டு மாப்பிள்ளைக்கு ஊமைப் பெண் குறைந்துபோயிற்றா?' என்று பதட்டமாய்ப் பேசிவிட்டார். இரு குடும்பங்களுக்குமிடையில் வைரம் முற்றிற்று.

நான் –

குருடர்களின் உலகம் குறுகிவிடுகிறது. நினைத்தவிடம் போக முடியுமா, வரமுடியுமா, நாலு பேருடன் இஷ்டப் பிரகாரம் சேரமுடி யுமா? எல்லோரும் எவ்வளவோ பிரியமாய் இருந்தபோதிலும்,

அவர்களின் இரக்கம் ஏளனமாய்த்தான் படுகிறது. அவர்களுக்கிருப்பது எனக்கிருக்கிறதா?

ஆகவே, எப்பவும் நான் தன்னந்தனியன்தான். நான் வீட்டிலில்லாத வேளையிலும் வேலையில்லாத வேளையிலும் குளக்கரையில் உட்கார்ந்து கொண்டு கல்லை ஜலத்தில் விட்டெறிந்து கொண்டிருப்பேன். அதுதான் என் வீட்டுக்குக் கிட்ட; அங்கு ஒருவரும் வருவதில்லை. அந்த ஜலம் ஸ்னானத்திற்கு உபயோகமில்லை. நான் எதற்கும் பயனற்றுப் போன பிறகு பதுங்குமிடம் அப்பயனற்ற குளக்கரைதான்.

நான் அங்கே உட்கார்ந்துகொண்டு என்னென்ன நினைத்திருப்பேன் என்று கேட்டால் எனக்கு நிச்சயமாய்ச் சொல்லத் தெரியாது. வயது ஏற ஏற கூடவே ஊறும் வேதனை இன்னதென்று நிச்சயமாய் எங்கே தெரிகிறது?

ஒரு நாள் பகல் பன்னிரண்டு மணிக்கு மண்டையைப் பிளக்கும் வெய்யிலில் அங்கு உட்கார்ந்துகொண்டிருந்தேன்.

பின்னால் யாரோ நிற்பதுபோல் திடீரென்று தோன்றிற்று.

'யாரது?'

பதில் இல்லை. பகீரென்றது. ஆனால் பயத்தால் இல்லை.

'யாரது?'

என் மேல் ஒரு கை பட்டது. முரட்டுத்தனமாய் அக்கையைப் பற்றி இழுத்தேன். அவள் சாயும் கனம் தாங்காது அப்படியே நான் சாய்ந்தேன். பிடித்திழுத்த வேகத்தில் நிலையிழந்து அவள் என்மேல் விழுந்தாள் ஒரு பெரும் மூர்ச்சை எங்களிருவர் நினைவையும் அடித்துச் சென்றது. எனக்கு அப்பொழுது வயது பதினெட்டா?

யாரது? என்ன அர்த்தமற்ற கேள்வி என் கேள்வி?

அன்று முதல் நாங்கள் என்னென்ன பேசினோம்? என்ன பேச முடியும்? பேச என்ன இருக்கிறது? எங்கள் பச்சை நரம்பில் துடிக்கும் ரத்தத்தின் படபடப்புத்தான் எங்கள் பாஷை. நான்தான் பச்சை பச்சையாய் சொல்கிறேனே! எனக்கு இஷ்டமானதெல்லாம் பச்சை யாய்க் காண விரும்பும் ஒரு இஷ்டத்தில், அன்று முதல் அவளுடன் கழித்த வேளைகளெல்லாம் பச்சையாயின. பச்சைப்பகல், பச்சை இரவுகள்.

நான் இப்பவும் யோசிக்கிறேன். நாங்கள் புல்லிய வேகத்திலேயே எங்கள் எலும்புகள் நொறுங்கி – இருவருக்கும் ஒரே சமயத்தில் ஏன் சாவு சித்திக்கவில்லை? அச்சாவே புதுப் பிறப்பாகியிருக்கும். அல்லது

இரவிலோ பகலிலோ குறைவிலாது நடமாடும் பூச்சி பொட்டுக்கள் ஏன் பிடுங்கிக் கொல்லவில்லை? அல்லது துர்தேவதைகள், வாயிலும் மூக்கிலும் செவியிலும் ரத்தம் குபுகுபுக்க அறைந்து ஏன் எங்கள் உயிர் குடிக்கவில்லை?

விதி! விதி! விதி!

இதெல்லாம் நிஜமாக நடந்திருக்க முடியுமா? ஒரு ஒரு சமயம் என்னையே கேட்டுக்கொள்கிறேன்.

நடக்கிறதே, என்ன சொல்கிறாய்? என்று அவள் உருவம் என் மனதில் பச்சையாய் எழுந்து அவள் ஊமை வாய் என்னைக் கேட்கிறது.

குளக்கரையில் பசும் புற்றரையில் நாள் தவறாது உட்கார்ந்து உட்கார்ந்து என்னுள் ஊறிய பச்சைத்தாபமே என்னையுமறியாது மாறிமாறித் தோன்றும் குருட்டுக் கனவாயிருந்தாலோ? ஓஹோ, நீ கண்டது குருட்டுக் கனவானால் நான் கண்டது ஊமைக் கனவோ? என அவள் உரு, என் காணாத கண்கள் காண, பேசாத வாயால் என்னைக் கேட்கிறது. எல்லாமே கனவாயின் பின் நேர்ந்தனவும் கனவா?

பின் நேர்ந்த நனவின் முந்தைய இரவு இப்பொழுது என் முன் எழுகிறது. சித்திரையின் சந்திரிகையாம் – ரொம்ப உசத்தியாமே?

நிலவின் ஒளி கூட கண்ணை உறுத்துமோ? ஏனெனில் என் கைமேல் இரண்டு சொட்டுக்கள் கண்ணீர் உதிர்ந்தன. என் கைகள் அவள் கண்களைத் தேடின. அவள் என் கைகளைப் பற்றித் தன் வயிற்றில் வைத்துக்கொண்டாள். அவள் பச்சை வயிறு ஏன் கொதித்ததோ? என் மேல் சாய்ந்திருந்த அவளுடல் விம்மிக் குலுங்கிற்று. அவளைவிட நான் துர்பாக்கியசாலியா? என்னை விட அவளா? யார் அறிவார்? ஏனோ?

இன்றில்லாவிடினும் என்றேனும் நீ எனக்குச் சொல்ல வேண்டும். தூங்குவதற்கும் விழித்திருப்பதற்கும் என்ன வித்தியாசம்?

எனக்கு இரண்டும் ஒன்றாயிருக்கிறது. எப்பவும் இருள்தான். வெய்யில் உடலில் உறைத்தால் அது பகலா? அப்புறம் வெய்யிலில்லாது, தெருக்குறட்டில் நான் கட்டிலில் படுத்துவிட்டால் அது இரவா? இப்பொழுது நான் தூங்குவதாக அர்த்தமா? தூக்கம் நிஜமா? விழிப்பு நிஜமா? தூங்குகிற சமயத்திலாவது உருவமற்ற உருக்கள் என் கண்ணுள் தோன்றி மறைகின்றன. என் பெண்டாட்டி ஏன் இன்று அழுதாள் என்ற கேள்வியே உருவமற்ற உருவாய் எனக்குத் தோன்றுகிறாற் போலிருக்கிறது. ஆகையால் நான் தூங்குகிறேனா விழித்துக்கொண்டிருக்கிறேனா என்றெல்லாம் யோசித்துக்கொண்டி

ருக்கும் அரை நினைவு நிலையில் வாசல் கதவை யாரோ தடதட வென்று அவசரமாய்த் தட்டினார்கள்.

'என்ன?' என் தகப்பனார் அலறியடித்துக்கொண்டு உள்ளிருந்து ஓடி வந்தார்.

'சமாசாரம் கேட்டியோ? உன் நாட்டுப் பெண் திடீர்னு செத்துப் போயிட்டாளாம். அப்பா மேல்துண்டு போட்டுக்கொள்ளவும் மறந்து அவசரமாய் அவர்களுடன் ஓடினார்.

நான் தெரியாத கண்ணைத் திறந்த வண்ணம், கட்டிலில் அசைவற்றுப் படுத்துக்கொண்டிருந்ததேன். ஒரு விஷயம் நன்றாகப் புலனாயிற்று. விடிந்துவிட்டது. ஆகையால் நான் விழித்துக்கொண்டுதானிருந்தேன். என் கண்ணில் பொட்டு ஜலம் கூட இல்லை. சற்று நேரம் பொறுத்து யாரோ இருவர் என்னைப் பிடித்து மாமனார் வீட்டுக்குக் கூட்டிச் சென்றனர். எப்படிப்பட்ட மாப்பிள்ளை வருகை! கூடத்தில் பிணத்தைக் கிடத்தி இருந்தது. கையில் மண்செப்பில் அவள் குடித்தது போக பாக்கிச் சாறு எஞ்சியிருந்தது. அந்தச் செப்பைத் தொட்டேன். பிறகு அவள் உதட்டைத் தொட்டேன். பச்சையாய்த்தானிருக்கும். வீட்டுக் கொல்லைப்புறத்தில் வைத்தியத்திற்காக வேண்டி விஷப்பூண்டு ஏதோ பயிரிட்டிருக்கிறது எல்லோருக்கும் தெரிந்த விஷயம்.

விஷத்தை அப்படியே பொசுக்க முடியவில்லை. புது மணியக்காரர் ஊருக்குப் புதிசு. கொஞ்சம் பயந்த பேர்வழி, யாருக்கும் தெரியாமல் அவரே பக்கத்தூர் போலீஸ், டாக்டர் எல்லாம் அழைத்துக்கொண்டு வந்துவிட்டார். ரண வைத்தியர் பிணத்தின் வயிற்றைக் கிழித்தார்.

வயிற்றில் மூன்று மாதத்து சிசு.

ஊரே பற்றி எரிந்தது. அப்பா நடுங்கிப்போனார். இதைத்தான் தெரிவிக்க முயன்றாளோ? இதுதான் அவள் தெரிவிக்க முயன்றபோது எனக்குத் தெரியவில்லையோ? ஒருவேளை தெரியாமலிருப்பதே மேலென்று உயிரை மாய்த்துக்கொண்டாளோ? தெரிந்துதான் நான் என்ன செய்யமுடியும்? ஏற்கெனவே குருடு. இத்துடன் பெரியவர்களின் ஆசி பெறாத குழந்தை பிறந்த அவமானத்தையும் சுமத்துவானேன் என்ற எண்ணமோ? இத்தனை பகை நடுவில் பயிரான உறவைப் பாதுகாப்பதில் சட்டென்று சலிப்பேற்பட்டுவிட்டதோ? நாங்கள் பாபத்தையிழைத்துவிட்டோம் என்ற பயமோ? இல்லை, எங்கள் ரகசியம் எங்களிருவரோடு மட்டும்தான் இருக்கவேண்டுமென்று, அது பஹிரங்கமாகுமுன் அவள் இவ்வுலகை விட்டுப் புறப்படத் தீர்மானித்துவிட்டாளோ? இந்த உறவு உருப்படப் பிறக்கவில்லை என்று உணர்ந்தாளோ?

'அந்தக் குழந்தை என்னுடையது என்று நான் சொல்லியிருந்தாலோ கதை முடிவில் விடுபடும் புதிர்போல், எல்லாம் வெளியாயிருக்கும். இந்த மூன்று மாதங்களும் ஊரின் பொது சொத்தாயிருக்கும். அவள் நினைவு எனக்கே சொந்தமாயிருத்தல்தான் எனக்கிஷ்டம். என் சுயநலத்தால், நான் பயங்கொள்ளியாயிருந்து விட்டுப் போகிறேன். அவள் பெயருக்கு விழுந்த களங்கம் நீங்காவிட்டாலும் பரவாயில்லை. உயிருடனிருந்த சமயத்தில் எங்கள் பாரத்தைக் குறைக்க யார் என்ன செய்துவிட்டார்கள்? செத்த பிறகு அவள் தலையில் பூச்சூடாவிட்டால் பரவாயில்லை. உயிர்நிலையின் ஒரே மூச்சுப் போன்ற அம் மூன்று மாதப் பச்சைக் கனவின் மிச்சம் நான்தான்.

இருந்தும் ஓரொரு சமயம் என் மனம் அக்கொலையுண்ட குழந்தைக்கு ஏங்குகிறது. அது உயிருடன் இருந்தால் எனக்கு ஆறுதலாயிருக்குமோ?

இது எவ்வளவு அசட்டுத்தனமான யோசனை! எனக்கு உடனே தெரிகிறது. அது உயிருடனிருந்தால் அவளும் உயிருடனிருக்க மாட்டாளா? ஒன்றினின்று மற்றொன்றைப் பிரித்துச் சிந்திப்பது எவ்வளவு அர்த்தமற்று இருக்கின்றது. அவள் போனால் அக்குழந்தையும் போக வேண்டியதுதான். இம்மனத்தின் நிலையை என்னென்று சொல்வது?

அவள் மனதில் முடங்கிக் கிடந்த பாசம் எழுந்த ஆவேசத்தில் தொண்டையை முண்டியது. குறிச்சியில் சாய்ந்தபடியே அவனை அப்படியே அணைத்துக்கொண்டாள்.

"நான்... நான்..."

திடீரென்று மனம் குழைந்த கனிவில், அது மான வெட்கத்தை விட்டது.

"இதுக்கென்ன, நமக்கு வரவருஷம் குழந்தை பிறக்காதா?" என்றாள். அந்த யோசனை அவள் மனதில் உறுத்தும் குறைக்கு ஆறுதலளித்தது.

"ஆம், வாஸ்தவம்தான். ஆனால் பெண்ணாய்ப் பிறக்க வேண்டும். பெண்ணுக்கு நல்ல பேர் வைக்க வேண்டும்."

"என்ன பேர் வைப்போம்?" என்று ஆசையின் அதிசயிப்புடன் கேட்டாள்.

அவன் கண்கள் காணும் ஒளியைப் பெற்றனபோல் விரிந்தன.

"பச்சை."

புற்று

காலை வைத்தபிறகுதான் அது வழுக்கிய தினுசிலிருந்து வந்தது ஆபத்து என்று உணர்ந்தான் உடனே காலை எடுத்துவிட மூளையிலிருந்து காலுக்குத் தந்தி பறக்குமுன், புறங்காலில் அடி விழுந்துவிட்டது. ஒரு துள்ளுத் துள்ளிப் பத்தடி தூரம் அப்பால்போய் விழுந்தான். வயலில் அறுத்துவிட்டிருந்த கதிரின் முளைகள் உடல் முழுவதும் முள்ளாய்க் குத்தின. அவன் மிதித்தவிடத்திலிருந்து 'புஸ்'ஸென ஒரு சீறல்! அவ்வளவுதான். விஷயம் மிஞ்சிவிட்டதென்று உணர்ந்தான்.

ஆனால் சமயபுத்தி ஓடிவிடவில்லை. அவசர அவசரமாய்ச் சட்டைப் பையில் தேடினான். விஷம் 'கிர்'ரென்று ஏறிக்கொண்டு வந்தது. எப்பொழுதும் கையுடன் இருக்கும் பேனாக்கத்தி இன்று ரயில்வே ஸ்டேஷனில் விட்டிருக்கும் கைப்பெட்டியில் மாட்டிக் கொண்டுவிட்டது. உள்ளே நம்பிக்கைச் சுவரில் நாலு கற்கள் இடிந்தன. இருந்தும் கடுமையான சந்தர்ப்பங்களிலே உழன்று பழகியதால், அவ்வளவு சீக்கிரம் தன்னைத் தான் கைவிடத் தோன்றவில்லை. மறுபடியும் பைகளில் தீப்பெட்டியைத் தேடினான். கடித்த விடத்தைச் சுட்டு எரித்துவிடலாம் என்று ஓர் எண்ணம். சிகரெட் பெட்டியிலிருந்து சிகரெட்டுகள் அந்தியிருட்டில் வெண்மையாய்ச் சிதறின; தீப்பெட்டியில் ஒரே ஒரு குச்சிதான் இருந்தது. சபித்துக்கொண்டு இருமுறைகள் கிழித்தான்; இரண்டு பொறிகள்தாம் தெறித்தன. சுடர் உடனே குதிக்கவில்லை. மருந்து கிழிப்பதிலேயே உதிர்ந்துவிட்டது. உள்சுவர் தரைமட்டமாய் இடிந்தது. ஓடிப்போய் ஊரையும் பிடிக்க முடியாது; ரயிலடிக்கும் திரும்ப முடியாது. சமதூரத்தில், இரண்டுக்கும்

வெகுதூரத்தில் மாட்டிக்கொண்டோம் எனக் கண்டுகொண்டான். விஷம் ஏறிக்கொண்டே வருகிறது.

“எங்கேயிருக்கிறோம்?” சுற்றுமுற்றும் நோக்கினான்.

“எங்கேயிருக்கிறோம்?”

“எங்கிருந்து வந்தோம்?”

“எதற்காக வந்தோம்?”

“எங்கே போகிறோம்?”

“இனி வரப்போவது என்ன?”

சில சமயங்களில் மனத்தில் ஓர் எண்ணம் எழுந்ததும், சமயமும் சம்பந்தமுமற்று, அதையொட்டி, அதே மனத்தில் வாக்குத் தொடர்கள் எழுகின்றன. எழுந்ததும் அவைகளே எண்ணங்களாகவும் மாறி,தாமே தம்மைத் தனித்தனித் தொடர்புகளுடன் பெருக்கிக்கொண்டுவிடுகின்றன.

“எங்கிருந்து வந்தாய்?”– திடீரென்று அவனுள்ளிருந்து ஏதோ பிரிந்து, எதிரில் நின்றுகொண்டு, அவன் கேள்வியை அவனையே திருப்பிக் கேட்பதை உணர்ந்தான். உடனே அவனுக்கிஷ்டத்துடனோ. இஷ்டமில்லாமலோ, அக்கேள்விக்குப் பதிலை அவனிடமிருந்து, அது பண்ணிப் பண்ணிக் கேட்கும் முறையிலேயே கட்டாயப்படுத்திற்று.

“எங்கிருந்து வந்தாய்?”

“புற்று புற்று! புற்று!” ஒரே வார்த்தை அவன் கண்ணெதிரில் மாறிமாறிச் சுற்றி வந்தது. அதன் சப்தம் எதிரொலித்துக்கொண்டே யிருந்தது.

“புற்று! புற்று! புற்று! நீ புற்று! நான் புற்று! எல்லாம் புற்று உலகமே புற்று புற்று, புற்று!”

“அடே உன்னைப் புத்துக்குப் பால் வாத்துப் பெத்தேண்டா!” இங்கு அவன் தாயின் குரலைக் கேட்டுத் திடுக்கிட்டான்.

“அடே, என் வயிறு திறந்த வேளை என்ன வேளையடா?”

சின்னப் பையனாயிருக்கையில், துஷ்டப் பையனாயிருக்கையில், கெட்ட சகவாசம் பண்ணிப் பண்ணி ஊர்ச் சண்டையை எல்லாம் இழுத்துக்கொண்டு வீட்டுக்கு வருகையில், அவன் தாய் கஷ்டம் தாங்காமல் இப்படிச் சலித்துக்கொள்வாள். இதைக் கேட்டுக் கேட்டு அலுத்து ஒருநாள், “எந்தப் புத்துக்குப் பால் வார்த்தாய், அம்மா?” என்று இடம் கேட்டுத் தெரிந்துகொண்டு – என்ன ஆச்சரியம் –

தன்னையே சின்னப் பையனாய், இதே இடத்தில், அதோ மரத்தடியில் ஓங்கி வளர்ந்திருக்கும் புற்றை, அதற்குச் சற்றுத் தொலைவில் மேட்டு நிலத்தில் கவிழ்ந்து படுத்துக்கொண்டு சுவாரஸ்யமாய்க் கவனிப்பதைக் கண்ணெதிரில் கண்டான்! கிழிந்த அழுக்குச் சட்டையுடனும், அரை நிஜாருடனும். இடுப்பில் செருகிய கவணுடனும், முழங்கையை நிலத்தில் ஊன்றி, மோவாயைக் கையில் ஊன்றி, புற்றில் என்ன நேரப்போகிறதெனச் சுவாரஸ்யமாய்ப் பார்த்துக்கொண்டிருந்தான்.

ஆனால் அவன் என்ன நினைத்தானோ, எதுவும் நேரவில்லை! ஒரே நிசப்தம்தான் நிலவியது. சுற்றுமுற்றும் வயல்களும், ஏரிக்கரை மேட்டில் இருபுறமும் பனை வரிசைகளுக்கிடையில் ஒற்றையடிப் பாதையும், களத்துமேட்டில் வைக்கோல் போரும்.....

கொஞ்ச நாழிகை காத்திருந்தான்; பிறகு கையும் காலும் சும்மா இருக்கவில்லை. அதுவும் கையில் கவண் இருக்கையில் உருண்டைக் கல்லாய் ஒன்று பார்த்துப் பொறுக்கி, குறிபார்த்து லேசாய் அடித்தான். மண் கொஞ்சம் உதிர்ந்தது. உள்ளிருந்து படத்தை விரித்துக்கொண்டு ஒரு தலை எட்டிப் பார்த்தது. கண்களில் சிந்தும் பச்சைக் குரூரத்தையும், அதன் பட்டை தீட்டிய அழகையும் பிளந்த நாக்கையும் கண்டு அதிசயித்து நின்றான். கொஞ்ச நேரம் அவனைச் சிந்தித்துவிட்டுத் தலையை உள்ளுக்கிழுத்துக்கொண்டது. ஆனால் அவன் இயற்கை சேஷ்டை போகவில்லை. இன்னொரு கல்லை விட்டெறிந்தான். சீறிக்கொண்டு அது எழுந்ததுதான் அவனுக்குத் தெரியும்; அங்கு பிடித்த ஓட்டம், வீட்டுக்கு வந்து, கதவைத் 'தடா'லென்று சாத்தித் தாழிட்ட பிறகுதான் நின்றது. உடல் நாய்போல் இரைத்தது. அன்றைக்கு அவனுக்குச் சாதம்கூட வேண்டியில்லை. தூக்கத்தில்கூட உளறினான்.

பிறகு அடிக்கடி அல்லது அப்போதைக்கப்போது, அது அவன் கனவில் வந்துகொண்டிருந்தது. ஒரு சமயம் தவளையைப் பிடித்துக் கொண்டிருக்கும் அல்லது ஆடிக்கொண்டிருக்கும் அல்லது உடம்பை முறுக்குப் போல் சுற்றிக்கொண்டு, ஒரு முழ உயரத்திற்குத் தலையை மாத்திரம் தூக்கி அவனையே வெறித்துப் பார்த்துக்கொண்டிருக்கும். ஒவ்வொரு சமயம் அவனுடனேயே படுக்கையில் குளிருக்கடக்கமாய், ஒட்டிக்கொண்டு படுத்திருக்கும். அவன் கண்களிலோ, வாயிலோ முத்தமிட்டு, முகத்தை நக்குவது போலுமிருக்கும். திணறித் திணறி அதனின்று விடுபட முயன்று விழிக்கையில், உடல் முழுவதும் வியர்வையில் குளித்திருக்கும்.

ஆனால் காலை வெயில் உடலில் படவேண்டியதுதான்; மறுபடியும் மனத்தில் தைரியம் பிறந்து, பல்லைக்கூட விளக்காமல் விளையாட ஓடிப்போய்விடுவான். அவனுக்கு வீடு பிடிக்கவில்லை. சுற்றுமுற்றும்

இருப்பவரையும் பிடிக்கவில்லை. முக்கியமாய் ஸ்திரீகளைக் கண்டாலே பிடிக்கவில்லை. ஒன்று அவனை ஒரே குழந்தையாகவே நடத்தினார்கள் அல்லது எதற்குமே மதிக்கவில்லை. இப்பொழுது திடீரென ஒரு பழைய சம்பவம் அவன் கண்முன் நின்றது. செத்துக்கொண்டிருக்கையில் கூட, அதை மறுபடியும் மனத்திரையில் பார்க்கையில் சிரிப்பு வந்தது.

தன் வீட்டுக்கு நாலு வீடு தாண்டி ஒரு வீட்டில், அந்த வீட்டுப் பையனுடன் அவன் விளையாடிக்கொண்டிருந்தான். சவுக்காரக் கட்டியைத் தண்ணீரில் கரைத்து, துடைப்பக் குச்சியை அதில் தோய்த்து, மறு நுனியில் ஊதி, கொப்புளங்கள் உண்டாக்கிக் களித்துக் கொண்டிருந்தான். அடிக்கடி கிணற்றுக்குப் போய், இன்னும் கொஞ்சம் சோப்பைக் கரைத்துக்கொண்டு திண்ணைக்கு வருவான். அந்தாத்து மாமா திண்ணையில் இன்னும் நான்கு நண்பர்களுடன் சீட்டாடிக் கொண்டிருந்தார்.

திடீரென்று அந்தாத்து மாமி, வாயிலும் கன்னத்திலும் அடித்துக் கொண்டு உள்ளிருந்து ஓடிவந்தாள். “ஐயோ என் வைரத்தோட்டைக் காணுமே!”மாமி உளறியடித்தாள். “ஐயோ பாவி என்ன பண்ணே?” உடனே கூட்டம் கூடிவிட்டது.

“ஸ்னானம் பண்ணறதுக்காகக் கழட்டிக் கிணத்தடியிலே வச்சேன். தலையைத் துவட்டிண்டதும் மாட்டிக்கலாம்னு சமையலறைக்குப் போய்ப் புடவையை மாத்திண்டு வரதுக்குள்ளேயே மாயமாய்ப் போயிடுத்தே, இதென்னடியம்மா அக்கிரமம்!”

“வாசக்கூட்டி எங்கே?”

“அவ அப்பவே போயிட்டாளே!” திடீரென்று அவள் பார்வை அவன்மேல் விழுந்தது. ஒரே பாய்ச்சலாய் அவன் மேல் பாய்ந்தாள். “இந்தக் குருக்களாத்துப் பையன்தான் கிணத்தடிக்குச் சும்மா வந்திண்டிருந்தான்...”

மாமா கண்களில் பொறி பறக்க அவன் பக்கம் திரும்பினார் “அடப் பயலே! நிஜத்தைச் சொல்லு!”

பையன் திகைத்தே போனான். “எனக்கொண்ணும் தெரியாதே.”

“அவன் இடுப்பு முண்டை அவிழுங்கள். எங்கேயாவது மறைச்சு வச்சிருப்பான்.”

“பேசாமெ ரெண்டு புளிய மலாறு கொண்டு வாருங்கள். முற்றத்தில உலத்தியிருக்கே. வீறுவீறுன்னு வீறினா, பையன் பேசாமெ தோட்டைக் கக்கறான், பாம்பு மாணிக்கத்தைக் கக்கறமாதிரி.”

இதற்குள் ஒருவர் பிரியமாய், அவனை மடியில் வைத்துக்கொண்டு மிகவும் சாமர்த்தியமாய், "சொல்லுடா கண்ணா, எங்கிட்ட மாத்திரம் சொல் பெப்பர்மிண்டு வாங்கித் தரேன். எங்கே ஒளிச்சு வச்சிருக்கே? உனக்கு என்னத்துக்கு அது? உனக்கு வேறே சாமான் எல்லாம் வாங்கித் தரேன்."

"எனக்கு ஒண்ணுந் தெரியாது, எனக்கு ஒண்ணுந் தெரியாதே!" முள்ளிலை மாட்டிக்கொண்ட ஆட்டுக்குட்டியின் அபலைக் குரல் மாதிரியிருந்தது அவன் கத்தல். கண்கள் பயத்தால் சுழன்றன.

நகையைக் கெட்டுப் போக்கின மாமி, உடம்பெல்லாம் ஆட்டிக் கொண்டு ஆத்திரத்துடன் அவனிடம் வந்தாள். "ஒண்ணுமே தெரியாதாடா உனக்கு? குழந்தைக்கு ஒண்ணு தெரியுமோ! வாயில் விரலை வச்சால் கடிக்கத் தெரியுமோ?" என்று சொல்லிக்கொண்டே, அவன் வாயில் விரலை வைத்தாள். அவ்வளவுதான், பையன் ஆத்திரத்துடன் விரலைக் கடித்துவிட்டான். அவனுள் உறங்கியிருந்த ஏதோ ஒரு உணர்ச்சியை அவள் அனாவசியமாய்த் தட்டியெழுப்பி விடவே அது உடனே அவனையும் மீறித் தன்னைத் திருப்தி செய்துகொள்ள ஆரம்பித்துவிட்டது.

அவன் முதுகில் அறைமேல் அறை விழுகிறது. முகத்தைக் கைகள் பிறாண்டுகின்றன. கண் இமைகளில் கூட ஒரு நகம் பதிந்து எரிகின்றது.

தலைமயிரை யாரோ பிடித்து உலுக்குகின்றார்கள். இருந்தும் கடியை விடமாட்டேன் என்றான். 'வீல் வீல்'என்று கத்திக்கொண்டு, அவன் வாயில் கொடுத்த விரல் மேல் அவள் அங்கங்கள் முழுவதும் நெளி வதைக் காணக் காண, அவன் உடலில் ஒரு பயங்கர இன்பம் பரவியது.

கடைசியில் மிருக பலத்தில் அவனை அவளிடமிருந்து பிய்த்தெறிந் தார்கள்.

இந்தச் சமயத்தில் அந்த வீட்டு மாமா, தொப்பை குலுங்க, கையில் ஒரு கிண்ணத்துடன் உள்ளிருந்து ஓடி வந்தார். "ஏண்டி, சமையலறையில் நெய்க்கிண்ணத்திலே போட்டுட்டு, கிணத்தடியிலே தேடினா அகப்படுமா? உன் சுத்தம் தெரிஞ்சு ஒரு தடவை நான் போய்த் தேடினேன். தோட்டை வாங்கினவனுக்குன்னா அதன் கவலை! போட்டுக்கிறவளுக்கு என்ன?"

எல்லோரும் 'திருதிரு'வெனத் திருட்டுக் களை சொட்ட ஒருவரை யொருவரும், அவனையும் பார்த்து விழித்தனர். குருக்கள் வீட்டுப் பையனாகையால், ஏழைப் பையனாகையால் அவனை இத்தனை அடி அடித்துவிட்டு, இத்தனை சொல் சொல்லிவிட்டு, இப்பொழுது என்ன

செய்வதென்று அவர்களுக்குத் தெரியவில்லை. ஆனால் அவனுக்குத் தாங்க முடியவில்லை. திடீரென்று மாமா முகத்தில் கொத்து எச்சிலைக் காறி உமிழ்ந்துவிட்டு, பீறிட்டு வரும் அழுகையுடன் வீட்டுக்கு ஓடியே வந்துவிட்டான். ஆனால் அங்கு மாத்திரம் எந்தக் கை அணைக்கிறது? மானம்போன ஆத்திரத்தில் அம்மா அவனை முதுகில் இரண்டு அறை வைத்து, அறையுள் தள்ளிக் கதவைச் சாத்தினாள்.

சாப்பாடுமில்லாமல், தூக்கமுமில்லாது, செய்யாத குற்றத்திற்குப் பட்ட அவமானத்தில் இரவு முழுவதும் பொருமிப் பொருமி, அவனுள் என்ன நேர்ந்ததோ, அன்று மறுநாள் முதல் மெய்யாகவே திருடத் தலைப்பட்டான்.

ஆத்திரத்துக்காகத் திருட்டு; முதலில் சின்னச் சின்னத் திருட்டு; சிங்காரத் திருட்டு; சாமான்களுக்காகத் திருட்டு; பிறகு திருட்டுக்காகத் திருட்டு; அந்தச் சமயத்து நெஞ்சுப் படபடப்பும், இரத்தம் உடலில் குதித்துப் பாயும் ஆனந்தத்திற்காகவும் திருட்டு!

போகப் போக வெறும் திருட்டுடன் அவன் பழக்கங்கள் நிற்கவில்லை. புதுப்புதுப் பழக்கங்கள்; புதுப்புது இன்பங்கள். இன்பத்தின் புதுமை; புதுமையின் இன்பம், அதுவும் பிறருக்கு இழைக்கும் துன்பத்தின் இன்பம். அவன் செய்கைகளால் பிறர்படும் சங்கடத்தைப் பார்க்கப் பார்க்க, அவனுக்கு அவர்கள் மேல் இருந்த கரிப்பு அதிகரித்துக் கொண்டுதான் போயிற்று. நாளடைவில் அவன் மார்புள் ஏதோ கனமாய் இறங்கி, பிறகு அங்கே கெட்டிப்படுவது போல்கூட அவனுக்குத் தோன்றியது. துளித்துளியாய், படிப்படியாகத்தான்ஆனால் நிச்சயம்.

அவனை ஒருவராலும் அடக்க முடியவில்லை.

“ஐயோ, நீ எனக்கு ஒரே பிள்ளையடா! உங்கப்பாகூட இப்போ இல்லேடா, என் பேரைக் கெடுக்காதேடா. நான் கண்மூடுகிற வரையிலுமாவது சரியாய் இரேண்டா...” என்று கண்ணீர் வழிந்தோட, அம்மா மன்றாடுவாள். இருந்து இருந்து, தவங்கிடந்து ஒரு பிள்ளையைப் பெற்றாள் என்றாலும் பையன் பிறந்த ராசி, குடும்பம் திடீரென க்ஷீண தசையடைந்துவிட்டது. கணவன், திடீரென ஜுரம் அடித்து, நடுத்தர வயதிலேயே காலமானார். இருக்கும்போதே வருவாய் வெகு சொற்பம். இருந்தும், பையனுக்கு வயது வந்ததும் மலையைப் பெயர்த்துவிடப்போகிறான் எனும் அபார நம்பிக்கை. அதன் ஒரே தூண்டுதலில் படாத கஷ்டங்கள் எல்லாம் பட்டு, மானத்தையும் அவனையும் காப்பாற்றி வந்தாள். ஆனால் பையன் வழியோ தனி வழியாய்ப் போய்விட்டது. சுவாமி பாடே வேளாவேளைக்கு நைவேத்தியமில்லாமல், தகராறாய்ப் போய்விட்டது. பையன் சோற்று

மூட்டையை மரக்கிளையில் எங்கேயாவது தொங்கவிட்டுவிட்டு. சஹாக்களுடன் கூத்தடிக்கப் போய்விடுவான். வீட்டில் சாப்பாட்டுக்கு அந்த மூட்டை வந்தாக வேண்டும். தெய்வம் எப்பொழுது கண் திறக்குமோ என்றுகூட இல்லை – பையனுக்கு வீட்டுப் பக்கம் எப்பொழுது மனந்திரும்புமோ என்று அம்மா, கண்ணில் உயிரை வைத்துக்கொண்டு காத்துக்கிடப்பாள்.

அப்படியே அவன் இஷ்டப்பட்ட சமயத்தில் வீட்டுக்கு வந்தவனை யும், கனிவாகவோ கண்டனமாகவோ ஒரு வார்த்தை கேட்டுவிட முடியுமா? அவன் சீறி விழுகையிலேயே நாடி ஒடுங்கிவிடும். "சுவாமி. நீதான் கண்ணைத் திறக்க வேண்டும். குழந்தையைக் கொடுத்தே. கூட அவனுக்குக் குணத்தைக்கொடு."

மிடிவாயும், பிள்ளைக் கவலையும் பட்டுப் பட்டு அவளுக்கு வயதுக்கு மீறிய கிழம் விழுந்துவிட்டது. இதைத் தவிர ஆசாரம் சீலம் எல்லாம் அதிகம். தானாய் நேரும் பட்டினிகள் தவிர, நாள் கிழமையென்று உபவாசம் இருப்பாள். எல்லாம் பிள்ளை. 'பிள்ளைக்கு நல்ல புத்தி வரணும். பிள்ளைக்குக் கல்யாணம் ஆகணும். பிள்ளைக்குக் குலம் வளரணும். ஆனால் அவள் சாமியை வேரோடு பிடுங்கப் பிடுங்க. அது அவள் விஷயத்தில் கடுமையாய்த்தானிருந்தது. தரித்திரம்தான் பிடுங்கியெடுத்தது. அப்பளமிட்டு, இலை தைத்து விற்கும் நிலையிலிருந்து மாறவே முடியவில்லை.

ஆனால் அவள் பையனுக்கு யார் பெண் கொடுப்பார்கள்! எதை நம்பிக் கொடுப்பது? குணத்தையா, குடும்ப சம்ரக்ஷணையிலும் கௌரவத்திலும் இருக்கும் பொறுப்பிற்கா, படிப்புக்கா?

பையன் என்னவோ ராஜா மாதிரிதான் இருந்தான். ஒற்றை நாடித் தேகம். நெருப்புச் சிவப்பு. நடை நடையாயிருக்காது; ஏதோ காற்றில் மிதப்பது போலத்தான் இருக்கும் அதன் அழகு அவ்வளவு லாகவம். உடை பாவனைகள் எல்லாம் அப்படித்தான். கோவில் குருக்களாய் இருப்பதால் 'கிராப்பு' வைத்துக்கொள்ள முடியவில்லை. மயிரை நீளமாய் வளர்த்து மேல் நோக்கி வாரிவிட்டிருந்தான். கஞ்சிக்கு 'லாட்டரி'யாயிருந்தாலும் நல்ல உடைதான் உடுத்துவான். கண்களின் ஒளி ஊடுருவும். அவனுடைய கத்திப் பார்வைக்குப் பயந்தே அண்டை வீட்டார் எல்லோரும் தங்கள் பெண்டிரை அடைகாத்து வந்தனர்.

அவன் தெருவழியே போகையில், பெண்கள் வீட்டு ஜன்னல் வழியே ஆசையுடன் திருட்டுப் பார்வை பார்ப்பார்கள். அதுவும் அவனுக்குத் தெரியும்; தெரியாததுபோல், ஒரு அலட்சியப் புன்முறுவலுடன், மிதந்துகொண்டே போவான். இத்தனைக்கும் அவன் அவர்களை நாடிச்

சுற்றியதில்லை. ஆனால் ஊரில் மற்ற காலிகளை விட அவனிடம்தான் பயந்தார்கள். அவனுக்கும் அவன் சஹாக்களுக்குமே வித்தியாசமிருந்தது. அவர்களுக்கே அவனிடம் ஒரு எல்லைக்கு மேல் நடுக்கந்தான். அவனிடம் ஒரு நெருங்கமுடியாத தன்மையும், அடிப்படையான குரூரமும் இருந்தன. ஏதோ கத்தியோடு பழகுவது போல்தான்! அதை எவ்வளவு அன்போடு அணைத்தாலும் அதற்கு வெட்டத்தான் முடியும்; அதன் இயல்பே அதுதான். அவனுக்கு அவனைப் பற்றியே அநாவசியமாய் இருந்தது. அவன் எதற்கும் தயாராய் இருந்தான். அதனால் அவன் மற்ற காலிகளை விட அபாயகரமானவனாய் இருந்தான். கருணை என்பதே அவனிடமில்லை.

அவன் தாயின் வேதனையோ, மற்றவர்கள் வேதனையோ அவனை பாதித்த மாதிரி தெரியவில்லை. அவளுடைய முறையீடும், மற்றவரின் முறையீடும், ஏதோ பாறையின் மீது மோதும் அலைகளின் வியர்த்தமாய் இருக்கும். அசைந்துகூடக் கொடுக்காத அப்பாறையே போல, அவனுடைய மௌனமும் அச்சத்தை விளைவித்தது. தவறிழைத்த வனின் மௌனமாயிலாது, அது அலட்சியத்தின் மௌனமாயிருந்தது. மார்மேல் கையைக் கட்டிக்கொண்டு எங்கேயோ பார்த்துக்கொண்டிருப் பான். ஜலத்துள் அமுங்கிய குடம்போல், அவன் தன்னுள் மூழ்கிக் கிடப்பான்.

“என்னடா உன்கிட்டத்தானே சொல்றேன். இப்படிப் பண்ணலா மாடா?” என்று அவன் தாய் எரிந்து விழுந்தால். “ஊம்? என்னம்மா சொல்றே?” என்று விழித்தெழுவான். அதுவரை என்ன யோசனை பண்ணிக்கொண்டிருந்தான் என்று கேட்டால், அவனுக்கே தெரியாது. முகத்தில் சுளிப்பு என்று இல்லாவிட்டாலும், அதில் சிரிப்பு என்றும் இல்லை.

ஆனால் எந்தப் புற்றுக்குப் பால் வார்த்து அவனைப் பெற்றெடுத் தாளோ, அப்புற்றின் வழி அவன் போகையில், அதைப் பார்க்கையில், எரிமலையின் சுண்டிய கற்குழம்பு தனக்குள் தளைப்பதுபோல் அவனுள் ஏதோ அசைந்து கொடுக்கும். கொஞ்ச நாழியாவது அங்கு நின்று அதைச் சிந்தியாமல் போக முடியவில்லை.

அப்புறம் முன்பைவிட இப்பொழுது மிகவும் வளர்ந்துவிட்டது. உயரமும் அதிகம். சிறுசிறு மண் குன்றுத் தொடர்கள் ஓங்கி நின்றன. அவை தாமே வளருந்தன்மைதான் என்ன? அவைகளின் உள்பக்கம் எப்படியிருக்கும்? எதுவரைதான் போகும்? அதன் உள் இருள் எவ்வளவு ஆச்சரியமானதாய் இருக்கும்? அந்த உள் இருளுடன் ஐக்கியமாய் விடின்...!

மண்டையை வெடித்துக்கொண்டு கிளம்ப முயன்றாலும், அதற்கு மேல் இடமில்லாததால் யோசனை எட்ட மறுத்துவிடும். பெருமூச் செறிந்து திரும்புவான்.

போகப் போகக் குருக்கள் பையன் சமாசாரம் தாங்கக் கூடியதா யில்லை. திடீரென்று ஒருநாள் ஒரு கூட்டம் திரண்டு அவன் வீட்டு வாயிலையடைந்தது. ஏக இரைச்சலுடன் அப்பொழுது அவன் வீட்டில் இல்லை. தாய்தான் இருந்தாள். அரவங்கேட்டு, அடுப்பங்கரை யிலிருந்து கைச் சாமானோடு ஓடிவந்தாள். குழம்புக்குப் புளியைக் கரைத்துக்கொண்டிருந்தாள். கும்பலைப் பார்த்ததும் வயிற்றில் புளியைக் கரைத்தது. கூட்டத்தின் திரண்ட கோபாவேசத்தில், அவ்விடத்தில் ஆடிய காற்றே விறுவிறுத்தது.

ஆரவாரத்திலிருந்து ஒரு குரல் பிரிந்து வந்தது. அதன் சப்தம் அவள்மேல் மோதியது.

பெரியம்மா, இனிமேல் உங்கள் பையன் கோவில் படிதாண்டினால், நாங்கள் காலை ஒடித்துப் போட்டுவிட்டுவோம். உங்கள் பையனை நீங்கள் இனி பார்த்துக்கொள்ளுங்கள். பிறகு எங்களைக் குறைசொல்ல வேண்டாம்."

"ஐயோ, இப்போ என்ன நடந்துடுத்து?"

கையில் பாத்திரத்தை ஏந்திக்கொண்டு வாசற் குறட்டில், ஒண்டி யாய் அவர்கள் எதிரில் நிற்கையில், அவளைப் பார்க்கப் பரிதாபமாயிருந்தது.

"உங்கள் பையனும் நாலு சோம்பேறிகளுமாய்ச் சேர்ந்து நேற்று ராத்திரி, எருவுக்காகக் கழனியில் மடக்கிவிட்டிருந்த ஆட்டு மந்தையிலிருந்து ஒரு ஆட்டுக்குட்டியைப் பிடித்து, ஏதோ வெங்காயம், வேர்க்கடலை, பலாக்கொட்டை சுடுவதுபோல், நடுவயலில் குழியை வெட்டி நெருப்பை மூட்டிச் சமைத்துச் சாப்பிட்டுவிட்டார்களாம். இந்த அக்கிரமம் எங்கே அடுக்கும்? பிராமணப் பிள்ளையாய்ப் பிறந்துவிட்டு இந்த மாதிரி பண்ணிப்பிட்டு, கோவிலில் மணியாட்ட வந்துவிட்டால், ஊர் உருப்பட்டுவிடுமா?"

அவளுக்கு உடல் பரபரத்தது. "இன்னிக்கு எனக்காச்சு அவனுக்காச்சு. நான் கவனிச்சுக்கறேன். நானே உங்களுக்குச் சொல்கிறேன். அவனைக் கோவிலில் சேர்க்காதீர்கள். இன்றையிலிருந்து பூஜைக்கு வேறு ஏற்பாடு பண்ணிக்கொள்ளுங்கள்."

அவன் வீட்டுக்கு வருகையில் அவள் பூஜையில் உட்கார்ந்திருந்தாள். கட்டுக்கட்டாய் விபூதியணிந்து, துல்லியமான வெண்மையுடுத்தி,

சிவப்பழமாய் மணையில் உட்கார்ந்திருந்தாள். எதிரே, கோலத்தின் மேல் பூஜை சம்புடம் இருந்தது.

"அடே! இங்கே வா!"

அவள் குரல் அவளுக்கே 'கணீ'ரென்றது. அவன் மௌனமாய் வந்து நின்றான். புருவங்கள் வினாவில் நெரிந்தன. இடமே இருவரின் அந்தர பலத்தின் வேகத்தில் சிலிர்த்தது. இரு குஸ்திக்காரர்கள், தாக்குவதற்குமுன் ஒருவர் பலத்தையொருவர் வெறும் கண்ணோட்டத் திலேயே ஆராய்வதுபோல் ஒருவரையொருவர் பார்த்துக்கொண்டு நின்றனர்.

"இப்போ நான் பூஜையில் உட்கார்ந்திண்டிருக்கேன். அதனாலே என் வாயால் சொல்லக்கூட அஞ்சறேன். ஆனால் இன்னிக்கு உன்னைப் பத்தி நான் கேள்விப்பட்டது வாஸ்தவமா?"

அவன் முகம் சஞ்சலிக்கவில்லை; சிந்தனையில் ஆழ்ந்தது. அவனு டைய மௌனத்தால்தான் குழப்பம் உண்டாகியது. தன் மகனாயிருப் பினும் அவனை அறிய முடியாதது அவளுக்குப் பெருந்தோல்வியாயும் ஆத்திரமாயுமிருந்தது.

"நான் எதைக் குறிச்சுக் கேக்கறேன்னு புரியறதா?" புன்னகை புரிந்தான்," புரியாமல் என்ன?"

"என்ன சொல்றே?"

"உனக்கு என்ன தோன்றுகிறது?" இப்போது அவன்தான் பூனை; அவள்தான் எலியாக அவன் திடீரென்று மாற்றியதும், அவள் தன்னை அடக்கிக்கொள்ளச் செய்யும் முயற்சிகள் எல்லாம் பறந்தன.

"அடே, இந்தச் சங்குப்பாலைக் கையிலே வெச்சுண்டு சொல்றேன், நீ அழிஞ்சு போயிடுவே என் வயிறு எரியக் காணாதே."

அவன் குரலும் பதிலும் அமைதியாய்த்தானிருந்தன. "மற்றவர்கள் என்னை அழிக்கறதைவிட நானா அழிஞ்சு போறது மேல் இல்லையா? அதுவே ஒரு வைராக்கியந்தான், அம்மா. அதற்கு ஒரு சத்தியமுண்டு." அம்மாவுக்கு உச்சி மண்டை இரத்தத்தில் முத்துக் கொதிகள் வந்தன. தொண்டையைக் கிழித்துக்கொண்டு கத்தினாள்:

"அழிஞ்சேதான் போயிடுவே. நான்தான் சொல்றேனே."

"இப்போ என்னம்மா வந்துடுத்து? அழிஞ்சால்தான் இப்போ என்ன முழுகிப்போயிடுத்து? ஏன் இப்படி பிரமாதப்..."

"ஹா, பாவி! எண்ண பண்றே?" அவள் கண்கள் பயங்கரத்தில்

அகல விரிந்துவிட்டன. அவள் அவன் முகத்தைப் பார்க்கவில்லை. அவள் கண்கள் அவன் கையைத்தான் வெறித்துப் பார்த்துக்கொண்டிருந்தன. அப்பொழுதுதான் அவனுக்கு என்ன செய்தோம் எனத் தெரிந்தது. பேசிக்கொண்டே பூஜை விளக்கில் சிகரெட் பற்ற வைத்துக் கொண்டிருந்தான்.

அவள் தன் வசமிழந்துவிட்டாள். அவள் எதிரில் திடீரென்று திரை கிழிந்து, அவளுக்கு மாத்திரம் தரிசனம் ஆவதுபோல், முகம் மாறியது. கன்னத்தில் 'பளீர் பளீர்' என்று அறைந்துகொண்டாள். கண்கள் அமானுஷ்யமான ஒளியுடன் ஜொலித்தன.

"ஹே சுப்பிரமணியா! என்னை மன்னிச்சுடு. நான் இவனைப் பெத்தே யிருக்கப்படாது! என்னத்தைப் பெத்தேன்னு இப்பொழுதுதான் கண்டேன்! நான் பெரும் பாவத்தைப் பண்ணிட்டேன். என்னை மன்னிச்சுக்கோ. மன்னிச்சுக்கோ."

'தடா'லென்று அவள் கீழே விழுந்துவிட்டாள்.

அவன் சிரித்துக்கொண்டே புகையை ஊதிக்கொண்டு அவ்விடம் விட்டு அகன்றான்.

வீடு திரும்பும் வேளைக்கு அஸ்தமித்துவிட்டது. அவன் வீடே ஊருக்குக் கொஞ்சம் ஒதுக்கு. மேட்டு நிலத்தில் இருந்தது. அதில் சாயந்தரம் திண்ணைப் புரையில் ஏற்றி வைக்கும் அகல் விளக்குச் சுடர் தொலைவிலேயே தெரியும். ஆனால் இன்று விளக்கு எரிய வில்லை. அதுவே ஒரு ஆச்சரியமாய்த்தானிருந்தது. கிட்ட நெருங்க நெருங்க வீட்டின் தேக்க மௌனம் வாய்விட்டு அலறியது.

வெறுமெனச் சாத்தியிருந்த வாசற்கதவைத் தள்ளிக்கொண்டு உள்ளே சென்றதும் இருட்டில் ஏதோ கனமாய் அவன் மேல் உராய்ந்து ஆடியது. காலின்கீழ் ஏதோ தடுக்கியது. பிடாரி குறுகுறுத்தது. சட்டென நெருப்புக் குச்சியைக் கிழித்தான். அம்மா ரேழி விட்டத்திலிருந்து கயிற்றில் தொங்கிக்கொண்டிருந்தாள். காலடியில் ஒரு பித்தளை அடுக்கு உருண்டோடியிருந்தது.

அப்பொழுதாவது கலங்கியதோ மனம் என அவனையுமறியாமல் தன்னை ஆராய்கையில், அதில் ஏதோ ஓர் எண்ணம் லேசாய் மின்வெட்டுப் போல் பாய்ந்து மறைந்தது.

"சே, இன்னுங் கொஞ்ச நாளிருந்தால் தானாகவே செத்துப் போயிருக்கலாமே!"

அன்றிரவே, அவ்வூர் மண்ணை உள்ளங்காலினின்றும் உதறிக்கொண்டு நடந்தான்.

“பிறகு எங்கே போனாய்?”

அவனின்றும் பிரிந்த அவனுக்கிடும் தீர்மானமான கேள்விக்குப் பணிவுடன் பதில் சொல்லிக்கொண்டு போனான்.

“போனேன், போய்க்கொண்டேயிருந்தேன். கையிலிருந்த ஒன்று அரைக் காசும் செலவழிந்து போயிற்று. திருடித் தின்னவாவது தோன்றிற்றே தவிர, பிச்சை கேட்க மனம் மானம் பார்த்தது.

மூன்று நாள் பட்டினி. கடைசியில் எங்கோ போய் ஹோட்டலில் சாப்பிட்டுவிட்டு, பணங் கொடுக்காமல் நழுவப் பார்க்கையில், ‘கல்லா’ப்பெட்டியிலிருந்து முதலாளி மலை போன்ற சரீரத்தைத் தூக்கிக்கொண்டு எழுந்து வந்து கையைக் கெட்டியாய்ப் பிடித்துக் கொண்டான். பிடி, இரும்புப் பிடியாய் இருந்தது. ‘மரியாதையாய்ப் பணத்தை வெச்சிட்டுப்போ. இல்லாட்டா தின்னதுக்குக் கூலியாக வேலை செஞ்சிட்டுப் போ... இரண்டு ஈடு உளுந்து இருக்கு, அரைச்சுக் கொடுத்துட்டுப் போ...’ என்றான்.

என்ன செய்வது? அரைத்துக் கொடுத்தேன். பிறகு அப்போதைக்கு வயிற்றுப் பாடு பெரும்பாடாயிருந்தாலும், அவனுக்கும் ஒரு ஆள் வேண்டியிருந்ததாலும் அங்கேயே அது சாக்கில் வேலைக்கும் தங்கிவிட்டேன்.

ஆனால் அவனிடம் நான் வகையாய் மாட்டிக்கொண்டேன். தொட்டதற்கெல்லாம் எரிந்து விழுந்துகொண்டிருப்பான். ஆட்களைப் பம்பரமாய்ச் சுழற்றி வேலை வாங்குவான். கடைக்கு மாத்திரம் முதலாளியில்லை அவன்; தொழிலிலேயே அவன் முதல்தான்! அவன் சமையலுக்கும் பட்சணங்களுக்கும் ஏகப்பட்ட கிராக்கி. இங்கே கலியாணம். அங்கே பிறந்தநாள், இங்கே டீ பார்ட்டி, அங்கே விருந்து என்று எப்பொழுதுமே கிராக்கி, அப்போதெல்லாம் அவனோடு அவன் பரிவாரம் – அதில் நானும் – கரண்டிகளையும், அண்டாக்களையும் தூக்கிக்கொண்டு போவோம்.

கோட்டையடுப்பருகில் மணை போட்டு உட்கார்ந்துகொண்டு அதிகாரம் பண்ணுவான். வேலையெல்லாம் ஆனபிறகு, அடுப்பிலிருந்து இறக்கும் சமயத்தில் ஓரோரு பதார்த்தத்திலும் ஒரு கரண்டி எடுத்து மூக்கண்டை கொண்டுபோய் முகர்ந்துகூட அல்ல, பதஞ் சொல்லிச் சரிப்படுத்துவான். மெய்யாகவே அவன் கையில் ஜாலமிருந்தது. அவன்

ஒரு சாமானைப் பக்குவம் பண்ணினபிறகு, அதைச் சமைத்தவனே பிரமிக்கும்படி, அதன் மதுரம் அதிகரித்திருக்கும்.

ஆனால் கோபம் வந்தால் பேய்க்கு வருவதுபோல்தான்! ஒரு சமயம் ஒரு உத்தியோகஸ்தன் வீட்டுக்கு வேலைக்குப் போயிருந்தோம். ஏதோ அவனுக்குச் சம்பளமும் வேலையும் உயர்ந்ததற்காக, நண்பர்களுக்கு விருந்தாம்.

அடுப்பு மிகவும் புகைந்தது என்று அதில் 'சட்'டென ஒரு கரண்டி எண்ணெய் ஊற்றியதைப் பார்த்துக்கொண்டிருந்துவிட்டு, நேரே வந்து, சுழற்றி என்னைக் கன்னத்தில் விட்ட அறையின் வேகத்தில் தொலைதூரத்தில் 'தொப்'பென்று விழுந்தேன். அறையின் கனம் என்மேல் ஒரு வண்டி செங்கல் சரிந்தாற்போலிருந்தது.

'யார் வீட்டு சொத்துப் போச்சுன்னு பண்ணறே? அடுப்பு எரிய விடறானாம், விடறான் – மடையன்!'

பின்னாலிருந்து 'களுக்'கென்று சிரிப்பு ஒலித்தது. திரும்பிப் பார்த்தேன். அந்த வீட்டுக்காரரின் பெண் நின்றுகொண்டிருந்தாள். இரட்டைப் பின்னல், உள்பாவாடை தெரியச் சல்லாப் புடவை, தனி மேலாக்கு, ஸ்னோ, பவுடர், நாகரிகத்தின் மற்ற சின்னங்களுடன்.

மனிதன் அழிவதற்குக்கூட அவ்வளவு பயப்படவில்லை. அவமானப்படத்தான் அஞ்சுகிறான். அதுவும் பெண்ணெதிரில், அவமானத்திலும் அடி மயக்கத்திலும் கண்கள் இருண்டன. என் கண் எதிரில், என் ஊரில், வயற்புறத்தில் மரத்தடியில் புற்று எழுந்தது – என்னுள் ஏதோ சீறி எழுந்தது.

"என்னடா முழிச்சுப் பாக்கறே. சுட்டெரிச்சுடறாப் போல! நல்ல பாம்புப் பார்வை! நீ பாம்பாயிருந்தால், உனக்கு ராஜா மூங்கில் தடி இருக்குன்னு தெரியுமா?'

வஞ்சம் தீர்த்துக்கொள்ள வேண்டுமென்று அப்பொழதே தோன்றி விட்டது. சமையல் வேலை முடிந்துவிட்டது. சாப்பாட்டிற்குக் கொஞ்ச நேரமிருந்தது. காற்று வாங்கவும், குளிக்கவும், உடை மாற்றவும் பரிசாரகர்கள் வெளியே போனார்கள். ஆனால் நான் மாத்திரம் அங்கு உட்கார்ந்துகொண்டிருந்தேன். அவமானம் தாங்காமல் மனம் புழுங்கிக்கொண்டிருந்தது. அந்தக் கேலிச் சிரிப்பு இன்னமும் காதில் ஒலித்தது.

'என்ன பண்ணறே, இருட்டிலே உட்கார்ந்துண்டு? உடுத்திக்கப் போகல்லே?'

என் முதலாளிதான்; கருவேப்பிலைக் கொத்தை அண்டா ரசத்தில்

உருவி உதிர்த்துக்கொண்டு ஏதோ சொன்னான். அவன் குரலில் இப்பொழுது கோபமில்லை.

‘எந்தத் தொழிலிலும் ஒண்ணு தெரிஞ்சிக்கணும்: தெரியாவிட்டால் அதைக் கத்துக்கற வழியைப் பார்க்கணுமே தவிர, ஏமாத்தற வித்தை கூடாது. இன்னொண்ணு என்னனனா, பண்ணின தவறுக்குத் தண்டனையடைஞ்சப்புறம் அத்தோடு அது போச்சு. அப்புறம் மேல் காரியத்தை ஓட்டணும். நீ மாத்திரம் இந்தத் திருட்டு புத்தியையெல் லாம் விட்டுட்டுத் திருந்தறதாயிருந்தால், உன்னை நான் ‘கல்லாப் பெட்டியில் உட்கார்த்தி வைப்பேன். என் பெண்ணைக்கூடக் கொடுப் பேன். போ, போ... சொக்காயையும் வேஷ்டியையும் மாத்திண்டு கோகர்ணத்தை எடு.’

அவன் எப்பொழுதும் இப்படிப் பேசியதேயில்லை. நான் ஆச்சரியப் பட்டுப் போனேன். அவசர அவசரமாய் அங்கு விட்டுப் போனேன்.

எனக்கு சமைக்க சரியாய்த் தெரியாவிட்டாலும், பரிமாற என் எஜமான் என்னை நன்றாய்ப் பழக்கியிருந்தான். ஏனெனில், நான் உருவா யிருப்பதாலும், சரியாய் உடுத்துவதாலும், பந்திக்கு எடுப்பாய் இருப்பேன். ஆகையால் அவன் பேருக்கும் எடுப்பாயிருந்தது. முக்கியமான சாமான்களைத் தூக்குவதற்கு நான்தான் முதலில் போயாக வேண்டும். மற்றவர்கள் இதைப் பற்றி அவனிடத்தில் அலுத்துக்கொண்டால், ‘அதெல்லாம் உங்களுக்குத் தெரியாது; வியாபார சூட்சுமம், சரக்கு பாதி ஆள் பாதி – இது ரெண்டும் சேர்ந்தால்தான் முக்கியமாய் இந்தச் சமையல் தொழிலுக்கு ரஞ்சகம். இல்லாவிட்டால் இவன் சமையல் லட்சணத்துக்கும் கை வாசனைக்குமா இவனைக் கட்டிண்டு அழறேன்?’ என்பான்.

ஆகவே நான் சாம்பார் எடுத்தேன். கூட்டெடுத்தேன், கறி எடுத்தேன், ரஸம் எடுத்தேன்.

பந்தியில் அவளும் உட்கார்ந்திருந்தாள். அவள் இலைக்கு நான் வரும்போதெல்லாம் என்னைக் குறும்பாகப் பார்த்துக்கொண்டே சிரித்துக்கொண்டிருப்பாள். எனக்கு எரிச்சலாயிருந்தது. ‘இரு இரு மகளே’ என்று கறுவிக்கொண்டே பாதாம்கீரை எடுத்தேன்.

ஒவ்வொருவருக்கும் ஊற்றிக்கொண்டு வருகையில் அவர்கள் கையில் வைத்ததும் அவரவர் முகங்கள் விதவிதமாய் ஆச்சரியமும், அசடும் வழிய தூக்கிவாரிப் போட்டாற்போல் சவுங்கி. சொல்லவும் முடியாமல் மெல்லவும் முடியாமல் சவுங்குவதைக் காண்கையில் உள்ளூர ஆனந்தம் பொங்கியது.

'ஓ damn! இதென்னா பாயசம் உப்புக் கரிக்கிறது' என்று வீட்டு எஜமான் கத்தினார். நேரே என் பார்வை, பின்னால் கைகட்டிக் கொண்டு பந்தி நடுவில் நின்றுகொண்டு மேற்பார்வை பார்த்துக்கொண் டிருக்கும் என் முதலாளிமேல் பாய்ந்தது. நான் அவனைப் பார்த்ததை அவள் பார்த்துவிட்டாள். 'பக்'கென்று அந்தப் பெண் வாய்விட்டுச் சிரித்து விட்டாள். என் முதலாளி திகைத்து நின்றான்.

'சிரிப்பு என்ன வேண்டியிருக்கு. பார்ட்டி குட்டிச்சுவராப் போச்சே. சமையல்காரன் யார்?' என்று அவள் தகப்பனார் கர்ஜித்தார்.

"இதில் ஒரு நீதியிருக்கு, Papa! ஒரு கரண்டி எண்ணெய் ஒரு படி உப்பில் கொண்டுபோய் விட்டுவிடும்.'

'இது என்ன புதிர்?'

அவள் என்னைப் பார்த்துச் சிரித்துக்கொண்டே, 'இல்லை; இது எனக்கும் இங்கே இன்னும் ரெண்டுபேருக்கும்தான் புரியும். அது ஒரு பெரிய தமாஷ்!' என்றாள்.

அவள் வார்த்தைகளின் அர்த்தம் என் எஜமான் மண்டையில் ஊறுகையில் அவன் முகம் மாவாய்ப் பிசைந்தது. ஓசைப்படாமல் நழுவினேன். எங்கள் விடுதிக்கு ஓடினேன். மறு சொக்காயையும் வேஷ்டியையும் அவசர அவசரமாய்க் கைப்பையில் திணித்தேன். அவன் கண்ணில் படுமுன் கிளம்பியாக வேண்டும்! பையைத் தூக்கிக்கொண்டு திரும்புகையில் வாசற்படியில் நிழல் தட்டியது. அவள் நின்றுகொண்டிருந்தாள்!

'ஓ!'

நான் பின்னடைந்தேன். என்னை நோக்கி இரண்டடி வைத்தாள்.

'எங்கே அவ்வளவு அவசரம்?' அவள் வாயின் வார்ப்பே சிரிப்பா?

'வேடிக்கையை மௌனமாய் அனுபவிக்க முடியாமல், நீதான் புத்திசாலி மாதிரி, அர்த்தத்தையும் விளக்கிவிட்டதால் நான் மறுபடியும் என் எஜமானிடம் வேலை பார்க்க முடியாதபடி பண்ணிவிட்டாய், உன்னாலான உபகாரம்.'

'இதுதானே? என் வீட்டுக்கு ஒரு ஆள் தேவையாயிருக்கிறது. அப்பாகிட்டே சொல்லி உன்னை வைக்கச் சொல்லுகிறேன். ஓடிப்போய் விடாதே. இருந்தாலும் நீ பண்ணின வேலையை நினைக்க நினைக்கச் சிரிப்பு தாங்க முடியவில்லை... அடேயப்பா! என்ன நெஞ்சுக் கனம் உனக்கு!'

என் பையைப் பிடுங்கிக்கொண்டு சிரித்துக்கொண்டே போனாள்.

நான் அங்கேயே நின்றுகொண்டிருந்தேன். ஆனால் நான் அங்கு இல்லை. வயற்புறத்தில், மரத்தடியில், புற்றெதிரில் நின்றுகொண்டிருந் தேன். புற்று நாகம் சட்டையுரித்துக்கொண்டிருந்தது. மினுமினுக்கும் புத்துடம்புடன் பழஞ்சட்டையினின்றும் வெளிப்பட்டுக் கொண்டிருந்தது.'

அங்கு நான் கொஞ்சநாள் வேலை பார்த்தேன். வேலையொன்றும் கிடையாது. செலவுக்கு மீறிய காசு கையில் இருந்ததும், செல்லப் பெண்ணும்தான் என்னை வேலையில் வைத்துக்கொண்ட காரணமே யன்றி, வேலைக்காக என்றல்ல. சுகமாய்க் காலத்தைக் கழித்தேன். நிறைய அவகாசமிருந்தது. என் இஷ்டப்படி வெளியில் சுற்றினேன்.

ஒரு தடவை தெருவில் போய்க்கொண்டிருக்கையில் என் மேலேயே ஏறிவிடுவது போல் என் பின்னால் ஒரு கார் வந்து 'சடக்'கென்று நின்றது. அவள் மாத்திரம் உட்கார்ந்துகொண்டிருந்தாள், சிரித்த வண்ணம். அவள்தான் ஓட்டிக்கொண்டிருந்தாள். அவள் மேலிருந்து வீசும் வாசனையில் எனக்கு மயக்கம்கூட உண்டாயிற்று. பென்ஸிலால் வெகு ஜாக்கிரதையாகத் தீட்டியிருந்த புருவங்கள் வெகு ஒழுங்காய் வளைந்திருந்தன. உதடுகள் முகத்தில் முளைத்த இரத்தப் பூவாய்த்தானிருந்தன.

"ஏறி உட்கார். பின்னால் இல்லை; இங்கே... கிட்ட!"

முழு வேகத்தில் பறந்தோம். கடைகளும், வீடுகளும் தூரத்தில் பங்களாக்களும், பிறகு வெறும் மரங்களும் வரிசை வரிசையாய் எங்கள் இருமருங்கிலும் பறந்தன. அந்தி சூரியன் வானத்தை இரத்த விளாறாக்கிக்கொண்டிருந்தான். அதைச் சற்று நேரம் பார்த்துக் கொண்டிருந்துவிட்டுப் பிறகு சுற்று முற்றும் நோக்குகையில் நாங்கள் கடற்கரையில் ஒரு ஒதுக்கிடத்துக்கு வந்திருந்தோம்.

'சட்'டெனக் காரை நிறுத்தினாள். அப்படியே சற்று நேரம் என்னை ஏற இறங்கப் பார்த்தாள் புன்சிரிப்புடன்.

"உம்... நீ நன்றாய்த்தானிருக்கிறாய். இந்தச் சந்தனக் கலர் ஜிப்பா உனக்கு ஒத்துத்தானிருக்கிறது."

எவ்வளவு உண்மையாயிருந்தாலும்கூட நேர்ப் புகழ்ச்சி லஜ்ஜை யைத்தான் உண்டாக்குகிறது. அதுவும் இம்மாதிரிப் புகழ்ச்சியால் அருவருப்புத்தான் தட்டுகிறது. நான் வானத்தைப் பார்த்துக்கொண்டே, "நேரமாய்விட்டாப் போலிருக்கிறதே, திரும்பலாமா?" என்று கேட்டேன்.

சின்னக் குழந்தை மாதிரி உதட்டைப் பிதுக்கிக்கொண்டே, "இப்பத்தானே வந்தோம். என்ன அவசரம்? இந்த இடம் ஜோராயில்லே?" என்று

கேட்டுக்கொண்டே என்மேல் சாய்ந்தாள். அவள் குரல் வெறும் மூச்சாகவே ஒடுங்கிப்போயிற்று. உடுக்கு அடித்து ஆவேசத்தை வரவழைத்துக் கொள்பவன்போல இமைகள் அரைக்கண் மூடி, விழிகளின் ஒளிமங்கிப் படலம் படர்ந்தது.

“ஓஹோ !”

நெட்டிபோல் கனமில்லாமல்தானிருந்தாள். கழுத்தில் இரட்டை வடச் சங்கிலிகள் இரண்டும், ஒரு வைரச் சங்கிலியும் மின்னின. ஒவ்வொரு கையிலும் இரண்டு ஜோடி தங்க வளையல்கள், அவை களைத் தொட்டுக்கொண்டே நான் “ஏது, கையின் அளவைவிடப் பெரிதாயிருக்கிறதே !” என்றேன்.

சிரித்துக்கொண்டே “அதுதான் இப்பொழுது பாஷன்” என்றாள் அவள். நான் அவள் பார்வையைச் சந்திக்காமலே “உனக்கும் எனக்கும் அந்தஸ்தில் எவ்வளவு வித்தியாசம் என்று தெரியுமோ ?” என்றேன்.

“இருந்தால் என்ன ?”

“அப்படியானால் உன் தகப்பனார் இப்படி உன்னையும் என்னையும் பார்க்கச் சம்மதிப்பாரா ?”

“அதைப் பற்றி இப்போ என்ன ?”

“அவ்வளவு லேசாய் ஒதுக்கிவிடற விஷயமா ?”

வங்கி வங்கியாய்க் கத்தரித்திருக்கும் நெற்றி மயிரை லேசாய் ஒதுக்கிக்கொண்டு, எங்கேயோ பார்த்துக்கொண்டு “வாழ்க்கை ஒரு விளையாட்டு. நாளைய கவலை நாளை” என்றாள்.

“இல்லை. விளையாடும் சமயத்தில் விளையாட்டு; வினையாயிருக்கும் சமயத்தில் வினை.”

“என்னை என்ன பண்ணச் சொல்லுகிறாய் ?”

“என்னுடன் வந்துவிடு.”

தன் மூக்கில் விரலை வைத்தாள், கேலி ஆச்சரியத்துடன். “ஏது, உன் நெஞ்சுத் துணிச்சல் என்னைக்கூடத் திக்குமுக்காடச் செய்கிறது” என்றாள்.

“ஏன் நீ ஆச்சரியப்பட என்ன இருக்கிறது? உன்னை வெறுமெனச் சோதித்துப் பார்த்தேன். உன் அந்தஸ்துக்கு ஒருநாளும் நான் குறைந்தவனல்ல. நீ நினைத்துக்கொண்டிருக்கிற மாதிரி நான் ஒன்றும் அன்னக்காவடி இல்லை. என் அண்ணன் ஜமீன்தார். நான் வீட்டில்

கோபித்துக்கொண்டு ஓடிவந்துவிட்டேன். கோபம் தணிந்ததும் என் இடத்துக்கு நான் போக வேண்டியதுதானே!"

"ஓஹோ!" அதற்குமேல் பேச அவளுக்கு நா எழவில்லை.

எங்கள் மேல் இருள் இறங்க ஆரம்பித்தது.

"அன்றிரவு நாங்கள் இருவரும், ரயிலில் முதல் வகுப்புப் பெட்டியில் போய்க்கொண்டிருந்தோம். தொலைதூரத்துக்கு டிக்கெட் வாங்கிவிட்டேன்.

நான் வெகு நாழிகை எழுதிக்கொண்டிருந்தேன். தூக்கக் கலக்கத்து டன் கைகளை முறித்துக்கொண்டு என்னிடம் அவள் வந்தாள்.

'என்ன எழுதுகிறாய்?' என்றாள்.

'உன் தகப்பனாருக்குக் கடிதம்' என்றேன்.

அவள் திரும்பிப் படுத்துக்கொண்டு தூங்கிவிட்டாள். படுக்கையில் உறுத்துமென்றும் பொது ஜாக்கிரதைக்காகவும் நகைகளைக் கழற்றிப் பெட்டியில் வைத்துவிட்டாள். பெட்டிச் சாவி என்னிடமிருந்தது.

கடிதத்தை முடித்ததும் ஒருமுறை படித்துப் பார்த்தேன். எனக்கு ஒரு பிரதி வைத்துக்கொள்ளாமல் போனேனே என்றுகூடத் தோன்றியது. அவ்வளவு நன்றாய் அமைந்திருந்தது.

"என்ன எழுதியிருந்தாய்?" என்று அவனின்றும் பிரிந்த அது கேட்டது.

"அது எப்பவோ நடந்தது; இப்பொழுது கேட்டால் எப்படித் தெரியும்?" என விசித்தான்.

"இல்லை. இப்பொழுதுதான் உனக்குத் தெரியாததெல்லாம் தெரியும். புரியாததெல்லாம் புரியும். சொல்; உனக்கு வரும் வரும் பார்."

அது சொல்லியதுபோலவே அவன் படிக்கக் படிக்க, நெருப்பில் எழுதியதுபோல் எழுத்துக்கள் படர்ந்துகொண்டே போயின!

அநேக ஆசீர்வாதம்; அல்லது நமஸ்காரம் அல்லது கடிதத்தை ஆரம்பிக்க எதுவோ, அது.

"நீ எவ்வளவு சாமர்த்தியசாலியாயிருப்பினும் எப்படியும் நீ என்னைவிட மூத்தவள்தான் என்று தோன்றுகிறது உன் வயதை மறைக்க நீ படும்பாடும், நிரந்தர இளமையாக நீயே உனக்குத் தோன்றுவதற்காக, உன்னையே நீ ஏமாற்றிக்கொள்வதற்காகத் தனியாக நடையுடை பாவனைகளையும், திரிசங்கு சுவர்க்கத்தையும் நீ சிருஷ்டித்துக்கொள்வ திலிருந்து நீ உனக்கு ஒப்புக்கொள்ளாவிட்டாலும், உனக்கே தெரியும்.

அதில் உன்னுடைய செளகரியத்திற்காக எனக்குக் கொடுத்திருக்கும் அல்லது கொடுக்கப் பார்க்கும் வேஷமும் எனக்குத் தெரிகிறது.

மிருகங்கள் பசி வேளைக்கும், தற்காப்புக்கும்தான் ஒன்றையொன்று அழித்துக்கொள்கின்றன. மற்ற பொழுதில் ஒன்றையொன்று, வேறு காரணங்களுக்காகப் பயன்படுத்திக்கொள்ளும் குணம் அவைகளுக்குக் கிடையாது. இந்தக் கெட்ட குணம் மனித ஜன்மத்துக்குத்தான் இருக்கிறது. மன்னிக்க முடியாத குணம்.

அன்றைக்குச் சமையலறையில் அடிபட்டு விழுந்திருக்கும் என்னைப் பார்த்து நீ சிரித்தபொழுதே நீ என்னை ஒரு புது பொம்மையாகக் கருதினாய் என்று கண்டுகொண்டேன். உடனே அந்த பொம்மை வேண்டுமென்று ஆசைப்பட்டாய்; வாங்கவும் வாங்கினாய். உடனே அதையுடைத்து அதில் என்ன வேலைப்பாடுகள் இருக்கின்றன என்று ஆராய வேண்டும் என்றுகூட உனக்குத் தோன்றிவிட்டது. எல்லாமே உனக்கு விளையாட்டுத்தான்! இந்த பொம்மை உடைந்து போனால் இன்னொரு பொம்மை...

விளையாட்டுப் பொம்மையாக எந்த ஆணும் மனமாரச் சம்மதி யான். இதைவிடப் பெருந்தீங்கு பெண்கள் ஆண்களுக்கு இழைக்க முடியாது. கடைசியில் அது தங்களுக்கே இழைத்துக்கொள்ளும் தீங்காய்த்தான் முடிகிறது. நீ என்னுடன் விளையாடுவதில் எனக்கு ஆட்சேபணையில்லை. ஆனால் என்னைக் கருவியாய் உபயோகப்படுத்த நான் சம்மதியேன். என்னுள் ஏதோ ஒன்று அம்மாதிரி உடன்பட மறுக்கிறது. என் இயல்பிலேயே அது இல்லை. நானாக அழிந்தாலும் அழிவேனே தவிர, என்னைப் பிறர் அழிக்கவிடேன். எனக்கும் நீங்களெல்லாம் இல்லாத வேளையிலும், இருக்கும் வேளையிலும் கூப்பிடும் தெய்வத்துக்கும்கூட இதுதான் தகராறு! நாம் எல்லாம் தெய்வத்தின் கருவிகள் என்கிறார்கள். அதுதான் எனக்கு ஒப்பமாட் டேன் என்கிறது. தெய்வமேயானாலும் சரி, நல்லதற்கேயானாலும் சரி, அதுகூட என்னைக் கருவியாக்க என் மனம் இடங்கொடுக்க மாட்டேன் என்கிறது. நான் அதன் வழிக்குப் போகவில்லை; அதுவும் என் வழிக்கு வரவேண்டாம் என்பதுதான் என் சித்தாந்தம்.

'வாழ்க்கையே விளையாட்டு' என்று எந்தச் சினிமா சம்பாஷணை யையோ என்னிடம் உபயோகித்தாய் அல்லவா? சரி, இந்த விளை யாட்டை இப்பொழுது கேள்.

"உன் நகைகள் எல்லாம் என்னிடம் பத்திரமாய் இருக்கின்றன. டிக்கெட்டுகளும் என்னிடமிருக்கின்றன! உன்னிடம் உன் அரைப் புடவையைத்தவிர வேறு எதுவும் நான் வைக்கப்போவதில்லை. நீ

திரும்பி வீடுதான் போய்ச் சேருவாயோ, எங்கேதான் போவாயோ, எப்படித்தான் போவாயோ, அதில்தான் விளையாட்டு இருக்கிறது! இந்த விளையாட்டு உனக்குப் பிடிக்காமல் இருக்கலாம்; ஆனால் நீ இதிலிருந்து ஒன்றுதானே தெரிந்துகொள்வாய்! எந்த பொம்மையையும் அநாவசியமாய் உடைத்துப் பார்க்காதே. தவிட்டு பொம்மை என்று நீ நினைத்துக்கொண்டிருந்தாலும், நீயறியாத எஃகுச் சுருள்கள் அதனுள் இருந்து, நீ வகை தெரியாமல் சுழற்றுகையில் குதித்து உன் முகத்தில் அடித்துவிடும்."

கடிதத்தை மடித்து அவள் கண்ணும் கையும் உடனே படும் இடத்தில் வைத்தேன். நகைகளையும் பணப் பையையும் எடுத்துக்கொண்டு, பாக்கி சாமான்களை ஜன்னல் வழி வீசி எறிந்தேன். கை வளையல்கள் கழற்றச் சுலபமாய் வந்தன. வண்டியின் வேகம் குறைய ஆரம்பித்தது. எட்டிப் பார்த்தேன். ஏதோ ஒரு சின்ன ஸ்டேஷனின் விளக்கு இரவில் மினுக்கியது. ஒருமுறை அவளிடம் சென்று முகத்தைக் குனிந்து பார்த்தேன்.

ஆழ்ந்த தூக்கத்திலிருந்தாள். வாயோரத்தில் கொஞ்சம் எச்சில்கூட வழிந்திருந்தது. மேல் உதட்டோரத்தில் ஒரு மரு இருந்தது. மேல்பூச்சுக் களால் தெரியாமல் அவள் மறைத்திருந்த சாமர்த்தியத்தை அந்தச் சமயத்தில்கூட வியக்காமல் இருக்க முடியவில்லை. வண்டியிலிருந்து குதித்துவிட்டேன்.

பிறகு அவள் எப்படியானாள் என்று எனக்குத் தெரியாது. அத்துடன் அவளை மறந்து போனேன்.

"பிறகு என்ன நடந்தது?" என்று அவனின்று பிரிந்த அது கேட்டது. மார்பைப் 'பக் பக்கென்று அடைக்க ஆரம்பித்துவிட்டது. இடுப்பு வரை உடல் செத்துவிட்டது அவனுக்கே தெரிந்தது.

"பிறகு எங்கே போனாய? சுருக்கச் சொல் உனக்கு நேரமில்லை. சுருக்கச் சொல்."

"எங்கெங்கோ போனேன் என்னென்னவோ செய்தேன். கடலையும் தாண்டினேன்; எத்தனையோ பேர் எத்தனையோ விதமாய் என்னை ஏமாற்றினார்கள். அவர்களை பதிலுக்குப் பதில் அதைவிடக் கடுமை யாக ஏமாற்றினேன்.

ஒரு சமயம் ஒருவனுடன் கூட்டு வியாபாரம் செய்ய நேர்ந்தது. எனக்கு அரை ரூபாய்க்குக் கணக்கு ஏமாற்றினான். ஆத்திரத்தில் கடையையே இரவில் பற்றவைத்துவிட்டுப் போய்விட்டேன். காரிய நஷ்டத்தைவிட

எண்ணத்தின் துரோகம்தான் தாங்கமாட்டேன் என்கிறது.

ஆனால் எங்கு சென்றால் என்ன! தனிமை என்பது தனியாய்த் தானிருக்கிறது. நாளடைவில் கருமேகம் திரளுவதுபோல் திரண்டு பின்னாலேயே வந்து குரல்வளையைப் பிடித்துவிடுகிறது. மனிதன் தனது காரியங்களைச் செய்யும்படி அவனை இயக்கும் சக்திக்கு அலுப்பு இல்லாவிட்டாலும், காரியங்கள் அலுத்துவிடுகின்றன. அந்தச் சமயத்தில்தான் உலகம் எவ்வளவு பெரிதாயிருந்தபோதிலும் தனிமை யின் சுவர்கள் நான்கு புறங்களிலும் முளைத்துத் திமிர்த்து நின்று, ஆள் திரும்பக்கூட இடம் இல்லாதபடி நெருக்குகின்றன. வாழ்க்கையை விட்டு எட்டி நின்றாலும் குமட்டுகின்றது; அத்துடன் இழைந்தாலும் குமட்டுகின்றது. அதில்தான் அதன் எதிர்பாராத தன்மையிருக்கிறது.

பரமபத படத்தில் ஏணிகளிலெல்லாம் ஏறிவிட்டு, பெரிய பாம்பில் மாட்டிக்கொண்டு திடீரென்று அடிக்கட்டத்திற்கு வந்துவிட்டாற்போல் ஆகிவிட்டது. பழைய பாடங்களைத் திருப்புவதுபோல் சென்றுபோன நாட்களும், சம்பவங்களும் நான் சிந்திக்க நேராத சமயங்களில்கூடத் திரும்பத் திரும்ப நினைவில் முளைக்க ஆரம்பிக்கின்றன. நான் என்னுள் கலகலக்க ஆரம்பித்துவிட்டேன்.

'திடீர் திடீர்' என்று என் தாய் விட்டத்திலிருந்து தொங்கும் காட்சி என் கனவில் தோன்றித் தோன்றி மறைந்தது. என் சின்ன வயது விளையாட்டுகள், அடக்குவாரின்றித் திரிந்த அனுபவங்கள்... பிறகு அப்புறம்..."

"ஆ!"

"இப்பொழுது எனக்குத் தோன்றுகிறது. பாம்பு எல்லாவற்றையும் விழுங்கிவிட்டு, பிறகு தன் வாலைத்தானே கவ்விக்கொண்டு, தன்னையே விழுங்கப் பார்த்ததுபோல் நான் என்னையே விழுங்க ஆரம்பித்துவிட்டேன் என்று நினைக்கிறேன்."

"சொல், சொல், உன் கேள்விகளுக்கு நீயே பதில் கண்டுபிடி."

"ஒன்றுமே செய்யாமலிருத்தலின் பிரதிக்கிரியையும், எல்லாம் செய்தாலும் அக்காரியத்தின் பிரதிக்கிரியையின் பிரதிக்கிரியையும் கடைசியில் அதில்தான் கொண்டுபோய் விட்டுவிடுகிறது, பரமபத படத்தின் பெரிய பாம்பு. ஆகவே நான் ஊர் திரும்பினேன்."

"எதற்கு?" என்று அது கேட்டது.

"புற்றைப் பார்க்க."

"பிறகு? தயங்காதே; நீ என்னிடம் மறைக்க முடியாது. உன்னை

அறியாமல் உன்னுள்ளே நான் இருக்கிறேன். உன் காரியங்கள் அனைத்தையும் நான் கவனிக்கிறேன். உன் தூக்கத்தில் உன் நினைவு அற்று, நீ அசையும் ஒரு சிறு அசைவு முதல் என்னை ஊடுருவித்தான் செல்கிறது. ஆகையால் நீ இன்னும் எதற்காக வந்தாய் என்று சொல். நான் அடியெடுத்துக் கொடுக்கக் காத்திருக்க வேண்டாம்."

"ஊரில் ஒருத்தியிருந்தாள்" என்று மனமில்லாமல் மனம் முனகியது.

"ஆ! அப்படி வா வழிக்கு."

விஷம் தொண்டை வரையில் ஏறிவிட்டதால், வார்த்தைகளும் மூச்சும் தங்கித் தங்கி வந்தன. ஆனால் அசுரத்தன்மையான திடத்துடன் நினைவையிருத்திக்கொண்டான்.

"என் வீட்டுக்கெதிர் வீடுதான். என்னுடனே விளையாடி, என்னுடனே வளர்ந்தவள். கறுப்புத்தான். ஆனால் களை; வயதுக்கு மீறிய வளர்ச்சி; ரொம்பத் துடி. ஆனால் வயது ஆக ஆக, எங்களிருவரிடையேயிருக்கும் பழக்கமும் குறைந்து, கடைசியில் அற்றும் போயிற்று. நானும் ஊருக்குப் பொல்லாதவனாய் விடவே ஊர்ப்பெண்கள் அத்தனை பேரும் என்னைப் பொறுத்தவரையில், முகமூடிகள் ஆகிவிட்டார்கள்.

ஆனால் சில சமயங்களில் அவள் ஜன்னலிலிருந்து என்னைப் பார்ப்பாள். கண்களின் பேச்சை எப்படி விஸ்தரிப்பது!

ஒருநாள், நான் குளத்தில் குளித்துக்கொண்டிருந்தேன். குளக்கரையில் ஒரு அரசமரம். அதன் அடியில் ஒரு நாகப் பிரதிஷ்டை. அவள் அதைச் சுற்றிக்கொண்டிருந்தாள். அங்கு ஒருவருமில்லை. அவள் இன்னும் என்னைப் பார்க்கவில்லை.

எனக்கு என்ன தோன்றிற்றோ தெரியவில்லை. அப்பொழுது வெறும் வேடிக்கை எண்ணம்தான் என்று நினைக்கிறேன். இரண்டு தாவில் கரையேறி, அவள் எதிரில் போய் வழியை மறித்துக்கொண்டு நின்றேன். இடுப்பில் ஈரமுண்டு: புடைத்த மாரிலும் புஜங்களிலும் ஜலம் துளித்து நின்றது.

தூக்கி வாரிப்போட்டாலும், யார் என்று கண்டதும் முகம் மலர்ந்தது. ஆனால் உடனே அடக்கிக்கொண்டு விட்டாள்.

'சௌக்கியமா?' என்றேன்.

'சௌக்கியந்தான். வழியை விடறையா?' என்றாள்.

'இத்தனை நாள் கழிச்சு இப்பதான் பார்க்கிறோம். அதற்குள் ஓடணுமா?'

'எனக்கு நேரமாச்சு; ஆத்தில் தேடுவாள்.'

நான் சிரித்துக்கொண்டே அவள் கையை உரமாய்ப் பிடித்தேன். அவள் உடல் 'வெடவெட'வென உதறிற்று. ஆனால் பயத்தாலா? பிடித்த கையின் விரல்கள், பாதாளக்கொலுசின் கொக்கிகள்போல் வளைந்தன. ஆனால் பயத்தாலா? பிரதிஷ்டையிலிருந்து நாகம் என் கையையும் என் பிடியில் அவள் கையையும் பார்த்துக்கொண்டிருந்தது.

'உஷ் என்னை விட்டுடுடா, விட்டுடு...'

நான் சிரித்தேன் 'உன்னை என்ன கடிச்சு முழுங்கிடுவேனா? ஆமாம், முழுங்கிவிடப் போகிறேன்!' என்றேன்.

'ஐயோ! என் பேரைக் கெடுக்காதேடா! என் குடியை அழிக்காதேடா' என்று உளறிக்கொண்டே, திமிறிக்கொண்டு ஓடினாள். கொஞ்ச தூரம் போய்த் திரும்பிப் பார்த்தாள். முகத்தில் பயந்தான்; வெறுப்பு இல்லை. என் சிரிப்பு எதிரொலித்தது. மறுபடியும் ஓடினாள். அவள் ஓடுவது வெகு அழகாயிருந்தது. அதற்கப்புறம் அவள் வழிக்கு நான் போகவில்லை. ஆனால், அவள் தீர்மானமாய் என்னை ஒதுக்கினாள். அவள் மனத்தில் இடம் கொடுத்துவிட்டாள். என்றாலும், அதற்குமேல் அவளுக்கு பயம்!

பக்கத்தூரில் ஒரு பையனுக்கும் அவளுக்கும் கலியாணம் நடந்து, அவள் புக்ககம் போய்விட்டாள். பிறந்த வீடு கிட்ட இருப்பதால் அடிக்கடி வந்து போவாள். நான் ஊரைவிட்டுப் போவதற்குமுன் ஒரு குழந்தையைக்கூடப் பெற்றெடுத்துவிட்டாள். அவள் மண வாழ்க்கை மிகச் சந்தோஷமாயிருந்தது என்று அவள் உடற்பொலிவிலும், முக மலர்ச்சியிலும் தெரிந்தது.

இப்பொழுது திடீரென்று அவள் நினைவு வந்தது. எல்லாவற்றையும் விழுங்கியபிறகு அவள் ஒரு எட்டாப்பழமாய் எனக்குத் தோன்றினாள். உடனே அதைப் பறித்து ஆக வேண்டும் எனக்கு. அதனால் இங்கு வந்தேன்."

"எப்படிப் பறிப்பதாய் உன் எண்ணம்?"

"அதை இப்பொழுது எப்படிச் சொல்ல முடியும்? தனியாய்ச் சந்திக்க முயன்றிருப்பேன். அவள் சம்மதிக்காவிட்டால், அவள் கணவனுக்கெதிரில் 'உன்னை அன்று, குளக்கரையில் நாகப் பிரதிஷ்டைக்கெதிரில் கையைப் பிடித்தேனே. எப்படி?' என்று கேட்டு, அவள் புருஷனுக்குச் சந்தேகத்தை உண்டாக்கியிருப்பேன். சமயத்துக்குத் தக்கவாறு நடந்துகொண்டிருப்பேன். இப்பொழுது எப்படிச் சொல்வது?"

"மொத்தத்தில் அவள் வாழ்க்கையைக் குலைத்திருப்பாய் அல்லவா?"

"ஆம்" என்றான் வசியங் கண்டவன்போல். நினைவு மங்க ஆரம்பித்துவிட்டது.

"உன் சௌகரியத்திற்காக, அவளைக் கெடுக்கவும் துணிந்தாய் அல்லவா?"

"ஆம்."

"அவளை உன் கருவியாய் உபயோகித்துக்கொள்ள எண்ணிவிட்டாய் அல்லவா?"

"ஆம்."

"ஆகையால்தான், நீ அவளைக் கெடுக்குமுன், அதாவது நீ கெட்டுப் போகுமுன் உன்னை நான் என்னிடம் அழைத்துக் கொண்டுவிட்டேன்."

அவனின்றும் பிரிந்த அது திடீரென்று பெரிதாக ஆரம்பித்தது.

"மகனே, என்னிடம் நீ உண்மையை ஒப்புக்கொண்டாய். எங்கெங்கோ ஓடியாடிக் களைத்து வந்தாய். இனி நீ என்னிடம் இளைப்பாற வேண்டும்." அவன் மேல் இருள அது ஆரம்பித்தது.

"நீ யார்? யார் நீ?"

தப்பிப்போகும் நினைவின் முழுப் பலமும், அவன் உடலின் பலமும் அக்கடைசிக் கேள்வியில் பிரதிபலித்தன.

அது இதற்குள் அவனுக்கும் அதற்கும்கூட வித்தியாசம் தெரியாத படி வியாபித்துவிட்டது.

"நீ எங்கிருந்து வந்தாயோ, அங்கே திரும்பிப் போகும் இடம் என்று வைத்துக்கொள்ளேன். நீ பாம்பானால், உன்னை விழுங்கும் பெரிய பாம்பு என்றுதான் வைத்துக்கொள்ளேன் அல்லது கருடன் என்று வைத்துக்கொள்ளேன். எந்தப் புற்றின் இருளுடன் இழைந்துவிட வேண்டுமென்று நீ ஒரு சமயம் விரும்பினாயோ, அந்த இருள் என்று வைத்துக்கொள்ளேன். அல்லது தன் குஞ்சுகளை அன்புடன் சிறகடியில் அணைக்கும் தாய்ப்பட்சி என்று வைத்துக்கொள்ளேன். அல்லது நீ சொல்லியபடி, நீ உன்னை விழுங்கிய பிறகு, மிச்சம் இருக்கும் மீதி என்று வைத்துக்கொள்ளேன்!"

ஆலிங்கனத்தில் அவன்மேல் அது கவிழ்ந்தது.